नॉट विदाऊट माय डॉटर

लेखक
बेट्टी महमूदी
सहलेखक
विल्यम हॉफर

अनुवाद
लीना सोहोनी

मेहता पब्लिशिंग हाऊस

NOT WITHOUT MY DAUGHTER
by **BETTY MAHMOODY** with **WILLIAM HOFFER**
Marathi Translation Published with Arrangment
by William Morris Agency, New York

Translated into Marathi Language by Leena Sohoni

नॉट विदाऊट माय डॉटर / अनुवादित सत्यकथा

अनुवाद : लीना सोहोनी

Email : author@mehtapublishinghouse.com

मराठी अनुवादाचे व प्रकाशनाचे हक्क मेहता पब्लिशिंग हाऊस प्रा. लि., पुणे.

संस्थापक : सुनील अनिल मेहता

प्रकाशक : मेहता पब्लिशिंग हाऊस प्रा. लि.,
१९४१ सदाशिव पेठ, माडीवाले कॉलनी, पुणे –४११०३०.

मुद्रक : श्री मुद्रा

मुखपृष्ठ/मांडणी : बाबू उडुपी

प्रकाशनकाल : मार्च, १९९७ / मे, २००९ / मे, २०१० /
सप्टेंबर, २०११ / डिसेंबर, २०१२ / फेब्रुवारी, २०१४
ऑगस्ट, २०१५ / एप्रिल, २०१७ / डिसेंबर, २०१८ /
ऑक्टोबर, २०२० / डिसेंबर, २०२१ / जुलै, २०२३ /
पुनर्मुद्रण : जून, २०२५

किंमत : ₹ ३६०

P Book ISBN 9788171616732
E Book ISBN 9788184988345
E Books available on : amazonkindle 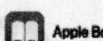 Apple Books Google Play Books

---

हॅरॉल्ड लव्हर

या माझ्या वडिलांच्या

स्मृतीस अर्पण. . .

ऋणनिर्देश

या उपक्रमासाठी मेरिलिन हॉफर हिचं अनमोल साहाय्य लाभलं आहे. एका लेखिकेची प्रतिभा व त्याचबरोबर एक स्त्री पत्नी, माता व मैत्रीण अशा विविध भूमिका पार पाडत असतानाची तिची आकलनशक्ती यांचा सुरेख संगम इथं झाला आहे. तिच्या अंत:साक्षी प्रतिभेशिवाय हे काम पार पाडणं मला अवघड होतं– किंबहुना कदाचित ते शक्यच झालं नसतं. प्रारंभापासून शेवटापर्यंत ती आमच्यामधील एक महत्त्वपूर्ण घटक होती. मला तिच्याविषयी सार्थ कौतुक, आदर व प्रेम वाटतं.

बेट्टी महमूदी या, आपले आधीचे दोन मुलगे आणि माहतोब यांच्यासमवेत पुन्हा मिशिगन येथेच राहत आहेत.

विल्यम हॉफर यांनी *Midnight Express* आणि *Saved : The story of the Andrea Doria* या पुस्तकांचे सहलेखक म्हणून काम केले आहे. ते व्हर्जिनिया येथे राहतात.

१

ब्रिटिश एअरवेजच्या विमानात खिडकीपाशी बसून माझी मुलगी पेंगत होती. गडद सोनेरी केसांची जणू महिरपच तिच्या कपाळावर अलगद उतरली होती. आता केस चांगले खांद्यावर रुळायला लागते होते. कारण अजून ते कधी कापले नव्हते. आज तीन ऑगस्ट एकोणीसशे चौऱ्याऐंशी.

एवढ्या मोठ्या प्रवासाने माझी चिमुरडी शिणून गेली होती. बुधवार, भल्या पहाटे आम्ही डेट्रॉईट सोडलं. आज प्रवास संपत होता तेव्हा शुक्रवार उजाडला होता.

माझा नवरा, मूडी एक भलंमोठं पुस्तक आपल्या पोटावर ठेवून वाचत बसला होता. त्याने मध्येच एक कटाक्ष माझ्याकडे टाकला. अचानक त्याने पुस्तक बाजूला सारलं. विरळ होत चाललेल्या केसांवरून हात फिरवत तो म्हणाला,

"आता उतरायची तयारी करा."

मी पट्टा सोडला, पर्स उचलली आणि अरुंद निमुळत्या मार्गातून वाट काढत बाथरूमपाशी पोचले. तिथे केबीन साफसफाई करणाऱ्या कामगारांची विमान उतरण्यापूर्वीची लगबग चालू झाली होती.

'आपण ही फार मोठी चूक करतोय,' मी मनाशीच म्हणाले, बाथरूमचा दरवाजा आतून लावून घेत मी आरशात स्वतःला एकवार न्याहाळलं. एकोणचाळीस वर्षांच्या स्त्रीचं ते प्रतिबिंब बघून माझं मलाच नवल वाटलं. ही भांबावलेली, बावरलेली अवस्था? खरं तर आयुष्यातील निर्णय स्वतःचे स्वतः खंबीरपणे घेण्याचं हे वय.

मी मनातले विचार दूर करून स्वतःचा अवतार आधी ठीकठाक केला. मला इकडे यायचं नव्हतं वगैरे सगळं खरं. पण आता येऊन पोचले तर होते ना.? मग आता रडून काय उपयोग? कदाचित हे दोन आठवडे झरझर संपूनही जातील.

तिकडे डेट्राईटला परत गेल्यावर माहतोबला– माझ्या मुलीला– माँटेसरीच्या वर्गात घालायचं चाललं होतं. मूडीला सुद्धा परत गेल्यावर भरपूर काम होतं. आम्हाला आमचं नवीन घर बांधायचं होतं. . . स्वतःच्या मनाला दिलासा देत मी आवरू लागले. मूडीने आधीच बजावल्याप्रमाणे मी गडद काळ्या रंगाचे, अगदी जाडेभरडे स्टॉकिंग्ज बरोबर आणले होते ते पायांत चढवले. अंगात अगोदरच अगदी जुनाट पद्धतीचा हिरवट रंगाचा, अंग पुरेपूर झाकेल असा स्कर्ट-ब्लाऊझ घातला होता.

मी परत एकदा आरशात पाहिलं. केस विंचरावे का? पण जाऊ दे! नाहीतरी मूडीने सांगितलं होतंच की, दर वेळी बाहेर जाताना केस पूर्ण झाकले जातील असा रुमाल डोक्याला बांधावा लागेल. मी तो आत्ताच बांधला. त्याची गाठ हनुवटीखाली बांधत असताना मला माझं ते ध्यान अगदी गावंढळ शेतकरी वर्गातल्या बाईसारखं वाटायला लागलं.

चष्मा घालावा की नाही? खरं म्हणजे न घालता आपण जास्त बरं दिसतो. पण प्रश्न असा होता की, चांगलं दिसायचं कुणासाठी? मूडीच्या कुटुंबियांवर छाप पाडायची किंवा या देशात हिंडून-फिरून काही मौजमजा करायची मला मनातून इच्छा तरी होती का? मुद्दामच मी चष्मा घातला.

अखेर मी माझ्या जागेवर येऊन बसले.

"मी विचार करतोय की, आपण आपले अमेरिकन पासपोर्ट आधीच कुठेतरी लपवून ठेवावेत," मूडी म्हणाला; "नाहीतर त्यांच्या दृष्टीस पडले, तर काढून घेतील?"

"मग आता कसं करायचं?," मी जरा घाबरलेच.

"ते तुझी पर्स नक्की तपासून बघतील, कारण तू अमेरिकन आहेस," मूडी का कोण जाणे पण जरा चाचरत म्हणाला; "माझा खिसा ते तपासणार नाहीत, तेव्हा मीच माझ्याजवळ ठेवतो."

मला ते म्हणणं पटलं. माझ्या नवऱ्याच्या घराण्याच्या नावाचा या देशात चांगलाच दबदबा होता. पर्शियन नावं अतिशय अर्थपूर्ण असतात त्यामुळे त्याचं नाव ऐकल्यावर कुठल्याही इराणी माणसाला हा उच्च खानदानातील आहे हे सांगावंच लागलं नसतं. मूडीचं, माझ्या नवऱ्याचं पूर्ण नाव– सय्यद बोझोर्ग महमूदी. सय्यद हे उच्चकुलीन, खुद्द प्रेषित महंमदाच्या वंशजाचं नाव. बोझोर्ग ही मूडीच्या आई-वडिलांनी मोठ्या प्रेमाने त्याला दिलेली पदवी. त्याचा अर्थ महात्मा, वीर पुरुष. त्यांच्या घराण्याचं मूळ आडनाव हकीम होतं. पण मूडीच्या जन्माच्या सुमाराला इराणच्या शहाने एक फतवा काढून सर्वांनी मुसलमानी नावे टाकून पर्शियन नावे घ्यावी असे जाहीर केल्याने या लोकांनाही आपले आडनाव महमूदी असे घेणे भाग पडले.

नाव, घराणं, खानदान या सर्वांबरोबरच जोडीला उच्चविद्याविभूषित असल्याचा अहंकारही त्याला होताच. मूडीच्या देशबांधवांना अमेरिकन लोकांचा तिटकारा असला तरीही अमेरिकन शिक्षणपद्धतीचे श्रेष्ठत्व त्यांना मनोमन पटलेले होते. त्यामुळेच अमेरिकेत शिकून डॉक्टर झालेल्या मूडीला समाजात वरचे स्थान मिळणार हे सांगायलाच नको.

मी पर्समधून आमचे दोघींचे पासपोर्ट काढून मूडीच्या हवाली केले. त्याने ते कोटाच्या खिशात अलगद सरकवले.

आता विमानाने उतरण्याची तयारी सुरू केली. संपूर्ण शहर डोंगरांनी वेढलेले असल्याने विमानाला फार जलद गतीनं खाली उतरावं लागत होतं. विमान भयंकर हादरत होते. त्यामुळे माहतोब खडबडून जागी झाली. भिऊन ती माझ्या कुशीत शिरली.

"घाबरू नकोस, विमान खाली उतरतंय्. . .! मी तिला थोपटलं.

ज्या देशात अमेरिकनांचा एवढा उघडउघड तिरस्कार द्वेष केला जातो तिथे मी, एक अमेरिकन स्त्री आपल्या लहान मुलीला घेऊन कशासाठी निघाले होते? शिवाय आता तिथे इराकविरुद्ध युद्धही चालू होतं.

मूडीचा पुतण्या मम्मल घोडसी ज्या क्षणी हा इराणला जाण्याचा प्रस्ताव घेऊन आमच्या घरी आला त्या क्षणापासूनच संशयाचा किडा माझ्या डोक्यात वळवळत होता. जगाच्या पाठीवर माणूस दोन आठवडे कुठेही काढेलही. पण केव्हा? परत पुन्हा आपल्या सुरक्षित घरकुलात येण्याची खात्री असेल, तेव्हा. इथे माझ्या मित्रमैत्रिणींनी माझी किती समजूत घातली तरीसुद्धा पुन्हा पुन्हा मला एकच शंका भेडसावत होती. जर आम्ही दोघी परत येऊ शकलोच नाही तर? एकदा स्वतःच्या देशात गेल्यावर मूडीने आम्हा दोघींना कायमचंच तिथे ठेवून घेण्याचा डाव टाकला तर?

पण माझ्या मित्रमंडळींना खात्री होती की, तो असं कधीही करणार नाही. तो स्वतः अमेरिकन संस्कृतीत, अमेरिकन जीवन पद्धतीत चांगला मुरलेला होता. तो तब्बल दोन दशकं तिथे राहिला होता. त्याचं सर्वस्व, त्याची आयुष्यभराची कमाई आणि मुख्य म्हणजे त्याचा डॉक्टरी व्यवसाय तिथे होता. पुन्हा हे सगळं सोडून आपल्या देशात परत जायचं त्याच्या मनात तरी कसं येईल?

हे सर्व तत्त्वतः जरी खरं असलं तरी मूडीच्या खऱ्या व्यक्तिमत्त्वाला एकटी मीच ओळखत होते– अगदी आतून बाहेरून! मूडी एक प्रेमळ पिता व पती होता. परंतु तरीही सर्वांत प्रथम त्याच्या आयुष्यात महत्त्व कुणाला असेल तर त्याच्या स्वतःच्या घराण्याला, त्याच्या कुटुंबियांना. एकीकडे अत्यंत धारदार बुद्धिमत्ता तर दुसरीकडे भावभावनांचा कल्लोळ असलेलं मन. पौर्वात्त्य आणि पाश्चात्त्य संस्कृतीचा

एक विचित्र संगम त्याच्या ठायी झालेला होता. आणि त्यांपैकी कोणत्या संस्कृतीचा आपल्यावर अधिक प्रभाव आहे हे खुद्द त्याचं त्याला सुद्धा सांगता आलं नसतं.

आणि त्याचमुळे मूडी दोन आठवड्यांच्या मुक्कामानंतर आम्हाला परत अमेरिकेला नेण्याची जितकी शक्यता होती तितकीच तो आम्हाला जबरदस्तीनं इराणमध्येच ठेवून घेईल ही पण शक्यता होतीच.

आणि तरीही मी त्याच्याबरोबर निघाले होते.

का?

माहतोब.

अवघं चार वर्षांचं वय. वयाला शोभेसं खळखळून हसणं, बागडणं, बोलणं. गोष्टीवेल्हाळपण. आईला, वडलांना, साऱ्या जगाला वेड लावणारं, आणि तिचा तो तिच्याएवढा मोठा थोरला खेळगडी, ससुल्या. त्याचं नावही तिने ठेवलं होतं– बनी. त्याचे हात आपल्या चिमुकल्या हातात धरून आणि त्याचे पाय आपल्या पायांवर पट्ट्यांनी बांधून त्या दोघांचा नाच चालायचा.

माहतोब. फारसी भाषेतली 'चाँदनी.'

पण माझ्या जगातला माझा तो सूर्यप्रकाश होता.

एव्हाना विमान धावपट्टीवर उतरलं होतं. मी एकवार माहतोबकडे आणि मग मूडीकडे पाहिलं, आणि आपण का आलो याचं कारण मला कळलं.

तेहरानच्या उकाड्यात, गजबजाटात आम्ही विमानतळावर उतरलो. आमच्यासाठी उभ्या असलेल्या बसकडे जायला आम्ही धावपट्टीवरून चालत निघालो तेव्हा ते ऊन जणू आम्हाला गिळंकृत करायला धावून आलं. तेव्हा सकाळचे फक्त सात वाजले होते.

माहतोब माझ्या हाताला घट्ट लटकली होती. आपल्या मोठ्या मोठ्या तपकीरी डोळ्यांमध्ये हे नवखं जग सामावून घेत होती.

"ममी," ती कुजबुजली, "मला शू लागलीय!"

"होय, हं."

आम्ही इकडे-तिकडे बघत विमानतळावर पोचलो. समोर एक भला मोठा स्वागतकक्ष होता. आत पाऊल टाकताच घाम आणि उग्र वासाचा भयानक भपकारा आला आणि आम्ही शहारलो. कधी एकदा यातून बाहेर पडतो असं मी मनाशी म्हणत होते. पण निरनिराळ्या देशांतून येणाऱ्या प्रवाशांची नुसती खेचाखेच चालली होती. आणि इतक्या सगळ्या माणसांचे पासपोर्ट तपासण्यासाठी केवळ एकच काऊंटर होतं. या गदारोळातून बाहेर पडायला तेवढा एकमेव मार्ग होता.

मग आम्हीपण इतरांप्रमाणेच धक्काबुक्की करत, कोपरांनी पुढच्याला ढकलत

मार्ग काढू लागलो. मी माहतोबला मात्र पोटाशी जपत जपत कशीतरी जात होते. न कळणाऱ्या अगम्य भाषेत अवती-भोवती काही तरी कचकच चालू होती. मी आणि माहतोब घामाने अक्षरश: निथळलो होतो.

इराणी स्त्रिया अंगभर कपडे घालतात; हात, पाय, कपाळ वगैरे उघडे टाकत नाहीत हे मला ऐकून माहिती होतं. पण इथे तर दिसेल ती प्रत्येक स्त्री, मग ती प्रवासी असो नाहीतर विमानतळावरील कर्मचारी– सगळ्याजणी नखशिखांत चादोर घालून होत्या. चादोर हा एक मोठा अर्धचंद्राकृती कापडाचा तुकडा असून तो खांदे, कपाळ व हनुवटीवरून पांघरलेला असतो. त्यामुळे फक्त डोळे, नाक आणि तोंड एवढेच उघडे दिसतात. जुन्या काळी नन्स ज्या प्रकारचा पोशाख करत असत त्याची आठवण होते. ज्या अत्यंत धार्मिक इराणी स्त्रिया असतील त्या फक्त आपला एकच डोळा दिसू देत. त्यांचे फक्त डोळे, नाक आणि तोंड एवढेच काय ते उघडे होते. मला जुन्या काळातील नन्सच्या पोशाखाची आठवण झाली आणि त्यातल्या सुद्धा ज्या अगदीच जुन्या वळणाच्या, कर्मठ स्त्रिया होत्या त्यांचा तर केवळ एक डोळाच दिसत होता. एका हातात अवजड़ सामानाच्या बॅगा सांभाळत दुसऱ्या हाताने हनुवटीखाली कापड घट्ट धरून त्या भयंकर उकाड्यात त्या लगबग करत होत्या. मला नवल एकाच गोष्टीचं वाटलं की अगदी अंगभर कपडे घालण्याच्या, नखदेखील दिसू न देण्याच्या इतरही काही कपड्यांच्या पद्धती असतातच की! मग हा एवढा प्रचंड अगडबंब आणि त्रासदायक गोषा कशासाठी? धर्माचा केवढा मोठा पगडा! आणि हा अन्याय, हा जुलूम मूकपणे सहन करणाऱ्या या स्त्रिया!

अखेर अर्ध्या तासाच्या प्रतीक्षेनंतर एकदाचे त्या पासपोर्ट काऊंटरपाशी पोहचलो. अतिशय खत्रुड चेहऱ्याच्या अधिकाऱ्याने आमच्याजवळच्या एकुलत्या एक इराणी पासपोर्टकडे आठ्या घालून पाहिले आणि त्यावर शिक्का मारून आमच्या आख्या कुटुंबाला पलीकडे जाऊ दिले. मूडी झपाझपा जिना चढून वर पळत सुटला. त्याच्या मागे आम्ही दोघी. मग एका कोपऱ्यात वळल्यावर सामानसुमान ताब्यात घ्यायला दुसरी रांग होती. जिकडे तिकडे माणसेच माणसे.

"मम्मी, मला खूप घाईची शू लागलीय," माहतोब बिचारी केविलवाणेपणे रडू लागली. 'चादोर' (बुरखा) घातलेल्या स्त्रीला बाथरूमचा रस्ता विचारला. तिने खोलीच्या दुसऱ्या टोकाला बोट दाखवले आणि घाईघाईने निघून गेली. मूडीला सामनापाशी उभे करून आम्ही दोघी महिलांसाठी असलेल्या प्रसाधनगृहात गेलो. पण आतील ओंगळवाणा प्रकार पाहून दाराशीच थबकलो. प्रसाधनगृह कसले! आत कमोडचा तर पत्ताच नव्हता. एका पांढऱ्या फरशीच्या मधोमध एक भोक होते. अर्थात लोकांनी तर सर्वत्रच घाण करून ठेवली होती व त्यात माश्यांचा सुकाळ! "मम्मी, मला घाण वाटते, मी नाही जाणार!" म्हणून माहतोबने गळा काढला.

मला काय करावे ते कळेना. मग मी माहतोबला घेऊन मूडीकडे धावत गेले.

माहतोबची अवस्था खरं तर फारच कठीण झाली होती. परत पुन्हा असल्याच एखाद्या सार्वजनिक प्रसाधनगृहात जाण्याची तिची बिलकुल इच्छा नव्हती. आता मूडीच्या बहिणीच्या घरी जाईपर्यंत तिला थांबणं भाग होतं. मूडीची मोठी बहीण– सारा महमूदी घोसी– म्हणजे मूडीच्या कुटुंबातील एक बडं प्रस्थ होतं. तिला सर्व जण 'आमे बोझोर्ग' असे आदराने म्हणत.

माहतोब खूप थकली होती. पण तिला बसायला कुठे साधं बाकडं देखील नव्हतं. अखेर आम्ही मूडीच्या नातलगांपैकी एकाच्या तान्ह्या बाळासाठी भेट म्हणून आणलेली बाबागाडी उघडली व त्यातच तिला बसवलं.

आम्ही सामानाची वाट पाहून कंटाळून गेलो होतो. सामान एवढ्यात येईल असं काही चिन्ह दिसत नव्हतं. इतक्यात कर्कश आवाजात 'दाही जान,' 'दाहीजान' अशी आरोळी आली.

'चाचाजी, चाचाजी' अशी फारशी भाषेतील ती आरोळी ऐकताच मूडी वळला आणि हर्षभराने पळत आलेल्या तरुणाने त्याला जोरात मिठी मारली. मूडीच्या डोळ्यांत पाणी तरारलं. ते पाहून मला माझीच लाज वाटली. ही त्याची मायभूमी. त्याची माणसं. त्याचं सर्वस्व होतं हे. यांना भेटावंसं त्याला वाटणारच. हे दोन आठवडे त्यांच्या सहवासात राहायचा पूर्ण हक्क होता त्याला. नंतर आम्ही परत जाणारच होतो.

"हा झिया," मूडी माझ्याकडे वळून म्हणाला.

झिया हकीमने माझा हात हातात घेऊन अलगद पकडला. मूडीच्या नंतर भेटलेल्या असंख्य 'भाच्यां'पैकी एक हा. या झियाच्या बहिणीचं लग्न मुस्तफाशी झालं होतं. मुस्तफा म्हणजे मूडीच्या मोठ्या बहिणीचा तिसरा मुलगा. झियाची आई ही मूडीच्या आईची बहीण आणि त्याचे वडील हे मूडीच्या वडिलांचे भाऊ. थोडक्यात कोण कुणाचे नक्की कोण होते हे सांगणे फार कठीण. त्यामुळे भाचा, पुतण्या असे शब्द साधारणपणे वापरण्यात येत होते.

मूडीच्या 'अमेरिकन' बायकोला पहिल्यांदा भेटल्याचा झियाला खूपच आनंद झाला होता. अतिशय सफाईदार इंग्लीशमध्ये त्यानं माझं इराणमध्ये आल्याबद्दल स्वागत केलं.

"तुम्हाला भेटल्यानं खूप आनंद होतोय," तो म्हणाला. "या दिवसाची आम्ही केव्हापासून वाट बघत होतो." मग त्याने माहतोबला उचलून घेतले आणि तिचे खूप पापे घेतले.

झिया दिसायला देखणा, उंच, अगदी आखीव-रेखीव अरबी तोंडवळ्याचा होता. शिवाय हसतमुख. बाकीच्या जराशा ठेंगण्या इराण्यांमध्ये तो त्याच्या देखण्या

व्यक्तिमत्त्वाने चांगलाच उठून दिसत होता. मूडीचे बाकीचे कुटुंबीय सुद्धा याच्या सारखेच असावेत अशी मी मनोमन आशा करीत होते. झियाने उंची, आधुनिक सूट घातलेला होता आणि मुख्य म्हणजे तो अत्यंत नीटनेटका, स्वच्छ होता.

"तुम्हाला बघायला बाहेर कितीजणं ताटकळत उभी आहेत," तो म्हणाला.

"पण तू कस्टम्समधून इकडे आत आलास तरी कसा?" मूडीने आश्चर्याने विचारले.

"माझा एक मित्र इथे कामाला आहे."

मूडीचा चेहरा उजळला. त्याने हळूच खिशातून आमचे अमेरिकन पासपोर्ट बाहेर काढले. "यांचं काय करायचं?" त्यानं विचारलं, "त्यांनी ते जप्त करता कामा नयेत."

"त्याचं काय ते मी बघतो," झिया म्हणाला, "पण तुमच्याकडे काही पैसे आहेत का?"

"हो," असं म्हणून मूडीने खिशातून नोटांचे बंडल काढले आणि बऱ्याच नोटा व ते पासपोर्ट झियाच्या स्वाधीन केले.

"मी तुम्हाला बाहेर भेटतो," असे म्हणून झिया वळला आणि गर्दीत दिसेनासा झाला.

मी मनातून खूष झाले. झियाचं एकंदर व्यक्तिमत्व, त्याचा रूबाब आणि इथे असलेला प्रभाव बघून मूडीने त्याच्या घराण्याबद्दल सांगितलेलं सगळं खरंच असणार. त्याचे बरेचसे नातेवाईक सुशिक्षित होते. कित्येकजण द्विपदवीधर सुद्धा होते. काही जण डॉक्टर होते. काहींचा स्वतःचा व्यवसाय होता. मूडीचे कितीतरी भाचे नाहीतर पुतणे अमेरिकेत आमच्या घरी येऊनही गेले होते. आणि त्या सगळ्यांना समाजात काही स्थान असावं असं नक्कीच त्यांचं वागणं होतं.

पण झियाचा प्रभावदेखील आमचं सामानसुमान वेळेवर येऊन हजर होण्यात उपयोगी पडलेला दिसला नाही. सगळे आजूबाजूला नुसतीच लगबग करत हिंडत होते पण घडत तर काहीच नव्हतं. त्यामुळे मग त्या उकाड्यात आणि किचकिचाटात सुमारे तीन तास आम्हाला उभं राहावं लागलं. आधी सामानासाठी आणि नंतर कस्टम इन्स्पेक्टरच्या समोरच्या लांबलचक रांगेत. बिचारी माहतोब. हूं की चूं न करता नुसती उभी होती. अखेर एकदाचे आम्ही तिथून सुटलो.

इन्स्पेक्टरने आमच्या सामानातील प्रत्येक नग अगदी बारकाईने न्याहाळला. मग त्याला आमची एक मोठी केवळ औषधांनी भरलेली बॅग सापडली. झालं! त्याचं आणि मूडीचं फारसीमध्ये ओरडून आरडून काहीतरी अगम्य संभाषण झालं. नंतर मूडीने मला सांगितलं की, मी एक डॉक्टर असून ही सर्व औषधे मी इराणमध्ये गोरगरिबांना फुकट वाटण्यासाठी आणली आहेत असं मी त्याला पटवून दिलं.

पण इन्स्पेक्टरचं अजूनही पुरं समाधान झालेलं नव्हतं. आम्ही आमच्या बरोबर मूडीच्या नातेवाइकांना देण्याकरता पुष्कळ भेटवस्तू आणल्या होत्या. त्यातील प्रत्येक वस्तूचे वेष्टन उघडून ती तपासण्यात आली. त्यानंतर माहतोबची खेळणी. आम्ही घरातून निघताना अगदी शेवटच्या क्षणी माहतोब हट्ट धरून बसली की ती आपल्या 'बनी'ला बरोबर घेतल्याखेरीज येणारच नाही. त्यामुळे अनेक गावे हिंडून मळका झालेला भलामोठा बनी इराणलाही आला होता. नशीब एवढंच की आमचे रोज घालायचे कपडे आणि तो बनी इन्स्पेक्टरने आम्हाला लगेचच परत केला. पण उरलेलं सामान मात्र नीट तपासणीनंतर मगच पाठवण्यात येणार होतं.

विमान उतरल्यापासून तब्बल चार तासांनी, थकून-भागून, हलक्या हाताने आम्ही अखेर बाहेर पडलो. बाहेर पडताच मोठाले पेहराव आणि बुरखे धारण केलेल्या नातलगांच्या घोळक्याने मूडीला घेराव घातला. शंभरावर नातलग त्याला भेटायला आले होते. कुणी आनंदाने रडत होते तर कुणी ओरडत होते. कुणी त्याचे मुके घेत होते, त्याला मिठी मारत होते. मलाही कुणीकुणी घट्ट पकडून आवळले होते. सगळ्यांनी बरोबर आमच्याकरता फुलं आणली होती. आमचे हात पुरे पडत नव्हते.

पण मी डोक्याला मूर्खासारखा रुमाल का बांधून उभं राहायचं? माझे केस घामाने डोक्याला घट्ट चिकटले होते. माझ्या अंगालाही आता नक्कीच सगळ्यांसारखा घाण वास येत असेल.

आमे बोझोर्गने मूडीला मिठी मारली. मूडीने आधी आपले, मग तिचे डोळे पुसले. ती इतर स्त्रियांप्रमाणेच अंगभर काळा बुरखा घेऊन आली होती. पण मी तिचे फोटो पाहिले होते म्हणून तिला ओळखलं. ती अंगाने चांगलीच आडमाप होती. मूडीच मुळी सत्तेचाळीस वर्षांचा. त्याच्याहून मोठी ती. ती मूडीला इतकं घट्ट पकडून उभी होती, की मला वाटलं, तिच्या मनात त्याला कधीच परत जाऊ द्यायचं नाहीये.

अमेरिकेमध्ये मूडी हा एक ऑस्टेऑपॉथिक ॲनेस्थिशिओलॉजिस्ट (अस्थिचिकित्सांचा तज्ज्ञ तसेच भूलतज्ज्ञ) होता. समाजात त्याला एक विशेष स्थान होतं. वर्षाला एक लाख डॉलर्सपेक्षाही अधिक त्याचं उत्पन्न होतं. पण इथे मात्र तो आमे बोझोर्गचा छोटा भाऊ होता. मूडीचे आई-वडील दोघेही डॉक्टर. पण तो केवळ सहा वर्षांचा असताना ते वारले. नंतर आमे बोझोर्गनेच त्याचा आपल्या मुलाप्रमाणे सांभाळ केला आणि आता तब्बल दहा-बारा वर्षांनंतर त्याला मायदेशी परत आलेला बघून तिचं वात्सल्य उचंबळून आलं होतं. शेवटी इतर नातेवाइकांनी पुढे होऊन तिला बाजूला केलं.

मूडीने आमची तिच्याशी ओळख करून दिल्यावर आमच्यावरही तिच्या प्रेमाचा वर्षाव सुरू झाला. मला जवळ घेऊन मटामटा मुके घेत ती फारशीमध्ये काहीतरी

पुटपुटत होती. तिचं नाक इतकं प्रचंड लांब होतं की, खोटंच बसवल्यासारखं दिसत होतं. हिरवट घाऱ्या डोळ्यांत पाणी तरळत होतं. तिचे दात मात्र किडलेले, तंबाखू खाल्ल्याने खराब झालेले होते.

मूडीने मग माझी ओळख 'बाबा हाजी' यांच्याशी म्हणजे तिच्या नवऱ्याशी करून दिली. बाबा हाजी बुटके, मध्यम चणीचे होते. त्यांच्या व्यक्तिमत्त्वात खास काही नव्हतं. फक्त त्यांनी सूट घातला होता. ते काही न बोलता, नजरेला नजरही न मिळवता, जमिनीकडे बघत उभे होते. त्यांना अयातुल्ला खोमेनीसारखीच छोटीशी टोकदार पांढरी दाढी होती.

नंतर आमचा सगळा जथा पार्क केलेल्या गाड्यांकडे निघाला. सगळ्याच्या सगळ्या पांढऱ्या, अगदी एकसारख्या दिसणाऱ्या गाड्या. मग एकेक जण गाडीत घुसले. एकेका गाडीत दहा दहा, बारा बारा माणसे. कुणाचे हात बाहेर आले आहेत तर कुणाचे पाय.

मूडी, माहतोब आणि मी मात्र खास पाहुणे. म्हणून आम्हाला सन्मानपूर्वक खास पुढच्या शेव्हरलेट गाडीत नेऊन बसवण्यात आलं. आम्ही तिघेच मागच्या बाजूला बसलो. पुढे आमे बोझोर्ग आपल्या थोरल्या मुलाच्या शेजारी बसली. तो सगळ्यात मोठा म्हणून त्याला आम्हाला घेऊन जाण्याचा मान मिळाला होता. त्याचं नाव हुसेन आणि त्याच्या आणि आमे बोझोर्गच्या मध्ये तिची मुलगी बसली होती झोरे. तिचं अजून लग्न झालं नव्हतं.

अशा रीतीने सजवलेल्या गाडीतून आमची वरात विमानतळावरून घराकडे निघाली. तेहरानचा सुप्रसिद्ध टॉवर पार करून आम्ही शहरात शिरण्यापूर्वी आमे बोझोर्गने एक रंगीत कागदात गुंडाळलेले पाकीट माझ्याकडे फेकले. ते बरेच जड होते. मी प्रश्नार्थक मुद्रेने मूडीकडे पाहिले. "ते उघड;" तो म्हणाला. मी कुतुहलाने उघडून पाहिले तर त्यात एक अतिशय लांबलचक, माझ्या घोट्यापर्यंत पोचेल एवढा मोठा कोट होता. त्याला काही आकार नव्हता. मूडीच्या म्हणण्याप्रमाणे तो अतिशय उंची अशा लोकरीचा होता. पण तो नायलॉनचा असावा. इतका मऊ होता. तो तसा तलम होता पण त्याची वीण इतकी दाट होती की त्यानं नक्की उकडलं असतं. पण त्याचा रंग मात्र काळसर, हिरवट, अगदी घाणेरडा होता. तो पाहताच मला त्याचा तिटकारा वाटला. त्याबरोबरच त्यात एक लांब, गडद हिरव्या रंगाचा मफलर देखील होता. माझ्या डोक्यावरच्या रुमालापेक्षाही तो आणखी जाडाभरडा होता.

आपण आणलेल्या किमती भेटवस्तूकडे अभिमानाने बघत आमे बोझोर्ग हसून काहीतरी पुटपुटली. मूडीने त्याचा अर्थ मला सांगितला, "त्या कोटाला मोन्टो व त्या मफलरला रूझारी असं म्हणतात. इराणमध्ये कुठेही बाहेर पडताना या दोनही

गोष्टी घातल्याच पाहिजेत असा दंडक आहे.''

इराणमध्ये यायला मी तयार होण्याआधी मला या सर्व गोष्टींची मुळीच कल्पना देण्यात आली नव्हती. आमे बोझोर्गचा मुलगा मम्मल जेव्हा आमच्याकडे डेट्रॉईटला आला आणि त्याने इराणला येण्याकरता आमचं मन वळवायला सुरुवात केली तेव्हा त्याने व मूडीने मला ओझरतं एवढंच सांगितलं होतं की मला इराणमध्ये डोकं झाकून व अंग झाकणारा पोषाख घालून हिंडावं लागेल. पण या इतक्या जीवघेण्या उकाड्यात तो तसला जाडाभरडा अंगरखा घालून हिंडावं लागेल याची मला मुळीच कल्पना नव्हती.

''काही काळजी करू नको,'' मूडी मला समजावत म्हणाला, ''तिने तुला ती भेट दिली आहे. फक्त कुठेही घराच्या बाहेर पडल्यावरच फक्त तो तुला घालावा लागेल.''

पण माझ्या मनात चिंतेचे वारे वाहायला सुरुवात झाली ती झालीच. गाडीतून बाहेर बघत मी रस्त्यावरून येणाऱ्या-जाणाऱ्या स्त्रियांचे निरीक्षण करू लागले. त्या सर्वच्या सर्व नखशिखांत 'चादोर' ओढून पडदानशीन झालेल्या होत्या. बऱ्याच स्त्रियांनी कोटांवरून काळी 'चादोर' पांघरली होती. मला भेट मिळालेल्या मोन्टो आणि रुझारीसारखे रुमालही घातले होते. सगळे रंग मळकट होते.

''मी जर असले कपडे घालायला नकार दिला तर?'' मी मनात विचार करू लागले, ''काय करतील हे लोक? मला अटक करतील?''

मग मी सरळ सरळ मूडीला हाच प्रश्न विचारला. तो चेहऱ्यावरची सुरकुती देखील न हलवता म्हणाला, ''होय.''

इतक्यात हुसेनने आमची गाडी जोरात एका गल्लीत घुसवली आणि त्या धक्क्याने मी क्षणभर सगळेकाही विसरले. इथली रहदारी व गर्दी तरी दिव्यच होती. त्याला काही म्हटल्या काही शिस्त नव्हती. लोक गाड्या कुठूनही कशाही घुसवत होते. थोडी जागा दिसली की मोठ्यांदा भोंगा वाजवत गाडी घुसवायची. मग इतरांनी त्याला शिव्या द्यायच्या. कुठे कुठे तर धक्काबुक्की, मारामारी व्हायचाही प्रसंग यायचा.

आमे बोझोर्गने मूडीला व मूडीने मला सांगितलं की शुक्रवार ही इथली सार्वत्रिक सुट्टी. त्यामुळे खरं तर रस्त्याला विशेष गर्दी नसतेच. पण टाऊन हॉलमध्ये शुक्रवारचं कुणीतरी मोठ्या माणसाचं धार्मिक विषयावरचं व्याख्यान व नंतर प्रार्थना असते आणि लाखो लोक हे व्याख्यान ऐकायला जातात.

माहतोब अबोलपणे आपला बनी घट्ट पकडून भिरभिरत्या नजरेने बघत होती. तिला खूप घाईची शू लागली होती हे मला ठाऊक होतं.

हुसेनच्या त्या भीतीदायक गाडी चालवण्यातून अखेर तासाभराने आमची

सुटका झाली. आम्ही आमचे यजमान बाबा हाजी आणि आमे बोझोर्ग यांच्या घरापाशी पोचलो. मूडीने बढाई मारण्याच्या सुरात सांगितले की उत्तर तेहरानचा हा भाग शहरातील सर्वांत उत्तम लोकवस्तीचा मानला जातो. त्याच्या बहिणीचं घर अगदी दोन घरं सोडून पलीकडेच चिनी वकिलातीच्या जवळ आहे. दोनच मिनिटांत आम्ही एका भक्कम दुहेरी गेटमधून भल्या मोठ्या बंगल्याच्या विस्तीर्ण आवारात शिरलो.

इकडे घरात बूट-चपला घालून जायचं नसतं याची मला आणि माहतोबला अगोदरच कल्पना असल्याने मी व ती मूडीच्या पाठोपाठ बूट काढून मगच आत शिरलो. आतमध्ये अगोदरच भरपूर लोक येऊन जमले असल्याचे चिन्ह बाहेर अंगणात जमा झालेल्या चपलांच्या ढिगावरून स्पष्ट होत होते.

दारातून आम्ही एका अतिप्रचंड मोठ्या दिवाणखान्यात शिरलो. अमेरिकेतल्या अगदी मोठ्या बंगल्यातल्या दिवाणखान्यापेक्षा दुप्पट तरी आकाराचा हा असेल. भिंती आणि दारे उत्तम प्रतीच्या भक्कम लाकडाची बनवलेली होती. जमीन उत्तम प्रतीच्या जाड जाड इराणी गालीच्यांनी आच्छादलेली होती. त्यावर फुलांची नक्षी असलेली 'सोफ्रे' (मेणकापडे) पसरली होती. मात्र खोलीच्या एका कोपऱ्यातील एक टेलिव्हिजन वगळता इतर काही सामानसुमान नव्हते.

मागच्या बाजूला असलेल्या भल्यामोठ्या खिडकीतून माझं लक्ष बाहेर गेलं. तर मागच्या अंगणात एक प्रशस्त पोहोण्याचा तलाव होता. खरं तर मला काही पोहोण्याची खास आवड नाही. पण त्या किचकिचाटात मात्र मला गार गार पाण्यात जाऊन डुंबण्याची तीव्र इच्छा झाली.

इतक्यात नातेवाइकांचा आणखी एक मोठा घोळका दारातून गोंगाट करत आत शिरला. मूडीची अमेरिकन बायको हा सर्वांच्याच कुतुहलाचा विषय होता. आणि मूडी त्या सर्व कौतुकाने अत्यंत खूष झाला होता. माहतोबसुद्धा सर्वांचा कौतुकाचा विषय झाली होती.

आमची खोली घराच्या दुसऱ्याच स्वतंत्र भागात होती. ती आमे बोझोर्गने आम्हाला दाखवली. हॉलच्या डावीकडे असलेली ती खोली अगदीच लहानशी, लांबुळकी होती. आत दोन जोडून ठेवलेले बिछाने होते. त्यावरच्या गाद्याही अगदी जुनाट, मधोमध गाठोडं झाल्यासारख्या, घाणेरड्या होत्या. याखेरीज फक्त एक लाकडाचं कपाट खोलीत होतं.

आमच्या खोलीच्या बाहेरील व्हरांड्यात बाथरूम होती. ती मी आधी घाईने शोधली. मी आणि माहतोबने दार उघडून आत पाऊल टाकले आणि आम्हाला भयंकर शिसारी आली. केवढी मोठाली झुरळे आरामात फरशीवरून इकडे-तिकडे फिरत होती. माहतोबला आत पाऊलही घालायची इच्छा नव्हती पण आता तिचा

नाईलाजच झाला होता. अखेर तिने मला आत नेऊन समोर उभं राहायला लावलं. नशीब एवढंच की, इथे निदान अमेरिकन पद्धतीचा कमोड होता. फक्त कागदांऐवजी एक पाण्याची नळी लोंबत होती. एकुलत्या एका खिडकीतून बाहेरची शुद्ध हवा आत येण्याच्या ऐवजी पलीकडे असलेल्या संडासातील घाणीचे दरवळच आत येत होते.

आम्ही आवरून खोलीत परत गेलो तर मूडी आमचीच वाट पाहत होता. "माझ्या बरोबर चल," तो म्हणाला, "तुला काहीतरी दाखवायचंय."

माहतोब आणि मी त्याच्या पाठोपाठ मुख्य दरवाज्यातून बाहेरच्या अंगणात गेलो.

माहतोबने भीतीने किंकाळी फोडली. बाहेर रक्ताचा सडा पडला होता. तिने तोंड झाकून घेतले.

मूडीने शांतपणे सांगितलं की दारावर आलेल्या विक्रेत्याकडून घरातल्या लोकांनी ताजा बोकड विकत घेतला होता व आम्ही आल्याच्या आनंदाप्रीत्यर्थ तो तिथेच मारला होता. खरं तर रिवाजाप्रमाणे आम्ही घरात प्रवेश करण्यापूर्वीच तो मारायचा असतो. पण आता उशीर झाल्याने आम्हाला परत एकदा शास्त्र म्हणून बाहेर जाऊन ते रक्त ओलांडून आत यावं लागणार होतं.

"हे बघ, तुला काय करायचं ते कर. मी काही असलं करणार नाही," मी मूडीला जोरातच बजावलं. मूडीने शांतपणे पण अत्यंत करारी मुद्रेने सांगितलं, "तुला यावंच लागेल. वडीलधाऱ्यांचा मान राखावाच लागेल. हे मांस नंतर गोरगरिबांना वाटायचं असतं."

या असल्या मूर्खपणाच्या चालीरीती पाळायच्या? पण नाइलाजाने मी माहतोबला कडेवर घेतलं. तिने माझ्या खांद्यावर डोकं शक्य तेवढं दाबून डोळे झाकून घेतले. मग मी मूडीसह रक्ताचं ते थारोळं ओलांडून बाहेर रस्त्यावर गेले व वाजत-गाजत आम्ही आत आलो. जमलेले सर्व जण मोठ्यामोठ्यांदा प्रार्थना म्हणत होते.

मग आम्हाला सर्वांनी भेटवस्तू दिल्या. खरं तर नववधूला सोनं-नाणं भेट म्हणून द्यायचं असतं, ही प्रथा मला ठाऊक होती. जरी मी नववधू नसले तरी पहिल्यांदाच घरी आले होते तेव्हा मलाही सोन्याचे दागिने वगैरे मिळतील असं मला वाटलं. पण ही प्रथा मात्र आमे बोझोर्ग सोयीस्करपणे विसरलेली दिसली. माहतोबला तिने दोन सोन्याच्या बांगड्या दिल्या, पण मला मात्र काही सोनं नाही की चांदी नाही. मूडीने अमेरिकन बायको केल्याचा राग तिच्या मनात अजून होता. तो मला जाणवून देण्याचा हा एक मार्ग होता.

मग मला आणि माहतोबला घरात वापरण्याकरता एकेक 'चादोर' देण्यात आली. मी हसून त्या भेटी स्वीकारल्या.

एकीकडे आमे बोझोर्गच्या मुली झोरे व फरिश्ते जमलेल्या पाहुण्यांना सिगारेटी (पुरुषांसाठी) व चहा देण्याची लगबग करत होत्या. पाहुण्यांची मुले गोंगाट करत इकडे-तिकडे पळत होती.

आता एव्हाना दुपार होऊ लागली होती. पाहुणे ओळीने भिंतीजवळ गालिच्यांवर मांडी घालून बसले. त्यांच्यासमोर सोफ्रे (मेणकापड) पसरले होते. त्यावर खाद्यपदार्थांनी भरलेली ताटे आणून ठेवण्यात आली. विविध प्रकारच्या गुलाबाच्या फुलाच्या आकारात कापलेल्या लाल मुळ्यांनी फळांनी 'सब्जी'नं भरलेली ताटे होती. सुशोभित केलल्या कोशिंबिरी, भाज्या, दह्याने भरलेली काचपात्रे, नाजूक पातळ घडीच्या पोळ्या, चीझ आणि फळफळावळ असा मेजवानीचा थाट होता.

यानंतर मोठ्या मोठ्या भांड्यांमध्ये पंचरंगी पुलाव, पांढरा भात, सब्जी घालून हिरवा भात असे भाताचे विविध प्रकार आणून ठेवले. या सर्व गोष्टी बाहेरून मागवलेल्या होत्या. आजचा मुख्य पदार्थ होता इराणी चिकन. त्याचा मसालेदार दरवळ सर्वत्र पसरला होता.

जेवणाला सुरुवात करण्याचा नुसता इशारा मिळताच सर्व जण अधाशासारखे त्यावर तुटून पडले. थोड्याच वेळात खोलीचा अवतार बघण्यासारखा होता. गालिचावर सर्वत्र खरकटे सांडलेले. उष्ट्यामाष्ट्याचा तर कोणालाही विधिनिषेध नव्हता. खाणाऱ्यांची तोंडे बरबटलेली, कुणाच्या हातातून ओघळ वाहतायत. त्याच बरोबर फारशी भाषेत चाललेला अगम्य कोलाहल आणि येता-जाता 'इन्शाल्ला' चा गजर. इंग्रजी कुणीच बोलत नव्हतं. माझ्याकडे आणि माहतोबकडे कुणीही लक्ष देत नव्हतं.

माझ्या आखूड स्कर्टमुळे मला जमिनीवर व्यवस्थित मांडी घालून बसून नीट अन्न वाढून घेऊन जेवताही येत नव्हतं. खरं म्हणजे मूडीने मला किती तरी इराणी पदार्थ करायला शिकवले होते. त्यात मी पारंगतही झाले होते. इतकंच काय पण ते मला मनापासून आवडतही. पण आजचं हे जेवण मात्र अतिशय मसालेदार, तेलाचा तवंग असलेलं होतं. मला आणि माहतोबला ते मुळीच आवडलं नाही. आम्ही आपलं थोडं थोडं उष्टावलं आणि उठलो.

मात्र मूडीचं आमच्या जेवणखाणाकडे किंवा एकंदरच आमच्याकडे लक्षच नव्हतं. सगळ्या नातेवाइकांकडून त्याच्यावर प्रेमाचा वर्षाव चालला होता. हे असं चालणारच. ते मला मान्य होतं. पण आज पहिल्याच दिवशी मला इथे खूप परकं, खूप एकाकी वाटत होतं.

मात्र आज सकाळी इराणमध्ये पाय ठेवल्यापासून ओळीने ज्या ज्या प्रकाराने गोष्टी घडत होत्या, त्यावरून मला मूडी दोन आठवड्यांनंतर अमेरिकेला परत येईल की नाही अशी भीती बाळगायचं फारसं कारण नव्हतं. त्यालाही हा सगळा प्रकार

नक्कीच मानवणारा नव्हता. आजचं ठीक होतं. आज आपले नातलग भेटल्याने त्याला आनंद होणं स्वाभाविक होतं. पण इथे कायमचं राहणं? छे. तो तर स्वतः डॉक्टर होता. शिवाय त्याची स्वच्छतेची, टापटिपीची पुष्कळ चिकित्सा होती. गप्पा गोष्टी कराव्यात, नीटनेटकं जेवावं, दुपारची आरामखुर्चीत एक छोटीशी डुलकी काढावी या त्याच्या सवयीच्या गोष्टी. हे असलं जमिनीवर बसून जेवण, हा घाणेरडेपणा त्याला रुचलाच नसता. मला काही काळजीचं कारणच नव्हतं.

मी आणि माहतोबने अर्थपूर्ण नजरेने एकमेकींकडे पाहिलं. ठीक आहे. पंधरा दिवस इथे कसेतरी काढायचे आणि मग अमेरिकेला परत जायचं. आम्ही दोघींनी मनोमन परतीचे दिवस मोजायला सुरुवात केली.

ते जेवण अजून कितीतरी वेळ चालत राहिलं. मोठी माणसे अन्नाचे बकाणे भरत होती. शेवटी मुलं कंटाळली. मग त्यांनी भाताचे गोळे एकमेकांना फेकून मारायला सुरुवात केली. सोफ्रे (मेणकापड) अंथरली होती त्यावरून ती पळू लागली. जेवणाच्या ताटाच्या मधूनच उड्या मारत इकडे-तिकडे पळता पळता कधी कोणाच्या ताटातही त्यांचे पाय पडत होते. तिथे जमलेल्या मुलांमध्ये काहींना जन्मतःच व्यंगे होती. काही मुलांचा चेहरा मतिमंद असल्यासारखा भावशून्य निर्विकार होता. मामे आणि चुलत भावंडांनी परस्परांशी लग्न केल्याचाच हा परिणाम असणार असं माझ्या मनात आलं. मागे माझं मूडीशी या विषयावर बोलणं झालं होतं, तेव्हा त्याने डॉक्टर असूनही माझं म्हणणं खोडून काढलं होतं. पण आज तर मी अशा लग्नांचे दुष्परिणाम डोळ्यांनीच बघत होते.

थोड्या वेळाने बाबा हाजी व आमे बोझोर्गचा पाचवा मुलगा रेझा व त्याची बायको एसी यांच्याशी माझी ओळख करून देण्यात आली. रेझाला मी आधीपासूनच ओळखत होते. आम्ही पूर्वी कॉर्पस ख्रिस्ती, टेक्सास येथे असताना तो आमच्या घरी येऊन राहिला होता. तो तेव्हा इतके दिवस राहिला होता की शेवटी त्यावरून माझं व मूडीचं चांगलंच वाजलं होतं. अखेर त्याला काहीतरी निमित्त सांगून घराबाहेर काढावं लागलं होतं. मात्र हे जोडपं मोडकं-तोडकं का होईना इंग्रजी बोलणारं होतं.

मी एसीजवळ तिच्या बाळाची चौकशी केल्यावर तिचा चेहरा जरासा पडला. तिच्या मुलाचे, मेहदीचे पाय जन्मतःच वाकडे होते. डोकं आणि कपाळ वेडंवाकडं व प्रमाणाबाहेर मोठं, पुढे आलेलं होतं. ही एसी सुद्धा रेझाची चुलत बहीणच होती हे मला ठाऊक होतं. आम्ही जरा वेळ बोललो आणि मग रेझा तिला दुसरीकडे घेऊन गेला.

माहतोबला एक भला मोठा डास चावला होता व तिच्या कपाळावर मोठी गांध उठली होती. ऑगस्ट महिन्यातल्या त्या उकाड्याने जीव अगदी हैराण झाला होता. खरं तर घराला सर्व खोल्यांमधून एअरकंडिशनर्स बसवले होते. पण का कोण

जाणे, आमे बोझोर्गने सर्व दारे व खिडक्या उघड्याच टाकलेल्या असल्याने त्याचा काही उपयोग होत नव्हता. शिवाय डासांची पलटण आत येत होती ते वेगळेच.

माहतोब तर माझ्याहूनही जास्त कंटाळली असणार हे उघड होतं. 'इन्शाल्ला' 'इन्शाल्ला'चा गजर करत मोठ्यांदा भांडल्यासारखं, हातवारे करत चाललेलं ते बोलणं हळूहळू असह्य होऊ लागलं होतं. माझं डोकं दुखायला सुरुवात झाली. मसालेदार अन्नाचा घमघमाट, त्यात लोकांच्या अंगाला येणारी दुर्गंधी आणि आवाजाची कटकट, विमानप्रवासाचा शीण या सगळ्याचा परिणाम जाणवू लागला होता.

"मी आणि माहतोब आत जाऊन झोपतो," मी मूडीला म्हणाले. खरं तर नुकती संध्याकाळ झाली होती. पण मूडीने आम्हाला परवानगी दिली.

"माझं डोकं फार दुखतंय, काही गोळी वगैरे असली तर दे," मी मूडीला म्हणाले. त्याने आमच्याबरोबर खोलीत येऊन मला औषध दिले आणि उरलेल्या गप्पा मारायला परत गेला.

माहतोब आणि मी पलंगावर आडव्या झालो. शीण इतका आला होता की त्या मळक्या घाणेरड्या उशा, कुबट वासाची पांघरुणे, टोचणारी गादी. . . कशाकशाचा आम्हाला त्रास झाला नाही. क्षणातच आम्हाला झोप लागली. झोप लागण्यापूर्वी माहतोबच्या आणि माझ्या मनात एकच विचार होता– देवा, हे दोन आठवडे एकदाचे लवकर संपू देत व आम्हाला अमेरिकेला परत जायला मिळू दे.

□

२

दुसरा दिवस.

पहाटेचे चार वाजले असतील. बाबा हाजींनी आमच्या खोलीच्या दारावर जोरात टकटक केले आणि फारसीत काही तरी ओरडले. बाहेरच्या दूरच्या मशिदीतून 'अझान'ची लोकांना प्रार्थनेसाठी जमण्याचे आवाहन करणारी, विव्हळल्यासारखी जोराची बांगही ऐकू आली.

"प्रार्थनेची वेळ झाली," मूडी पुटपुटला. जांभई व जोराचा आळस देऊन तो उठला आणि प्रथेप्रमाणे चेहरा, तोंड, हात-पाय इ. धुऊन आला. प्रवासाच्या थकव्याने माझं अंग अजूनही दुखत होतं. त्या इतक्या अरुंद पलंगावर दोघांच्या मधल्या फटीत झोपून बिचाऱ्या माहतोबचेही अगदी हाल झाले होते. पहाटे पहाटे तिला अगदी गाढ झोप लागली होती. तिला आता उठवणं माझ्या अगदी जिवावर

आलं. मूडी एकटाच उठून प्रार्थनेला गेला.

ती प्रार्थना किती वेळ चालली होती देव जाणे. मला परत झोप लागली. मूडी येऊन माझ्याशेजारी कधी झोपला तेसुद्धा मला कळलं नाही. मात्र अजूनही घरातल्या इतरांचं मंत्रपठण संपलेलं नव्हतं. बाबा हाजी घसा फोडून मोठ्यामोठ्यांदा कुराणाचं पारायण करत होते. एकीकडे आमे बोझोर्गचंही वेगळ्या सुरात तेच चाललं होतं. ते सगळं नंतर कित्येक तास चालू होतं.

अखेर बऱ्याच वेळाने मी उठले तेव्हा मात्र बाबा हाजी ऑफिसला निघून गेले होते. त्यांची स्वतःची इंपोर्ट-एक्सपोर्ट करणारी कंपनी होती.

उठल्यावर पहिला विचार मनात आला तो अंघोळीचा. पण बाथरूममध्ये पाहिलं तर टॉवेलच नव्हते. मूडी म्हणाला, आमे बोझोर्गकडे मागूनही काही फायदा नाही. तिच्याकडे नसतीलच. शेवटी मी अंथरुणावरच्या एका चादरीचेच फाडून तीन तुकडे केले. बाथरूममध्ये शॉवर नव्हता की पडदा नव्हता. फक्त पाणी जायला भिंतीच्या कडेला एक भोक होतं. पण तरीही अंगावर पाणी घेतल्यावर खूप हलकं, खूप ताजंतवानं वाटलं.

माझ्यानंतर माहतोबाची व मूडीची अंघोळ झाली. मी माझ्या कपड्यातून एक बऱ्यापैकी जुनाट पद्धतीचा, अंग वगैरे झाकणारा पोशाख काढून घातला. चेहऱ्यावर किंचितसा मेकप केला. केसांनाही मनापासून विंचरून चांगले वळण दिले. निदान घराच्या आत असताना तरी डोक्यावरून रुमाल बांधावा लागणार नव्हता हे काय कमी होते!

आमे बोझोर्ग स्वयंपाकघरात कामाला जुंपली होती. तिने घरगुती नक्षीदार 'चादोर' घातली होती. तो अवाढव्य ढगळ पोशाख किती गैरसोयीचा होता. ती तशीच खोचून हिंडत होती. स्वयंपाकघराची अवस्थाही बाकीच्या घराइतकीच ओंगळ होती. ते नवेकोरे असताना किती सुंदर असेल अशी आता केवळ कल्पनाच करणे शक्य होते. भिंतींवर वर्षानुवर्षांच्या चिकट मळाची पुटे चढली होती. मोठी मोठी लोखंडी कपाटे गंजून वाया चालली होती. स्टेनलेस स्टीलचे मोठे सिंक खरकट्या ताट-वाट्यांनी ओसंडून चालले होते. एका मोठ्या टेबलावर विविध आकाराची लहान-मोठी भांडी कशीतरी फेकलेली होती. टेबलावर काम करायला जागा नसल्याने आमे बोझोर्ग जमिनीवरच ठाण मांडून बसली. जमीन सुंदर संगमरवरी होती. इथेही अर्ध्या भागात गालीचा पसरलेला होता. जमिनीवर कुठे साखर तर कुठे तेलाचे ओघळ. खरकटे तर सगळीकडेच होते. स्वयंपाकघराच्या एका कोपऱ्यात एक भलामोठा अत्याधुनिक फ्रीज पाहून मला आश्चर्यच वाटले. त्याच्या आतही असंख्य भांड्यांचा, उघड्या पदार्थांचा खच पडला होता. शेजारी वॉशिंग मशीन आणि फोनसुद्धा हेता.

मूडीने जेव्हा अभिमानाने मला सांगितलं की, आम्ही येणार म्हणून आमे बोझोर्गने स्वतः खपून सर्व घर स्वच्छ केले होते, तेव्हा ते ऐकून मला आश्चर्याचा धक्काच बसला.

आमे बोझोर्गच्या हाताखाली एक अगदी म्हातारी, हडकुळी, तोंडाचं बोळकं झालेली मोलकरीण काम करत होती. तिच्या गडद निळ्या 'चादोर'ची दशाही तिच्या पडक्या दातांप्रमाणेच होती. त्या दोघींनी जमिनीवर बसूनच चहा-नाश्त्याची तयारी केली व नंतर हॉलच्या जमिनीवर आम्हाला ते सर्व वाढण्यात आलं. एस्टॅकॉन्स म्हणजे लहानशा कपातून प्रथम मूडीला, मग आमे बोझोर्गला, नंतर मला व सर्वांत शेवटी माहतोबला चहा देण्यात आला.

आमे बोझोर्गने आपल्या चहात भरमसाठ साखर घालून घेतली. घालताना इकडे-तिकडे सांडून ठेवली. झुरळांच्या मेजवानीची चांगली सोय झाली.

मात्र चहा छान होता. मी चहाचा पहिला घुटका घेतला आणि आमे काहीतरी पुटपुटली.

"तू चहात साखर घातली का नाहीस असं ती विचारते आहे," मूडी म्हणाला.

मूडीचा आवाज, त्याची बोलण्याची पद्धत सगळं काही इकडे आल्यापासून बदलून गेलं होतं. तो माझ्याशी फारच औपचारिक वागत होता, जणू काही नव्यानेच इंग्रजी बोलायला शिकलाय. असं का, ते मला कळेना. तो बोलण्यापूर्वी आपल्या मातृभाषेत, फारसीत तर विचार करत नाही ना? पण हे सगळे विचार मनातच ठेवून मी मोठ्यांदा म्हटले, "चहा असाच ठीक आहे, मला नको साखर!"

"ती तुझ्यावर त्यामुळे रागावली आहे," मूडी म्हणाला, "पण मी तिला सांगितलं, तू स्वभावाने गोडच आहे. तुला आणखी साखरेची गरज नाही"

आमे बोझोर्गने ज्या नजरेने माझ्याकडे पाहिलं त्यावरून तिला हा विनोद आवडलेला दिसला नाही. चहा बिनसाखरेचा पिणं हा जणू काहीतरी गुन्हाच होता. अर्थात मी त्याची पर्वा करत बसले नाही. मी पण तिच्या नजरेला नजर मिळवून पाहिलं आणि खोटं खोटंच हसून माझा चहा पीत राहिले.

त्यानंतर जो ब्रेड आणून वाढण्यात आला तो मात्र न फुगलेला, चपटा, कोरडा अगदीच बेचव होता. अगदी टिपकागद खाल्ल्यासारखा लागत होता. चीझ खरं तर अगदी उत्तम प्रतीचं डॅनिश चीझ होतं. माझं आणि माहतोबचं आवडतं. पण ते अगदी काळजीपूर्वक घट्ट झाकण लावून फ्रीझमध्ये ठेवावं लागतं हे आमे बोझोर्गला माहिती नसणार. त्यामुळेच ते खवट लागत होतं. मी आणि माहतोबने तो नाश्ता कसातरी एकदाचा घशात घातला.

थोड्या वेळाने आमचा सगळ्यात धाकटा मुलगा माजिद आम्हाला भेटायला आला. तो बराच वेळ गप्पा मारत होता. त्याचं इंग्रजीही तसं बरं होतं. तो स्वभावाने

मनमोकळा वाटला. तेहरानमधल्या खूप खूप गोष्टी त्याला आम्हाला दाखवायच्या होत्या. आम्ही इराणच्या शहाचा राजवाडा बघितलाच पाहिजे, तो म्हणाला. शिवाय 'मेलाट पार्क' नावाचा एक बगीचाही म्हणे अगदी सुंदर होता. त्यात विशिष्ट प्रकारचं गवत होतं. त्याला आम्हाला खरेदीलाही घेऊन जायचं होतं.

पण हे सगळं काही एवढ्यात शक्य नव्हतं. पहिले काही दिवस तरी नातेवाइकांच्या भेटीगाठींमध्ये जाणार. मूडी व त्याच्या बायको, मुलीला भेटायला दूरदूरची माणसे, मित्रमंडळी, नातलग येत होते.

त्याच दिवशी सकाळी मूडीने माझ्या आई-वडिलांना फोन करण्याचा आग्रह धरला. माझं माहेर होतं मिशिगनमध्ये. आता आली का पंचाईत. मी अजून माझ्या या इराणच्या भेटीविषयी आई-बाबांना सांगितलंच नव्हतं. बिचारे आधीच इतके म्हातारे होते, त्यांना उगीच काळजीत कशाला पाडायचं? माझ्या दोघा मुलांना– ज्यो आणि जॉन यांना (हे दोघे मला आधीच्या नवऱ्यापासून झालेले मुलगे. ते आता मिशिगन येथे आपल्या वडिलांजवळ राहत होते. मूडी हा माझा दुसरा नवरा) मी सारं काही विश्वासात घेऊन सांगितलं होतं. पण बाबांना कॅन्सर झालेला होता. या असाध्य रोगाशी झगडत असताना त्यांच्या डोक्याला आणखी एका चिंतेचं ओझं कशाला? त्यामुळे आम्ही युरोपच्या सहलीला जात आहोत एवढंच मी बोलले होते.

"आपण इराणमध्ये आहोत हे त्यांना सांगायचं नाहीये मला," मी मूडीला म्हणाले.

"पण आपण इकडे येणार आहोत हे त्यांना माहीत होतं," मूडी म्हणाला.

"नाही, नव्हतं माहीत. मी त्यांना सांगितलं होतं, आम्ही लंडनला जातोय म्हणून," मी म्हणाले.

"आपण त्यांना गेल्या वेळी जेव्हा भेटलो तेव्हा बाहेर पडताना मी त्यांना सांगितलं होतं, आम्ही इराणला जातोय म्हणून," मूडी म्हणाला.

त्यामुळे मग आम्ही आईबाबांना फोन केला. मी जगाच्या या टोकाला आणि ते दोघं त्या टोकाला. एकमेकांची खुशाली वगैरे विचारून झाल्यावर मी आईला मी तेहरानमधून बोलत असल्याचं सांगितलं, त्याबरोबर आईला प्रचंड धक्का बसला.

"देवा! मला ज्या गोष्टीची भीती वाटत होती तेच झालं," ती घाबरून म्हणाली.

"आई, काळजी करू नकोस, आम्ही अगदी मजेत आहोत," मी तिला धीर देत म्हणाले, "आम्ही सात तारखेला परत देखील येऊ."

मग मी माहतोबकडे फोन दिला. आजीचा प्रेमळ आवाज ऐकून ती खूप खूष झाली.

"तू मला फसवलंस, तू खोटं बोललास," मी रागाने मूडीकडे वळले. "आपण इराणला येणार आहोत हे त्यांना मुळीच ठाऊक नव्हतं."

"हे बघ, मी त्यांना सांगितलं होतं," मूडी अगदी ओझरतं, उडवाउडवीच्या सुरात, खांदे उडवत म्हणाला.

माझ्या पोटात भीतीचा गोळा उभा राहिला. खरंच याने आई-बाबांना सांगितलं असेल? पण मग त्यांनी ते नीट ऐकलं नसेल का? का हा माझ्याशी खोटं बोलत होता?

मूडीच्या नातलगांचे जथे रोजच्या रोज येतच होते. पुरुष आल्या आल्या लगेच बाहेरचे कपडे बदलून पायजमे चढवून गप्पा मारायला येत. बायकांकरता आमे बोझोर्गकडे रंगीबेरंगी सुंदर दिसणारी खास घरी घालायची 'चादोर' तयारच असत. बायकासुद्धा रस्त्यावर घालायची काळी 'चादोर' बदलून रंगीत 'चादोर' घालून इतक्या कौशल्याने तयार होत की त्यांच्या चेहऱ्याचं नखदेखील कुणाला दिसत नसे. पाहुणे आले की खाणे-पिणे आणि गप्पागोष्टी अटळच.

हे सगळं चालू असताना मधूनच सारखे गुडघे टेकून प्रार्थना व्हायच्या. पुरुषांच्या हातात 'तास बीड' म्हणजे जपाची माळ असायची. ती ओढत बरेचदा 'अल्लाहो अकबर' ची घोषणाही व्हायची.

पाहुणे जर सकाळी लवकर आले तर ते आपापल्या घरी परतायला दुपार उजाडायची. मग ते एकमेकांचा निरोप घेणं, कपडे बदलणं, दारापाशी जाऊन परत एकमेकांच्या गळ्यात पडणं, परत गप्पा. परत जायला निघणं... हे सगळं इतका वेळ चालायचं. त्या नुसत्या निरोप घेण्यात पुन्हा अर्धा-पाऊण तास जायचा. काळवेळेचं कुणालाच बंधन नसायचं.

पाहुणे जर संध्याकाळी आले तर ते रात्री उशिरापर्यंत थांबून जेवूनच जायचे. घरातील प्रत्येकाने बाबा हाजींसाठी जेवायला थांबायची पद्धत होती. त्यांना घरी यायलाच रात्रीचे दहा वाजायचे. त्यानंतर आमची ही भली मोठी पंगत बसायची.

मी मात्र प्रत्येकवेळी घरातल्या घरात असताना डोक्यावर रुमाल वगैरे बांधायची कटकट करत नसे. मी खुशाल तशीच हिंडायची. पण काही काही नातलग अगदीच कर्मठ असायचे. मग मला चेहरा, डोकं वगैरे झाकून घेण्याची सक्ती व्हायची. एक दिवस असेच अचानक न कळवता कुणीतरी पाहुणे आले. आमे बोझोर्ग आमच्या खोलीत घुसली आणि एक काळी 'चादोर' माझ्या अंगावर फेकून मूडीकडे बघत काही तरी ओरडली.

"ती लवकर घाल आणि तयार हो," मूडी माझ्यावर खेकसला, "पाहुणे आले आहेत. कोणीतरी फार मोठे पागोटेवाले आहेत." हे पागोटेवाले म्हणजे त्यांच्या

मशिदीचे प्रमुख होते. ख्रिश्चन लोकांचा जसा पाद्री, तसे हे 'अब्बा' म्हणजे एक विशिष्ट प्रकारचा पायघोळ अंगरखा व पागोटे घातलेल्या या मशिदीच्या प्रमुखाला लोक लगेचच ओळखतात. त्यांचा समाजात फार सन्मान होतो. त्यावरूनच त्यांचं 'पागोटेवाले' हे नाव!''

त्यामुळे मग 'चादोर' घालायला मी नाही वगैरे म्हणण्याचा प्रश्नच उद्भवत नव्हता. पण मी ती घालत असताना ती मळकी, घाणेरडी असल्याचं माझ्या लक्षात आलं. त्या बुरख्याचा नाकाखाली लोंबणारा जाळीदार भाग संपूर्णपणे थुंकीने बरबटलेला होता. मी अजूनपर्यंत एकाही इराणी स्त्रीला रुमाल वगैरे वापरताना पाहिलंच नव्हतं. सगळ्या नाकतोंड खुशाल त्या बुरख्यालाच पुसत. यालाही घाण वास येत होता. मला मळमळू लागले. तशीच कशीतरी मी बाहेर आले.

महाराजांचं नाव होतं आगा माराशी. त्यांची पत्नी ही बाबा हाजींची बहीण. याखेरीज त्यांचं मूडीशीही काहीतरी लांबचं नातं होतं. जवळजवळ तीनशे पौंडांचा आपला तो अवाढव्य देह सांभाळत काठी टेकत टेकत ते कसेबसे आत येऊन बसले. सर्वांसारखं जमिनीवर मांडी घालून बसणं तर त्यांना शक्यच नव्हतं. नुसतं खाली बसतानाच त्यांचा चेहरा वेदनेने पिळवटला होता. झोरे लगेच आत पळाली व त्यांच्यासाठी खास सिगारेटी घेऊन आली.

''ए, जा गं, मला चहा आण,'' ते जोरात खेकसले. एव्हाना त्यांच्या दोन सिगारेटी ओढून झाल्याही होत्या. इतक्यात त्यांना खोकल्याची भलीमोठी उबळ आली. अर्थात तोंड झाकून खोकणे, रुमाल घेणे वगैरेचा इथेही प्रश्नच नव्हता.

चहा आणला. त्यांनी आपल्या एस्टॅकॉन (कपा) मधील चहात भरपूर साखर घालून घेतली. घालताना इकडे-तिकडे सांडली. सिगारेटचा आणखी एक झुरका घेतला. परत मूठभर साखर उचलून चहात घातली.

मी मनोमन शहारले. मी घातलेला हा बुरखा अधिक किळसवाणा की ज्याच्या प्रीत्यर्थ मी हा घातलाय तो माणूस, हे मला समजेना.

''मला मधुमेह आहे. तुझ्याकडे येणार आहे एकदा, औषध घ्यायला,'' ते मूडीला म्हणाले.

मी सर्ववेळ आतून येणारे उसासे दाबत कशीतरी बसून होते. सगळेजण निघून गेल्यावर मी घाईने तो बुरखा काढून जमिनीवर फेकला. तो किती घाणेरडा होता ते मी मूडीला दाखवलं. ''त्या बायका यालाच नाक तोंड पुसतात,'' मी तक्रार करत म्हणाले.

''उगीच काय काहीतरी? खोटं बोलू नकोस,'' तो आता रागावला होता.

''खोटं नाही. तू बघ ना नीट हातात घेऊन,'' म्हणून मी त्याला नीट बघायलाच लावलं तेव्हा त्याने ती गोष्ट नाइलाजाने मान्य केली. काय झालं होतं

याला? हाच का माझा नवरा? ही घाण, ही गैरशिस्त याला दिसत कशी नाही? का लहानपणी यातच वाढल्याकारणाने इथे परत आल्यावर हा नेहमीची राहणी विसरला?

पहिले काही दिवस मी आणि माहतोब शक्य तितका जास्त वेळ आमच्या खोलीतच पडून राहायचो. मूडीने कुणी पाहुणे आल्यावर बाहेर बोलावलं की मगच बाहेर पडायचं. निदान खोलीत पलंगावर तरी बसायची सोय होती. जमिनीवर तरी बसायला लागायचं नाही. बिचारी माहतोब... तिला खेळायला फक्त तिचा बनी होता, नाहीतर मग मी. तो उकाडा, कंटाळवाणं व्हायचं; आम्हाला सारखी आमच्या घरची आठवण यायची.

रोज दुपारी इराणी दूरदर्शनवर इंग्रजी बातमीपत्र असायचं. मूडी बातम्या ऐकायला मला रोज बोलवायचा. मी पण आतुरतेने जायची. बातम्या ऐकायला नव्हे, तर स्वतःची मातृभाषा कानावर पडायची म्हणून. बातम्या साडेचारला सुरू व्हायच्या. कधी पंधरा तर कधी वीस मिनिटं चालायच्या. एकंदरच वक्तशीरपणा, वेळेचं बंधन वगैरे या बाबतीत सगळीकडे आनंदीआनंद होता.

बातम्यांच्या पूर्वार्धात इराण-इराकमध्ये चालू असलेल्या युद्धाबद्दलच्या बातम्या हमखास असत. इराकच्या किती तुकड्या युद्धात कामी आल्या याची मोठ्या मोठ्या शब्दात वर्णने असायची. इराणचा मात्र एकही माणूस मृत्युमुखी पडल्याचा उल्लेखही नाही. बातम्यांमध्ये नेहमी एखादी फिल्म दाखवायचे– पुरुष आणि स्त्रिया धर्मयुद्धासाठी जोराजोरात कूच करत युद्धभूमीवर चाललेल्या असायच्या. पुरुष लढायला तर स्त्रिया त्यांच्यासाठी स्वयंपाक करायला. या फिल्मच्या अखेरीस अधिकाधिक संख्येने लोकांनी युद्धात सामील होण्याचे आवाहन असे. नंतर पाच मिनिटांच्या लेबॅननच्या बातम्या असायच्या. शेवट केवळ तीन मिनिटे जागतिक बातम्यांसाठी राखून ठेवलेली. जागतिक बातम्यांमध्ये अमेरिकेवर उलट-सुलट टीका, धादांत खोटेनाटे आरोप. काय तर म्हणे अमेरिकेत एड्सच्या रोगाने माणसे पटापट चिलटांसारखी मरत आहेत. घटस्फोटांचं तर काही विचारूच नका. जर एखाद्या दिवशी इराकी एअरफोर्सने इराणच्या आखातातील एखादा टँकर बॉंब टाकून उडवला असला तर त्याचं कारण अमेरिकेनेच त्यांचे कान फुंकले होते म्हणून.

त्या बातम्यांचा मला थोड्याच दिवसांत वीट आला. या असल्या धादांत खोट्यानाट्या बातम्या जर इंग्रजी वार्तापत्रात देण्यात येतात तर मग नेहमीच्या बातम्यांमध्ये इराणी लोकांना काय काय सांगण्यात येत असेल?

सय्यद सलाम घोडसी ऊर्फ बाबा हाजी यांचं घरात मोठंच प्रस्थ होतं. ते स्वतः विशेष कधी घरीपण नसत. आम्हाला प्रार्थनेला बोलावण्याव्यतिरिक्त ते एक

शब्दही बोलत नसत. तरीपण सर्वांनाच त्यांच्याविषयी आदरभाव होता. ते पहाटे लवकरच उठून नीटनेटके तयार होऊन कामासाठी निघत ते एकदम रात्री उशिराच घरी येत. तरीपण त्यांच्या अस्तित्वाचा दबदबा दिवसभर जाणवायचा. त्यांचे वडील, महाराज– मशिदीचे प्रमुख होते. त्यांचा भाऊ नुकताच इराकच्या युद्धात कामी आला होता. बाबा हाजींचं वागणं तसं अलिप्तच. पण तरीही फार भारदस्त होतं.

रात्रीचे ते घरी यायची वेळ झाली की घरात नुसती गडबड उडे. बाहेरच्या मोठ्या लोखंडी गेटचा आवाज तर असा की घड्याळाचा ठोका एकवेळ चुकेल. दहा म्हणजे दहा. "बाबा हाजी!" कुणीतरी कुजबुजत्या आवाजात म्हणायचं. हां, हां म्हणता सगळ्या घरादाराला कळायचं. झोरे आणि फरिश्ते या त्यांच्या दोघी मुली दिवसभर नुसत्या रुझारी घालून हिंडायच्या पण वडील यायची वेळ झाली की पटकन गोषात शिरायच्या.

आम्हाला इकडे येऊन पाच दिवस लोटले आणि मूडीने मला पण गोषाचा आग्रह करायला सुरुवात केली. "तू 'चादोर' घाल, चेहरा जरातरी झाकून घेत जा, निदान रुझारी तरी घाल."

"मुळीच नाही;" मी ठामपणे म्हणाले, "तू आणि मम्मल, दोघांनी मला सांगितले होते की मी अमेरिकन असल्याने माझ्यावर कुणी गोषाची सक्ती करणार नाही. त्या अटीवरच तर मी इकडे यायला तयार झाले."

मूडीचा आग्रह कायमच होता. "तू बुरखा वगैरे घालत नाहीस म्हणून बाबा हाजी रागावले आहेत. शेवटी हे घर त्यांचंच आहे." मूडी माझी समजूत घालत होता खरा. पण वरवरची. त्याला स्वतःला फारशी खंत वाटलेली दिसली नाही. उलट त्याच्या आवाजात आतापर्यंत कधी न डोकावलेला एक उद्धटपणा, एक पुरुषी अहंकार मला जाणवत होता. अर्थात पूर्वीही कधीतरी या त्याच्या अहंकाराचा मला प्रत्यय आलेला होता, नाही असं नाही. आणि त्यामुळेच जास्त वाद न घालता मी निदान बाबा हाजींच्या समोर चेहरा झाकायला सुरुवात केली. मला दरवेळी आतून चीड यायची. पण मग हे सगळं नाटक थोडेच दिवसांसाठी आहे, लवकरच अमेरिकेला परत जायचंय, असं मी माझ्या मनाला समजावायची.

नव्याची नवलाई संपली आणि आमे बोझोर्ग तुटक वागू लागली. रोज रोज अंघोळ करण्याचा खर्चिक अमेरिकन सवयीबद्दल तिची मूडीजवळ गाऱ्हाणी सुरू झाली. आम्ही येणार म्हणून एकदा तिने स्वतः गावातल्या 'हमूम'मध्ये सार्वजनिक स्नानगृहात जाऊन व्यवस्थित अंघोळ केली होती. त्यात तिचा आख्खा दिवस खर्च झाला होता. त्यानंतर तिने आजपर्यंत अंघोळ केली नव्हती आणि आता इतक्यात लवकर अंघोळ करण्याचा तिचा बेतही नव्हता. ती आणि घरातले इतर लोक त्याच

त्याच घाणेरड्या कपड्यांमध्ये दिवसचे दिवस राहत. त्या जीवघेण्या उकाड्यात सुद्धा.

"हे बघा, तुम्ही रोजरोज अंघोळ करणं बंद करा," तिने मूडीला ठणकावलं.

"ते काही चालणार नाही. आम्ही अंघोळ करणारच," मूडी वैतागून म्हणाला.

"असं केलंत तर शरीरावरच्या सगळ्या पेशी एकेक करून गळून पडतील, पोटात थंडी होईल आणि तुम्ही सगळे इथे आजारी पडाल."

पण कुणीच कुणाचं ऐकायला तयार नव्हतं. शेवटी आम्ही आपले रोजचे रोज अंघोळ करतच राहिलो. आमे बोझोर्ग आणि तिच्या घरची सर्व मंडळी तशीच घाण वास मारत इकडे-तिकडे हिंडत.

स्वतःच्या वैयक्तिक बाबतीत स्वच्छतेचा इतका आग्रह धरणारा मूडी. पण त्याला आजूबाजूची घाण कशी दिसत नव्हती देव जाणे. शेवटी मी कुरकुर करत त्याला दाखवून देत असे.

"मूडी... भातात बघ किती पोरकिडे आहेत."

"काहीतरी सांगू नकोस," मूडी उगीचच चिडला, "इथलं काही मुळी आवडून घ्यायचंच नाही असं तू ठरवलंयस."

शेवटी अखेरचा उपाय म्हणून मी रात्री जेवायला बसल्यावर माझ्या पानातल्या भातातून चांगले खंडीभर पोरकिडे वेचून काढले आणि ते कुणाच्याही नकळत हळूच मूडीच्या पानात टाकले. पानात एक कणही टाकायचं नाही असा तिथला दंडक. त्यामुळे त्याला ते मुकाट्याने खावे लागले. माझं म्हणणं त्याला मान्य करावंच लागलं.

रोज संध्याकाळच्या वेळी धूपदाणीत धूप घालून आमे बोझोर्ग भुताखेतांना पळवून लावण्यासाठी घरभर हिंडायची. तो धूर आणि तो उग्र वास आम्हा दोघांनाही, मूडीला आणि मला सारखाच असह्य व्हायचा. पण बोलणार कोण?

कधीतरी माहतोब आलेल्या नातेवाइकांच्या मुलांशी खेळायची. एखादा फारसी शब्द शिकायची. पण ते क्वचितच. या विचित्र वातावरणात तिचं मन रमायचं नाही. ती आपली हातात आपली बनी घेऊन मला चिकटून बसायची. एक दिवस वेळ जात नव्हता म्हणून तिने आरशासमोर बसून स्वत:च्या चेहऱ्यावरच्या डास चावल्याच्या खुणा मोजल्या. त्या तेहेतीस भरल्या. चेहराच काय पण तिच्या संपूर्ण अंगावरच लाल लाल चट्टे उठले होते.

जसजसे दिवस जात होते तसा जणूकाही मूडीला माझा आणि माहतोबचा विसरच पडल्यासारखा झाला होता. सुरुवातीला घरात कुणीही काहीही बोलत असले तरी त्यातला शब्द, न् शब्द मला इंग्रजीत समजावून सांगत असे. पण आता त्याने तसं करणं सोडून दिलं होतं. मला आणि माहतोबला एखाद्या प्रदर्शनातील

वस्तूप्रमाणे आल्यागेल्यांसमोर उभं करण्यात येई. आम्हाला कंटाळा आला तरी त्याची फिकीर कुणी करत नसे. आम्ही मात्र प्रसन्न चेहऱ्याने घरात वावरायचं. असे कितीतरी दिवस गेले. मी आणि माहतोब फक्त एकमेकांशी हितगुज करून आपलं मन रमवायचे.

आम्ही दिवसाचा एकेक क्षण याच आशेवर मोजत काढत होतो की कधीतरी एकदा अमेरिकेला परत जायचा क्षण येईल.

स्वयंपाकघरात चुलीवर एक भांडं रटरटत असायचंच. कुणीही केव्हाही यावं आणि जेवून जावं. कितीकदा लोक शिजणाऱ्या भांड्यातून चमचा बुडवून तोंडात घालत आणि नंतर तो तसा उष्टा चमचा तसाच भांड्यात परत ठेवीत. जमिनीवर साखरेचा शिडकावा आणि चहाचे ओघळ तर सगळीकडेच. बाथरूमप्रमाणेच स्वयंपाकघरातही झुरळांचा मुक्त संचार होता.

मी जवळजवळ काही खातच नसे. कधीतरी आमे बोझोर्गला स्वतः आपलं पाककौशल्य दाखवायची लहर येई. मग ती खोरेशे-मेढ्यांच्या चरबीपासून बनवलेल्या तेलात मटणाचा रस्सा शिजवून वाढत असे. त्याला ती दोहम्बे म्हणायची. तो ऊग्र दर्प इराणी लोकांच्या खास आवडीचा असला तरी मला मात्र त्याने मळमळल्यासारखं होई. मग घरात भाज्या आणि इतर सर्व स्वयंपाक त्या चरबीतच शिजवला जाई. त्याच्या घमघमाटाने घरात कुठल्याही खोलीत पाऊल टाकणं अशक्य होऊन जाई. मला आणि माहतोबला इतकंच नव्हे तर मूडीलाही तो प्रकार बिलकुल आवडत नसे.

किती झालं तरी तो स्वतः एक डॉक्टर होता. मीही वारंवार, घरातील घाण व अनारोग्य यांच्याकडे त्याचं लक्ष वेधून घेत असल्यामुळे अखेर याबाबत काहीतरी ठाम पाऊल उचलायचं असा त्याने निर्णय घेतला.

"मी एक डॉक्टर आहे आणि तुम्ही सगळ्यांनी माझं म्हणणं ऐकायला पाहिजे," तो बहिणीला म्हणाला, "तुम्ही कुणीही स्वच्छता पाळत नाही, रोजच्या रोज अंघोळ करत नाही. हे अगदी चुकीचं आहे."

आमे बोझोर्गने मूडीच्या बोलण्याकडे दुर्लक्ष केलं. पण त्याच्या नकळत तिने माझ्याकडे रागाने पाहिलं. हे सगळं तुझ्यामुळे असंच तिला सुचवायचं होतं.

रोज अंघोळ करणं एवढ्या एकाच पाश्चात्त्य गोष्टीला तिचा विरोध नव्हता. एक दिवस मूडी बाहेर जायला निघाला असताना त्याने नेहमीसारखे अलगद माझ्या गालावर पुसट ओठ टेकून 'गुड बाय' म्हटले. झालं. आमे बोझोर्गने आरडाओरडा करून घर डोक्यावर घेतलं. "ही नसती थेरं इथे चालायची नाहीत. आधी सांगून ठेवत्ये. घरात पोरंबाळं हिंडतायत, त्याचं तरी जरा भान ठेवा." घरातलं सगळ्यात लहान 'पोर' नुकतंच युनिव्हर्सिटीत शिकायला जाऊ लागलं होतं ती गोष्ट वेगळी.

असे बरेच दिवस त्या कोंडवाड्यात काढल्यानंतर एक दिवस खरेदीला बाहेर पडायचं ठरलं. मला, मूडीला आणि माहतोबला फारच आनंद झाला. एकतर परत गेल्यानंतर तिकडच्या नातेवाइकांना मित्रमंडळींना देण्याकरता छान छान वस्तू घ्यायच्या होत्या. शिवाय तेहरानचे बाजारभाव अमेरिकेपेक्षा बरेच कमी असल्याने थोडं सोनं-नाणं, दागिने वगैरे विकत घेऊन जावे असंही माझ्या मनात होतं.

मग नंतरचे काही दिवस रोज सकाळी आम्ही झोरे किंवा माजिदबरोबर गाडीतून गावात खरेदीला जात होतो. तो एक विलक्षण अनुभव होता. इराणमधील क्रांतीनंतर गेल्या केवळ चार वर्षांत तेहरानची लोकसंख्या पाच दशलक्षावरून चौदा दशलक्षांवर येऊन पोचली होती. गावं ओसाड पडली होती. सर्वांनी शहराकडे धाव घेतली होती. अफगाणिस्तानमधून रोज हजारो लाखो निर्वासित तेहरानमध्ये येऊन दाखल होत होते.

आम्ही जिकडे म्हणून जाऊ तिकडे गंभीर चेहऱ्याने लोकांचे जथे हिंडत. कुणाच्याही चेहऱ्यावर हास्याची पुसटशी सुद्धा रेषा नाही. झोरे किंवा माजिद त्या गर्दीतून गाडी कशी काय पुढे नेत, त्यांचं त्यांनाच ठाऊक. रस्त्याच्या कडेची गटारे दुथडी भरून वाहत होती. डोंगरातून वाहात येणाऱ्या या फुकटच्या पाण्याचा लोक हवा तसा उपयोग करत. कुणी खुशाल घरातली घाण बाहेर आणून त्यात फेके. तर कुणी दुकानदार फरशी पुसायला त्यातलेच पाणी वापरे. कुणी त्यात नैसर्गिक विधी करायलाही मागेपुढे पाहत नसे. प्रत्येक रस्ता ओलांडताना आधी हे गटार ओलांडून मग पुढे जावं लागे.

गावात जिथे बघावं तिथे बांधकामे चालू होती. पण ती कशीही आणि कुठेही. त्याला काही शिस्त नाही, काही नियोजन नाही. लाकडाचे ओंडके हवे तसे वापरून बांधून काढलेली ती घरे किती दिवस टिकणार होती देव जाणे.

युद्धामुळे सर्वत्र पोलिसांचा संचार चालू होता. बंदूकधारी जवानांच्या आजूबाजूने चालायला सुद्धा भीती वाटायची. बंदुका रस्त्यावरून चालणाऱ्या नागरिकांवर रोखलेल्या असायच्या. जर चुकून एखादा चाप ओढला गेला तर?

क्रांतिकारक जिकडे-तिकडे फिरत असायचे. ते मधूनच कधीही कुठलीही गाडी अडवून धरायचे. गाडीची झडती घ्यायचे. गाडीत काही क्रांतीच्या विरोधी सामान, पत्रके, अमेरिकन कॅसेट्स किंवा शियापंथीय मुस्लिमांविरुद्ध काही प्रचाराचे साहित्य सापडते का यावर त्यांची नजर असायची. अमेरिकन कॅसेट्स जवळ बाळगणाऱ्याला सहा महिन्यांच्या तुरुंगवासाची शिक्षा होती.

याखेरीज सर्वत्र आढळणारा आणखी एक पोलिसांचा प्रकार म्हणजे 'पासदार.' ते छोट्या छोट्या निसान ट्रकमधून गस्त घालायचे. या पासदारांच्या अमानुषपणाविषयी प्रत्येक जण भयंकर गोष्टी सांगे. शहाच्या गुप्त पोलिसांना अयातुल्ल खोमेनीचे हे

पासदार शह देण्याकरता नेमले होते. हे सर्वचे सर्व पासदार पूर्वीचे गुंड, मवाली, पण आता अचानक त्यांना हातात मनमानी करण्याचे अधिकार मिळाल्याने आणखीनच माजले होते.

पासदारांच्या अनेक कामांपैकी एक म्हणजे पादचारी स्त्रियांनी नीटनेटका पोषाख केला आहे की नाही हे तपासणे. या पोषाखाच्या बाबतीतले नियम तर माझ्या आकलनाच्या पलीकडचेच होते. कितीक स्त्रिया आपल्या तान्ह्या बाळांना अगदी राजरोस उघड्यावर पाजत असत. त्याबद्दल कोणाचं काही म्हणणं नसे. परंतु डोके, हनुवटी, मनगटे आणि घोटे यांपैकी तसूभरही भाग उघडा पडता कामा नये.

या विचित्र समाजात आम्हाला अगदी उच्चभ्रू सुशिक्षितांचं स्थान होतं असं मूडीचं म्हणणं. आमचं खानदान, आमचं घराणं, आमचं कूळशील फारच वरच्या दर्जाचं, फार सुसंस्कृत होतं म्हणे. तेहरानमधल्या इतर सामान्य लोकांच्या मानाने आमे बोझोर्ग सुद्धा स्वच्छता आणि सद्‌गुणांची खाणच मानली जाई.

आपण ट्रॅव्हलर्स चेकच्या स्वरूपात २००० डॉलर्स बरोबर घेणार आहोत असं जरी मूडीने मला निघण्यापूर्वी सांगितलं असलं तरी इथे ज्या रीतीने त्याचा खर्च चालला होता त्यावरून त्याने त्याहून कितीतरी जास्त पैसे बरोबर आणले असणार हे उघडच होतं. मम्मलला सुद्धा इथे आमच्यावर आपल्या श्रीमंतीचा, प्रतिष्ठेचा रूबाब गाजवावासा वाटत होता. अमेरिकेत आम्ही त्याच्याकरता जे काही केलं त्याची इथे परतफेड करायची त्याची इच्छा असणार. त्यामुळे तोही अगदी मुक्त हस्ताने पैसे उधळत होता.

डॉलर आणि रियालमधला दर काय तो कळणं फार कठीण होतं कारण डॉलरचा सर्रास काळाबाजार चाले. बँकेत गेलं तर एका डॉलरला साधारणपणे १०० रियाल मिळत पण मूडीच्या म्हणण्याप्रमाणे बाहेर मात्र त्याहून बराच जास्त भाव मिळायचा. मला वाटतं म्हणूनच काही काही वेळेला तो मुद्दामच मला न घेता एकटा बाहेर जायचा. मूडीने येताना बरोबर रोख पैसेही इतके आणले होते की, ते माझ्यापासून लपवून कुठे ठेवणं किंवा बरोबर वागवणं त्याला शक्य नव्हतं. त्यामुळे मग ते सगळे पैसे तो आमच्या खोलीतल्या कपाटात नाहीतर भिंतीवर टांगलेल्या कपड्यांच्या खिशात ठेवी.

रस्त्यावर लोक रियालचे गठ्ठेच्या गठ्ठे घेऊन का हिंडायचे ते आता मला कळलं. रियालाची किंमत इतकी कमी होती की बारीक-सारीक गोष्टीला खूप रियाल मोजावे लागायचे. शिवाय इराणमध्ये क्रेडिट कार्डाची पद्धत अस्तित्त्वातच नव्हती. चेकनेही व्यवहार केले जात नसत.

त्यामुळे माझ्या आणि मूडीच्या डोक्यात पैशाच्या हिशोबाचा ताळमेळ काही जमत नव्हता. इथे जरा खर्चिकपणा, थोडी श्रीमंती करणं छान वाटायचं आणि

आम्ही पैसे उधळायचो. हाताने नाजूक भरतकाम केलेले उशांचे अभ्रे, भिंतीवर लावण्याचे जरीकाम केलेले देखावे व अशा इतर कितीतरी शोभेच्या वस्तू आम्ही घेतल्या. मूडीने माहतोबसाठी रत्नजडित कानातले, मला अंगठी, बांगड्या इ. दागिने घेतले. याशिवाय मला त्याने एक अतिशय सुंदर सोन्याचा हार घेतला. फारच किमती होता तो. त्याचीच किंमत अंदाजे तीन हजार डॉलर्स तरी असेल. मला आणि माहतोबला त्याने संदर सुंदर पाकिस्तानी सलवार-कमीजही आणले.

यानंतर आम्ही काही उत्कृष्ट लाकडी फर्निचरही पसंत केले. जेवणाचे नक्षीदार टेबल, तशाच खुर्च्या, दिवाणखान्यात ठेवण्यासाठी मोठे मोठे सिंहासनासारखे दिसणारे सोफे व इतर थोडेफार सामान. मग माजिदने दुकानदाराकडे जाऊन हे सगळं सामान जहाजातून अमेरिकेला पाठवता कसं काय येईल याची चौकशी केली. यामुळे एकच झालं की, आपण इथून परत जाऊ की नाही अशी जी काही थोडी भीती माझ्या मनात होती ती नाहीशी झाली. या खरेदीचा अर्थ मूडीची परतीची तयारी सुरू झाली हाच नव्हता का?

एक दिवस झोरेने आणि मी इतर बायकांबरोबर खरेदीला जायचं ठरवलं. खरेदीसाठी मूडीने नोटांचा (रियाल) एक गठ्ठाच न मोजता माझ्या हातात दिला. त्या दिवशी दोन हजार रियाल खर्च करून मी एक अतीव सुंदर गालीचा विकत घेतला. आमच्या अमेरिकेच्या घरातील दिवाणखान्याच्या भिंतीवर हा किती देखणा दिसेल असा विचार करून मी तो घेतला. तरीही आणखी काही पैसे शिल्लक उरले. मग मी ते पुढच्या खरेदीसाठी माझ्यापाशीच राखून ठेवले. मूडीनेही काही विचारलं नाही.

दररोज काही ना काही कारणाने घरात खंडीभर नातलग गोळा होत आणि कसलातरी उत्सव असल्यासारखा गडबडगोंधळ असे. मूडीच्या नातलगांचे दोन प्रकार होते. काही होते आमे बोझोर्गसारखे जुन्यापुराण्या विचारसरणीचे. त्यांच्या मनावर शियापंथीय मुसलमानांचा, विशेषतः अयातुल्ला खोमेनीच्या तत्त्वांचा पगडा होता. ते सर्व जण आधुनिक पाश्चात्त्य विचारसरणीचा तिटकारा करत. तर उरलेले होते पाश्चात्त्य विचारसरणीचा, आधुनिकतेचा पुरस्कार करणारे. सुसंस्कृत आणि मनमिळाऊ. शिवाय स्वच्छता व आरोग्याच्या बाबतीत कितीतरी चांगले. ते इंग्रजी बोलत आणि माझ्याशी व माहतोबशी फारच मिळून मिसळून, आदराने वागत.

आम्ही मधूनच कधीतरी रेझा आणि एसीच्या घरी जायचो. तिथे खूप मजा यायची. मूडीचा हा पुतण्या रेझा स्वतःच्या घरी माझ्याशी खूप अदबीने वागायचा. मनमोकळाही. त्याची बायको मुद्दाम माझ्याबरोबर इंग्रजी बोलण्याचा सराव करायची. तिला पण बहुधा मी आवडत असावी. एसी आणि असेच हाताच्या बोटावर मोजण्याइतके काही लोक होते, यांनी माझा तिथला वेळ थोडा तरी

सुसह्य होत होता.

पण तरीसुद्धा मी एक अमेरिकन होते. म्हणजे त्यांच्या शत्रुपक्षातली. याची जाणीव मला वारंवार करून देण्यात येई. एक दिवस आम्हाला मूडीची चुलतबहीण फातिमा हकीम हिच्याकडे संध्याकाळी बोलावलं होतं. ही फातिमा पन्नाशीच्या घरातली असेल. ती माझ्याशी आणि मूडीशी खूप हसून खेळून, प्रेमाने वागायची. ती जरी इंग्रजी बोलत नसली तरी कधीही जेवायला वाढताना किंवा दुसऱ्या कुठल्याही प्रसंगी तिचं वागणं आदबशीर व प्रेमळ वाटे. तिचा नवरा चांगला उंचापुरा होता. तो मात्र जेव्हा बघावं तेव्हा कुराणातले दोहे नाहीतर प्रार्थना पुटपुटत असे.

फातिमाचा मुलगा साधारण पस्तिशीच्या जवळपास असेल. पण तो दिसायला अगदी विचित्र, केवळ चार फूट उंच आणि लहान मुलासारख्या चेहऱ्याचा होता. तो सुद्धा जन्मतः कुठलेतरी वैगुण्य घेऊनच आला असावा. हेही कुटुंबियांनी आपापसात केलेल्या लग्नाचं फळ असेल का? मी विचारात पडले तोच तो माझ्यापाशी आला आणि अस्खलित इंग्रजीत माझ्याशी बोलला. इंग्रजी शब्द कानावर पडल्यावर मला बरं वाटलं खरं. परंतु त्याचं ते जमिनीकडे बघत बोलणं, तो विद्रुप चेहरा... ते सगळं नकोसं वाटत होतं. "जेवण झाल्यानंतर तुम्ही सगळे जरा वरती चला," असं तो सांगून गेला.

आम्ही वरच्या मजल्यावर गेलो. आमच्या पाठोपाठ आणखी किती तरी लोक आले. सगळे आपापल्या योग्यतेनुसार ठराविक जागी बसले. सर्वांत उंच स्थानावर फातिमाचा नवरा बसला होता. मी प्रश्नार्थक नजरेने मूडीकडे पाहिलं. पण त्याने सुद्धा केवळ खांदे उडवले. त्यालाही काही समजले नव्हते.

आता फातिमाचा नवरा मला उद्देशून फारसी भाषेत काही तरी बोलला. त्याच्या मुलाने त्याचे इंग्रजीत भाषांतर करून मला सांगितले, "तुम्हाला प्रेसिडेंट रेगन आवडतो का?"

मला काय बोलावे कळेना. मी गुळमुळीतपणे म्हटलं, "वेल्, होय."

त्याबरोबर माझ्यावर प्रश्नांची फैर झाडण्यात आली. "तुम्हाला प्रेसिडेंट कार्टर आवडत का? कार्टर यांचे इराणबरोबर संबंध कसे होते. याविषयी तुमचं काय मत आहे?"

आता मात्र मी गोंधळून गेले. एकीकडे आपल्या स्वतःच्या देशाची बाजू घेऊन वाद घालावा तर दुसरीकडे या इराणी लोकांचा रोष ओढवण्याचा धोका. "हे बघा, मला काही सांगता यायचं नाही. मला राजकारणात काही रस नाही."

पण त्यांनी प्रश्न विचारणं चालूच ठेवलं. "बरं, तुम्ही इराणमध्ये येण्यापूर्वी इराणी स्त्रियांवर होणाऱ्या अत्याचारांविषयी बरंच काही ऐकलं असेल," तो मुलगा

म्हणाला, ''मग आता इथे प्रत्यक्ष आपल्या डोळ्यांनी बघितल्यावर तुमच्या लक्षात आलंच असेल की ते सर्व खोटं आहे?''

'आता मात्र हे सहन करण्यापलीकडेच होतं.' ''मी जे काही ऐकलं होतं ते सर्व खरंच आहे हे इथे आल्यावर माझ्या लक्षात आलंय,'' मी स्पष्टपणे सांगितलं. मी या विषयावर आणखीही खूप काही बोलायच्या तयारीत होते. पण माझ्या या वाक्यानंतर खोलीत एकदम शांतता पसरली. स्त्रियांनी माना खाली घातल्या व पुरुष हातातली 'तासबीड' जपमाळ जोरजोरात ओढत 'अल्ला हे अकबर' असे मोठ्यांदा म्हणू लागले. ''मला इथून पुढे तुमच्या एकाही प्रश्नाचं उत्तर द्यायची इच्छा नाही,'' असं म्हणून मी मूडीकडे वळले. ''मूडी, मला इथून घेऊन चल. मला आरोपींच्या पिंजऱ्यात उभं राहायची बिलकुल इच्छा नाही.''

मूडीची अवस्था कात्रीत सापडल्यासारखी झाली. एकीकडे नातेवाईकांचा रोष पत्करायचा नाहीतर बायकोचा. त्यामुळे तो काही एक न बोलता नुसता उभा राहिला.

मग संभाषण धर्माकडे वळलं. फातिमाच्या मुलाने शेल्फातून एक पुस्तक काढलं आणि त्याच्या आतल्या पानांवर लिहिलं : ''प्रिय बेटीस, माझ्या हृदयापासून दिलेली भेट.''

शिया पंथाचे संस्थापक इमाम अली यांची धार्मिक वचने व त्यावरील टीका असे त्या पुस्तकाचे स्वरूप होते. मला लगेच त्यापाठची पार्श्वभूमीपण समजावून सांगण्यात आली. इमाम अली यांना खुद्द मुहंमदाने आपला अनुयायी म्हणून नेमले होते. परंतु मुहंमदाच्या मृत्यूनंतर सुनीपंथ सत्तेवर आला आणि मुस्लीम जगतावर त्याने आपला दबाव आणण्यास सुरुवात केली. याचमुळे शिया व सुनी या दोन गटांमध्ये कायमची दरी उत्पन्न झाली.

मला मिळालेली ती भेट मी शक्य तेवढा आनंदी चेहरा ठेवून स्वीकारली, पण तरीही आजच्या सगळ्या आनंदाचा विरस झाला तो झालाच. चहापाणी झाल्यावर आम्ही निघालो.

आमे बोझोर्गच्या घरी परत आल्यावर मूडीने मला चांगलेच फैलावर घेतले. ''तुझ्या वागण्याची बोलण्याची पद्धत अगदीच चूक होती. तू त्यांचा अपमान केलास.'' मूडी म्हणाला.

''मुळीच नाही. मी मला मनापासून जे वाटलं ते सांगितलं. जे खरं आहे तेच मी बोलले.''

''चुकतेयस तू. इराणमध्ये स्त्रियांवर कोणीही दडपशाही वगैरे करत नाही. उलट त्यांना अगदी सन्मानानेच वागवलं जातं.''

मूडीचं बोलणं ऐकून माझा माझ्या कानांवर विश्वास बसेना. सर्व शिया

लोकांप्रमाणेच तोही आता प्रचारकी थाटाचं बोलू लागला होता. इराणी स्त्रियांना त्यांचे नवरे कसे गुलामासारखं वागवायचे हे तर त्याने आपल्या डोळ्यांनीच पाहिले होते. अगदी आरोग्याला हानिकारक व शरीराला त्रासदायक अशा पोशाखाची स्त्रियांवर सक्ती हे उदाहरण सुद्धा स्त्रियांवरील दडपशाही दाखवून द्यायला पुरेसे आहे.

त्या रात्री आम्ही एकमेकांवर धुसफूस करत झोपलो.

आमच्या जवळजवळ सगळ्याच नातेवाइकांच्या आग्रहावरून आम्ही इराणच्या पूर्वीच्या शहाच्या राजवाड्याला भेट द्यायचं ठरवलं. आम्ही तिथे गेलो तेव्हा स्त्रियांसाठी व पुरुषांसाठी वेगळे वेगळे दरवाजे होते. मी बायकांबरोबर एका छोट्या खोलीत गेले. तिथे आमची व्यवस्थित तपासणी करण्यात आली. आमचे पोशाख नियमाप्रमाणे आहेत की नाही तेही बघण्यात आले. मी आमे बोझोर्गकडून मिळालेला मोन्टो, रुझारी वगैरे तर घातलेच होते, पण पायांत जाडेभरडे काळे उंच मोजे घातले होते. माझ्या पावलाचा किंवा पायाचा एक कणही उघडा पडू दिलेला नव्हता. पण तरीही त्यांनी माझ्या पोशाखाला हरकत घ्यायची ती घेतली. एका दुभाषाची मदत घेऊन तपासनीसबाईने सांगितले, की मी लांब पँट घालणे आवश्यक आहे.

मला या सगळ्या प्रकारात आत प्रवेश करायला फारच उशीर व्हायला लागला तेव्हा मूडीने तिथे येऊन वाद घालायला सुरुवात केली. मी परक्या देशातली असल्याने माझ्याकडे लांब पँट कुठून असणार इ. इ. पण पालथ्या घड्यावर पाणी. त्यांचा हेका आपला कायम. त्यामुळे आमच्या बरोबरच्या सगळ्या मंडळींनाही ताटकळत थांबावे लागले. अखेर मम्मलची बायको नसरीन हिचे माहेर जवळच होते, तिथे जाऊन तिने एक लांब पँट पैदा करून आणली.

पण हा सुद्धा मूडीच्या मते स्त्रियांवर अन्याय वगैरे नव्हताच. "या एका वैयक्तिक उदाहरणावर जाऊ नको. त्या अधिकाऱ्याला उगीच आपला रुबाब तुझ्यावर मिरवायचा होता एवढंच. सगळीकडे काही असं नसतं."

या सगळ्या प्रकारानंतर शेवटी एकदाचा आम्ही तो राजवाडा आतून बघितला आणि निराशाच पदरी आली. खोमेनीच्या क्रांतिवादी अनुयायांनी बरेचसे जडजवाहीर व ऐतिहासिक अलंकारिक, शोभेच्या वस्तू ओरबाडून नेल्याच होत्या. जे काही थोडेफार शिल्लक होते त्याचीही मोडतोड झालेली होती. शहाच्या अस्तित्वाची तर एकही खूण शिल्लक नव्हती; परंतु शहाच्या वैभवशाली राहणीचे व वारेमाप उधळपट्टीचे वर्णन आमच्या गाईडने आम्हाला ऐकवले. त्याचबरोबर आजूबाजूच्या झोपडपट्टीकडे आमचे लक्ष त्याने वेधले. आसपास इतके दारिद्र्याचे साम्राज्य नांदत असताना एवढ्या ऐषारामात शहा कसा काय राहू शकत होता याचे मनोमन आश्चर्य

करत आम्ही सर्व दालने पालथी घातली. सर्व ओकीबोकी होती. कुणाचीही देखभाल असल्याचे लक्षण नव्हते. मुले इतस्ततः पळत दंगामस्ती करत होती. शेवटी इस्लामिक धर्माची पुस्तके विकायला जो बूथ होता त्यावर बरीच गर्दी दिसत होती.

एकूण सगळा अनुभव काही फारसा मनात जतन वगैरे करून ठेवण्याजोगा नव्हता. पण इराणच्या वास्तव्यातला तेवढाच एक दिवस कटला असा विचार माझ्या आणि माहतोबच्या मनात आला.

इथं वेळ अगदी मुंगीच्या पावलाने जात होता. आपल्या देशात, अमेरिकेत... साध्या आणि सरळ माणसांमध्ये कधी एकदा परत जातो असं आम्हा दोघींना झालं होतं.

आमच्या सुट्टीच्या दुसऱ्या आठवड्याच्या मध्यात रेझा आणि एसीने एक आगळीवेगळी विनंती केली. रेझा अमेरिकेला कॉर्पस ख्रिस्तीला आम्ही राहत असताना एकदा 'थँक्सगिव्हिंग'च्या सणाला आमच्या घरी होता तेव्हा त्याने माझ्या हातची टर्की खाल्ली होती. त्याला त्याची अजूनही आठवण होती. तशी टर्की मी परत करावी अशी त्या दोघांनी इच्छा व्यक्त केली.

मला ते ऐकून इतका आनंद झाला. मी रेझाला एक भली मोठी वस्तूंची यादी दिली. सगळं सामान जमा करून आणण्यात त्याचा आख्खा दिवस गेला.

रेझाने पैदा केलेली टर्की अगदीच हडकुळी आणि नीट स्वच्छ देखील न केलेली होती. त्यापासून स्वादिष्ट पाककृती करून दाखवणं हे एक आव्हानच होतं. मी आख्खा दिवस कामाला जुंपले होते. एसीचं स्वयंपाकघरही होतं कळकटच. पण आमे बोझोर्गच्या स्वयंपाकघरापेक्षा कितीतरी सुसह्य होतं. त्यात जी काय भांडीकुंडी होती त्यातच मला काम भागवायचं होतं.

एसीकडे तवाच नव्हता. शिवाय तिच्याकडील ओव्हनचा तिने आजवर कधीही वापर केलेला नव्हता. शेवटी मला त्या टर्कीचे लहान लहान तुकडे करून एका किटलीसारख्या दिसणाऱ्या भांड्यातून भाजून काढावे लागले. माझ्या हाताखाली मूडी आणि रेझा यांची इकडून तिकडे हे आण, ते आण अशी सारखी जे-जा चालू होती. मला लागणाऱ्या कितीतरी वस्तू मुळी इराणमधे मिळतच नव्हत्या. मग त्या ऐवजी ते घाल, या मसाल्याऐवजी तो ढकल असले करावे लागले.

शिवाय स्वयंपाक करताना सारखी अडचण यायची. इराणमधे हात पुसायची फडकी किंवा पदार्थाने भरलेले भांडे उचलण्याकरिता चिमटा वगैरे वस्तू असतात याची कुणाला कल्पनाच नव्हती. ॲपल पाय बनवायचं ठरवलं तर त्याला लागणारं भांडं नाही. ओव्हनवरील तपमानदर्शक आकडे मला आणि एसीला दोघींनाही वाचता येईनात.

सगळ्या दिवसभराच्या खटाटोपानंतर एकदाचं टर्कीचं जेवण तयार झालं. माझ्या काही मनासारखी चव आली नव्हती. पण रेझा, एसी आणि त्यांच्या पाहुण्यांनी मात्र जेवणावर चांगला ताव मारला. इराणमधे पोचल्यानंतर आज पहिल्यांदाच इतपत बरं अन्न आम्हाला खायला मिळालं. मूडीला त्या दिवशी खरोखर माझा खूप अभिमान वाटला.

बघता बघता आम्ही परत निघायच्या आदला दिवस उजाडला. माजिदच्या आग्रहानुसार आम्ही त्या दिवशीची सकाळ पार्क मेलाटमधे घालवायची ठरवली. त्याला आम्ही आनंदाने तयार होतो. आमे बोझोर्गच्या सगळ्या गोतावळ्यात एकटा माजिदच काय तो मला आवडण्याजोगा होता. माजिद आणि झिया (जो आम्हाला विमानतळावर आणायला आला होता) या दोघांनी मिळून सौंदर्यप्रसाधनांचा एक कारखाना सुरू केला होता. हवा शुद्ध व निर्जंतुक करण्यासाठीचा सुगंधी औषधीयुक्त फवारा हे त्यांचे मुख्य उत्पादन होते. (मग याचा आमे बोझोर्गच्या घरात कधी का वापर होत नाही हा मला प्रश्न पडला.)

स्वतःचाच व्यवसाय असल्यामुळे माजिदला वेळेचे बंधन वगैरे विशेष नसे. त्याला हवा तेवढा मोकळा वेळ मिळत असे. हा वेळ तो घरातल्या मुलांबाळांशी दंगामस्ती करण्यात घालवे. माहतोब आणि मी दोघी त्याला 'विदूषक' म्हणायचो.

पार्क मेलाटमधे आम्ही चौघेच फक्त गेलो– माजिद, मूडी, माहतोब आणि मी. आम्ही आपले मन रमवण्याचा जास्तीत जास्त प्रयत्न केला. पण खरं सांगायचं तर मी आणि माहतोब जायला किती तास, मिनिटे, सेकंद उरली आहेत ते मोजत होतो.

पार्क मेलाट होतं अतिशय सुंदर. लांबच लांब पसरलेले हिरवळीचे पट्टे आणि मधोमध बहरलेली फुलं. माजिद आणि माहतोब पळापळीचा खेळ खेळत होते. मी व मूडी सावकाश पाठोपाठ चालत होतो. किती सुंदर वातावरण आहे, माझ्या मनात आलं. फक्त ही डोक्याला रुमाल बांधायची कटकट नसती तर. . . आणि तो जीवघेणा उकाडा, वाऱ्यावरून येणारा तो घाणीचा उग्र दर्प. मला त्या क्षणी इराणचा मनोमन तिटकारा आला.

अचानक मूडीने आपला हात हातात घेतलाय तोही रस्त्यात, उघड्यावर... म्हणजे नियमभंग... अशी मला जाणीव झाली. मी चमकून पाहिलं. त्याचा चेहरा दुःखी, उदास दिसत होता. "मला जरा तुला काही तरी सांगायचंय," तो म्हणाला. "एक गोष्ट आपण अमेरिकेतून निघण्यापूर्वी घडलीय, व ती तुला अजून माहीत नाहीये."

"काय?"

"माझी नोकरी सुटली आहे."

मी दचकून माझा हात सोडवून घेतला. एका अनामिक भीतीने माझ्या पोटात गोळा उभा राहिला. डोक्यात आशंकेचं काहूर माजलं. "पण का?"

"कारण त्यांना माझ्याहून कमी पगारावर कुणालातरी नेमायचं होतं."

"शक्यच नाही, तू खोटं बोलतोयस्," मी संतापून म्हणाले.

"खरं सांगतोय, शप्पथ."

मग आम्ही हिरवळीवर बसलो आणि बोललो. मूडीच्या चेहऱ्यावर निराशेचं मळभ परत एकदा दाटून आलं होतं. तरुण वयातच स्वतःचा देश सोडून तो नशीब काढण्यासाठी अमेरिकेला आला होता. त्याने डॉक्टर होण्याकरिता अपार कष्ट सोसले होते. मी पण त्याला साथ दिली होती. आधी कॉर्पस ख्रिस्तीमधे, नंतर मिशिगनमधील अल्पेना या छोट्याशा गावी आम्ही बिऱ्हाड थाटलं होतं. तसे आमचे दिवस सुखात चालले होते आणि मग अचानक त्रासाला, संकटांना सुरुवात झाली. त्यातील बऱ्याचशा गोष्टींना मूडी स्वतःच कारणीभूत होता. काही त्रास झाला तो मूडीच्या धर्मामुळे तर काही मात्र केवळ नशिबाचा फेरा म्हणून. कारण काहीही असेल पण त्याचा आर्थिक फटका आम्हाला चांगलाच बसला. इतकेच नव्हे तर मूडीचा स्वाभिमान दुखावला गेला होता. आम्हाला आमच्या लाडक्या अल्पेनातून बाहेर पडावं लागलं होतं.

त्यानंतर वर्षभर मूडी डेट्रॉईटमधील एका हॉस्पिटलमधे नोकरीला होता. ही नोकरी सुद्धा माझ्या आग्रहाखातर त्याने पत्करली होती आणि आता... तीही सुटली असे हा सांगतोय...

तिथे बागेत बसल्याबसल्या मी त्याची समजूत काढू लागले. "हे बघ, असू दे! दुसरी एखादी याहून चांगली नोकरी मिळेल;" मी डोळ्यांतली आसवं पुसता पुसता मूडीला धीर देण्याचा प्रयत्न केला.

पण मूडीची समजूत पटणं अशक्य होऊन बसलं होतं. त्याच्या सगळ्या जातिबांधवांप्रमाणे त्याचे डोळे एका अनामिक द्वेषाने बारीक झालेले दिसत होते. त्याचं मन मला समजत नव्हतं. मला फार... फार भीती वाटू लागली.

दुपारी मनातलं काहूर बाजूला ठेवून मी आणि माहतोब सामानाची बांधाबांध करायला लागलो. आत्ता या क्षणी जगात आम्हाला फक्त एकाच गोष्टीचा ध्यास होता, तो म्हणजे घरी परत जायचा. आजपर्यंत कुठल्याही जागेचा इतका तिटकारा मला कधी वाटला नसेल. आत्ता आणखी फक्त एकदाच या इराण्यांबरोबर जेवायचं! यांच्या अगम्य हातवाऱ्यांमधे आणि गोंगाटात अजून फक्त एकच संध्याकाळ काढायची...

आम्ही बरोबर नेण्यासाठी घेतलेली प्रचंड खरेदी आता या मोजक्या बॅगांमधे कशी बसवायची हा एक प्रश्नच होता. पण तेही काम पार पाडलं. माहतोबच्या

उत्साहाला तर उधाण आलं होतं. उद्याच आपण आणि आपला सवंगडी बनी, दोघे विमानातून घरी परत जाणार या कल्पनेने ती हरखून गेली होती.

एकीकडे मला थोडं अपराधी वाटत होतं. मला या जागेचा आणि या सगळ्या त्याच्या माणसांचा किती तिटकारा वाटतो याची मूडीला चांगली कल्पना होती. त्यामुळे इथून जाताना होणाऱ्या आनंदाचं प्रदर्शन करून मूडीला आणखी खिजवायची मला मुळीच इच्छा नव्हती. पण त्याचबरोबर त्याने प्रवासाला जायची तयारी करणंही जरुरी होतं.

सामानापैकी काही ठेवायचं विसरलं तर नाही यासाठी मी बारकाईने त्या छोट्या खोलीचा कोपरा न् कोपरा न्याहाळत होते. इतक्यात माझं लक्ष गेलं तर मूडी कुठल्यातरी तंद्रीत खोलीतल्या पलंगावर बसून होता. "चला, आता सामान आवरायला हवं," मी म्हटलं.

त्याने इथल्या गोरगरिबांना फुकट देण्याकरिता म्हणून एक बॅग भरून औषधे आणली होती. ती सगळीच्या सगळी अजून तशीच होती. "याचं काय करायचं?" मी विचारलं.

"कोण जाणे!" मूडी म्हणाला.

"तू ती सगळी हुसेनला का देत नाहीस?" मी म्हणाले. आमे बोझोर्गचा सगळ्यात मोठा मुलगा फार्मासिस्ट होता.

इतक्यात दुरून फोन वाजला. माझं तितकंसं लक्ष नव्हतं. मला अजून बरंच आटपायचं होतं. "त्याचं काय करायचं ते मी अजून ठरवलं नाही," मूडी म्हणाला. अजूनही तो कसल्याशा विचारात होता.

मी पुढे काही बोलणार तोच मूडीला हाक आली. त्याला फोन होता. मूडीबरोबर मीपण घाईने फोनपाशी गेले. माजिदला आम्ही आमच्या तिकिटांच्या कन्फर्मेशनला पाठवलं होतं. त्याचाच आता फोन होता. दोघे बराच वेळ फारसीत काहीतरी बोलले. शेवटी मूडी इंग्रजीत म्हणाला, "ठीक आहे. तू स्वतःच हिच्याशी बोल."

त्याच्याकडून फोन घेऊन कानाला लावताना माझ्या छातीत धडधड होत होती. माजिदच्या तोंडचे शब्द माझ्या कानावर पडायच्या आधीच मला सारं काही कळून चुकलं होतं. सगळे निखळलेले दुवे आपापल्या जागी कसे चपखल बसले होते. सगळा बनाव होता, सगळा बनाव. आपल्या नातेवाइकांना भेटल्यापासून मूडी पुरा बदलला होता. बरोबर आणलेले पैसे वाटेल तसे उधळणं चाललं होतं. आम्ही आमच्या अमेरिकेतल्या घरासाठी घेतलेलं फर्निचर? तेही नाटकच. कारण ते जहाजाने तिकडे पाठवण्याची काहीही धावपळ माजिदने केली नव्हती. आज सकाळी पार्कमधे मला व मूडीला एकांतात बोलता यावं म्हणून माजिद मुद्दामच माहतोबबरोबर खेळत दूर गेला होता आणि आम्ही मिशिगनला राहत असताना

आमच्या घरी माजिदची आणि मूडीची तासन् तास फारसीत बोलणी चालायची. त्या सगळ्याचा अर्थ मला आता कळला.

फोनवर 'हॅलो' म्हणायच्या आधीच काहीतरी वेडंवाकडं ऐकायला लागणार हे मल कळून चुकलं. "तुम्हाला उद्या जाता येणार नाही," माजीद मला सांगत होता.

आवाज शक्य तितका शांत ठेवून मी विचारलं, "म्हणजे? कारण काय?"

"हा देश सोडून जाण्यापूर्वी काही दिवस स्वतःचे पासपोर्ट विमानतळावर नेऊन दाखवावे लागतात नाहीतर ते जायला परवानगी देत नाहीत. तुम्ही पासपोर्ट घेऊन आधीच तिथे जायला पाहिजे होतं."

"पण आता हे मला कसं माहीत असणार? ती काय माझी जबाबदारी आहे का?"

"काही का असेना. पण तुम्हाला उद्या जाता येणार नाही."

माजिदचा आवाज मला जरा उर्मट वाटला. इतर इराणी बायकांशी पुरुष जसे बोलायचे तसाच. आणखी एक गोष्ट मला जाणवली. हा फोन म्हणजेच एक नाटक होतं. हे संभाषण नव्हतं. हे पाठ केलेले संवाद होते. त्या क्षणी मला माजिदची चीड आली.

मी फोनमधे जोरात ओरडले, "मग लवकरात लवकर आम्हाला इथून जायला कुठली फ्लाईट मिळेल?"

"ते मला माहीत नाही, मला चौकशी करावी लागेल."

मी फोन ठेवला आणि माझ्या हातापायातली सगळी शक्तीच गेली. सगळं त्राण संपून गेलं. या सगळ्या पाठीमागे नक्कीच काहीतरी काळंबेरं होतं. हा नुसता पासपोर्ट ऑफिसचा घोळ नव्हता.

मी मूडीला खेचतच खोलीत घेऊन आले.

"हा सगळा काय प्रकार आहे?" मी विचारलं.

"कुठे काय? आपण नंतरच्या फ्लाईटने जायचंच आहे."

"पण मग पासपोर्ट आधीच विमानतळावर नेऊन दाखवायला तुला काय झालं होतं?

"चूक झाली. कुणाच्याच लक्षात आलं नाही."

त्याच्या एकाही शब्दावर माझा विश्वास बसणं शक्य नव्हतं. कितीही शांत राहायचं ठरवलं तरी माझ्या सगळ्या अंगाला कापरं भरल्यासारखं झालं होतं. माझा आवाज रागाने चिरकत होता. मी त्याच्या अंगावर ओरडले, "खोटारडा आहेस तू, खोटं बोलतोयस. पासपोर्ट इकडे आण, सामान घे आणि चल विमानतळावर. आपण त्यांना सगळं स्पष्ट सांगू. आपल्याला हा नियम माहीत नव्हता त्याला आपण काय करणार? ते एखाद वेळी आपल्याला जाऊ देतील आणि नाही दिलं तर तिथेच

राहू पण इथून आधी बाहेर नीघ.''

मूडी क्षणभर काहीच बोलला नाही. नंतर त्याने एक उसासा टाकला. सात वर्षांच्या आमच्या वैवाहिक जीवनात असा प्रसंग कधीच आला नव्हता.

आता सगळं काही खरं सांगितल्याशिवाय गत्यंतर नाही हे मूडीला कळून चुकलं. आणि तो आता काय सांगणार आहे हे मला पण, त्याने सांगायच्या अगोदरच समजून चुकलं.

तो पलंगावर माझ्या अगदी जवळ बसला. माझ्या कमरेभोवती हात टाकून मला थोपवायचा, जवळ ओढण्याचा प्रयत्न करू लागला. पण मी त्याला झिडकारलं. आता तो अगदी शांतपणे बोलू लागला. त्याच्या आवाजात एक हुकमत होती. ''तुला कसं सांगायचं ते मला कळत नाहीये. हे बघ, आपण आता इथेच राहायचंय. कायमचं.''

मला मनातून हे सगळं कितीही कळून चुकलं असलं तरी प्रत्यक्षात त्याच्या तोंडून ऐकल्यावर माझा संताप आवरेना. मी त्याच्या अंगावर धावून गेले. ''खोटारडा, खोटारडा! तू माझ्याशी असं कसं वागू शकतोस? तुझ्यावर विश्वास ठेवून, केवळ तुझ्या म्हणण्याखातर मी इथे आले. मला परत जायचंय.''

मूडीला माझी प्रतिक्रिया काय होणार हे माहीतच होतं. पण त्याला त्याची पर्वा नव्हती.

आई-वडिलांमध्ये काय वादावादी चालली आहे ते माहतोबला कळेना. ती आमच्या दोघांच्या तोंडाकडे बघत राहिली. मूडी माझ्या अंगावर ओरडला, ''मी तुला कुठेही जाऊ देणार नाही, समजलं? जिथे मी राहीन तिथेच तू राहायचंस. आपण इथेच राहणार आहोत.'' त्याने मला जोरात पलंगावर ढकललं. त्याचा आवाज आणि त्याचं ते वागणं इतकं उद्दाम होतं की मला त्याची भीतीच वाटली. ''आता जन्मभर इथेच राहायचं, समजलं? आता मरेपर्यंत इराण सोडायचा नाही.''

मी पलंगावर कितीतरी वेळ निपचित पडून होते. सत्य फारच भयानक होतं. मी आणि माहतोब, आम्ही इथे कैदेत होतो. एकेकाळी मला प्राणाहून प्रिय असणारा माझा पती, माहतोबचा प्रेमळ बाप आज सैतान भासत होता. या सगळ्यातून काही तरी वाट नक्कीच सापडेल. देव इतका मोठा अन्याय कसा होऊ देईल आमच्यावर?

मी उठून रडत रडतच आमे बोझोर्ग आणि इतर मंडळी बाहेर बसली होती तिकडे धाव घेतली.

''तुम्ही सगळे नंबर एकचे खोटारडे आहात,'' मी किंचाळले.

पण मी काय बोलते आहे ते कुणालाही समजलं नाही. मी संतापाने धुमसत, हताशपणे, निराशपणे नुसती त्यांच्यासमोर उभी राहिले.

नाकाडोळ्यातून पाणी वाहत होतं. जवळ रुमालही नव्हता. मग सगळ्या

इराणी बायकांसारखं मी माझ्या डोक्याच्या फडक्यालाच नाक पुसलं आणि ओरडले, "मला आत्ताच्या आत्ता सगळ्याच्या सगळ्या कुटुंबियांशी समोरा-समोर बोलायचंय."

कसंतरी एकदाचं माझं बोलणं त्यांच्या डोक्यात शिरलं आणि कुणीतरी बाकीच्या माणसांना बोलवायला गेलं.

नंतरचे किती तरी तास मी आणि माहतोब दोघीच खोलीत बसून होतो. मी एकीकडे रडत, येणारे हुंदके दाबत गलितगात्र होऊन बसून होते. मूडीने माझ्याकडे माझं चेकबुक मागितल्यावर मी मुकाट्याने ते त्याला दिलं.

"उरलेली कुठे आहेत?" त्याने विचारलं कारण आमची एकूण तीन खाती होती.

"मी एवढंच आणलं होतं," मी म्हणाले. नशीब म्हणजे त्याने माझी पर्स तपासली नाही. मग तो निघून गेल्यावर मी मनाशीच काय बोलायचं आणि काय करायचं त्याची जुळणी करत बसले.

अखेर रात्री बऱ्याच उशिरा, बाबा हाजी येऊन सगळ्यांची जेवणखाणी उरकल्यावर आणि एकूण एक माणूस जमल्यावर मी हॉलमधे प्रवेश केला. त्याआधी माझा पेहराव व्यवस्थित नियमानुसार आहे ना याची मी नीट खात्री करून घेतली होती. काय बोलायचं ते मी नीट ठरवलं होतं. बाबा हाजी अतिशय धार्मिक प्रवृत्तीचे होते. धर्मानुसार योग्य काय अयोग्य काय याबद्दलचे त्यांचे विचार अगदी सरळ आणि स्पष्ट होते.

"रेझा," मी शक्य तितक्या शांत आवाजात म्हणाले, "माझं म्हणणं काय ते बाबा हाजींना फारसीत समजावून सांग."

माझ्या तोंडातून आपलं नाव ऐकून बाबा हाजींनी फक्त क्षणभरच वर बघितलं आणि नेहमीसारखी मान परत खाली घातली.

रेझा माझं म्हणणं अगदी जसंच्या तसं बाबा हाजींपर्यंत पोचवू दे अशी मनोमन आशा करत मी स्पष्ट व सोप्या शब्दात माझं म्हणणं मांडायला सुरुवात केली. मी बाबा हाजींना सांगितलं की, "मुळात मी इराणला यायला तयारच नव्हते. इथे येऊन मी कुठल्याही अमेरिकन स्त्रीला जन्मत: हक्काने जे स्वातंत्र्य मिळतं त्याची पायमल्ली होऊ दिली आणि हे असं होईल याचीच मला पूर्वीपासून भीती वाटत होती. एकदा इराणमधे पाऊल टाकलं की मूडी माझ्यावर वर्चस्व गाजवणार याचीच मला भीती वाटत होती.

"पण मग असं असूनही मी इथे का आले, तर ते केवळ मूडीसाठी आणि तुमच्या सगळ्यांसाठी. माझ्या माहतोबला तुम्ही सर्वांनी भेटावं म्हणूनच आले. खरं तर मी एकदा इराणला आले की, मला इथे कायमचं ठेवून घेण्याचे तुम्ही लोक

प्रयत्न कराल अशी मला शंका आली होती. मी ती मूडीजवळ बोलूनही दाखवली होती आणि तेव्हा, माझं निरसन करण्यासाठी त्याने काय केलं ठाऊक आहे? त्याने अमेरिकेत, आमच्या राहत्या घरात, चक्क कुराणावर हात ठेवून शपथ घेतली की, माझ्यावर अशी काहीही बळजबरी होणार नाही.''

माझ्या म्हणण्यापैकी खरोखर बाबा हाजींपर्यंत कायकाय पोहोचलं होतं देव जाणे. ''बाबा हाजी, आपण तर संत आहात, देवमाणूस आहात. मूडीने एकदा कुराणावर हात ठेवून मला वचन दिल्यानंतर त्याला माझ्याशी असं तुम्ही कसं वागू देता?''

यावर एका क्षणभरच मूडी बोलायला उठला. तो म्हणाला, ''मी कुराणावर हात ठेवून शपथ घेतली, हे जरी खरं असलं तरी देव मला नक्की क्षमा करेल. कारण मी तसं केलं नसतं, तर ती इकडे आलीच नसती.''

यानंतर मला एक शब्दही बोलण्याची संधी न देता बाबा हाजींनी निर्णय दिला आणि तो रेझाने मला सांगितला, ''आम्ही दाहीजानच्या इच्छेप्रमाणे वागू!''

माझ्यावर आभाळ कोसळलं. मी मूग गिळून गप्प बसले. दुसरा काही मार्ग नव्हता.

पण मग गप्प कसं, आणि का बसायचं? ''तुम्ही सगळे एकजात खोटारडे आहात,'' मी किंचाळले. ''तुम्ही हे सगळं पूर्वीपासूनच ठरवलं होतं, कट केला सगळ्यांनी माझ्यविरुद्ध. मला तुमची सगळ्यांची चीड येते.'' मी जिवाच्या आकांताने ओरडत, रडत होते. ''एक ना एक दिवस मी या सगळ्याचा बदला घेईन. तुम्ही माझा गैरफायदा घेतलात. धर्माच्या नावाने खोटेपणा केलात. देव तुम्हाला याची नक्की शिक्षा देईल.''

पण माझ्या त्या रडण्या ओरडण्याचा कुणावरही काहीही परिणाम झाला नाही. सगळे चोरटेपणाने एकमेकांकडे नुसते बघत होते. या अमेरिकन बाईला मूडीने कसं आपल्या हातचं बाहुलं बनवलंय याचा आनंद सगळ्यांच्या चेहऱ्यावर दिसत होता. □

३

नंतरचे कित्येक तास मी आणि माहतोब एकमेकींना मिठी मारून रडत होतो. अखेर रडून रडून ती झोपी गेली. मी मात्र रात्रभर जागी होते. माझं डोकं ठणकत होतं. पलीकडे गाढ झोपी गेलेल्या मूडीची मला चीड येत होती आणि भीती पण वाटत होती.

दोघांच्या मध्ये झोपलेली माहतोब मधूनच अजाणता कण्हत होती. त्या कण्हण्याने माझ्या काळजाला जसा काही पीळ पडत होता. आणि मूडी खुशाल घोरत पडला होता. आपल्या लहान मुलीचीही त्याला पर्वा नसावी?

मी निदान स्वतःच्या मर्जीने इकडे आले होते. पण बिचारी माहतोब? तिला कुणी विचारलं होतं का? आम्हा दोघा नवराबायकोच्या मतभेदांमध्ये त्या निष्पाप जिवाची उगीचच फरपट चालली होती. आणि या सगळ्याला कारणीभूत होती इराणमधे आणि त्या अनुषंगाने सगळ्या जगभर चाललेली प्रचंड राजकीय उलथापालथ.

माझ्या, केवळ माझ्या चुकीची फळं माहतोबला भोगावी लागत आहेत या विचाराने मी रात्रभर स्वतःलाच दोष देत बसले होते. मी तिला मुळात इथे आणलंच का?

का? का? पण याचं उत्तर माझं मला माहीत होतं. आत्ता तिला एकदाच, फक्त दोन आठवड्यांपुरतं इकडे आणून आपण हा प्रश्न कायमचा मिटवू, परत तिला कधीच इकडे आणावं लागणार नाही अशी माझी धारणा होती; पण किती चुकीची होती ती, हे आत्ता मला उमगलं होतं.

मला खरं तर कधीही राजकारणात रस वाटलेला नाही. मला आमच्या आयुष्यात समाधान आणि शांतता तेवढी हवी होती. पण आत्ता, रात्री आढ्याकडे बघत, विचार करत पडल्यावर गेल्या काही दिवसांतील दृष्ये माझ्या डोळ्यापुढे नाचू लागली. त्या सर्वांवर दुःखाचं एक सावट पूर्वीपासूनच होतं, त्याची जाणीव फक्त मला आता होत होती.

सुमारे दहा वर्षांपूर्वी मूडी आणि मी यांची गाठ नियतीने बांधली तीही एका दुःखामुळेच. माझ्या डोक्याच्या डाव्या बाजूला दुखायला लागलं आणि हळूहळू शरीराचा अर्धा हिस्साच त्या दुखण्याने व्यापून टाकला. १९७४ सालचा तो फेब्रुवारी महिना. या असह्य दुखण्याने आणि त्यासोबत येणारी मळमळ व अशक्तपणा या सगळ्यामुळे मी अगदी गलितगात्र झाले होते. माझ्या अंगात पापणी उघडून वर बघण्याची देखील शक्ती नव्हती. औषधाचे डोसचे डोस पचवल्यावर कुठे जराशी झोप लागे.

सगळ्यात वाईट म्हणजे मी केवळ अठ्ठावीस वर्षांची होते. पहिल्या लग्नाचा कटू अनुभव गाठीशी बांधून जरा कुठे नव्या जोमाने, जिद्दीने एकटं, स्वतंत्र राहण्याची मानसिक तयारी करू लागले होते. मिशिगनमधे एका छोट्या गावी मी नोकरीही धरली होती आणि आता मॅनेजर होण्याची स्वप्ने बघत होते. मला नोकरी लागली ती केवळ एक क्लार्क म्हणून. पण थोड्याच दिवसात आपल्या अंगच्या कर्तृत्वाने मला संपूर्ण ऑफिसातील नोकरवर्गावर देखरख करण्याचं काम मिळालं

होतं. माझी दोन मुलं, ज्यो आणि जॉन यांना घेऊन स्वतःच्या मालकीच्या छोट्याशाच का होईना घरात सुखाने राहण्याचा माझा विचार होता. इतकंच काय नुकतीच एका कार्यक्रमाच्या निमित्ताने मला टेलिव्हिजनवर झळकण्याची सुद्धा संधी मिळाली होती. थोडक्यात म्हणजे मी आयुष्यात प्रथमच सुखी होते, तृप्त होते.

पण मला एवढ्यावरच गप्प बसायचं नव्हतं. काहीतरी मिळवायचं होतं आयुष्यात. नाव, पैसा आणि प्रतिष्ठा. इतक्यात हे दुखणं उपटलं. हैराण होऊन मी आमचे फॅमिली डॉक्टर रॉजर मॉरीस यांचा दवाखाना गाठला. त्यांनी मला तातडीने कार्सन सिटी हॉस्पिटलमधे दाखल केलं.

हॉस्पिटलच्या खोलीत, खिडक्यांचे पडदे बंद करून, दिवे बंद करून मी पाय पोटाशी घेऊन सुन्नपणे पडून होते. मला कदाचित ब्रेन ट्यूमर असण्याची शक्यता आहे असं डॉक्टरांचं म्हणणं होतं.

माझे आई-वडील रोज हॉस्पिटलमध्ये माझ्या दोघा मुलांना घेऊन मला भेटायला यायचे. खरं दोघं मुलं इतकी लहान होती की, त्यांना नियमानुसार हॉस्पिटलमध्ये यायला बंदी असायला हवी, तरीही डॉक्टरांनी त्यांना भेटायला घेऊन यायला परवानगी दिली होती. याचा अर्थ मी काय समजायचा? असेच एक दिवस मी ठरवलं की, आपण आता मृत्युपत्र करायचं.

माझ्या दुखण्याने सगळ्या डॉक्टरांना पण बुचकळ्यात टाकलं होतं. रोज माझ्यावर विविध प्रकारच्या नव्या नव्या औषधांचे उपचार करण्यात येत आणि मग मला परत माझ्या अंधाऱ्या, एकलकोंड्या खोलीत पाठवण्यात येई. नुकतीच मला एक नवीच उपचारपद्धती सुरू करण्यात आली होती. ती म्हणजे ऑस्टोपॅथी (अस्थिचिकित्सा) ही साधारणतः ॲलोपॅथीसारखीच असते. फरक एवढाच की यामधे केवळ दुखणाऱ्याच भागावर उपचार होत नाहीत तर पूर्ण शरीर हेच रोगाचं मूळ धरून त्यावर उपचार केले जातात. यामध्ये प्रामुख्याने माझ्यावर 'मॅनिप्युलेटिव्ह थेरपी' नामक उपचारांचा प्रयोग करण्यात येत होता. यामध्ये आपल्या मज्जासंस्थेमधील विविध जागी असणाऱ्या मज्जातंतूंच्या टोकांवर उपचार करून त्यायोगे दुःखाचा नैसर्गिक रीत्या इलाज करण्याचा प्रयत्न असे.

मी नित्याप्रमाणे त्या दिवशी टेबलावर पालथी झोपले होते. मला इतक्या यातना होत होत्या की माझ्यावर इलाज करण्यासाठी कोण तरुण शिकाऊ डॉक्टर आला आहे त्याच्याकडे मी ढुंकूनदेखील पाहिलं नाही. त्याने आपल्या बळकट हातांनी माझ्या पाठीच्या स्नायूंवर दाब द्यायला सुरुवात केली. त्याचा स्पर्श नाजूक होता, आणि वागणं आदबशीर, आर्जवी.

आता त्याने मला पाठीवर झोपवलं. परत असेच उपचार माझ्या खांद्यावर व मानेच्या स्नायूंवरही करायला हवे होते. एकेका सांध्यातून, पाठीच्या एकेका

मणक्यातून कटकट आवाज येऊन मला हळूहळू खूपच बरं वाटू लागलं.

मी माझ्या उपकारकर्त्याकडे एक कटाक्ष टाकला. तो माझ्यापेक्षा निदान पाच-सहा वर्षांनी तरी मोठा असावा. म्हणजे हॉस्पिटलमधील बाकीच्या इंटर्न (शिकावू डॉक्टर) पेक्षा तर आणखीनच मोठा. डोक्याचे केस विरळ होत चालले होते. पण तो भारदस्तपणा त्याला चांगला शोभत होता. तो देखणा नसला तरी करारी चेहऱ्यामुळे समोरच्या व्यक्तीवर छाप पाडणारं व्यक्तिमत्त्व निश्चित होतं. डोळ्याला चष्मा होता. चेहऱ्याचा आकार, नाकडोळ्याची धाटणी अरेबिक वाटत होती. रंग माझ्याहून जरा सावळाच होता. मात्र वागणं आणि बोलणं अगदी अस्सल अमेरिकन ढंगाचं होतं.

माझा तर्क खरा ठरला. तो परकीयच होता. त्याचं नाव होतं डॉक्टर सय्यद बोझोर्ग महमूदी. त्याच्या मित्रांनी त्याचं टोपणनाव ठेवलं होतं मूडी.

मग हळूहळू नकळत रोज मी या नवीन डॉक्टरची वाट बघू लागले. दिवसेंदिवस मला खूपच हुशारी वाटू लागली. आजपर्यंत इतका चांगला इतका माझी काळजी घेणारा एकही डॉक्टर मला भेटला नव्हता. रोज उपचार करण्याच्या निमित्ताने तर आमची गाठ व्हायचीच. पण तरीही दिवसातून एकदा तरी माझी विचारपूस करायला तो चक्कर टाके. शिवाय रात्री 'गुडनाईट' म्हणायला पण यायचा.

वेगवेगळ्या तपासण्यांमधून असा निष्कर्ष निघाला की मला ब्रेन ट्यूमर नव्हता. पण ती भयानक डोकेदुखी व त्यायोगाने होणारी अंगदुखी हा एका वेगळ्या प्रकारच्या अर्धशिशीचा त्रास होता. त्यावर तसं औषध नव्हतंच. तो बरा झालाच असता तर आपला आपणच. आणि डॉक्टरांचं म्हणणं खरं ठरू लागलं. काही आठवड्यांनंतर माझं दुखणं कमी कमी होऊ लागलं आणि बघता बघता माझ्या आयुष्याला वेगळंच वळण लागलं.

माझ्या हॉस्पिटलमधील वास्तव्याचा शेवटचा दिवस उजाडला. डॉक्टर महमूदी माझ्यावर इलाज करता करता अचानक थांबला आणि माझ्या डोळ्यात रोखून बघत म्हणाला– "तुम्ही कुठला परफ्यूम वापरता? मला फार आवडतो. रात्री झोपलं तरी माझ्या हाताच्या तळव्यांना त्याचा गंध येत असतो. मग मला तुमची आठवण होते." त्यानंतर माझ्या प्रकृतीची चौकशी करण्यासाठी असावा म्हणून त्याने माझा पत्ता व फोन नंबर टिपून घेतला.

आणि मग इलाज संपल्यावर नेहमीसारखं निघून न जाता तो खाली वाकला आणि त्याने माझ्या ओठांवर ओठ टेकले. त्या लहानशा कृतीने माझं सगळं आयुष्यच बदलून गेलं...

मूडी कधीच इराणबद्दल बोलत नसे. "मला परत कधीही तिकडे जायचं

नाही," तो म्हणायचा. "इकडे येऊन मी पुरा बदललोय. माझीच माणसं आता मला परका समजतात. ती मला समजू शकत नाहीत. मी आता त्यांच्यातला राहिलोच नाही मुळी."

अमेरिकन जीवनपद्धतीवर मूडी अतिशय खूष होता. पण तरीही इराणच्या शहाने अमेरिकन संस्कृती इराणमधे नेऊन रुजवली या गोष्टींचा मात्र त्याला मनापासून राग होता. त्याची एक तक्रार म्हणजे त्याच्या लहानपणीसारखे चेलोकबाब–खास इराणी कबाब गल्लोगल्ली गाडीवर मिळत नसत. त्याऐवजी ठिकठिकाणी मॅकडोनाल्डसारखे अमेरिकन पद्धतीचे फास्टफूड जॉईंट निघाले होते.

त्याचा जन्म मूळचा शुश्तर या गावचा. पण आईवडिलांच्या मृत्यूनंतर तो आपल्या मोठ्या बहिणीकडे म्हणजे खोरामशर या गावी आला. इराणमधे गरीब व श्रीमंत यांच्यामध्ये फार मोठी आर्थिक दरी आहे. मूडीचा जन्म तर यदाकदाचित गरीब कुटुंबात झाला असताच तर तो या परिस्थितीत, पोरका मिळेल ते धंदे करत झोपडपट्टीत लहानाचा मोठा झाला असता. पण तो उच्चकुलीन कुटुंबात जन्मला असल्याने उत्कृष्ट शाळा-कॉलेजचे शिक्षण घेणे त्याला शक्य झाले.

त्या काळी श्रीमंत, उच्चभ्रू घराण्यातील लोक परदेश-प्रवासाला कायम जात असत. कारण शहाच्या सरकारचा परदेशी शिक्षणपद्धतीवर भरवसा होता. त्यामुळे इराणमध्ये आधुनिकता लौकर येण्यास मदत होईल असं मानलं जाई. पण ही समजूत मात्र चुकीची ठरली. कारण इराणी लोक मुळातच परंपरावादी, आधुनिकतेचा स्वीकार न करणारे आहेत. अमेरिकेत येऊन कित्येक वर्षे स्थायिक झालेल्या इराणी कुटुंबांचंही असंच. ते समाजात मिळून मिसळून न राहता फक्त मोजक्या आपल्यासारख्या इराणी कुटुंबाशीच संबंध ठेवून राहतात. आपला इस्लाम धर्म आणि आपल्या जुन्यापुराण्या पार्शियन चालीरीतींना चिकटून राहतात. माझ्या माहितीची एक इराणी स्त्री आहे. तिला अमेरिकेत येऊन वीस वर्षे झाली तरीही स्वयंपाकघरात हात पुसण्यासाठी स्वतंत्र टॉवेल असतो ते ठाऊक नव्हतं. तिला तो अगदी नवीन, आधुनिक शोध वाटला.

परंतु हळूहळू इराणी विद्यार्थ्यांनी एकत्र यऊन जागृत चळवळीचे रूप धारण केले. सरकारने मनमानी न करता आपल्या जनतेला योग्य वाटेल अशाच पद्धतीने राज्यकारभार करायला हवा अशी नवीन जाणीव लोकांमध्ये निर्माण झाली व त्यातूनच शहाच्या राजवटींचा अस्त झाला.

पण या सर्व चळवळीपासून प्रथम प्रथम मूडी अगदीच अलिप्त राहिला होता. कारण गेले वीस वर्षे तो अमेरिकेत स्थायिक होता. जुनं सारं काही विसरून पाश्चात्त्य संस्कृतीत तो अगदी मुरून गेला होता. इथलं वैभव आणि इथली आधुनिकता त्याला चांगलीच मानवली होती.

विद्यार्थी म्हणून पहिल्यांदा इराणच्या बाहेर पडल्यावर आधी तो इंग्लंडला गेला. तिथे दोन वर्षे इंग्रजी शिकल्यानंतर स्टूडंट व्हिसाच्या आधारे तो ११ जुलै १९६१ रोजी अमेरिकेत आला. नॉर्थइस्ट मिसुरी स्टेट युनिव्हर्सिटीतून डिग्री घेऊन बाहेर पडल्यावर त्याने चक्क काही वर्षं हायस्कूलमध्ये गणिताचा शिक्षक म्हणूनही काम केले. त्याच्यासारख्या असामान्य बुद्धिमत्तेच्या माणसाला कुठलाही विषय सोपाच होता. पण मग मात्र आयुष्यात कुणीतरी मोठं होण्याची जिद्द, तळमळ, महत्त्वाकांक्षा त्याला गप्प बसू देईना. त्यामुळे मग त्याने इंजिनियरिंग कॉलेजात नाव दाखल केलं. शिवाय त्याने एका तुर्की फर्ममध्ये नोकरी धरली. ही फर्म नासाच्या अपोलो मोहिमेकरिता काम करत असे. त्यामुळेच 'मानवाचे पाऊल चंद्रावर पडण्यात माझाही थोडाफार हातभार लागलाय.' असं मूडी अभिमानाने म्हणत असे.

वयाची तिशी गाठल्यानंतर मूडी परत एकदा अस्वस्थ झाला. इराणमध्ये ज्या पेशाला सर्वांत जास्त महत्त्वाचं मानलं जातं, समाजात ज्याला सर्वांत उच्च स्थान मिळतं व मूडीच्या आई-वडिलांची मूडीच्या बाबतीत जी स्वप्नं होती तो पेशा म्हणजे डॉक्टरी पेशा. त्यामुळे आता आपण डॉक्टर व्हायचं ही जिद्द परत एकदा त्याने मनाशी बाळगली. परंतु इतक्या बुद्धिमान माणसाला अनेक मेडिकल कॉलेजांमधून केवळ वयामुळे प्रवेश नाकारण्यात आला. अखेर 'कॅन्सस सिटी कॉलेज ऑफ ऑस्टोपॅथिक मेडिसिन' मध्ये त्याला प्रवेश मिळाला.

आमच्या ओळखीचं मैत्रीत व मैत्रीचं हळूहळू प्रेमात रूपांतर होत असताना त्याचं मेडिकलचं शिक्षण पूर्ण होऊन त्याने डेट्रॉइट येथे उच्च शिक्षणाला सुरुवात केली होती.

मूडीने खरं तर उच्च शिक्षण न घेता जनरल प्रॅक्टिस करावी असं माझं मत होतं, कारण त्याची पेशंटशी वागण्या बोलण्याची पद्धत इतकी आर्जवी आणि मृदू होती पण त्याला मात्र भूलतज्ज्ञ व्हायचं होतं. त्या शाखेत इतर कुठल्याही शाखेपेक्षा पैसा भरपूर मिळतो असं त्याचं मत होतं. खरंचच, मूडीची मनोवृत्ती आतून बाहेरून अमेरिकन बनली होती. एव्हाना त्याला ग्रीनकार्ड मिळालं होतं. स्वतःची प्रॅक्टिस करायला परवानगी मिळाली होती. हळूहळू कायमचं नागरिकत्व मिळविण्याच्या दिशेने त्याची धडपड चालू होती.

अमेरिकेत इतकी वर्षे राहून मूडीला आपल्या नातलगांचा पुरेपूर विसर पडला होता. तो त्यांना क्वचितच पत्र लिहीत असे. त्याची मोठी बहीण आमे बोझोर्ग आता तेहरान येथे स्थायिक झाली होती. तिला देखील बोटभर चिठ्ठी पाठवायचे कष्ट मूडी घेत नसे. ते पाहून मलाच वाईट वाटे. माणसांनी आपापले संबंध जपावे, ते असे कायमचे तोडून टाकू नयेत अशा मताची मी होते.

त्यामुळे एकदा इराणला जाऊन आपल्या सगळ्या सग्यासोयऱ्यांना भेटून ये

असं मीच मूडीला सुचवलं. त्यानुसार इंटर्नशिप संपल्यानंतरच्या जुलै महिन्यात तो दोन आठवड्यांची सुट्टी घेऊन इराणला गेला. आमे बोझोर्गला भेटायला. मात्र तिथून रोज न चुकता त्याचं मला पत्र यायचं. त्याला तिथं माझ्यावाचून अजिबात करमत नव्हतं. आणि इकडे माझीही अवस्था काही वेगळी नव्हती. आपण याच्या प्रेमात पडलो आहोत ही तीव्रतेने जाणीव मला प्रथम त्या वेळी झाली.

मूडीचं उच्च शिक्षण चालू असताना तीनही वर्षे आम्ही भेटत होतो. प्रत्येक भेटीत मूडी कधी रिकाम्या हाताने आला नाही. मला फुलं, आणि जॉनला खाऊ. त्याचं सगळं वागणं फार स्टायलिश असायचं.

आणि त्याने आणलेल्या भेटवस्तू देखील छोट्याशाच पण फार लोभस असायच्या. त्याच्या स्वतःच्या स्वभावासारख्याच. अगदी दुसऱ्याच्या मनाचा, आवडीनिवडींचा विचार करून निवडलेल्या. हा अनुभव मला आजवर कधीच आला नव्हता. माझ्या पहिल्या नवऱ्याला कशाचीच आवड नव्हती. पण छोट्या छोट्या प्रसंगीसुद्धा मूडीचं स्वतःच्या हाताने रेखाटलेलं सुंदर भेटकार्ड यायचंच. माझ्या वाढदिवसाला त्याने एकदा एक सुरेख वाजणारा नादमधुर शोपीस दिला होता. त्यावर एक आई तान्ह्या बाळाला जोजवते आहे असं चित्र कोरलेलं होतं. मूडीने सोबत लिहिलं होतं. एका आदर्श मातेस..." असं माझं जीवन मूडीने फुलांच्या वर्षावाने भरून टाकलं होतं. माझं सुख अक्षरशः उतू जात होतं.

परंतु माझा पुनर्विवाहाचा अजिबात विचार नव्हता व ते मी मूडीपाशी आधीच स्पष्ट केलं होतं. परंतु त्या वेळी त्याच्याही मनात लग्नाचा विचार नव्हताच.

एकीकडे डेट्रॉईटच्या ऑस्टोपॅथिक हॉस्पिटलमध्ये उच्चशिक्षण घेताघेताच मूडीची जनरल प्रॅक्टिसही फोर्टीन्थ स्ट्रीट क्लिनिक येथे चालू होती. त्याच वेळी माझ्या आयुष्यातलं अपुरं राहिलेलं स्वप्न मी पूर्ण करण्याच्या पाठीमागे होते. मी इंडस्ट्रियल मॅनेजमेंटचा कोर्स करत होते.

जेव्हा जेव्हा वेळ मिळेल तेव्हा मूडी तीन-साडेतीन तास ड्रायव्हिंग करत येऊन आम्हाला भेटायचा. येताना मुलांकरिता खाऊ आणि खेळणी हमखास ठरलेली. कधी तरी मी सुट्टीच्या दिवशी डेट्रॉईटला जायची, त्याच्या अपार्टमेंटमध्ये मुक्कामाला.

मूडीने अलगद ओठांवर ओठ टेकले की मी सारं जग विसरून जायची. एक प्रियकर म्हणून त्याचं वागणं फार कोमल, हळुवार, मृदू होतं. आपल्या स्वतःच्या सुखापेक्षा त्याला माझी काळजी अधिक होती. आजवर आयुष्यात कुठल्याही पुरुषाबद्दल इतकं तीव्र आकर्षण मला कधीही वाटलेलं नव्हतं. पण आम्हाला एकमेकांचा सहवास परेसा होतच नव्हता. रात्र संपून दुसरा दिवस उजाडला, परत फिरायची वेळ झाली की आमची पावलं जड व्हायची.

पण दिवस मोठे छान चालले होते. माझ्या दोघा मुलांना एक पार्ट-टाईम

वडील म्हणून मूडी छान वाटत होता. सुट्टीत आम्ही दोघं ज्यो आणि जॉनला घेऊन सहलीला जायचो, प्राणिसंग्रहालयाला नाहीतर समुद्रकिनाऱ्याला भेटी द्यायचो. डेट्रॉईटमधील काही इराणी कुटुंबांना खास इराणी सणांच्या निमित्ताने आम्ही जायचो. हळूहळू पौर्वात्त्य संस्कृतीशी माझा परिचय होत गेला.

मूडीने मला इराणी पद्धतीचा स्वयंपाकही शिकवला होता. त्यात तऱ्हेतऱ्हेच्या सुगंधी मसाल्यांचा समावेश असायचा. मला आणि माझ्या दोन्ही मुलांना ते इराणी चवीचं जेवण आवडायला लागलं होतं.

कळत नकळत माझ्यातली गृहिणी त्याला खूष ठेवायला धडपडू लागली. त्याच्या घरातला पसारा आवरणं, साफसफाई करणं, त्याच्या आवडीचं पदार्थ करून त्याला खाऊ घालणं हे हळूहळू अंगवळणी पडलं. मूडीचा स्वतःचा मित्रपरिवार तर होता, पण आता माझ्याही मित्रमंडळींचा त्यात समावेश झाला. मूडी पट्टीचा बोलघेवडा होता. बहारदार चुटके सांगून संभाषणांचा ताबा घेण्याची, समोरच्या व्यक्तीला आपलंसं करण्याची कला त्याला चांगलीच अवगत होती. आपल्या गोष्टी वेल्हाळपणाने बघता बघता तो कुठल्याही समारंभातलं मुख्य आकर्षण होऊन बसे.

मूडीशी कधी तरी इस्लामी धर्माच्या तत्त्वांबद्दल सुद्धा चर्चा व्हायची. ख्रिश्चन आणि इस्लामी धर्माच्या किती तरी तत्त्वांमध्ये मला पुष्कळच साम्य आढळून आलं. आम्ही फ्री मेथॉडिस्ट चर्च चे सभासद ज्या शक्तीला 'गॉड' म्हणायचो त्यालाच इस्लाम धर्मात 'अल्ला' म्हणायचे.

मुस्लिम धर्मात अनेक पंथ असतात हे मला प्रथम मूडीकडूनच कळले. या पंथापंथांमध्ये बऱ्याच विचारसरणीत खूपच तफावत असते. मूडीचे कुटुंब शिया पंथीय होते. शिया पंथीयांची संख्या इराणमध्ये जरी खूपच जास्त प्रमाणात असली तरी सुद्धा इराणच्या शहाच्या सरकारमध्ये त्यांना काडीचेही स्थान नव्हते. अर्थात मूडी अमेरिकेत राहून खूपच निवळला होता. तो काही कट्टर शिया पंथीय राहिला नव्हता.

मुस्लिम धर्मात डुक्कर निषिद्ध मानलेलं आहे त्यामुळे ते मूडी खात नसे. पण वाईन मात्र आवडीने घेई. तो नमाज तर अगदी फारच क्वचित पढायचा.

मी एका सुट्टीला अशीच मूडीच्या घरी येऊन दाखल झाले. आणि लगेच फोन वाजला. मूडीला तातडीने हॉस्पिटलमध्ये जावं लागणार होतं.

तो गेला मात्र... मी लगेच बाहेर धाव घेतली आणि माझ्या गाडीतून आणलेलं सामानसुमान, खाद्य पदार्थ सगळं घरात आणून व्यवस्थित मांडलं. थोड्याच वेळात डॉ. गेराल्ड व्हाईट व त्यांची बायको आणखी बरेच खाण्याचे पदार्थ घेऊन हजर झाले. हे मी त्यांच्या घरी गुपचुप आधीच नेऊन ठेवले होते. खोलीच्या मध्यभागी

भला मोठा केक ठेवण्यात आला. इवलासा इराणचा ध्वज त्यावर डौलाने उभा होता. मुद्दाम फारसी भाषेत त्यावर 'हॅपी बर्थडे' ही अक्षरं लिहिली होती.

एकेक करत मी बोलावलेले २५-३० पाहुणे जमा झाले. सगळ्यांचा मिळून गोंगाट चालू असतानाच मूडी उगवला. क्षणभर त्याला हा काय प्रकार आहे ते कळेना.

तेवढ्यात सर्वांनी एका सुरात गायला सुरुवात केली "हॅपी बर्थडे टू यू..."

मूडीच्या चेहऱ्यावर आश्चर्य आणि मग आनंदाच्या लकेरी चमकू लागल्या. "या सगळ्यामागे तुझाच डाव दिसतोय..." तो प्रेमाने माझ्याकडे बघत म्हणाला.

तो आज एकोणचाळीच वर्षांचा झाला होता. पण प्रत्यक्षात मात्र एखाद्या शाळकरी पोरासारखा हरखून गेला होता. आणि त्याचा तो आनंद, तो उत्साह बघून मला अगदी कृतकृत्य झालं होतं.

त्याला सर्व सुखं द्यावी, त्याला फुलासारखं जपावं, कशाकशाची कमतरता त्याला आयुष्यात पडू देऊ नये हे जणू माझ्या आयुष्याचं ध्येयच झालं होतं. मी माझी मी राहिलेच नव्हते. आठवडाभर मी केवळ शनिवार-रविवारच्या सुट्ट्यांवर, मूडीच्या भेटीवर नजर ठेवून काम करत असे.

ऑफीसच्या कामात माझं मुळीच मन लागत नसे. कामाचा बोजा प्रचंड होता. पण पगार मात्र त्यामानाने कमी दिला जाई. शिवाय घटस्फोटिता असल्याचा गैरफायदा घेऊ इच्छिणारे, माझ्यात नको तो रस घेणारेही आजूबाजूला कमी नव्हते. त्यांच्यात खुद्द माझ्या वरिष्ठांचासुद्धा समावेश होता. या ठिकाणी राहून जर वरची जागा, बढती मिळवायची असेल तर आपली मागणी पूर्ण करावी लागेल, असं खुद्द त्यांनी एकदा उघडपणे सुचविलं सुद्धा होतं.

सगळं असह्य होत चाललं होतं. मूडीच्या सहवासाच्या आठवड्यातल्या त्या दोन दिवसात मात्र सगळ्या चिंता आणि कटकटी विसरून जायला होई. मूडीच्या घरी जाऊन राहणं, तिथली व्यवस्था बघणं, त्याच्या मित्रमंडळींना घरी बोलवून खाऊ-पिऊ घालणं, एक प्रकारे मी त्याच्या पत्नीची भूमिका निभावतच होते, आणि तीही अगदी कुशलतेने. मूडीचं जग, त्याची ती डॉक्टर मित्रमंडळी, त्यांच्या बायका सगळं माझ्या नेहमीच्या नीरस, कंटाळवाण्या आयुष्याहून खूप हवंहवंसं वाटणारं होतं.

अशीच एक मूडीने आणि मी दिलेली पार्टी मध्यरात्रीपर्यंत चालली होती. संपूर्ण व्यवस्था मी एकटीने सांभाळली होती. शेवटचा पाहुणा निघून गेल्यावर मूडीने मला आवेगाने जवळ घेतले आणि म्हणाला, "या सगळ्यामुळे तर तू मला आवडतेस."

जानेवारी १९७७ मध्ये त्याने मागणी घातली. हाच विषय जर तीन वर्षांपूर्वी मूडीने किंवा आणखी कुणीही काढला असता तरी मी त्याला झिडकारून लावलं असतं. पण आता मी खूप बदलले होते. एकटं राहण्याची, स्वतंत्र राहण्याची सुखं आणि दुःखं दोन्हीची मी चव घेतली होती. माझ्यामागे चिकटलेलं घटस्फोटितेचं अदृश्य लेबल मला नकोसं झालं होतं.

मी आणि मूडी दोघंही एकमेकांवर प्रेम करत होतो. गेल्या तीन वर्षांत कधी छोट्याशा कारणाने सुद्धा आमचा वादविवाद झाल्याचं मला आठवत नव्हतं. मूडीची पत्नी... त्याच्या मुलाची आई होण्याची स्वप्नं मी बघू लागले.

आणि आज सात वर्षांनंतर, ती भयानक रात्र तळमळून, जागून काढल्यानंतर पलीकडे झोपलेल्या मूडीकडे बघून माझ्या मनात विचार येऊ लागले, हाच का तो पुरुष? ह्याच्यावरच आपण प्राणापलिकडे प्रेम केलं? आपलं सर्वस्व ह्याच्यावर झोकून दिलं?

गेल्या सात वर्षांत किती तरी प्रसंग असे घडले, किती वेळा आल्या, जेव्हा माझ्या मनात शंकेची पाल खरं तर चुकचुकली होती पण मी त्याकडे डोळेझाक केली होती. प्रेम आंधळं असतं म्हणतात ते खरं. पण आता पश्चात्ताप करत स्वस्थ बसण्यात अर्थ नव्हता. वस्तुस्थितीला सामोरं जाणं भाग होतं. माहतोब आणि मी या परमुलुखात ओलीस होतो. असे किती दिवस आम्हाला काढायचे होते? किती आठवडे? किती महिने?... त्या पलीकडे किती वर्षे असा विचार मनात आणायला सुद्धा मी कचरत होते.

नाही. असं होणार नाही. मूडी आमच्याशी असं नाही वागणार, वागू शकणार नाही. आजूबाजूची घाण त्यालाही कधी जाणवेल. या लोकांचा, या समाजाचा त्यालाही कधी उबग येईल. आपला स्वतःचा उज्ज्वल भविष्यकाल अमेरिकेत आहे, या मागासलेल्या देशात नाही हे त्यालाही समजून चुकेल. तो आम्हाला परत अमेरिकेला घेऊन जाईल.

पण मग... असं नाही झालं तर? कोण मदत करणार मला? या परक्या देशात माझं आहे तरी कोण? माझे आईबाबा काहीतरी करतील? मिशिगनमधली माझी मित्रमंडळी? पोलीसखातं? स्टेट डिपार्टमेंट? मूडी जरी नसला तरी मी आणि माहतोब मात्र अमेरिकन नागरिक होतो. आमचे हक्क होते. ते पायदळी तुडवण्याचा कोणालाही अधिकार नव्हता. पण आम्ही मदतीसाठी कोणाला हाक मारायची? कशी हाक मारायची?

यातून सुटका व्हायला किती दिवस लागणार?

□

४

आता आपण कायमचं इराणमधेच राहायचं असं मूडीने जाहीर केल्यानंतरचे कितीतरी दिवस एखाद्या दुःस्वप्नासारखे गेले.

तेवढ्यात मन जरा ताळ्यावर ठेवून मी पहिल्याच दिवशी मूडीच्या नकळत माझ्याजवळ असलेली रोख रक्कम आणि इतर गोष्टी एकत्र करून ठेवल्या होत्या. मूडीने माझं चेकबुक काढून घेतलं होतं. पण माझ्याकडे शिल्लक असलेल्या रोकड रकमेची गोष्ट तो विसरला होता. आमच्या वेळोवेळच्या खरेदीतून माझ्याजवळ दोन लाख रियाल आणि शंभर अमेरिकन डॉलर शिल्लक होते. रियालची किंमत जवळजवळ दोन हजार अमेरिकन डॉलर इतकी झाली असती. अमेरिकन डॉलरला इराणमध्ये काळ्या बाजारात इतकी प्रचंड मागणी होती की मला केव्हाही डॉलर देऊन रोख रक्कम उभी करता आली असती. मी माझी ही संपत्ती गादीखाली दडवून ठेवली. मात्र रोज सकाळी उठल्यावर मूडी आणि घरातले इतर प्रार्थनेत गुंग असताना मी सगळीच्या सगळी रक्कम माझ्या कपड्यांच्या आत दडवून ठेवत असे. न जाणो पळून जायची संधी समजा आलीच तर... ही माझी पुंजी म्हणजे बुडत्याला काडीचा आधार असावा तशी होती. माझं आणि माहतोबचं सगळं आयुष्य त्याच्यावर अवलंबून होतं. त्या पैशांचा वापर मी कसा करणार होते, करू शकणार होते हे माझं मला सुद्धा ठाऊक नव्हतं. पण मी तूर्त तो विचार बाजूला टाकला. केव्हातरी कधीतरी आपली दोघींची या कैदेतून सुटका होईलच अशी आशा करायला तर हरकत नव्हती.

कैद तर काय. मूडीने आमचे दोघींचे अमेरिकन आणि इराणी पासपोर्टच नव्हे तर आमचे जन्माचे दाखले सुद्धा ताब्यात घेतले होते. ही दोन महत्त्वाची कागदपत्रं जवळ असल्याखेरीज आम्हाला तेहरान शहर सुद्धा सोडता आलं नसतं, मग इराण देश सोडण्याची गोष्ट तर दूरच. नुसतं घरातून पळून जाऊन करायचं काय?

नंतरचे कितीतरी दिवस मी आणि माहतोबने आमच्या खोलीबाहेर पाऊल टाकलं नाही. मला रोज एक नवीन प्रकारचं शारीरिक दुखणं त्रास देत होतं. जेमतेम घासभर भात मी कसातरी घशाखाली ढकलत होते. अशक्तपणा तर इतका आला होता. पण तरी रात्रंदिवस डोळ्याला डोळा म्हणून लागत नसे. मूडी माझं औषधपाणी मात्र वेळेवर करायचा.

जवळजवळ सगळा वेळ मूडी आम्हाला एकटं खोलीत सोडून निघून जायचा. कदाचित त्यामुळे आमची मनं शांत होतील, आम्ही परिस्थितीला आनंदाने सामोरं जायला तयार होऊ अशी त्याची धारणा असावी. त्याची वागणूक मात्र नवऱ्याने बायकोशी वागावं अशी नसून एखाद्या जेलरने कैद्याशी वागावं अशी होती. तो माझा

अगदी बारीक सारीक कारणांवरून राग राग करायचा. पण का कोण जाणे, माहतोब मात्र आता थोड्याच दिवसांत आनंदाने कायमचं इराणमध्ये राहायला तयार होईल असा त्याला गाढ विश्वास होता. तिचा पाचवा वाढदिवस जवळ येत चालला होता. तो सारखा तिला जवळ घेऊन तिचे लाड करायला बघायचा. पण ती मात्र आक्रसून, भेदरून मागे सरकायची. त्याने हात पकडला की तो घाईने सोडवून घेऊन ती माझा हात घट्ट धरायची. मोठे मोठे पिंगट डोळे वडिलांकडे रोखून बघायचे तेव्हा त्यात 'डॅडी, तुम्ही आमच्याशी प्रतारणा केलीत' असे अबोल भाव उमटलेले दिसायचे.

रोज रात्री झोपेत माहतोब घशातल्या घशात हुंदके देऊन रडायची. रात्री शू लागली तरी आपली आपण उठून एकटी बाथरूममध्ये जायला घाबरायची. आम्हाला दोघींनाही पोटात गोळे येण्याचा, पोट वारंवार बिघडण्याचा त्रास व्हायचा. त्या झुरळांनी भरलेल्या घाणेरड्या संडासात जायची पण किळस यायची. पण त्याखेरीज दुसर मार्गच नव्हता. बाथरूममध्येच आम्ही देवाची प्रार्थना करायचो. हात जोडून आळवणी करून म्हणायचो, "देवा, आमची या नरकातून सुटका कर. आम्हाला परत आमच्या मायदेशी, आमच्या माणसांमध्ये नेऊन पोचव." माहतोबला मी एक गोष्ट वारंवार बजावत असे. तिने मला सोडून एकटीने कधीच, कुठेच जायचं नाही. मला भीती ही होती की संधी मिळताच मूडी तिला माझ्यापासून वेगळं करेल.

मला दिवसभरातला एकच विरंगुळा होता तो म्हणजे कुराणाचं इंग्रजी भाषांतर. माझं मन वळवण्यासाठी, शुद्ध करण्यासाठी ते मला आणून दिलेलं होतं. मला केवळ ते इंग्रजी भाषेत आहे याचाच इतका आधार वाटायचा की कधी दिवस उजाडतो आणि कधी मी वाचायला बसते असं मला व्हायचं. मी त्यातला शब्द न् शब्द अत्यंत काळजीपूर्वक वाचायला सुरुवात केली. विशेषतः नवरा आणि बायको यांच्या विषयीचा सर्व मजकूर पुन्हा पुन्हा वाचून काढला.

पत्नीच्या हक्कासंबंधी नुसता एखादा उल्लेख जरी मला सापडला तरी मी ताबडतोब मूडी आणि त्याच्या माणसांना तो दाखवून वाद घालत असे, माझ्यावर होणाऱ्या अन्यायाला वाचा फोडण्याची सारखी केविलवाणी धडपड चालू असायची माझी.

कुराणाच्या चौथ्या अध्यायातील चौतिसाव्या ओवीत मला मुहम्मदाचा उपदेश सापडला. त्याचा मथितार्थ साधारण असा होता :

पुरुष स्त्रियावर विश्वस्त आहेत. या आधारावर की अल्लाहने त्यांच्यापैकी एकाला दुसऱ्यावर श्रेष्ठत्व दिले आहे. आणि या आधारावर की पुरुष आपली संपत्ती खर्च करतात. मग ज्या नेक स्त्रिया आहेत त्या आज्ञाधारक असतात आणि पुरुषांच्या गैरहजेरीत अल्लाहच्या देखरेखीत व संरक्षणात त्यांच्या हक्कांचे रक्षण करतात आणि ज्या स्त्रियांकडून तुम्हाला शिरजोरीचे भय असेल त्यांची समजूत घाला,

शय्यागृहांत त्यांच्यापासून अलिप्त राहा आणि मार द्या. मग जर त्या तुमच्या आज्ञाधारक बनल्या तर विनाकारण त्यांच्यावर हात टाकण्यासाठी निमित्त शोधू नका. विश्वास ठेवा की वर अल्लाह मौजूद आहे जो उच्चत्तम व महान आहे.

मात्र याच्या पुढच्याच परिच्छेदात मला आशेचा किरण सापडला.

आणि जर तुम्हाला पति-पत्नीचे संबंध बिघडण्याचे भय असेल तर एक पंच पुरुषाच्या नातेवाईकापैकी आणि एक स्त्रीच्या नातेवाइकांपैकी नियुक्त करा, ते दोघे सुधारणा करू इच्छित असतील तर अल्लाह त्यांच्यामध्ये समेटाचा मार्ग काढील, अल्ला सर्व काही जाणणारा आणि खबर राखणारा आहे.

मूडी आणि त्याचे नातलग कट्टर शिया पंथीय मुस्लीम. त्यात राज्यक्रांतीत त्यांची सरशी झाल्याचा अहंकार त्यांच्या ठायी होता. त्यांची धर्मांधता तर शब्दात वर्णन करता येऊ नये इतक्या टोकाची होती. मुळात मी एक स्त्री, त्यांच्या दृष्टीने अबला. त्यात ख्रिश्चन, तीही अमेरिकेसारख्या देशातली. मी कुराणाचा हवाला देऊन त्या सर्वांशी वाद कसा घालू शकणार होते? त्यांच्या लेखी मी मूडीची पत्नी होते, त्याच्या पायातली वहाण. त्याने काय पाहिजे तो जुलूम माझ्यावर जरी केला तरी ते योग्यच होतं.

आज आमच्या कैदेचा तिसरा दिवस. ठरलेल्या बेताप्रमाणे आम्ही आज मिशिगनला पोचलो असतो. मूडीने माझ्या आई-वडिलांना फोन करण्याची माझ्यावर सक्ती केली. काय बोलायचं, काय सांगायचं सगळं त्याने मला पढवलं तर होतंच पण फोनवर मी बोलत असताना तो अगदी चिकटून तिथेच उभा होता.

"मूडीने इथे आणखी थोडे दिवस राहायचं ठरवलंय," मी आई-बाबांना सांगितलं, "आम्ही आता इतक्यात काही परत येणार नाही."

हे ऐकून ते दोघेही फार अस्वस्थ झाले.

"काळजी करू नका," मी त्यांना धीर देण्यासाठी म्हणाले, आवाजात शक्य तेवढा गोडवा मी आणण्याचा प्रयत्न करत होते. "आम्ही थोडे जास्त दिवस राहिलो तरी आम्ही परत तिकडे येणारच आहोत."

मग ते दोघे जरा शांत झाले. खरं म्हणजे त्यांच्याशी प्रथमच खोटं बोलले होते मी. मला अतीव दुःख होत होतं. पण शेजारी तो दैत्य उभा होता. दुसरा काही मार्गच नव्हता. कधी मी आई-बाबांना डोळ्याने पाहीन? कधी माझ्या ज्यो आणि जॉनला मिठी मारेन?

मूडीचा तऱ्हेवाईकपणा दिवसेंदिवस वाढत चालला होता. आता तो केवळ माझ्याशीच नव्हे तर माहतोबशी सुद्धा अरेरावीने वागे आणि एकदम कधीतरी हळुवार आणि प्रेमळ वागायचा त्याला झटका येई. कदाचित माझ्याइतकाच तोही

गोंधळात पडला असेल, दिशाहीन झाला असेल, असं माझ्या मनात येई. कधीतरी एकदम माझा पुळका येऊन तो चांगला वागे. "आज बेटी आपल्या सगळ्यांना स्वयंपाक करून जेवायला वाढणार आहे बरकां." एक दिवस त्याने घोषणा केली.

मग सामान आणायला आम्ही बाजारात गेलो. बऱ्याच दिवसांनी मोकळी हवा उजेड पाहून माझ्या चित्तवृत्ती उल्हसित झाल्या खऱ्या. पण मग ते वातावरण, ती परकी माणसं आणि ती पारतंत्र्याची जाणीव यामुळे मी परत उदास झाले. बरंच अंतर चालत गेल्यावर एक मटण शॉप लागलं. पण तेथील मटण संपलं होतं. अशी कितीतरी दुकानं हिंडलो तरी उत्तर ठरलेलं. अखेर दोन मैल वणवणा फिरल्यावर एका दुकानात बीफ मिळालं.

घरी येऊन आमे बोझोर्गच्या त्या गलिच्छ स्वयंपाकघरात मी जमेल तेवढ्या उत्साहाने अमेरिकन पद्धतीचं बीफ शिजवून सर्वांना वाढलं. आमे बोझोर्गचं कुत्सित हसणं, टोमणे याकडे काणाडोळा करायची एव्हाना सवय झालीच होती. "आपल्या सारख्यांच्या पोटाला हे असलं बीफ वगैरे पचत नाही," ती मूडीला म्हणाली. "परत या घरात हे असलं... बीफ... शिजवायची गरज नाही."

मला काय समजायचं ते समजलं. इराणमध्ये बीफ खाणं कमी प्रतीचं समजतात. आमे बोझोर्गला एवढंच सुचवायचं होतं की, मी केलेला स्वयंपाक जेवणं हे तिच्या दृष्टीने खालच्या पातळीवर येण्यासारखं होतं.

उगीच वाद कशाला म्हणून मूडीने तो विषय सोडून दिला. एक गोष्ट मात्र आता स्पष्ट झाली होती. मी या घरात कुटुंबातील एक घटक म्हणून, त्यांच्यातील एक म्हणून राहण्याचा कितीही प्रयत्न केला असता तरी तो फोल होता. घरातील प्रत्येक माणसाने मला वाळीत टाकले होते. मी खोलीत पाऊल टाकले की प्रत्येक जण तोंड तरी फिरवे किंवा उठून बाहेर जाई. मी अमेरिकन होते हा जणू माझा गुन्हाच होता. मूडीची पत्नी म्हणून मला काहीही प्रतिष्ठा किंवा मान देण्याची त्यांची इच्छा नव्हती.

फक्त या काळात एसी मात्र माझ्याशी सहृदयतेने बोलली, वागली. एकदा ती व रेझा घरी सहज आले होते तेव्हा ती मला एका बाजूला घेऊन कुजबुजली, "मला तुझ्याबद्दल फार वाईट वाटतं. मला तू आवडतेस गं. पण तुझ्यापासून लांबच राहायचं असं आम्हाला सांगितलंय ना! तुझ्याशी बोलायचं नाही, तुझ्या जवळ फिरकायचं सुद्धा नाही असं त्यांनी बजावलंय. तुला काय वाटत असेल याची मला पूर्ण कल्पना आहे. पण तुझ्याशी बोलून उगीच आख्या कुटुंबाचा रोष ओढवून घ्यायची माझ्यात धमक नाही."

मी कायम असं वाळीत टाकल्यासारखं आयुष्य कंठावं अशी आमे बोझोर्गची अपेक्षा होती का? हा सगळा काय मूर्खपणा होता ते मला कळेना.

मूडीला आयतं बसून खाण्यात काहीही कमीपणा वाटत नव्हता. काम करायला हवं, नोकरी शोधायची आहे असं तो मधून कधीतरी पुटपुटायचा. पण डॉक्टरकीची प्रक्टिस करण्यासाठी काढाव्या लागणाऱ्या लायसन्सचं काय झालं, कुठवर आलं अशी चौकशी करायला एखाद्या भाच्याला किंवा पुतण्याला पिटाळलं की झालं. याचा नोकरी हुडकायचा प्रयत्न एवढ्यावरच थांबायचा. अमेरिकेतील डॉक्टरच्या पदवीच्या जोरावर आपल्याला इथे प्रॅक्टिस करता येईल अशी त्याची ठाम खात्री होती.

एकंदर इराणी माणसाच्या लेखी काळ, वेळ या गोष्टींना फारसं महत्त्व नव्हतं. हे मूडीच्या पथ्यावरच पडलं होतं. त्यालाही तीच सवय लागली होती. दिवसभर रेडिओ ऐकावा, लोळून पेपर वाचावा नाहीतर आमे बोझोर्गशी कुठल्या तरी अर्थहीन विषयावर बाष्कळ बडबड करीत बसावं. कधी लहर लागली तर मला आणि माहतोबला फिरायला घेऊन जायचं. पण तो बाहेर गेल्यावर एक क्षणभरही आम्हाला मोकळं सोडत नसे. कधी कधी तो एकटाच बाहेर जायचा. एखाद्या लांब राहणाऱ्या नातेवाइकांना भेटायला. पण त्या वेळी घरातल्या कुणालातरी आमच्यावर पहारा करायला बसवून जायचा. एकदा तो अमेरिकाविरोधी मोर्चात सामील झाला आणि मग घरी आला तो अमेरिकेच्या नावाने बोटे मोडतच.

असे किती दिवस गेले. कंटाळवाणे, एखाद्या दुःस्वप्नासारखे, उकाडा, घाम, चिकचिकाट यांनी भरलेले. मी दिवसे न् दिवस मनाने अधिकाधिक खचत चालले होते. यापेक्षा मरण पत्करलं असे विचार वारंवार मनात डोकावत. जेवण अगदी कमी झालं होतं. झोपही कितीही प्रयत्न केला तरी लागत नसे. मूडी रोज वेगवेगळ्या झोपेच्या गोळ्या द्यायचा. पण कशाचा उपयोग होत नसे. माझ्या मदतीला कुणीच का धावून येत नव्हतं?

असेच दहा-बारा दिवस लोटले. मी फोनच्या जवळ उभी असताना फोन वाजला. मी पटकन रिसिव्हर उचलला तर काय, चक्क माझ्या आईचाच फोन होता. तिच्या म्हणण्याप्रमाणे तिने याआधीही कितीकदा माझ्याशी फोनवर बोलायचा प्रयत्न केला होता, पण कुणी माझ्याशी तिला बोलूच दिलं नव्हतं. जास्त वेळ न दवडता तिने मला तेहरानमधील स्विस एंबसीच्या यू. एस. इंटरेस्ट सेक्शनचा फोन नंबर सावकाश वाचून दाखवला, पत्ताही सांगितला आणि ताबडतोब त्यांच्याशी संपर्क साध असा सल्ला दिला. म्हणजे माझ्या माणसांना मी संकटात सापडले आहे अशी जाणीव होती तर! मी मनात अनेक वेळा घोकून तो नंबर पाठ करून टाकला. मी फोन ठेवण्यापूर्वीच मूडी तिथे आला व त्याने फोन हिसकावून घेतला आणि तो संतापाने ओरडला, "मी शेजारी असल्याखेरीज तू तुझ्या माणसांशी फोनवर बोलायचं नाही, समजलं?"

त्या रात्री मी खोलीत गेल्यावर पाठ केलेला नंबर व पत्ता सांकेतिक भाषेत माझ्या डायरीत लिहून ठेवला. तो माझ्याखेरीज कुणालाही कळला नसता. डायरीपण माझ्या रोकड रकमेबरोबरच गादीखाली लपवून ठेवली. शिवाय सावधगिरी म्हणून मी तो नंबर मनातही घोकून, अनेकदा उजळणी करून पाठ करून ठेवला. रात्रभर मी तेच करत होते. आता निदान माझ्या सुटकेच्या प्रयत्नांना एक दिशा तरी मिळाली होती. मी एक अमेरिकन नागरिक होते. मी जर कसंही करून एंबसीशी संपर्क साधू शकले असते तर माझी सुटका करण्यासाठी त्यांनी निश्चित सूत्रे हलवली असती.

दुसऱ्या दिवशी दुपारीच मला ती संधी मिळाली. मूडी मला न सांगताच कुठेतरी बाहेर निघून गेला होता. आमे बोझोर्ग व इतर मंडळीसुद्धा वामकुक्षी घेत होती. मी स्वयंपाकघरात चोरपावलांनी शिरून धडधडत्या हृदयाने फोनचा रिसीव्हर उचलला आणि मी तो नंबर फिरवला. नंबर लागायला आणि पलीकडची घंटा वाजायला इतका वेळ लागला की मला मध्ये कित्येक तास गेल्यासारखं वाटत होतं. अखेर घंटा वाजू लागली. एकदा, दोनदा, तीनदा... कुणी उचलत का नव्हतं? अखेर एका बाईचा जड आवाज आला "हॅलो!'' मी इकडून काही बोलणार इतक्यात आमे बोझोर्गची मुलगी फरिश्ते तिथे आली. मी काही विशेष घडतंय असं दाखवलं नाही. कारण तिला इंग्रजी येत नाही अशी माझी जवळजवळ खात्रीच होती. ती एक अक्षरही इंग्रजी कधी बोललेली नव्हती. मी कुणाशी बोलते आहे, काय बोलते आहे हे तिला कळणं शक्य नव्हतं.

"हॅलो,'' मी कुजबुजत्या स्वरात म्हणाले.

"जरा मोठ्यांदा बोला,'' पलीकडची बाई म्हणाली.

"मी बोलू शकत नाही. मला मदत करा. मी कैदेत आहे, ओलीस म्हणून.''

"तुम्ही जरा मोठ्यांदा बोला. इकडे काही ऐकू येत नाहीये.''

डोळ्यांतून घळघळ वाहणाऱ्या पाण्याला कसाबसा बांध घालत मी जरा त्यातल्या त्यात मोठ्यांदा कुजबुजले "मला मदत करा. मला इथे कैदेत टाकण्यात आलंय.''

"काही ऐकू येत नाहीये,'' असं म्हणून त्या बाईने फोन ठेवून दिला.

मी खोलीत जाऊन झोपले. बरोबर दहाच मिनिटांनी मूडी आत शिरला तो माझ्या अंगावरच धावून आला. मला खसकन उठून बसवून, गदागदा हलवून म्हणाला, "कुणाशी बोलत होतीस फोनवर? सांग, कुणाशी बोलत होतीस?''

मी अवाक् झाले. सगळं घरदार माझ्या विरुद्ध आहे याची मला जाणीव होती. पण तरी मूडीचं पाऊल पुरतं घरात पडायच्या आत फरिश्ते त्याच्यापाशी माझ्या कागाळ्या करेल अशी मात्र मला कल्पना नव्हती. मी लगेच मनातल्या मनात

शब्दांची जुळवाजुळव सुरू केली.

"कुणाशी नाही," मी असंच ठोकून दिलं.

"नाही. तू बोलत होतीस. तू कुणाला फोन करत होतीस?"

"मी फक्त एसीला फोन फिरवत होते. पण तिचा नंबर लागलाच नाही. रॉंग नंबर लागला."

मूडीने आपल्या दणकट हातांनी माझे खांदे जोरात दाबले. मी कळवळले.

"तू नक्की खोटं बोलते आहेस," तो ओरडला. मग त्याने मला पलंगावर ढकलून दिले. त्याची तणतण नंतरही कितीतरी वेळ चालूच होती. शेवटी परत एकदा खोलीतून बाहेर पडण्यापूर्वी तो दारातून ओरडला, "परत कधी फोनला हात लावला तर खबरदार."

मूडीचं वागणं इतकं लहरी आणि विक्षिप्त झालं होतं की तो कधी काय करेल, कसा वागेल याचा मला अंदाजच यायचा नाही. त्यामुळेच त्याच्याशी कसं वागावं. सुटकेसाठी कोणती पावले उचलावीत याबद्दल मला काहीही अनुमान बांधणं अशक्य होतं. मात्र त्याने फोनबद्दल मला दिलेल्या धमकीचा एकच परिणाम झाला, तो म्हणजे इथून पुढे काय वाटेल ते झालं तरी आपण एंबसीशी संपर्क साधायचाच हा माझा निश्चय मात्र आणखीनच बळकट झाला. कधीतरी त्याची खूप चांगलं, हळुवार, प्रेमळ वागण्याची लहर असायची. तेव्हा माझ्या मनातील आशा पालवायच्या. वाटायचं, कधीतरी याला पाझर फुटेल आणि हा आपल्याला घरी परत नेईल. पण खरं तर उंदराला मांजर जसं खेळवतं तशातलाच हा त्याचा प्रकार असायचा. मला बेसावध ठेवण्याचा तो एक मार्ग होता.

ऑगस्ट महिना संपत आला होता. आम्हाला इराणमध्ये येऊन जवळजवळ एक महिना लोटला होता. एक सकाळ उजाडताच मूडीने विचारलं, "तुला येत्या शुक्रवारी माहतोबच्या वाढदिवसाची पार्टी करायची आहे का?"

मी बुचकळ्यात पडले. माहतोबचा वाढदिवस चार सप्टेंबरला म्हणजे मंगळवारी होता, शुक्रवारी नव्हे. "मला तिच्या वाढदिवसाच्या दिवशीच पार्टी करायची आहे," मी म्हणाले.

मूडी माझ्यावर वैतागला. मग त्याने मला समजावण्याचा प्रयत्न केला की बर्थडे पार्टी हा इराणमध्ये खूप महत्त्वाचा प्रसंग मानला जातो. सगळ्या नातेवाइकांना बोलवावं लागेल. मग सुट्टीचा दिवस नको का ठरवायला?

मी त्या गोष्टीला खूप विरोध केला. माझ्या बाबतीत मी मूडीशी कुठल्याही प्रकारे वाद घालणं सोडलं होतं. पण माहतोबच्या बाबतीत मी का ऐकून घेऊ? प्रश्न तिच्या वाढदिवसाचा, तिला वाटणाऱ्या आनंदाचा होता. हे इराणी रीतीरिवाज गेले

खड्ड्यात. त्याचा विचार मी का करावा? इथे मूडीने परत मला आश्चर्याचा सुखद धक्का दिला. आपल्या घरच्या माणसांच्या कुरबुरीला तोंड देऊन सुद्धा त्याने माहतोबचा वाढदिवस मंगळवारी दुपारी साजरा करायचं कबूल केलं.

"माझ्या मनात तिच्यासाठी बाहुली आणायची आहे," मी मऊ लागल्यावर कोपराने खणावं असा विचार करून म्हणाले.

नवल म्हणजे मूडी लगेच तयार झाला. मग माजिदला घेऊन आम्ही खरेदीला निघालो. बरीच दुकानं हिंडल्यावर एकदाची माहतोबच्या मनासारखी जपानी बाहुली मिळाली. खूप देखणी, ऐटबाज कपडे घालून उभी असलेली ती बाहुली बघून माहतोब खूष झाली. बाहुलीच्या तोंडात चोखायचं बूच होतं. ते काढलं की ती रडायची, नाहीतर हसायची. तिची किंमत अंदाजे तीस अमेरिकन डॉलर्सच्या जवळपास होती.

"छे, फार बुवा महाग आहे ही," मूडी कुरकुरला. "एका बाहुलीवर एवढे पैसे नाही घालवायचे."

"घालवायचे," मी आपलं घोडं पुढे दामटलं. "इथे तिला खेळायला धड एक खेळणं नाही. ही बाहुली आपण घ्यायचीच."

आणि खरोखर ती आम्ही घेतली.

आता वाढदिवसाच्या पार्टीमुळे माहतोबला जरा तरी छान वाटेल अशी मी आशा करत होते. तिचंही रोज स्वप्नरंजन चालूच होतं. तिला परत एकदा हसताना पाहून मला बरं वाटत होतं.

पण पार्टीच्या दोन दिवस आधी एक घटना घडली आणि आमच्या उत्साहावर विरजण पडलं. स्वयंपाकघरात खेळत असताना माहतोब एका लहानशा स्टुलावरून खाली पडली. पडताना तिच्या वजनाने ते मोडकळीला आलेलं जुनं स्टूल पारच मोडलं आणि त्याच्या लाकडाची एक धारदार कपची तिच्या दंडात जोरात घुसली. तिचं रडणं ऐकून मी पळत तिथे आले तो काय, रक्ताची नुसती धार लागलेली.

मूडीने ताबडतोब त्यावर बँडेज बांधलं. माजिदने तिला हॉस्पिटलमध्ये नेण्यासाठी लगेच गाडी बाहेर काढली. मी मांडीवर घेऊन तिला शांत करत होते. मूडी म्हणाला, "काळजी करू नको. हॉस्पिटल जवळच आहे."

पण तिथे जाऊन पोचल्यावर निराशाच पदरी आली. काऊंटरवरचा क्लार्क म्हणाला, "आम्ही असल्या केसेस, इमर्जन्सीच्या घेत नाही." आमच्या जिवाचं पाणी पाणी झालं पण त्याची त्या क्लार्कला काय पर्वा असणार?

मग दुसऱ्या हॉस्पिटलमध्ये गेलो. त्यांनी ॲडमिट करून घेतलं. पण आतली घाण, माशा, पेशंट लोकांची लांबच लांब रांग... हे सगळं बघून सुन्न व्हायला झालं. पण दुसरीकडे जाऊन तरी काय वेगळं असणार?

मूडीने त्यांच्यातल्या एका डॉक्टरला बाजूला बोलवून, आपण अमेरिकेतील एक डॉक्टर आहोत, काही दिवसांकरता इराणमध्ये आलो आहोत व आपल्या मुलीला टाके घालायची गरज आहे असं सगळं स्पष्ट केलं. मग मात्र त्या डॉक्टरने आधी आम्हालाच इमर्जन्सी रूममध्ये घेतलं, शिवाय फीसुद्धा आकारणार नाही (मूडी डॉक्टर असल्याने) असं सांगितलं.

डॉक्टर टाके घालण्याची तयारी, उपकरणांची जुळवाजुळव करत असताना मूडी हताशपणे बघत उभा होता.

"ते तिला भूल वगैरे देणार नाहीत का?'' मी धडधडत्या हृदयाने विचारलं. "निदान ती जागा बधिर तरी करतील ना.?''

"नाही. इथे तशी सोय नाही.'' मूडी उत्तरला.

माझ्या पोटात भलामोठा गोळा आला. "माहतोब, बाळा तुला खूप धीर धरावा लागेल हं. सहन करशील ना?'' मी तिला विचारलं.

पण डॉक्टरच्या हातातली टाके घालायची सुई बघूनच तिने एक किंकाळी ठोकली. मूडीने तिला जोरात ओरडून गप्प बसवले. त्याने आपल्या बळकट हातांनी तिला ऑपरेशन टेबलवर जाम पकडून धरले होते. माहतोब एकीकडे किंचाळत, सुटण्याची धडपड करत होती. डॉक्टरने टाका घालण्यासाठी सुई तिच्या जखमेजवळ खुपसली आणि मी मान फिरवली. त्यानंतरची तिची प्रत्येक किंकाळी माझ्या काळजावरून सुरी फिरवत जात होती. त्या क्षणी मला मूडीचा गळा दाबावासा वाटला. त्याच्यामुळे, सगळं केवळ त्याच्यामुळं. या असल्या नरकात आम्हाला तो घेऊन आला म्हणून झालं हे सगळं!

सगळी जखम शिवून, बँडेज वगैरे करायला खूप वेळ लागला. माझ्या डोळ्यांतून सर्व वेळ घळाघळा पाणी वाहत होतं. आपल्या बाळाला यातना होऊन ते तडफडत असताना मुकाट्याने बघत राहण्याहून आणखी मोठी शिक्षा एका आईच्या दृष्टीने काय असणार? तिच्या यातना तर मी घेऊ शकत नव्हते. माझं कपाळ घामाने डवरलं होतं. पोटातून गोळ्यावर गोळे उठत होते. मी फक्त माहतोबचा हात घट्ट धरून तिला धीर देत होते.

सगळा प्रकार संपल्यानंतर त्या इराणी डॉक्टरने एका कागदावर टिटॅनसच्या इंजेक्शनचं नाव खरडून मूडीच्या हातात दिलं व काय करायचं त्या सूचनाही दिल्या. मग आम्ही परत निघालो. माहतोब अजूनही माझ्या कुशीत मुसमुसतच होती. आता आम्हाला आधी एक केमिस्ट गाठायचा होता. त्याला प्रिस्क्रिप्शन दाखवून टिटॅनसचं इंजेक्शन ताब्यात घ्यायचं, त्यानंतर ते देण्याकरता इंजेक्शन देण्याचा अधिकृत परवाना असलेला दवाखाना गाठायचा होता. या असल्या विचित्र वातावरणात येऊन वैद्यकीय व्यवसाय करण्याचं खूळ मूडीच्या डोक्यात कुठून शिरलं होतं देव

जाणे. त्या इराणी डॉक्टरने जे टाके घातले होते त्यावरही मूडी नाराज होता. ''माझं स्वतःचं सगळं सामान जर बरोबर असतं तर मी याहून किती तरी व्यवस्थित काम केलं असतं,'' असं तो कुरकुरत म्हणाला.

अखेर आम्ही घरी परत येईपर्यंत माहतोब पार थकून गेली होती. तिला एव्हाना झोप लागली होती. पण झोपेतही ती अस्वस्थ होती, मधूनच कण्हत होती. माझ्या पोटात तिच्याकडे बघितलं की तुटत होतं. आता येते दोन दिवस तिच्या आनंदाकरिता का होईना पण आपण चेहरा सतत आनंदी, हसरा ठेवायचा असं मी ठरवलं.

दोन दिवसांनी माहतोबचा वाढदिवस आला. सकाळी लवकरच उठून मी आणि मूडी एका बेकरीत गेलो आणि एका भल्या मोठ्या जवळजवळ चार फूट लांबीच्या, गिटाराच्या आकाराच्या केकची ऑर्डर देऊन आलो. इराणमधला केक दिसायला अमेरिकन केकसारखाच दिसतो, पण चवीला मात्र अगदीच काही तरी लागतो.

''नाही तर तू स्वतःच केकवर आयसिंग करून तो सजवत का नाहीस?'' मूडीनं सुचवलं. माझी ती एक खासियत होती.

''नको, माझ्याकडे इथे काही सामान नाही,'' मी म्हणाले.

''ही केकवर फार सुंदर आयसिंग करते बरं का!'' मूडीने त्या बेकरीवाल्यासमोर उगीचच भाव खाल्ला.

'बाईसाहेबांना इथे काम करायचं असेल तर मी नोकरी देईन,'' तो लगेच म्हणाला.

''छे, छे!'' असे म्हणून मी झिडकारून टाकले. इराणमध्ये नोकरी? मला ती कल्पनाही सहन होईना.

आम्ही घरी परतलो. पार्टीची पुष्कळ तयारी करायची होती. शंभराच्या वर लोकांना बोलावलं होतं. आमे बोझोर्ग सकाळपासून स्वयंपाकघरात राबत होती. तिने खास उत्कृष्ट इराणी पद्धतीचा स्वयंपाक केला होता. पदार्थांच्या भांड्यांवर मटाराच्या दाण्यांनी माहतोबचं नाव लिहिलं होतं. ते पानाफुलांनी सजवलं होतं. तिच्या मुलींनीही नाना तऱ्हेचे खाद्यपदार्थ करण्यात हातभार लावला होता.

आमेचा दुसरा मुलगा मोर्टेझा व त्याची बायको नस्तरान मदतीला आले होते. त्यांना निलूफर नावाची एक गोड मुलगी होती. ती फक्त एक वर्षाची होती. नुकती चालायला लागली होती. माहतोबची तिच्याशी लगेचच गट्टी जमली. ती कालची जखम, टाके सगळं काही विसरली. आता पार्टी होणार होती, तिच्या वाढदिवसाची पार्टी... सगळ्यात मुख्य आकर्षण म्हणजे लोकांनी आणलेल्या भेटवस्तू स्वतःच्या हातांनी उघडायच्या होत्या. बाईसाहेबांची त्याबद्दलच सगळी बडबड चालली होती. इकडे आम्ही सगळे हॉलच्या सजावटीत दंग होतो.

पाहुणे यायला सुरुवात झाली. एकेकजण हातात रंगीबेरंगी कागदात गुंडाळलेली

मोठी मोठी खोकी घेऊन येत होता. ते पाहून माहतोब हरखून गेली.

थोड्या वेळाने मोर्टेझा, नस्तरान आणि निलूफर बाहेर पडले व ते परत एक भला मोठा केक घेऊन आले. गंमत म्हणजे जसा केक आम्ही ऑर्डर केला होता, अगदी तसाच हा होता. त्याच वेळी माजिदही आमचा केक घेऊन घरात शिरला. माजिदने पाऊल आत टाकताच निलूफर त्याला जाऊन बिलगली आणि तो रंगीबेरंगी केक दिसताच तिने त्यावर हल्ला चढवला. छोटं बाळच ते! झालं. केक जमीनदोस्त झाला. माजिद आणि निलूफर दोघांचेही चेहरे बघण्यासारखे झाले.

चला, पण निदान कापायला एक तरी केक शिल्लक उरला होता. मम्मलने पण पार्टीत उत्साहाने भाग घेतला होता. त्याने सगळ्या छोट्या मुलांना एकत्र करून गाणी म्हणायला सुरुवात केली. आज इतक्या दिवसात पहिल्यांदाच या इराणी मंडळींनी आपल्या तोंडावरचे गांभीर्याचे मुखवटे उतरून हसायला, खेळायला सुरुवात केली होती.

हसणं, खेळणं, नाचणं पाऊण तास तरी चाललं असेल. मम्मल आणि रेझा तर फारच खुशीत होते. मुलांमध्ये मूल होऊन रमले होते. मग अचानक दोघे मध्येच थांबले आणि दोघांनी कोपऱ्यात जमा करून ठेवलेल्या भेटवस्तू एकेक हातात घेऊन, त्यावरचे रंगीबेरंगी आवरण फाडून सरळ त्या उघडायला सुरुवात केली.

माहतोबला स्वतःच्या डोळ्यांवर विश्वास बसेना. ती धावत माझ्याकडे आली. तिचे डोळे पाण्याने भरले होते. ''ममी, ते दोघं माझी खेळणी उघडतायत.''

''मूडी, हे काय चाललंय? तिला मिळालेल्या भेटी आहेत त्या. तिच्या तिलाच उघडू दे,'' मी म्हणाले.

मूडीने मग जाऊन मम्मल आणि रेझा या दोघांशी काही तरी वाद घातला. तरीही त्यांची कुरकुर चालूच होती. पण अखेर त्यांनी माहतोबला थोडीफार खेळणी आपली आपण उघडून बघण्याची संधी दिली. एकीकडे त्या दोघांचंही रंगीबेरंगी सुंदर कागद टरकावणं चालूच होतं. मग मूडीने मला समजावून सांगितलं की, इराणमध्ये लहान मुलांना आलेल्या भेटी देखील मोठ्या माणसांनीच उघडण्याची पद्धत आहे.

मात्र माहतोबला मिळालेल्या तऱ्हेतऱ्हेच्या सुंदर खेळण्यांनी, बाहुल्यांनी आणि कपड्यांनी ती झालेला प्रकार विसरली. शिवाय सर्वांत आवडती तिची जपानी बाहुली. ती तर बाहुलीला घट्ट पकडून बसली होती.

वाढदिवसाला पाहुणेच इतके आले होते की शेकडो खेळणी मिळाली होती. एकटी माहतोब थोडीच सगळ्यांशी खेळणार होती? पण वाढदिवसाला आलेली मुलांची पलटण काही गप्प बसली नव्हती. त्यांनी केव्हाच सगळ्या खेळण्यांवर हल्ला चढवून त्यावरून भांडणे, मारामाऱ्या, नासधूस चालवली होती. आणि त्या

बेशिस्त मुलांना त्यांच्या पालकांचा जराही धाक नव्हता. किंबहुना त्यांचं ते तसं वागणं पालकांच्या दृष्टीने नैसर्गिकच होतं. त्यामुळे त्यांना आपल्या मुलांनी चालवलेल्या मोडतोडीची काहीही फिकीर नव्हती.

माहतोब आपली जपानी बाहुली तेवढी घट्ट पकडून चिमणीएवढं तोंड करून कोपऱ्यात बसून राहिली होती. केक मात्र तिने कसाबसा खाल्ला. बाकी काही जेवली नाही. मी घशात आलेला दुःखाचा कढ गिळला. हा वाढदिवस, ही पार्टी काही... काही नसतं तरी चाललं असतं माझ्या पाखराला. त्याला फक्त आपल्या उबदार घरट्यात परत जायचं होतं. आणि त्याची ही मागणी मी पुरी करू शकत नव्हते.

त्या पार्टीनंतरचे दिवस फार कंटाळवाणे, नकोसे चालले होते. सप्टेंबर महिना भराभर पुढे सरकत होता. खरं तर तीन आठवड्यांपूर्वीच आम्ही सुखाने घरी पोहोचण्याची अपेक्षा केली होती.

यानंतर आणखी एक वाढदिवस आला. या वाढदिवसाने मात्र मला आणखीच निराश केलं. हा वाढदिवस दुसऱ्या तिसऱ्या कुणाचा नसून शिया पंथाचे संस्थापक इमाम रेझा यांचा होता. या दिवशी प्रत्येक शिया पंथीय माणसाने इमाम रेझा यांच्या समाधीला भेट द्यायची असा प्रघात आहे. पण ही समाधी इराणच्या शत्रुराष्ट्रात म्हणजे इराकमध्ये असल्याने नाइलाजाने आम्हाला इमाम यांच्या बहिणीच्या समाधीला भेट द्यायचा बेत ठरवावा लागला. ही समाधी तेहरानच्या दक्षिणेला तासभराच्या अंतरावर आहे.

आम्ही पहाटे उठून जायला निघालो. सकाळी सकाळीसुद्धा आम्ही उकाड्याने बेजार झालो होतो, बुरखा घालून त्या भयाण उकाड्यात, माणसांच्या गर्दीत गाडीत कोंबून तासभर प्रवास करून त्या समाधीला भेट द्यायला जायची माझी बिलकुल इच्छा नव्हती. मला त्या समाधीचं काहीही सोयरसुतक नव्हतं.

"मी नाही येणार," मी म्हणाले.

"तुला यावंच लागेल," मूडीचे ते तीन शब्द पुरेसे होते. माझा नाईलाज होता.

मी आणि माहतोब बाहेर आलो तर वीस लोक जाण्याकरिता एकत्र जमले होते. गाड्या होत्या फक्त दोन. तो प्रकार पाहून माहतोबच्या अंगावर सुद्धा शहारे आले. आम्ही दोघींनी मनातल्या मनात देवाचा धावा केला.

इतक्यात मूडी आला. त्याने मला जबरदस्तीने तो काळा जाडाभरडा बुरखा घालायलाच लावला. गाडीत दाटीवाटीने लोकांना कोंबण्यात आलं. मूडीच्या मांडीवर मी आणि माझ्या मांडीवर माहतोब. गाडीतला एक तास नाक, तोंड मुठीत धरून कसातरी काढला. अखेर आमचं ठिकाण आलं. बाहेर नुसता धुळीचा रखरखाट होता. उष्ण वारे वाहत होते. त्याच्या झळा सहन होत नव्हत्या. त्यात

तिथे आमच्यासारखे आणखी हजारो लोक दर्शनाला आलेले! नेहमीसारखी इथेही स्त्रियांकरिता वेगळी रांग होती. आम्ही दोघी तिकडे वळलो.

"माहतोबला माझ्याबरोबर येऊ दे. मी कडेवर घेतो." मूडी म्हणाला.

"मी नाही जाणार," ती मोठ्यांदा किंचाळली. मूडीने तिचा हात हातात घेण्याचा प्रयत्न केला पण तिने अंग चोरले. "नाही, नाही," करून ती ओरडत सुटली. शेवटी हा काय गलका चाललाय म्हणून लोक आमच्याकडे रोखून बघायला लागले.

आता मात्र मूडी चिडला. त्याने तिला खसकन् माझ्याकडून ओढून घेतलं. त्यावरच तो थांबला नाही तर त्याने दंगा केल्याबद्दल शिक्षा म्हणून तिच्या पाठीत एक लाथ घातली.

"मूडी, काय करतोस तू?" मी जोरात ओरडले. मला तो प्रकार सहन होईना.

आता मूडीने आपला मोहरा माझ्याकडे वळवला. इंग्रजी भाषेतल्या जेवढ्या म्हणून शिव्या होत्या त्या आठवून त्याने मला शिव्यांची लाखोली वाहायला सुरुवात केली. मला एकदम रडू कोसळलं. मला खूप हताश, एकाकी वाटू लागलं.

आता माहतोब मूडीचा हात सोडून माझ्याकडे धावली. ती माझं संरक्षण करायला हात पसरून माझ्यासमोर उभी राहिली. मूडी आता रागाने बेभान झाला होता. त्याने तिच्या एक खाडकन् मुस्काडीत ठेवून दिली. तिचा वरचा ओठ फाटला आणि रक्ताची चिळकांडी उडली.

"शी, घाण," आमच्या आजूबाजूचे इराणी पुटपुटू लागले. इराणमध्ये असं जमिनीवर रक्त सांडणं वाईट मानतात. पण आमच्या घरगुती भांडणात मात्र कुणी मधे पडायला आलं नाही. आमच्या कुटुंबियांपैकी सुद्धा कुणी नाही. अगदी आमे बोझोर्ग देखील नाही. सगळे नुसते जमिनीकडे नजर लावून मूडीचा राग शांत होण्याची वाट बघत होते.

माहतोब कळवळून रडत होती. मी तिला उचलून माझ्या बुरख्यानेच तिच्या ओठाचं रक्त अलगद टिपू लागले. मूडीच्या तोंडाचा पट्टा चालूच होता. त्याचा चेहरा हिंस्र झाला होता. त्याच्या तोंडून इतक्या घाण शिव्या मी आजतागायत कधी ऐकल्या नव्हत्या.

"अरे, कुणी तरी लवकर बर्फ आणा. हे रक्त थांबतच नाहीये," मी रडत म्हणाले.

माहतोबच्या ओठातून वाहणारं रक्त बघून मूडी जरासा शांत झाला. अर्थात त्याच्या चेहऱ्यावर पश्चात्ताप वगैरे काही दिसत नव्हता. मग तोही माझ्याबरोबर समोरच्या सरबतवाल्याच्या हातगाडीवर बर्फ घेण्यासाठी आला.

बर्फ जखमेवर लावताच माहतोब विव्हळू लागली. मूडी दातओठ खात होता. आपलं लग्न एका माथेफिरूशी झालेलं आहे आणि आपण या परक्या देशात त्याच्या पूर्णपणे स्वाधीन आहोत ही जाणीव आता या क्षणी मला अतिशय तीव्रतेने झाली.

आम्हाला मूडीनं इथं डांबून ठेवून आज महिना होऊन गेला होता. आमचा मुक्काम जितका वाढेल तितका हा माणूस त्याच्या मूळ गुणांवर जाणार यात शंकाच नव्हती. मूडीच्या वागण्यात, बोलण्यात, आचरणात कुठेतरी जबरदस्त विसंगती होती. त्याचं हे रूप मला अगदीच नवं होतं. कसंही करून माहतोबला घेऊन याच्या तावडीतून सुटून पळ काढायला हवा होता. नाही तर आमच्या जिवाला सुद्धा धोका होता.

त्यानंतर थोड्याच दिवसात, असाच दुपारचा मूडी कुठे तरी निघून गेला असताना, घरातले सगळे वामकुक्षी घेत असताना मी माहतोबला घेऊन पळून जाण्याचा प्रयत्न केला. मी माझ्याजवळचे इराणी रियाल घेतले आणि माहतोबला घेऊन, सरळ चोरपावलांनी घराबाहेर पडले. मी 'मोन्टो' 'रूझारी' घातलेली होती त्यामुळे मला कुणी परकीय नागरिक म्हणून ओळखण्याचा प्रश्नच नव्हता. कसंही करून एंबसीचा पत्ता शोधून काढायचा आणि तिथे सरळ जाऊनच पोचायचं, असा माझा बेत होता. मला घराबाहेर पडल्यावर कुठल्या दिशेने जायचं ते सुद्धा धड ठाऊक नव्हतं. छाती जोरात धडधडत होती. मी माहतोबला घट्ट धरून पाय नेतील तिकडे चालत सुटले. घरापासून पुरेसं दूर आल्यावर मी क्षणभर थांबून एक निःश्वास टाकला.

"आपण कुठे जायचंय, ममी?"

मी माहतोबला इतक्यात काही सांगणार नव्हते. उगीच त्या भाबड्या जिवाला आशेला लावण्यात अर्थ नव्हता. "नंतर सांगते बेटा, तू फक्त चल," मी म्हणाले.

आम्ही पळालो हे कळल्यावर मूडीची काय प्रतिक्रिया होईल ते मी कल्पनेने डोळ्यासमोर आणलं. मला सूक्ष्मसा आनंदच झाला. मला आता त्याचं तोंडही बघायची इच्छा नव्हती.

थोडं चालल्यावर एका इमारतीवर 'टॅक्सी' असं इंग्रजीत लिहिलेलं होतं. आम्ही आत जाऊन टॅक्सी मागितली आणि पाचच मिनिटात टॅक्सीत बसून निघालोसुद्धा. स्विस एंबसीचा यू. एस्. इंटरेस्ट सेक्शन असा पत्ता मी टॅक्सी ड्रायव्हरला सांगितला. पण त्याला तो कळला नाही. मग मला आईने फोनवर सांगितलेला पत्ता आठवला. तो मी जसाच्या तसा सांगितला. "पार्क ॲव्हेन्यू, सेव्हनटीन्थ स्ट्रीट." पार्कॲव्हेन्यू असे शब्द ऐकताच टॅक्सी ड्रॉयव्हरने खूष होऊन

टॅक्सी जोरात पिटाळली.

"ममी, सांग ना, आपण कुठे चाललोय?"

"हे बघ बेटा, आपण एंबसीत चाललोय. तिथे आपल्याला कुणी काही सुद्धा करू शकणार नाही. आपण परत अमेरिकेला आपल्या घरी जाणार आहोत की नाही?"

माहतोबने आनंदाने चीत्कार काढला.

अर्धा तास आम्हाला तेहरानच्या गल्ल्याबोळांतून हिंडवल्यानंतर अखेर ड्रायव्हरने पार्क ॲव्हेन्यूवरील ऑस्ट्रेलियन एंबसीपाशी टॅक्सी उभी केली. तिथल्या गुरख्याशी तो काही तरी बोलल्यावर त्याने कोपऱ्याकडे बोट दाखवले. मग बरोबर दुसऱ्याच मिनिटाला आमची टॅक्सी एका मोठ्या इमारतीपाशी येऊन थांबली. त्यावर मोठ्या अक्षरात लिहिलं होतं, "स्विस एंबसीचा यू.एस. इंटरेस्ट सेक्शन" हाच आमचा स्वर्ग होता. भल्या मोठ्या लोखंडी दरवाज्यापाशी बंदूकधारी इराणी पोलीस उभे होते.

मी टॅक्सीवाल्याचे पैसे देऊन गेटपाशी आले. तिथे एका चौकीत एक इंटरकॉम ठेवलेला होता व त्यावर एक तांबडे बटण होते. मी ते दाबताच भले मोठे गेट आपोआप उघडले आणि मी व माहतोब आत शिरलो. हा प्रदेश इराणच्या मालकीचा नव्हता. तर ही भूमी स्विस होती.

इतक्यात एक इराणी माणूस पुढे आला आणि त्याने इंग्रजीत आम्हाला आमचे पासपोर्ट दाखवायला सांगितले.

"आमच्याकडे आमचे पासपोर्ट नाहीयेत," मी म्हणाले. त्याने आम्हा दोघींना बारकाईने न्याहाळले. आम्ही अमेरिकन आहोत अशी खात्री पटल्यानंतरच आम्हाला आत सोडण्यात आले. आत आमची आधी झडती घेण्यात आली. पण आम्हाला त्याचं दुःख नव्हतं. कारण आता लवकरच आमची सुटका होणार होती.

मग आम्हाला ऑफिसात नेण्यात आलं. तिथे एक अमेरिकन-इराणी अशी मिश्र वंशीय महिला अधिकारी बसली होती. तिने आपलं नाव हेलन बालासेनियन असं सांगितलं. तिला मी माझी सगळी कहाणी सांगितली. हेलन चांगली उंचनिंच पण बारीक होती. तिचा पोशाख, बोलणं वागणं अत्याधुनिक होतं. इतर इराणी स्त्रियांप्रमाणे तिने बुरखा वगैरे घेतला नव्हता. माझं बोलणं तिने अगदी सहानुभूतीने ऐकून घेतलं.

मी बोलणं झाल्यावर शेवटी म्हटलं, "आता एकच विनंती आहे, ती म्हणजे आम्हाला इथे आसरा द्या आणि मग कसंही करून आम्हाला घरी परत पाठवण्याची व्यवस्था करा."

"तुम्ही काहीतरीच काय बोलताय?" हेलन एकदम उद्गारली; "तुम्ही इथे

राहू नाही शकणार.''

''पण आम्ही त्या घरात परत पाऊलही ठेवू शकणार नाही.''

''तुम्ही इराणी नागरिक आहात,'' हेलन हलकेच म्हणाली.

''छे! आम्ही अमेरिकन नागरिक आहोत.''

''तुम्ही आता इराणी आहात,'' ती एकवार पुन्हा म्हणाली. ''आणि इराणी कायद्याचे पालन तुम्हाला करावेच लागेल.''

तिने पूर्ण सहानुभूतीपूर्वक पण तितक्याच ठामपणे आम्हाला येथील कायद्याचे स्वरूप समजावून सांगितले. मी ज्या क्षणी एका इराणी माणसाशी लग्न केलं, त्या क्षणी मी आपोआप इराणी नागरिक झाले. आता मी व माहतोब कायद्यानुसार इराणी होतो.

माझ्या अंगावर सर्रकन काटा आला. ''मला इराणी व्हायचं नाही,'' मी म्हणाले, ''मी जन्माने अमेरिकन आहे. मला अमेरिकेचं नागरिकच राहायचंय.''

''नाही. असं चालत नाही. तुम्हाला तुमच्या नवऱ्याकडे परत जावंच लागेल;'' हेलन म्हणाली.

''पण तो आम्हाला दोघींना मारहाण करेल,'' मी रडत म्हणाले. हेलनला सुद्धा वाईट वाटलं. पण तिचाही नाईलाज होता. ''घरात आम्हाला नजरकैदेत ठेवलेलं आहे,'' मी परत परत आळवणी करत होते. मला अश्रू अनावर झाले होते.

''सगळे झोपले आहेत असं बघून, संधी साधून एकदा आम्ही कशा तरी निसटलो. पण आता परत गेल्यावर तर तो आम्हाला कुलुपातच टाकेल. आमचं काय होणार?''

''मुळात अमेरिकन बायका अशी लग्नं करतातच का ते मला कधीच कळत नाही,'' हेलन पुटपुटली. ''मी फार तर फार तुला कपडे पुरवीन, तुझी पत्रं तुझ्या नातेवाईकांच्या पत्त्यावर टाकीन, त्यांना मी तू ठीक आहेस असं कळवू सुद्धा शकेन. पण यापलीकडे आणखी मला काही करता येणार नाही.''

म्हणजेच मला आणि माहतोबला या इराणी माणसांच्या मर्जीनुसारच वागावं लागणार होतं तर!

यानंतर सुमारे तासभर मी सुन्नपणे तिथेच बसून राहिले. मग तिथूनच मी आईला अमेरिकेला फोन केला. ''मी कशीतरी सुटका करून घेऊन घरी येण्याचा प्रयत्न करत आहे,'' मी रडत रडत आईची समजूत काढत होते, ''तुम्ही तिथून जमेल तशी खटपट करतच रहा.''

''मी स्टेट डिपार्टमेंटशी संपर्क साधला आहे,'' हजार मैलांवरून ती कापऱ्या आवाजात मला धीर देत होती, ''इथून जे जमेल ते आम्ही करतोच आहोत.''

मग हेलननेच माझ्याकडून यू. एस्. स्टेट डिपार्टमेंटच्या नावे एक पत्र लिहून

घेतलं. हे स्वित्झर्लंडमधून पुढे पाठवलं जाणार होतं. त्यात मी मला मर्जीविरुद्ध इराणमध्ये अडकवण्यात आलं आहे असं लिहिलं होतं. त्याचप्रमाणे आमच्या अमेरिकेतील संपत्तीपैकी काहीही इराणमध्ये हलवण्याचा माझ्या नवऱ्याने प्रयत्न केला तर त्यास परवानगी मिळू नये अशीही विनंती केली होती.

मग हेलनने काही फॉर्मस् भरले. मधूनच ती मला मूडीबद्दलची माहिती विचारत होती. मूडीच्या नागरिकत्वासंबंधी तिने बरेच प्रश्न विचारले. इराणी राज्यक्रांतीनंतर मूडीने अमेरिकन नागरिकत्व मिळवण्याची एकदाही खटपट केली नव्हती. मग हेलनने त्याच्या ग्रीनकार्डबद्दल म्हणजेच अमेरिकेत राहून नोकरी करण्याच्या परवान्याबद्दल प्रश्न विचारले. आत्ताच्या बेताप्रमाणे तो अमेरिकेत परत नोकरीसाठी जाणार असे ठरले होते. पण मात्र त्याने याहून उशीर जर लावला असता तर त्याचा हा परवानाही रद्द होऊन मग त्याला परत कधीच अमेरिकेला जाता आले नसते.

"त्याला इथे नोकरी जर का मिळाली, किंवा वैद्यकीय व्यवसाय सुरू करण्याची परवानगी मिळाली, तर मग आमचं काही खरं नाही," मी म्हणाले, "पण त्याला इथे तशी काही संधी मिळाली नाही, तर कदाचित तो अमेरिकेला परत जायचा विचार करीलही."

हेलनला जे काही शक्य होतं ते तिने केलं होतं. "आता तुम्ही परत घरी जा बघू," तिच्या तोंडचे शब्द ऐकून परत एकदा माझ्या पायाखालची जमीन सरकली. "मी काय ती खटपट करते. धीर सोडू नका," ती म्हणाली.

तिने आमच्याकरिता टॅक्सी मागवली. दारापाशी येऊन ड्रायव्हरशी बोलून तिने त्याला आमे बोझोर्गच्या घरापासून जरा आम्हाला दूर सोडायची सूचना केली. कारण आम्ही टॅक्सीतून उतरताना कुणी बघितलं असतं तर कठीण होतं.

परत टॅक्सीने घराची वाट धरली आणि माझ्या पोटात गोळा उभा राहिला. माझं डोकं प्रचंड ठणकत होतं पण तरीही मी विचार करतच होते. "हे बघ माहतोब, आपण आत्ता कुठे गेलो होतो, काय बोलले हे अगदी कुण्णा कुण्णाला सांगायचं नाही डॅडींना सुद्धा नाही. कुणी विचारलं तर सांगायचं, सहज फिरायला गेलो आणि रस्ता चुकलो."

माहतोबने मान हलवली. बिचारीला बालपणीच मोठं होणं भाग पडलं होतं.

अखेर घरी पोचलो तर मूडी दारात वाटच बघत होता. "कुठे गेला होता?" तो खेकसला.

"आम्ही सहज चक्कर मारावी म्हणून बाहेर पडलो, आणि रस्ता चुकलो," मी थाप मारली. पण त्याचा अजिबात विश्वास बसला नाही. मी सहजासहजी रस्ता चुकत नाही हे त्याला ठाऊक होतं. त्याचा संताप अनावर झाला. त्याने सगळ्या जमलेल्या माणसांसमोर मला फरफटत, झिंज्या धरून घरात नेलं आणि म्हणाला,

"यापुढे हिने या घराच्या उंबऱ्याबाहेर पाऊलही टाकता कामा नये. समजलं?"

नंतर माझ्याकडे वळून तो म्हणाला, "परत घराबाहेर पाय टाकलास तर जिवंत ठेवणार नाही."

परत माझी रवानगी त्या अंधाऱ्या खोलीत झाली. परत ते मळमळणं, अस्वस्थ वाटणं, पोट बिघडणं आणि कमालीचं नैराश्य. खोलीबाहेर जरा पाऊल टाकायचा अवकाश... आमे बोझोर्ग नाहीतर तिची एखादी मुलगी पहाऱ्याला उभीच. माझ्या मनातला आशेचा कोंब हळूहळू खुंटत चालला होता. हे असंच आणखी काही दिवस चाललं असतं तर कदाचित मी माझ्या मातृभूमीला कायमचं तोडून टाकून, स्वातंत्र्याचे विचारसुद्धा मनातून काढून टाकून या लोकांना शरण गेले असते.

असंच एक दिवस घरच्या आठवणींनी व्याकूळ होऊन मी आईबाबांना पत्र लिहिलं. पत्र लिहिताना माझा हात इतका कापत होता की मला माझी सही सुद्धा नीट करता आली नाही. शिवाय ते पत्र पोस्टात कसं टाकायचं हा एक आणखी मोठा प्रश्न होता.

मी कित्येक तास तशी बसून होते. काय ही माझी अवस्था झाली होती. माझ्या त्या दुर्बल अवस्थेमुळे मूडीचं चांगलंच फावलं होतं. मी आता इथून कधीच सुटू शकणार नाही हा त्याचा विश्वास दुणावला होता. मी माहतोबकडे पाहिलं. या माझ्या बाळाचा काय अपराध होता? तिचं सगळं अंग डासांच्या चाव्यांनी भरून गेलं होतं. उन्हाळा आता ओसरत आला होता. हळूहळू हिवाळा येणार. पण माझ्या दृष्टीने उन्हाळा काय आणि हिवाळा काय... कशालाच काही अर्थ उरला नव्हता.

माझे बाब नेहमी म्हणायचे, "जिथे इच्छाशक्ती आहे तिथे मार्ग जरूर आहे." पण इथे नुसत्या इच्छाशक्तीचा काय उपयोग होता? मार्ग होता तरी कुठे? या इराणमध्ये एक तरी अशी व्यक्ती असेल का, जी मला आणि माहतोबला मदत करेल? खूप विचार केल्यानंतर मलाच उत्तर सापडलं. मला मदत करायला जर दुसरं कुणी नसेल तर माझी मीच मला मदत करायला हवी.

□

५

एक दिवस संध्याकाळची मी आमे बोझोर्गच्या घराच्या दिवाणखान्यात बसले होते. बाहेर बराच अंधार झाला होता. इतक्यात अचानक खूप जवळून जेट विमानाची घरघर ऐकू आली. पाठोपाठ आकाशात आगीचा लोळ उठला आणि

बाँबचा गडगडाट ऐकू आला.

बापरे! तेहरानच्या उंबरठ्यावर युद्ध पेटलं. मी माहतोबला घेऊन कुठेतरी लपण्यासाठी जीव वाचवण्यासाठी जागा शोधू लागले. माझी भीती बहुधा माझ्या चेहऱ्यावर स्पष्ट उमटली असावी. कारण माजिद म्हणाला, "घाबरू नका, हे फक्त प्रात्यक्षिक आहे. युद्धसप्ताहानिमित्त."

मग मूडीनेच मला समजावून सांगितलं की सर्व इराणभर वर्षातून एकदा युद्धसप्ताह साजरा करण्यात येतो. इराणचं इराकशी युद्ध चालूच होतं. आणि इराणी लोकांचा असा समज की इराक हे अमेरिकेच्या हातातलं नुसतं बाहुलं आहे.

"आमचं अमेरिकेशी युद्ध होणार," मूडीने विजयी मुद्रेने मला सांगितलं, "हाच न्याय आहे. कारण तुझ्या बापाने माझ्या बापाला मारलं."

"काय?" मी ऐकतच राहिले.

मग मूडीने स्पष्ट केलं की, दुसऱ्या महायुद्धात जेव्हा माझे वडील आबादानमधील अमेरिकन सैन्यामध्ये होते त्या सुमाराला मूडीचे वडील डॉक्टर म्हणून किती तरी इराणी सैनिकांना मलेरियावर उपचार करायला म्हणून झटत होते. अखेरीस याच मलेरियाने त्यांचा बळी घेतला. "आता त्याचं पाप तुला फेडावं लागणार," मूडी म्हणाला, "तुझा मुलगा ज्यो सुद्धा मध्यपूर्वेच्या युद्धात नक्की मारला जाणार. बघच तू."

मूडी मुद्दाम मला चिडवायला, घाबरवायला असं बोलतोय हे माहीत असल्याने मी जरी त्याच्या बोलण्याकडे दुर्लक्ष केलं तरी माझी देवाने नवरा म्हणून एका पिसाटाशी गाठ घालून दिली होती. हा माणूस नव्हता, हैवान होता.

"चल, चल," मूडी म्हणाला, "चला सगळे गच्चीवर जाऊ."

"कशासाठी?" मी म्हणाले.

"युद्धाचं प्रात्यक्षिक बघायला."

युद्धाचं म्हणजे अमेरिकेविरुद्धच्या द्वेषाचं प्रात्यक्षिक. माझी ते बघायची अजिबात इच्छा नव्हती. "मी नाही येणार," मी म्हणाले.

त्यावर मूडीने माहतोबला फरपटत खेचत आपल्या बरोबर नेलं. ती घाबरून रडायला, किंचाळायला लागली. सुटण्यासाठी धडपडायला लागली. पण तिचा काही इलाज चालला नाही. तिला वर जावंच लागलं.

थोड्याच वेळात बाहेरून 'मार्ग बार्ग अम्रीका'– (अमेरिका मुर्दाबाद) अमेरिका मुर्दाबाद अशा घोषणा ऐकू येऊ लागल्या. तो कर्कश आवाज मला सहन होईना. मी कान झाकून घेतले. तेहरानमधला प्रत्येक नागरिक आपल्या घराच्या गच्चीवर येऊन हीच घोषणा देत होता. आमच्या घराच्या गच्चीवर बिचाऱ्या माहतोबला तिचा राक्षसासारखा बाप त्या घोषणेत सहभागी होण्याची सक्ती करत होता. तिला

त्याबद्दल मारझोड करत होता.

"उद्या आपण कुमला जाणार आहोत," मूडीनं जाहीर केलं.

"ते कुठे आहे?"

"तेहरानच्या जवळचं ते एक धार्मिक स्थळ आहे. उद्या मुहरम्मचा पहिला शुक्रवार. मुहरम्म हा दुखवट्याचा महिना असतो. तेव्हा एका मशिदीला भेट द्यायला जायचंय. तुला काळा बुरखा घालावा लागेल." मला लगेच आमची रे गावाची भेट आठवून अंगावर काटा आला. माहतोबला मूडीने कशी मारपीट केली होती तेही आठवलं. दर वेळी हे लोक माझी आणि माहतोबची आपल्याबरोबर फरपट का करतात? स्वतःला हवं तिकडं जावं ना. आम्हाला का दर वेळी त्रास?

"मला नाही यायचं."

"आपण जाणार आहोत, समजलं?"

मुस्लीम धर्मानुसार काही गोष्टी निषिद्ध मानल्या गेल्या आहेत, याची मला एव्हाना माहिती झाली होती. मी त्याचा लगेच आधार घेतला. "मला मशिदीत जाता येणार नाही," मी म्हणाले, "माझी मासिक पाळी चालू आहे."

मूडीच्या कपाळावर आठी पडली. हा विषय निघाला, की त्याला माझा राग यायचा. माहतोबच्या जन्माला पाच वर्षं झाली तरी मी त्याला मुलगा दिला नव्हता, त्याचा तो राग होता.

"काही झालं, तरी आपण जाणार आहोत," तो म्हणाला.

दुसऱ्या दिवशी सकाळी मी आणि माहतोब उठलो तोच पोटात भीतीचा गोळा घेऊन. नेहमीसारखं भीतीने माहतोबचं पोट बिघडलं होतंच. वैतागून मी माझा नखशिखांत काळा पेहराव चढवला.

"माहतोबला बरं नाहीये. निदान तिला तरी घरी राहू दे," मी विनंती केली. पण मूडी काही ऐकायला तयार नव्हता.

मग आम्ही मूडीचा पुतण्या मोर्टेझा याच्या गाडीतून निघालो. मी, मूडी, माहतोब, आमे बोझोर्ग व तिची मुलगी फरिश्ते आणि मोर्टेझा, त्याची बायको नस्तरान आणि त्यांची छोटी मुलगी निलूफर. कित्येक तास ओसाड आणि धुळीने भरलेल्या रस्त्यांवरून प्रवास केल्यावर एकदाचे ते ठिकाण आले.

कुम गावातील रस्ते तांबड्या मातीचे होते. घाण तर इतकी होती. आम्ही गाडीतून खाली उतरताच कपडे घाणीने माखून निघाले.

समोरच मधोमध एक मोठा तलाव होता. त्याच्या काठी अनेक भाविकांची गर्दी जमली होती. ज्याला त्याला दर्शन घेण्यापूर्वी त्या घाण पाण्यात डुबकी घेऊन पवित्र होण्याची घाई झाली होती. त्यांची पाण्यातसुद्धा धक्काबुक्की चालली होती.

मी आणि माहतोब, दोघीही प्रार्थनेला आत जाणारच नव्हतो त्यामुळे आम्ही त्या भाविकांच्या गर्दीत पाय वगैरे धुवायला जाण्याचे कष्ट घेतले नाहीत. आम्ही इतरांची वाट बघत उभ्या राहिलो.

बाकीची मंडळी आल्यावर आम्ही निघालो. इथे परत स्त्री-पुरुषांसाठी वेगवेगळी दारे होती. आमे बोझोर्ग, फरिश्ते, नस्तरान, निलूफर, मी आणि माहतोब बायकांच्या विभागाकडे निघालो. गर्दी तर इतकी होती, की खाली वाकून पायातील चपला बूट व्यवस्थित काढून ठेवणं शक्यच नव्हतं. मग तिथे जमिनीवर जमलेल्या ढिगाऱ्यात आम्हीही आमचे बूट लाथेनेच भिरकावले.

माहतोब छोटी असल्याने सगळ्या बाजूंनी चेंगरत होती. कसाबसा माझा हात घट्ट पकडून ती चालत होती. मग आम्ही एका मोठ्या सभामंडपात शिरलो. लाऊडस्पीकर्सवरून मोठ्या मोठ्या आवाजात इस्लामी भजने चालू होती. बुरखा घातलेल्या हजारो महिला जमिनीवर बसून छाती पिटत तोंडाने मोठ्यांदा प्रार्थना म्हणत होत्या. त्यांच्या चेहऱ्यांवरून दुःखाचे अश्रू घळघळा वाहत होते. या सभामंडपात सर्वत्र नक्षीदार मखरात बसवलेले आरसेच आरसे होते. आरशातील ती काळ्या बुरखाधारी स्त्रियांची हजारो प्रतिबिंबं, ते त्यांचं छाती पिटत ओरडणं आणि सुस्कारे टाकणं... सगळं फार गूढ आणि अनाकलनीय वाटत होतं.

'बिशेन–' ''बस,'' आमे बोझोर्ग म्हणाली. खाणाखुणा आणि हातवाऱ्यांच्या साहाय्याने तिने मला छताकडे बघत रहा म्हणून सांगितले. व त्या दोघी गेल्या. त्या आरशाकडे बघत असताना मला खूप भय वाटत होतं. आरशात आरसे, त्यात लाखो प्रतिबिंबे, ते इस्लामी भजन, ते बायकांचं छाती पिटणं, ओरडणं या सगळ्याने माझ्या मनाचा ताबाच घेतला जणू. मला नजर हलवणं शक्य होईना. माझ्यासारखीची ही स्थिती झाली, मग या सर्व गोष्टींवर ज्याची श्रद्धा आहे त्याचं तर काय होत असेल?

असा तंद्रीत किती वेळ गेला कोण जाणे. थोड्याच वेळात आमे बोझोर्ग आणि फरिश्ते परत येताना दिसल्या. माझ्यासोबत माहतोब, नस्तरान आणि निलूफरही थांबल्या होत्या. आमे बोझोर्ग माझ्यासमोर कमरेवर हात ठेवून उभी राहिली व तिने फारसी भाषेत मोठमोठ्यांदा शिवीगाळ सुरू केली. मला हा काय प्रकार आहे ते कळेना.

आता मी काय चूक केली?

मला तिच्या शिवीगाळीतून 'अमरीका' या शब्दाखेरीज काही बोध होईना. ती एकीकडे शिव्यांची लाखोली वाहात मोठ्यांदा रडत होती. हाताने झिंज्या उपटत छाती पिटत होती. मग रागारागाने तिने आम्हा सर्वांना बाहेर काढले. बाहेर आम्ही चप्पल ठेवण्याच्या जागी जमलो.

तिथे मूडी आणि मोर्टेझा दर्शन वगैरे घेऊन परत येऊन थांबले होते. मूडीला पाहताच आमे बोझोर्ग छाती पिटत त्याच्याकडे धावली.

"काय, झालं तरी काय?" न राहावून मी मूडीला विचारलं.

"तू आत दर्शनाला का गेली नाहीस? नाही का म्हणालीस जायला?"

"मी कुठे नाही म्हणाले? तिनेच मला तिथे बसवलं आणि आरशाकडे बघत राहा म्हणून सांगितलं."

हा सगळा प्रकार म्हणजे रे गावच्या त्या प्रकाराचीच पुनरावृत्ती चालू होती. मूडी माझ्यावर इतका सणकला होता की, आता हा आपल्याला मारतो की काय अशी मला भीती वाटू लागली. मी घाबरून आधी माहतोबला पाठीशी घातलं. म्हटलं तिला तरी ह्याने मारू नये. हा सगळा त्या आमे बोझोर्गचाच दुष्टपणा होता हे मला कळून चुकलं. तिला माझ्यात आणि मूडीमध्ये भांडण लावून द्यायचं होतं.

मी आधी थोडा वेळ न बोलता शांतच राहिले. मग मूडी जरा शांत झाल्यावर म्हणाले, "तू जरा थोडा थांब आणि नीट विचार करून मग बोल. तिने मला तिथे थांब आणि आरशाकडे बघत बस असं सांगितलं."

आता मूडीने आपला मोहरा बहिणीकडे वळवला. त्यांची फारसीमध्ये काही तरी बाचाबाची झाली. मग तो मला म्हणाला, "तिने तुला खाली बसून आरशात बघायला सांगितलं फक्त. पण तिथेच बसून राहा असं नव्हतं सांगितलं."

आता मात्र मला त्या म्हातारडीचा इतका संताप आला. "नस्तरान तरी कुठे आत गेली? तीपण माझ्याच बरोबर बसली होती," मी मूडीच्या लक्षात आणून दिलं. "मग तिला कुणी कसं काही म्हणत नाही?"

मूडीने लगेच हा प्रश्न आमे बोझोर्गला केला. तिने तातडीने त्याचे उत्तर दिल्यावर तो माझ्याकडे वळून म्हणू लागला, "नस्तरानची गोष्ट वेगळी. तिची पाळी चालू आहे..." पण माझीही तीच अडचण होती हे त्याला मी आधीच सांगितलं होतं.

एकदाच, प्रथमच त्याला माझं वागणं पटलेलं दिसलं. त्याचा चेहरा जरासा पडला. पण मग वळून त्याने आपल्या मोठ्या बहिणीला चांगलंच फैलावर घेतलं. त्यांची वादावादी नंतर गाडीतही बराच वेळ चालली होती.

मग अखेर माझ्याकडे वळून मूडी म्हणाला, "ती तुझ्याशी नीट वागत नाही, असं मी तिला बजावलं." त्याचा आवाज हळुवार आणि प्रेमळ झाला होता. अगदी पूर्वीसारखा. "तुला इथली भाषा कळत नाही. आमे बोझोर्गने सुद्धा जरा समजुतीने घ्यायला नको का?"

परत एकदा मला या माणसानं गोंधळात टाकलं होतं. आज हा असा वागतोय. पण उद्या धड वागेल याची शाश्वती होती का?

शाळा उघडायचे दिवस आले. शैक्षणिक वर्षाच्या पहिल्या दिवशी तेहरानमधल्या एकूण एक शाळांमधील शिक्षक आपापल्या विद्यार्थी-विद्यार्थिनींसह एका प्रचंड मिरवणुकीत भाग घेतात. मिरवणूक कसली. मोर्चाच म्हणा ना. आमे बोझोर्गच्या घरावरून शेकडो विद्यार्थ्यांच्या रांगा माग बार्ग अमरीका– (अमेरिका मुर्दाबाद) आणि माग बार्ग इस्राईल– (इस्राइल मुर्दाबाद) अशा घोषणा देत निघाल्या. इकडे खोलीत माहतोबने कान झाकून घेतले.

या मिरवणुकीचा आणखी एक भलताच परिणाम झाला. मूडीच्या अचानक डोक्यात आलं, माहतोबला शाळेत घालायला हवं. माहतोबला इराणी संस्कृतीप्रमाणे व्यवस्थित आदर्श कन्या करायची स्वप्ने तो पाहू लागला. थोड्याच दिवसात त्याने घरात जाहीर केलं, ''उद्यापासून माहतोबची शाळा सुरू.''

''अजिबात नाही. मुळीच नाही,'' मी ओरडले. माहतोबने भीतीने माझा दंड गच्च पकडला. या परक्या देशात परक्या वातावरणात मला सोडून ती एक क्षणभरसुद्धा राहू शकणार नाही, याची तिला आणि मला दोघींनाही चांगली कल्पना होती. एकदा तिला शाळेत घातलं की इथे कायमचं राहावं लागणार असे विचार दोघींच्याही मनात घोळू लागले.

पण मूडी आमचं ऐकणार होता थोडाच? आम्ही दोघींनीही त्याच्याशी खूप वाद घातला. पण काही उपयोग नव्हता.

अखेर मी म्हणाले, ''आधी मला डोळ्यांनी ती शाळा बघू दे.'' या गोष्टीला मूडी तयार झाला.

त्याच दिवशी दुपारी आम्ही शाळेत पाहाणी करण्यासाठी गेलो. मला आश्चर्याचा धक्का बसला. शाळा नुसती स्वच्छ व सुंदरच नव्हती तर अत्याधुनिक सोयींनी सुसज्ज होती. इमारत नवीकोरी होती. सुरेख बगीचा होता. पोहोण्याचा तलाव होता. अमेरिकन पद्धतीची स्वच्छतागृहे होती. मूडीने सांगितलं की, ही एक खाजगी शाळा होती. एक वर्षभर माहतोबला या शाळेत जायला मिळालं असतं. त्यानंतर मात्र तिला सरकारी शाळेत घालावं लागलं असतं. व त्या शाळेचे नियम बरेच कडक असतात. त्यामुळे शाळेची सवय होण्याच्या दृष्टीने आधी या शालेत बालवर्गात घातलेलं बरं असं त्याचं मत होतं.

अर्थात पुढच्या वर्षी माहतोब पहिलीत जाईपर्यंत इथे कोण राहतंय? असा विचार माझ्या मनात चमकून गेला. पण तो मी गिळून टाकला. मग आम्ही मुख्याध्यापिकेला भेटलो. मूडी माझे सर्व प्रश्न फारसीमध्ये तिला विचारत होता. शेवटी मी विचारलं, ''इथं कुणाला इंग्रजी येतं की नाही? कारण माहतोबला फारसी नीटसं येत नाही.''

"हो, एका शिक्षिकेला. पण ती आज आलेली नाही," मुख्याध्यापिका म्हणाली.

मूडीच्या मनातून लगेच दुसऱ्याच दिवशीपासून माहतोबला शाळेत पाठवायचं होतं. पण आमच्या सुदैवाने अजून सहा महिन्यांची वेटिंग लिस्ट होती.

आम्ही दोघींनी मनातल्या मनात सुटकेचा निःश्वास टाकला. पण आम्ही घरी परत येत असताना माझ्या मनात मात्र उलटसुलट विचारांचा गुंता वाढत चालला होता. आज जर मूडीच्या मनासारखं घडलं असतं आणि माहतोबची शाळा सुरू झाली असती तर ती माझी हार होती. आम्हाला कायमचं इथं इराणमध्येच ठेवून घेण्याच्या दृष्टीने मूडी अगदी पद्धतशीर पावले टाकत होता. पण कदाचित आम्ही त्याच्या या म्हणण्याला विरोध दाखवलाच नाही... जर आम्ही दोघी आता कायमच्या इथे राहायला तयार झालो असा आव आणला आणि त्याचं म्हणणं मान्य केलं तर... कदाचित सुटकेचा मार्ग अधिक सुकर होईल. सध्या माझ्या विरोधी भूमिकेचा परिणाम म्हणून मूडी माझ्या प्रत्येक हालचालींवर बारीक नजर ठेवून होता. त्यामुळेच सुटकेचा काहीही प्रयत्न करणं मला शक्य होत नव्हतं. मूडीला बेसावध ठेवण्याचा एकच मार्ग होता, तो म्हणजे आपण इथे कायमचे राहायला तयार आहोत असं त्याला भासवायचं.

नंतर उरलेला दुपारचा सर्व वेळ खोलीत बसून मी यापुढे कसं वागायचं, कसं बोलायचं याचे बेत आखत होते. विचारांचं काहूर माजलं होतं. डोकं ठिकाणावर ठेवणं सुद्धा कठीण जात होतं. पहिलं म्हणजे आधी आपण आपली तब्येत सुधारायला हवी. नीट जेवायचं, खायचं नाही, नीट झोप घ्यायची नाही, एकसारखी औषधं गिळायची... हे सगळं आधी थांबायला हवं.

सगळ्यात आधी कसंही करून या आमे बोझोर्गच्या घरातून मूडीला बाहेर काढलं पाहिजे. इथे मला सगळ्याच कुटुंबियांनी जणू कैदीच ठरवून टाकलं होतं. आणि ते सगळे होते पहारेकरी. आम्ही येथे गेले सहा आठवडे राहात होतो. या काळात आमे बोझोर्ग आणि बाबा हाजी या दोघांचं माझ्याशी वागणं अधिकाधिकच वाईट होत चाललं होतं. मी आता रोज सगळ्या कुटुंबियांबरोबर त्या तासनतास चालणाऱ्या प्रार्थनेच्या सोहोळ्यात सहभागी व्हायलाच पाहिजे असा बाबा हाजींचा आग्रह सुरू झाला. इथे मूडीचे आणि त्यांचे रोज मतभेद होत. मूडीचं म्हणणं होतं, की मी रोज कुराणाचा अभ्यास करतेच आहे. तो मला माझ्या गतीने करू देण्यात यावा. प्रार्थनेची सक्ती करण्यात येऊ नये. आता विचार करता करता मला समजलं की, मी कधीतरी इथे कायमची राहायला आपणहून तयार होईन अशी मूडीला मनातून आशा वाटत होती.

तेव्हा आम्ही तिघांनी कायमचं या घरात, या माणसांच्यात राहावं असं त्यालाही नक्की वाटत नसणार. गेल्या सहा आठवड्यांत मी आणि मूडीने एकमेकांना

एकदाही प्रेमाने स्पर्श केला नव्हता, साधं एकमेकांच्या जवळही आलो नव्हतो. माहतोब तर मूडी आला की तोंड फिरवे. हे सगळं त्याला नक्कीच मनातून पटत नसणार. आम्ही पूर्वीसारखं एकत्र आनंदात राहावं, नीटस, सुबक संसार मांडावा असं त्याचंही स्वप्न असणारच. माझ्यावरचा त्याचा पहारा, ही नजरकैद कमी करण्याचा एकच मार्ग माझ्यापुढे होता. तो म्हणजे आपण हे सगळं इराणमध्ये राहून करायला तयार आहोत असं भासवायचं.

आता हे कसं बरं साधायचं? मी विचार करू लागले. माझं वागणं मूडीला खरं वाटायला हवं असेल तर मला उच्च दर्जाचा अभिनय करता आला पाहिजे. मूडीला अजूनही असंच वाटायला हवं की, माझं त्याच्यावर पूर्वीसारखंच आत्यंतिक प्रेम आहे. मनातून मी रोज त्याचं मरण चिंतीत होते ती गोष्ट वेगळी.

दुसऱ्या दिवशीपासूनच मी हे सर्व आचरणात आणायला सुरुवात केली. कित्येक दिवसांनी आज प्रथम मी मन लावून केशभूषा केली. चेहऱ्यावर थोडीशी रंगरंगोटी सुद्धा केली. मंद निळ्या रंगाचा सुंदर पाकिस्तानी पोशाख घातला. मूडी खूष झाला आहे हे मला त्याच्या नुसत्या एका कटाक्षात कळलं. मग मी हलकेच सुचवलं, ''मला तुझ्याशी काही बोलायचंय.'' मूडीने लगेच मला घराबाहेर अंगणाच्या कोपऱ्यात बसायला जागा होती तिथे नेलं.

''माझी तब्येत अलीकडे फार खराब झाली आहे,'' मी बोलायला सुरुवात केली; ''अशक्तपणा पण फार जाणवतो आणि मला माझं धड नाव सुद्धा लिहिण्याची ताकद उरलेली नाही.''

मूडी सहानुभूतीने माझं बोलणं ऐकत होता. ''पण मी आता ठरवलंय, अजिबात आणखी औषधं वगैरे घ्यायची नाहीत.''

त्याला हे पण पटलेलं दिसलं. एक ऑस्टोपॅथ म्हणून नाही तरी त्याला सुद्धा औषधांचा कुणी अतिरेक केलेला पटत नसे. ''तू फारच खराब झाली होतीस म्हणून मी औषधं देत होतो. पण खरं आहे, तू औषधं घेणं थांबवायलाच हवंस;'' तो म्हणाला.

त्याच्या बोलण्याने मला आणखी बोलायला जोर चढला. मी म्हणाले, ''हे बघ, आता आपण कायमचं इथे तेहरानमध्येच राहाणार ही कल्पना मलाही पटली आहे. पण मग निदान आपण लवकरात लवकर आपलं पूर्वीसारखं साधं सरळ आणि छान संसाराला लागावं हे बरं. मलाही संसाराची हौस आहे.''

मूडीच्या चेहऱ्यावरचे भाव एकदम बदलले. तो जरा सावध झाला. पण मी ते लक्षात न आल्यासारखं बोलतच राहिले, ''मला संसार करायचाय. पण त्याला तुझी साथ हवी. मी एकटी काही करू शकणार नाही. आणि मुख्य म्हणजे ह्या घरात तर नाहीच नाही.''

"पण तुला करावाच लागेल." मूडीचा आवाज आता किंचित चढला होता. "आमे बोझोर्ग माझी वडील बहीण आहे. मला तिच्याविषयी आदर आहे."

"पण मला मात्र तिचा अगदी तिटकारा वाटतो." मी बोलून गेले. माझे डोळे पाण्याने भरले होते. मला आता मात्र गप्प बसवेना. "मला तिची घाण वाटते. ती गलिच्छ आहे. कधीही स्वयंपाकघरात जाऊन बघा, कुणीना कुणी तरी उष्टे खरकटे हात स्वयंपाकाच्या पातेल्यात घालतच असतं. ते कपबशा न विसळता त्यातच पुन्हा पुन्हा चहा देतात. जेवणात पोरकिडे, भातात अळ्या. सगळ्या घरादाराला दुर्गंधी येते. आपण काय कायम इथे, या घाणीत राहायचं?"

मी मनात इतके हुशारीने बेत आखले होते. पण रागाच्या भरात नाही ते बोलून गेले आणि सगळ्यावर पाणी पडलं. कारण तो माझ्यावरच उखडला होता. "हे असंच राहावं लागेल," तो गुरगुरला.

अखेर माझ्या आपली चूक लक्षात आल्यावर मी कसंबसं सावरून घ्यायचा प्रयत्न केला. आता परंपरागत इराणी स्त्रीसारखं नवऱ्याच्या पायाची दासी होऊन राहाण्याचा अभिनय करायला हवा. मी अंगातल्या कपड्याची झालर उचलून डोळे टिपले आणि मुसमुसत म्हणाले, "असं काय रे? मी तुला सुखात ठेवण्यासाठीच ना धडपडत असते? तू, मी, माहतोब, आपला कसा सोन्यासारखा संसार आहे. तो नीट करायचा तर आपल्याला इथून बाहेर पडायलाच हवं."

असं डोळ्यांतल्या आसवांचं अस्त्र बाहेर काढल्यावर नाही म्हटलं तरी मूडी जरासा विरघळला. मी जे काही बोलत होते ते खरंच होतं. आणि हे त्यालाही माहीत होतं. पण एकीकडे बायको तर दुसरीकडे बहीण अशा कात्रीत तो सापडला होता. "पण आपण जाणार कुठे?" तो म्हणाला.

या प्रश्नाचं उत्तर मी शोधलेलं होतंच. "आपण रेझाची हरकत नसेल तर काही दिवस त्याच्याकडे राहू या का?"

"पण तुला तर रेझा आवडत नाही."

"आवडतो. मी इराणमध्ये आल्यापासून तो माझ्याशी खूपच चांगलं वागतो. एसी सुद्धा"

"ते ठीक आहे. पण ते कसं काय जमवायचं ते बघायला हवं."

"का बरं? तो भेटला, की नेहमी तर आपल्याला घरी राहायला बोलावत असतो."

"ते काही खरं मानायचं नाही. ते आपलं तो असंच म्हणतो, वरवरचं. केवळ 'तराफ'!"

"त्याने वरवरचं म्हणू दे. आपण आपण ते खरंच मानायचं आणि जायचं;" मी घोडं पुढे दामटलं.

नंतरचे किती दिवस मी मूडीचं डोकं या विषयावर खात होते. घरातल्या इतर माणसांशी सुद्धा मी मूडीला जाणवेल अशा तऱ्हेने गोडीगुलाबीने वागायला सुरुवात केली होती. आता औषधपाणी एकदम बंद होतं. आणि खरोखर औषधे न घेतल्यामुळे माझी तब्येत सुधारतच होती. मी इतक्यात हार मानणार नव्हते. शेवटी एक दिवस मूडीने माझ्या कानावर घातलं, रेझा संध्याकाळी येणार होता.

"आता तूच त्याच्यापाशी हा विषय काढ," मूडी म्हणाला.

"हो, अवश्य या;" रेझा म्हणाला, "पण आज नको. आज आम्हाला बाहेर जायचं." 'तराफ' सगळं खोटं.

"ठीक आहे. उद्या येऊ?" मी तरीपण विचारलं.

"उद्या... उद्या... तसं चालेल. पण असं करू, मी कुणाची तरी गाडी मागवतो आणि तुम्हाला घेऊन जातो." हे सुद्धा 'तराफ'च.

आधी आमच्याकडे फारसे कपडे वगैरे नव्हतेच. पण त्यातील सुद्धा अगदी मोजकेच बरोबर घ्यायचे अशी मूडीने मला ताकीद दिली. आमे बोझोर्ग रोज माझा इतका तिटकारा करायची. पण आता आम्ही दुसरीकडे जायला निघाल्यावर मात्र तिचा कोण अपमान झाला. तरी मूडी आडून आडून सारखं सुचवत होता की, आम्ही रेझाकडे अगदी थोडेच दिवस चाललोय. पण तरीही तिचे टोमणे चालू होते.

त्या दिवशी रात्री दहा वाजून गेले तरी रेझा आम्हाला न्यायला आलाच नाही. मग मी मूडीकडे हट्ट केला की, रेझाला फोन करायचा आणि मीच त्याच्याशी बोलणार. मूडीने फोन लावून दिला आणि तो मला अगदी चिकटून बोलणं ऐकत उभा राहिला. "रेझा, आम्ही तुझी किती वाट बघतोय. तू आम्हाला न्यायला येणार होतास ना?"

"अं... त्याचं काय झालं... काहीतरी काम निघालं;" रेझा म्हणाला, "आम्ही उद्या वगैरे येऊ की..." तराफ, तराफ.

"ते काही नाही. तू आत्ताच येऊन आम्हाला घेऊन जा."

आता टाळाटाळ करण्यात अर्थ नाही हे रेझाला कळून चुकलं. "ठीक आहे, मी येतो," तो म्हणाला.

तो दारातून आत शिरताच मी लगेच निघाले. पण त्याला जायची अजिबात घाई नव्हती. त्याने आरामात हातपाय धुतले, कपडे बदलले. मग चहापाणी झालं. कितीतरी वेळ आमे बोझोर्गशी गप्पागोष्टी झाल्या. त्याने निरोप घेण्यात सुद्धा चांगला तास घालवला.

अखेर आम्ही निघालो तेव्हा मध्यरात्र उलटून गेली होती. थोड्याच वेळात एका गल्लीत शिरून एका दुमजली घरापाशी आम्ही पोचलो. इथे दोन मजल्यावर मम्मल आणि रेझा असे दोघे राहात. रेझा, एसी आणि त्यांची दोन मुले मरियम व मेहदी

असे खाली राहात तर मम्मल, नसरीन आणि त्यांचा मुलगा अमीर वरती राहात.

आम्ही घरी पोचलो तेव्हा एसीची खूप साफसफाई, आवराआवर चालू होती. रेझाने इतका वेळ का घालवला ते आता कळलं. आम्ही खरोखर येऊन उभे राहू अशी त्यांना कल्पनाच नव्हती. कारण आमंत्रण तोंडदेखलंच होतं. केवळ 'तराफ. मात्र एसीने आमचं आपुलकीने स्वागत केलं.

रात्र इतकी झाली होती की, मी लगेचच आम्हाला दिलेल्या खोलीत जाऊन कपडे बदलले. माझी पुंजी मी लगेच दडवून ठेवली. माहतोबला झोपवल्यानंतर मी मनातल्या मनात सुटकेचे बेत आखू लागले.

मी हळुवारपणे मूडीला खोलीत बोलावले. त्याच्या डोळ्यांत डोळे घालून म्हणाले, "मला इथे आणलंस. मला खूप बरं वाटतंय." नंतर त्याच्या हातावरून हळुवार, अगदी अलगद हात फिरवला. त्याच्या अंगावर काटा उभा राहिलेला मला जाणवला. त्याचे गरम श्वास माझ्या गालांना जाणवू लागले. सहा आठवडे नुसतेच गेले होते...

नंतरचा काही काळ मी कसा काढला ते माझं मलाच माहीत. मला उलट्या येत होत्या, उमासे येत होते. या माणसाचा गळा दाबून खून करावा असे विचार मनात येत होते. पण मूडीला मात्र मी खूप आनंदात आहे असंच वाटत होतं. वाटायलाच हवं होतं...

सगळं झाल्यावर मी त्याच्या कानात कुजबुजले, "आय लव्ह यू." खोटं. धादांत खोटं. केवळ तराफ.

□

६

मूडी दुसऱ्या दिवशी पहाटे उठला तोच अंघोळीला गेला. कारण इस्लामी धर्माप्रमाणे प्रेमसंबंधानंतर स्वच्छ, शूचिर्भूत झाल्याखेरीज सकाळच्या प्रार्थनेला जायचं नसतं. त्याच्या अंघोळ करून येण्यामुळे एकप्रकारे रेझा आणि एसीला तसेच वरच्या मजल्यावरच्या मम्मल आणि नसरीनला जणू काय खूणच पटली की, आमचं पतीपत्नींचं अगदी छान चाललं आहे.

अर्थात खरी परिस्थिती याच्या अगदी उलट होती. स्वातंत्र्याचा मार्ग सुलभ होण्याकरिता मला या ठिकाणी ज्या काही अनेक तडजोडी कराव्या लागणार होत्या, त्यापैकी एक म्हणजे आम्हा पतीपत्नींचे संबंध.

पहिल्या दिवशी सकाळी रेझाच्या घरी माहतोब आणि रेझाची तीन वर्षांची

मुलगी मरियम यांची चांगली गट्टी जुळली. मरियमला तिच्या मामांनी इंग्लंडहून पाठवलेली पुष्कळ सुंदर सुंदर खेळणी होती. मरियमसाठी मागच्या अंगणात एक छोटा झोपाळासुद्धा बसवलेला होता. अंगणात छोटीशी बाग केलेली होती.

हे घर मात्र ओळीने बांधलेल्या, सारख्या दिसणाऱ्या दुमजली घरांपैकी एक होतं. आमे बोझोर्गपेक्षा एसीने आपलं घर कित्येक पटींनी चांगलं ठेवलं होतं. पण म्हणून एसी काही व्यवस्थित व टापटिपीची गृहिणी वगैरे नव्हती. आमे बोझोर्गपेक्षा बरी इतकंच. कारण इथेही झुरळांचा सुकाळ होता. ढेकणांचा सुकाळ होता. एसीचा तान्हा मुलगा मेहदी बहुतेक वेळा चड्डीशिवाय इकडे तिकडे रांगायचा. इथे तिथे शू करायचा. ती तशीच वाळून जायची. फक्त त्याने कुठे शी जर करून ठेवली तर ती तेवढी एसी लगेच धावून स्वच्छ करायची. पण घरभर अंथरलेल्या पर्सियन कार्पेटमध्ये बाकीची घाण तशीच असायची.

या घाणेरडेपणाला कंटाळूनच की काय देव जाणे पण इथे आल्याच्या पहिल्याच दिवशी सकाळी मूडीने मला, माहतोबला आणि मरियमला जवळच असलेल्या बागेत फिरायला नेलं. पण तेवढा सर्व वेळ मूडी अस्वस्थपणे आजूबाजूला बघत होता. कुणी आम्हाला बघत तर नाही अशी त्याला भीती वाटत होती.

मी मात्र आजूबाजूचा नवीन परिसर बारकाईने नजरेखालून घालत होते. एकेक बारकावा नीट लक्षात ठेवत होते. रेझाच्या घरासारख्या दिसणाऱ्या घरांच्या असंख्य रांगा दृष्टी ठरेल तिथपर्यंत पसरलेल्या दिसत होत्या. त्यामध्ये शेकडो कुटुंबे दाटीवाटीने राहात होती. हा शहराच्या दाट लोकवस्तीचा भाग होता.

हवेत शरद ऋतूच्या आगमनाची चाहूल होती. बागेत पोचलो आणि नजर तिथल्या सुंदर हिरव्यागार हिरवळीने सुखावली. मात्र वीज आणि पाणी दोन्हीच्या तुटपुंज्या पुरवठ्यामुळे कारंज्यांची वाताहत झाली होती.

माहतोब आणि मरियम घसरगुंडी व झोपाळ्यावर थोडा वेळच खेळल्या. पण लगेच मूडीने घरी परतण्याचा आग्रह धरला.

"पण एवढ्यात का? इथे किती छान वाटतंय," मी विचारलं.

"लगेच निघा," मूडी तुटकपणे म्हणाला.

मी ठरवलंच होतं, त्याच्याशी कधीही वाद घालायचा नाही. त्यामुळे मी लगेच निघाले.

असे दिवस जात होते. घरातल्या कुबट घाणेरड्या वासाची पण आता सवय झाली होती. तशीच रस्त्यावरच्या गोंगाटाची सुद्धा. दिवसभर उघड्या खिडक्यांमधून लोकांची भांडणे, रस्त्यावरच्या फेरीवाल्यांच्या आरोळ्या नाही तर वाहनांचे आवाज येतच असायचे. सकाळची वेळ म्हणजे कचरावाल्याच्या येण्याची 'अश्खली, अश्खली' असा आवाज देत. फाटके तुटके बूट घालून, धडधड वाजणारी गाडी

ढकलत तो यायचा. मग सगळ्या बायका बाहेर येऊन आपापल्या कचऱ्याच्या बादल्या त्याच्या गाडीत रिकाम्या करायच्या. तोच नंतर रस्तापण झाडायचा. झाडणं कसलं ते. खुशाल कडेने वाहणाऱ्या उघड्या गटारांमध्येच तो रस्त्यावरची घाण नेऊन लोटायचा.

नंतर मीठवाल्याची फेरी व्हायची. 'नामाकी, नामाकी' असं ओरडत उघड्या हातगाडीवर ओलसर पाझरणाऱ्या मिठाचा ढीग घेऊन तो विकायला यायचा. हे मीठ त्याच्याकडून शिळ्या पोळी-भाकरीच्या मोबदल्यात मिळायचं. पैसे वगैरे द्यायला लागायचे नाहीत. त्या शिळ्या पोळ्या नंतर तो जनावरांचं, गाईगुरांचं खाणं म्हणून विकायचा.

नंतर यायचा भाजीवाला. 'सब्जी' अशी आरोळी देत, मिरची, कोथिंबीर, पालक आणि इतर तऱ्हेतऱ्हेच्या भाज्यांनी भरलेली हातगाडी ढकलत याचं आगमन व्हायचं. कधी कधी तर तो चक्क हातात एक कर्णा घेऊन यायचा आणि, "भाजी घ्या भाजी, ताजी ताजी ताजी..." असं काहीबाही ओरडत सुटायचा. एसीला गडबडीने आधी 'चादोर' घालावी लागायची. मगच भाजी घ्यायला पळायचं.

मग बांधलेल्या मेंढ्यांचा कलकलाट, केविलवाणं ओरडणं ऐकू आलं की समजावं, मटणविक्रेता आला म्हणून. बरेचदा त्या मेंढ्यांच्या अंगावर भडक रंगाने त्यांच्या मालकाचं नाव रंगवलेलं असायचं. विक्रेता नुसता दलालीचं काम करायचा.

कधी तरी चाकू, सुऱ्या, कात्र्यांना धार लावायला एक माणूस सायकलवरून यायचा.

एसीनेच मला एकदा सांगितलं की, हे सगळे विक्रेते अत्यंत हलाखीच्या परिस्थितीत, बाजूच्या झोपडपट्टीत राहातात. त्यांच्या बायका तर चक्क भीक मागायच्या. घरोघरी हिंडायचं, लोकांच्या दाराची घंटी वाजवायची आणि "अन्न वाढा माई" करून हात पसरायचा. फाटकीतुटकी 'चादोर' तोंडावर घेऊन फक्त एक डोळा उघडा ठेवून त्या अशी काही करुण, आर्त हाक मारायच्या की बस्. एसी तर हमखास काही ना काही भीक घातल्याशिवाय राहायची नाही. मम्मलची बायको नसरीन मात्र सगळ्यांना पिटाळून लावायची.

एसी आणि मी. आमच्या दोघींच्या एकमेकींविषयीच्या भावना कशा बरं शब्दात सांगू मी? खरं तर परिस्थितीने आम्हा दोघींना एकत्र राहायला भाग पाडलं होतं. त्यातल्या त्यात आलिया भोगासी म्हणून एकमेकींना आवडून, किंबहुना चालवून घेण्याचा आम्ही मनापासून प्रयत्न करत होतो. निदान आम्हाला सगळ्यांना एकमेकांशी इंग्रजीत बोलता येत होतं हे काय कमी होतं? मी एसीला घरकामात जमेल तशी मदत करत होते. मुख्य म्हणजे तिला याची खरंच जाण होती. आमे बोझोर्गसारखी ती माझा तिटकारा करत नसे.

तिची घरातील बाकीची व्यवस्था व टापटीप यथातथा होती. पण स्वयंपाकाची तिला खरीखुरी आवड होती. भाज्या आणून, नीटनेटक्या निवडून, प्लॅस्टिकच्या पिशवीत गुंडाळून फ्रीजमध्ये ठेवलेल्या असायच्या. महिन्याभराच्या जेवणाचे बेत कागदावर तारीख वाराप्रमाणे लिहून ते ती भिंतीवर चिकटवून ठेवायची. आहार समतोल असावा, स्वच्छता व आरोग्याची काळजी घेऊन शिजवलेला असावा इकडे तिचं पूर्ण लक्ष असे. आम्ही दोघी बसून तांदूळ निवडून त्यातले पोरकिडे काढून टाकायचो व मगच भात शिजवला जायचा.

त्यामुळे आता मला अळ्या पोरकिडे विरहित भात खायला मिळायचा, केवढं माझं भाग्य. गेल्या दोन महिन्यांत मी जे काही अनुभव घेतले होते त्यामुळे हेही भाग्यच म्हणायला हवं. अमेरिकन लोकांचं स्वच्छतेचं वेड. त्यांना लहानसहान गोष्टीही सहन होईनाशा होतात. खटकायला लागतात. पण इथे मी आता हळूहळू बारीक सारीक गोष्टींकडे काणाडोळा करायला शिकले होते. का म्हणून विचारायचं नाही. भातात अळ्या, पोरकिडे आढळले, काढून टाकायचे. बाळाने कार्पेटवर शी करून ठेवली, उठायचं आणि स्वच्छ करायची. नवऱ्याने बागेत बसायचं नाही, घरी चल म्हणून दरडावलं, मुकाट्याने उठायचं आणि घरी निघून यायचं.

झोरे एकदा आमे बोझोर्गला घेऊन भेटायला आली. आमे बोझोर्ग येताना आमच्यासाठी भेट म्हणून एक उशी घेऊन आली होती. ते बघून मूडी अस्वस्थ झाला. तुमच्याकडे जर कुणी पाहुणा येऊन राहिला आणि तो परत निघाला की त्याची बोळवण करताना काहीतरी भेटवस्तू देण्याची इथे प्रथा आहे. आम्हाला उशीचा आहेर करून एक प्रकारे आमे बोझोर्गने हेच सुचवलं होतं की आता आमच्या घराचे दरवाजे तुम्हाला बंद आहेत. आम्ही तिचं घर सोडून तिचा अपमान केला होता ना.

अर्थात वाद घालायला वेळच नव्हता. त्या दोघी घाईतच आल्या होत्या. झोरेने चहा सुद्धा घेतला नाही. ती म्हणाली, ''आम्हाला बसायला वेळ नाही. मी ममीला 'हमूम' मध्ये घेऊन चालले आहे.'' 'हमूम' म्हणजे इराणमधील सार्वजनिक स्नानगृह.

''नाहीतरी जायला हवंच आहे,'' मूडी पुटपुटला. ''आम्ही गेले आठ आठवडे इथे आहोत. इतक्या दिवसात तिने एकदाही अंघोळ केलेली नाही.''

त्याच दिवशी संध्याकाळी झोरेचा मूडीला फोन आला, 'दाहीजान' ममी आजारी आहे, ताबडतोब या म्हणून. रेझाने लगेच जवळ राहणाऱ्या बहिणीची गाडी मागून आणली आणि मूडीला घेऊन निघाला. मूडीपण एक डॉक्टर म्हणून ऐटीत गेला.

तो परत आला तेव्हा बरीच रात्र झाली होती. तो आला तोच मुळी बहिणीबद्दल कुरकुर करत. त्याच्या सांगण्याप्रमाणे अंघोळीच्या श्रमांनी थकून, अंग दुखतंय

म्हणून आमे बोझोर्ग आल्याआल्या झोपून राहिली. तिने झोरेकडून हातांवर आणि कपाळावर मेंदीचा लेप घालून घेतला. शिवाय भुताखेतांना घामाद्वारे पळवून लावण्यासाठी तिने अंगवर हवी तेवढी जाडजूड पांघरुणे घेतली होती आणि आरडाओरडा करत पडली होती. मूडीने तिला एक इंजेक्शन दिलं.

"तिला काहीही झालेलं नाहीये. अंघोळीचा आपल्याला कसा त्रास होतो हे दाखवण्यासाठी सगळी नाटकं चालली होती, तो घरी आल्यावर म्हणाला.

रेझा माझ्याशी खूपच चांगलं वागे. ते बघून मलाही आश्चर्य वाटत होतं. कारण आमच्याकडे कॉर्पस ख्रिस्तीच्या घरातून अखेर कंटाळून मी त्याला जेव्हा बाहेर काढलं होतं तेव्हा त्याने मला शिव्यांची लाखोली वाहिली होती. पण आता तो ते जुनं सगळं विसरलेला दिसत होता. इराणी राज्यक्रांतीच्या तो कितीही बाजूचा असला तरी त्याला अजूनही अमेरिकेबद्दल प्रेम होतं.

एक दिवस असंच अमेरिकेची आठवण म्हणून त्याने आम्हाला पिझ्झा खायला बाहेर नेलं. मी आणि माहतोब नुसत्या पिझ्झा खाण्याच्या कल्पनेने आनंदून गेलो होतो. पण प्रत्यक्षात जो प्रकार पिझ्झा म्हणून समोर आला तो बघून तोंडाची चवच गेली. तो इराणमधल्या कुठल्याही बेकरीत मिळणाऱ्या 'लावाश' नावाच्या साध्या पावापासूनच केलेला होता. वरती थोडाफार टोमॅटोचा रस आणि दोन-चार मटणाचे तुकडे पसरले होते. चीझ तर अजिबातच नव्हतं. त्याची चव एकंदर फारच वाईट होती. त्यामुळे आम्ही तो कसातरी घशाखाली घातला. पण रेझाने आम्हाला इतक्या प्रेमाने बाहेर खायला आणलं होतं त्याबद्दल मात्र मी त्याचं खूप कौतुक केलं.

रेझा पण आता स्वतःवर खूष झाला. मग त्याने जाहीर केलं, "एसी, आजपासून तू हिच्याकडून अमेरिकन पद्धतीचा स्वयंपाक शिकायचा बरं का."

अमेरिकन स्वयंपाक शिकायचा तर त्यासाठी लागणारं सामान दुकानांमधून हुडकून आणायला हवं. त्यासाठी सारखं सारखं बाहेर पडायला हवं. ही संधी चांगलीच चालून आली होती. मूडीने काही म्हणायच्या आत मी लगेच होकार देऊन टाकला. नंतरचे कित्येक दिवस मूडीला दावणीला बांधून आम्ही इराणी बाजाराच्या धक्काबुक्कीत वेगवेगळ्या गोष्टींच्या शोधात निघायचो. माझी नजर बारकाईने सर्व रस्ते न्याहाळून, आसपासच्या खाणाखुणा लक्षात ठेवायची. या खरेदी प्रकारातूनच मला कितीतरी व्यवहारज्ञान मिळालं. टेलिफोनवरून मागवण्याच्या भाड्याच्या टॅक्सी महाग पडतात. त्यापेक्षा 'नारिंगी' टॅक्सी घेणं स्वस्त. नारिंगी टॅक्सी याचा अर्थ खाजगी गाडी. या खाजगी गाड्यांचे चालक हवी तेवढी माणसे आत कोंबून अगदी थोड्या भाड्यात माणसांची ने-आण करीत. यांच्या गाड्या बस स्टॉपच्या आजूबाजूला रेंगाळत उभ्या असायच्या.

मूडीला खरेदीला बरोबर रोज न्यायचं हे माझ्या आणि त्याच्या दृष्टीने कटकटीचं, कंटाळवाणंच काम असायचं. पण मी एकाच आशेवर होते की, कधीतरी तो या रोजच्या कटकटीला कंटाळेल आणि आम्हाला बायकांना एकटं जाऊ देईल. न जाणो कधीतरी मी आणि माहतोब काही बहाणा करून दोघीसुद्धा बाहेर पडू शकू. कदाचित मला परत एंबसीत एखादी खेप घालता येईल. हेलनला परत एकदा भेटून स्टेट डिपार्टमेंटकडून काही नवीन हालचाल असली तर त्याचा पत्ता लागेल.

मूडी तसा स्वभावतः आळशीच. मी आत्ता इथे इराणमध्ये चांगली रुळले आहे अशी जर त्याची एकदा खात्री पटली तर तो दर वेळी माझ्यावर नजर ठेवायला माझ्याबरोबर असल्या बायकी कामांसाठी येणारही नाही.

रेझा आणि एसीकडे येऊन आता पंधरा दिवस व्हायला आले होते. वेळ फार थोडा उरला होता. ते दोघं आता आमच्या सहवासाला कंटाळले असल्याचं त्यांच्या वागण्यावरून दिसायला लागलं होतं. एकतर जागा लहान होती. तशी अडचणच होई. मरियम लाडावलेली मुलगी असल्याने खेळण्यांवरून तिची व माहतोबची भांडणं होऊ लागली होती. रेझा तसं काही बोलून दाखवत नसे. पण तो दिवसभर बाबा हाजींच्या फर्ममध्ये अकाऊंटंटची नोकरी करून थकून भागून घरी यायचा तेव्हा आळशी व निष्क्रियपणे दिवस घालवणाऱ्या मूडीबद्दलचा राग कधीतरी चेहऱ्यावर दिसायचा. अमेरिकेत हाच रेझा महिनोन् महिना मूडीच्या जिवावर चैन करत आमच्या घरी मुक्काम ठोकून होता. पण आता परिस्थिती याच्या बरोबर उलट झाली होती. व ते त्याला रुचत नव्हतं.

रेझाकडून आपल्याला अशी वागणूक मिळावी हे मूडीला अर्थातच सहन झालं नाही, "आपण इथे आता जास्त दिवस राहाता कामा नये," तो मला म्हणाला, "तुला जार बरं वाटावं म्हणून आपण इकडे आलो. पण आता आमे बोझोर्गकडे परत जायला हवं. तिलाही दुखवून चालणार नाही."

ते शब्द ऐकून माझं धाबं दणाणलं. पुन्हा मला त्या घरात नेऊ नको म्हणून मी मूडीच्या किती विनवण्या केल्या. पण तो काही ऐकायला तयार नव्हता. माहतोब पण ही बातमी ऐकून रडकुंडीला आली. मरियमची आणि तिची कितीही भांडणे होत असली तरी इथे निदान खेळायला, निदान भांडायला कुणीतरी होतं. परत रात्री मी आणि तिने देवाची आळवणी केली, "देवा, आता तूच काहीतरी कर."

आणि देव खरोखर धावून आला. त्याच दिवशी संध्याकाळी मम्मल आणि नसरीन आमच्याशी बोलायला आले. मूडीने त्यांच्याशी आधी काही सूतोवाच केलं होतं, का ते आपणहोऊनच आले होते देव जाणे. त्या दोघांनी आम्हाला त्यांच्या घरी येऊन राहाण्याचं बोलावणं केलं. नसरीन अगदी अस्खलित इंग्रजी बोलते हे

बघून मला आश्चर्याचा धक्काच बसला. ही गोष्ट तिने इतके दिवस माझ्यापासून लपवून ठेवली होती.

"मम्मल तर दिवसभर कामानिमित्त घराबाहेरच असतो आणि मी दुपारी युनिव्हर्सिटीत जाते. आमच्या बाळाला संभाळायला कुणीतरी हवं होतं," ती म्हणाली.

माहतोबने आनंदाने उडीच मारली. नसरीनचा मुलगा अमीर जेमतेम वर्षाचा असेल. तो फारच चलाख आणि गोड होता. मुख्य म्हणजे त्याच्या अंगात नेहमी चड्डी असायची.

अमेरिकेत मला मम्मलचा तर रेझाहूनही अधिक तिटकारा आला होता. इराणमधील संपूर्ण मुक्कामात नसरीन माझ्याशी एकदाही दोन गोड शब्द बोललेली नव्हती. पण तरीही त्या आमे बोझोर्गच्या घरी जाण्यापेक्षा वरच्या मजल्यावर मम्मलकडे राहायला जाणं बरं. शिवाय हे निमंत्रण खरं होतं, तराफ नव्हता! मग आम्ही आमचं चंबूगबाळं उचललं आणि वर राहायला गेलो. रात्र झाली होती. नसरीन मुलाला झोपवत होती. झोपवण्यापूर्वी तिने घाणेरड्या वासाच्या बिया त्याच्यावरून ओवाळून दृष्ट काढली आणि त्या जाळात फेकल्या. त्याचा घाण वास घरभर पसरला. यापेक्षा ग्लासभर दूध देऊन एखादं अंगाईगीत म्हटलं असतं तर जास्त छान झालं असतं असं माझ्या मनात आलं. पण मी गप्प बसले.

मम्मल आणि नसरीनने त्यांची स्वतःची बेडरूम आमच्यासाठी रिकामी केली आणि ते बाहेरच्या खोलीत जमिनीवर अंथरूण घालून झोपले. एकंदर त्यांच्या घरी अगदी मोजकंच सामान होतं. एक अवाढव्य टेबल आणि दहा-बारा खुर्च्या स्वयंपाक- घरात होत्या. पण त्यांना मात्र बाहेरच्या खोलीत जमिनीवर बसूनच जेवायला आवडायचं. बाहेरच्या खोलीत एक फोन, रंगीत टी. व्ही., गालिचा आणि सोफासेट एवढंच होतं. घराची सजावट वगैरे काही नाही. भिंतीपण बोडक्याच होत्या.

नसरीन तशी स्वच्छ व टापटिपीची होती. एसीपेक्षा पुष्कळच. पण तिला स्वयंपाकाचा अतिशय कंटाळा होता. स्वयंपाक करताना आरोग्याचा, स्वच्छतेचा विचार करावा, लोकांना आवडेल असा चविष्ट स्वयंपाक करावा वगैरे तिच्या गावीच नव्हतं. चिकन कधी विकत आणलं तर साफ न करता तसंच पिसांसकट वर्तमानपत्राच्या कागदात गुंडाळून फ्रीजमध्ये भिरकावायचं. तांदूळ तर अळ्या-किड्यांनी भरलेले असायचे. ते व्यवस्थित न धुता ती खुशाल तसाच भात शिजवायची.

नशिबाने थोड्याच दिवसात स्वयंपाकाचं काम माझ्या गळ्यात पडलं. मम्मलला रोज इराणी पद्धतीचंच जेवण हवं असायचं ही एक कटकट होती. पण निदान जे

काय चार पदार्थ करीत ते स्वच्छ, नीटनेटके असतील एवढी तरी धडपड मी करत होते.

शेवटी रोजच्या कंटाळवाण्या दिवसात मला काहीतरी विरंगुळा मिळाला. नसरीन युनिव्हर्सिटीत गेली की मी घराची साफसफाई करायची. केर काढायचा, खिडक्या पुसायच्या, फरशा पुसायच्या. कितीतरी कामं. मम्मल इराणमधल्याच एका औषध कंपनीच्या डायरेक्टर बोर्डावर होता. त्यामुळे आम्हाला कितीतरी छान छान वस्तू घरी मिळायच्या. या वस्तू इराणच्या बाजारात कधी उपलब्ध नसायच्या. त्यामुळे नसरीनच्या कोठीच्या खोलीत रबराचे हातमोजे, डझनभर शांपूच्या बाटल्या आणि कपडे धुण्याच्या सुरेख वासाच्या साबणाच्या तर शंभराहून अधिक पेट्या होत्या.

भिंती धुतल्यावर स्वच्छ होऊ शकतात हे नसरीनला आज प्रथमच कळलं. दुपारच्या माझ्या कामगिरीनंतर भिंती नेहमीसारख्या धुरकट काळपट न दिसता मूळच्या सफेद रंगात चमकू लागल्या होत्या. ही फुकटची कामवाली बरी मिळाली होती. त्यामुळे नसरीनला बराच वेळ मोकळा मिळायचा. अभ्यासाला, कुराणपठणाला आणि नमाज पढायला. ती घरी दारी चोवीस तास सतत 'चादोर' घालूनच वावरायची.

पहिले काही दिवस माझं घरकाम चाललेलं असताना माहतोब अमीरशी खेळायची आणि मूडी नुसता लोळून आळसात दिवस काढायचा. निदान इथे आमचं ठीक चाललं होतं. मूडी आमे बोझोर्गकडे जायचं नाव घेत नव्हता.

बारीक सारीक कामात घोळ कसा घालावा हे इराण्यांकडून शिकावं. साधी साखर आणण्याची गोष्ट. पण मूडीचा आणि माझा त्यात आख्खा दिवस वाया गेला. इराणमध्ये दोन प्रकारची साखर मिळते. बारीक साधी साखर आणि खडी साखर. आमे बोझोर्ग साधी साखर वापरायची आणि जमिनीवर हवी तशी सांडायची. मूडीला मात्र खडीसाखरेचा खडा तोंडात चघळायला हवा आणि वर चहाचे घोट घ्यायचे.

मम्मलने रेशनची कूपने आमच्या हवाली केली होती. ती दाखवून पाहिजे त्या प्रकारची साखर आणता आली असती. दुकानदाराने आमची कूपन्स घेऊन जमिनीवरच रचलेल्या साखरेच्या ढिगाऱ्यातून बारीक साखर मोजून आमच्या पिशवीत ओतली. नंतर हातोडीने खडी साखरेच्या ढेपेमधून एक भला मोठा खडीसाखरेचा खडा फोडून तो पण वजन करून नुसता हातात दिला.

आता घरी येऊन या खडीसाखरेचे बत्त्याने फोडून अगदी छोटे छोटे तुकडे करून बरणीत भरण्याचं कंटाळवाणं काम माझ्यावर पडलं. माझा आख्खा दिवस या असल्या कंटाळवाण्या, अर्थहीन कामांमध्ये जाई. आता १९८४ सालचा

ऑक्टोबर महिना चालू होता. माझा बेत हळूहळू यशाची ग्वाही देत होता. कारण मूडीचा पहारा बराच कमी होत चालला होता. मूडीला मी केलेला इराणी पद्धतीचा स्वयंपाकच जास्त आवडायचा. अगदी खऱ्याखुऱ्या इराणी गृहिणीपेक्षाही. मग स्वयंपाक व्यवस्थित करायचा तर रोजच्या रोज सामान, भाजीपाला आणायला बाहेर जायला नको का? थंडी हळूहळू वाढत होती. अमीर आणि माहतोबला गरम कपड्यात लपेटून आमची रोजच बाहेर यात्रा निघायची.

मी नुकताच एका पिझ्झा विकणाऱ्या दुकानाचा शोध लावला होता. मी अमेरिकन असल्याने दुकानदाराने मला पिझ्झासाठी लागणारे एक विशिष्ट प्रकारचे चांगले दोन किलो चीझ विकत दिले. हे वापरून मी घरच्या घरीच अमेरिकन पद्धतीने अगदी स्वादिष्ट, खुसखुशीत पिझ्झा अधूम मधून बनवू लागले. तो इराणी दुकानदार वेळोवेळी मला चीझ द्यायचा. मात्र मला आणि फक्त मलाच हं, बाकी कुणाला नाही. इराणमध्ये प्रथमच मला मी अमेरिकन असल्याचा काही फायदा झाला होता.

पहिल्या पहिल्यांदा मी खरेदीला बाहेर पडले की दुकानाबाहेर मूडी अगदी काळजीपूर्वक माझ्यावर नजर ठेवून उभा राहायचा. पण हळूहळू तो या रोजच्या प्रकाराला कंटाळून गेला होता हे त्याच्या चेहऱ्यावरून स्पष्ट होत असे.

एकदा त्याने मला नसरीनबरोबर खरेदीला पाठवलं. व आपण घरीच थांबला. आम्हाला माहतोबसाठी लोकर आणायची होती. मी तिला स्वेटर विणणार होते. पण दिवसभर खूप दुकानांमध्ये हिंडूनही विणकामाच्या सुया मिळाल्याच नाहीत. शेवटी नसरीनने तिच्याकडच्या सुया मला दिल्या.

एव्हाना असल्या बायकी कामांकरता मूडीने आमच्या बरोबर येण्याची गरज नाही हे मी त्याला आडून आडून सुचवले होते. त्याला ते पटल्यासारखे दिसले. रोज स्वयंपाक चालू असताना मधेच मला एखादी गोष्ट लागायची, कधी मटार, कधी चीझ, कधी ब्रेड तर कधी केचप.

असं रोज रोज व्हायला लागल्यावर तो फारच कंटाळला. एक दिवस सकाळपासून त्याचं काहीतरी बिनसलेलं होतं. त्यात मी बाहेर जाऊन काहीतरी वस्तू आणायची म्हटल्यावर तो वैतागून म्हणाला, "जा आता तुझी तू आणि आण. काय रोजची कटकट.'' पण यामध्ये एक भानगड होती. मूडी मुद्दामच माझ्या हातात कधीही पैसे द्यायचा नाही. कारण मला पळून जायचं झालं तर पैशांशिवाय ते शक्य नव्हतं असा त्याने विचार केला होता. (माझ्या गुप्त पुंजीबद्दल त्याला अजूनही पत्ता नव्हता.) मग त्याने त्यातून मार्ग काढला. मी आधी जायचं, हव्या त्या वस्तूची किंमत विचारून परत यायचं आणि मग मूडी मला मोजून तेवढे पैसे देणार. ते घेऊन परत खरेदीला जायचं.

ही गाष्ट खरं तर किती कंटाळवाणी होती. पण मी प्राप्त परिस्थितीला तोंड द्यायला आता सज्ज होते. मला किलोचा भाव काही केल्या कळायचा नाही. मग मी कागद-पेन्सिल घेऊन जायची आणि दुकानदाराकडून भाव उतरवून आणायची. हळूहळू मला फारसी भाषेतले आकडे वाचता येऊ लागले. मात्र माझा यात एक फायदा झाला की मला एकच वस्तू घेऊन यायला दोन वेळा घराबाहेर पडण्याची संधी मिळायची. अगदी थोडक्या वेळासाठी का असेना.

पहिल्या काही वेळेला मी मूडीच्या सांगण्याप्रमाणे वागले. त्याचा शब्द अजिबात मोडला नाही. उगीच शंकेला जागा नको. शिवाय तो नकळत माझा पाठलाग करण्याची शक्यताही होतीच. असे बरेच दिवस गेल्यावर मी प्रत्येक खेपेला थोडं थोडं रेंगाळू लागले. बाहेर वेळ काढू लागले. दर वेळी घरी आलं की रस्त्यावरची गर्दी नाहीतर दुकानातील रांगांबद्दल कुरकुर करायची. शिवाय या सबबी पटण्यासारख्या होत्या. असंच करता करता एकदा मी इराणी एंबसीमध्ये एक फोन करायचं ठरवलं. एका हातात माहतोबचा हात आणि कडेवर छोट्या अमीरला घेऊन मी एकदाचा एक फोन बूथ शोधला. पण दुर्दैवाने फोनमध्ये टाकण्याकरता लागणारी नाणी माझ्याकडे नव्हती. नुसत्या नोटाच होत्या. मी आजूबाजूच्या दुकानांमध्ये हिंडून कुठे सुटे मिळतायत का ते पाहिलं. पण दुकानदारांना गर्दीमुळे माझ्याकडे लक्ष द्यायला सवडच नव्हती.

अखेर एका दुकानात दुकानदाराने मला इंग्रजीतच विचारलं, "फोन करायचाय का? मग माझ्या इथून करा ना." मी अमेरिकन असल्याचा परत एकदा फायदा. दुकानदाराचं नाव होतं हमीद. तो दोनदा अमेरिकेला जाऊन आला होता, स्वाभाविक त्याला अमेरिकेबद्दल प्रेम होतं. दुकानातून मी एंबसीत, हेलनला फोन केला.

माझा आवाज ऐकून हेलन आनंदाने म्हणाली, "तुला आमचा निरोप मिळाला का?"

"कुठला निरोप?'

"तुझ्या नवऱ्याजवळ मी तुझ्यासाठी निरोप ठेवला होता, मला फोन कर असा."

"मला नाही माहीत."

"अरेच्चा!" हेलन आश्चर्याने म्हणाली, "बरं, पण आम्ही तुझ्याशी संपर्क साधायचा सारखा प्रयत्न करतोय. तुझ्या आई-वडिलांनी स्टेट डिपार्टमेंटकडे सारख्या चौकशा चालवल्या आहेत म्हणून डिपार्टमेंटने आम्हाला कळवलंय. त्यांना तुझा नीट पत्ता हवाय. तसंच तू आणि तुझी मुलगी खुशाल आहात ना हेही त्यांना हवंय. ते तिकडे काळजी करतायत. मी तुझ्या नणंदेच्या घरी कितीतरी वेळा फोन केला. पण तिने सांगितलं तू गावाला गेली आहेस म्हणून."

"मी गावाला वगैरे कुठेही गेले नव्हते,'' मी म्हणाले.

"पण तुझी नणंद तसं म्हणाली. तू परत कधी येणार आहेस तेही ठाऊक नाही असं तिने सांगितलं. मग मी माझं तुझ्याकडे अतिशय महत्त्वाचं काम आहे असा तिच्यापाशी निरोप ठेवला.'' हेलनचं माझ्याशी आणखीही बरंच बोलणं झालं.

माझ्या नवऱ्याकडून वेळोवेळी माझी व माझ्या मुलीची खुशाली विचारून घेण्याची तसेच आम्ही दोघी सुखरूप आहोत की नाही याची चौकशी करण्याची परवानगी एंबसीने इराणी सरकारकडून खूप प्रयत्नांती मिळवली होती. एंबसीने मूडीला अशा अर्थाची दोन औपचारिक सही-शिक्क्याची पत्रेही पाठवली होती. पहिल्या पत्राला त्याने उत्तरदेखील पाठवले नव्हते. दुसऱ्या पत्रानंतर मात्र आज सकाळीच त्याचा फोन येऊन गेला होता. ''त्याचं बोलणं फार तुटक, तुसडं होतं.'' हेलन म्हणाली.

हे सगळं ऐकून माझ्या छातीत धडकी भरली. माझे आईबाबा सरकारी मदत घेऊन माझ्या सुटकेची धडपड करतायत ही गोष्ट मूडीच्या कानावर पडली होती. कदाचित आज सकाळपासून याच कारणाने तर तो चिडचिड करत नसेल?

मी फोन खाली ठेवल्यावर हमीदने मला दोन मिनिटं बसायला लावलं. ''तुम्ही काही अडचणीत आहात का?''

आजपर्यंत मी माझी कहाणी एंबसीच्या अधिकाऱ्यांव्यतिरिक्त कुणालाही विश्वासात घेऊन सांगितली नव्हती. माझ्या सहवासात आलेली सर्व इराणी माणसं मूडीची नातलग होती. एकाच घराण्यातली होती. त्यांचा स्वभाव, त्यांचं वागणं, अमेरिकेकडे बघण्याचा त्यांचा दृष्टिकोन दुष्टाव्याचा होता हे निश्चित. पण त्या अनुभवावरून मी संपूर्ण इराणमधील लोकांबद्दल माझं मत बनवून टाकणं योग्य ठरलं नसतं. सगळे इराणी असेच असतील कशावरून? निदान त्या पिझ्झाशॉपच्या दुकानदाराचा स्वभाव तरी तसा नव्हता. पण आपली कथा त्याला सांगावी की नाही? त्याच्यावर विश्वास टाकावा का नाही?

पण मग मी जरा धाडस करायचं ठरवलं. केव्हा ना केव्हातरी मला बाहेरच्या जगातील कुणाकडे तरी मदतीचा हात पसरायला लागणारच होता. मग यालाच का सगळं सांगून विश्वासात घेऊ नये?

माझी कथा ऐकल्यावर तो आश्वासक स्वरात म्हणाला, ''ताई, मी तुम्हाला काय लागेल ती मदत करीन. सगळे इराणी काही तुमच्या नवऱ्यासारखे नसतात. तुम्हाला कधीही फोन करायचा असला तर खुशाल इथे या.'' नंतर त्याने सांगितले की त्याच्या पासपोर्ट ऑफिसमध्ये काही ओळखी आहेत. तिथेही चौकशी करता येईल.

देवानेच हमीदशी आज माझी ओळख करून दिली होती. मग मात्र मी घाईघाईने बेकरीत शिरले. रात्रीच्या जेवणाला 'लावाश'-- पाव आणण्याच्या निमित्ताने

मी बाहेर पडले होते. लांबच लांब रांग होती.

अखेर 'लावाश' पाव घेऊन बऱ्याच वेळाने आम्ही घरी परतलो. घरी परतण्यापूर्वी मी माहतोबला बजावून सांगितलं होतं, मी फोन केला त्याबद्दल किंवा हमीदशी माझं बोलणं झालं त्याबद्दल डॅडींना काहीही सांगायचं नाही. अर्थात मी हे सांगितलं नसतं तरीही चाललं असतं. अवघ्या पाच वर्षांच्या माहतोबला परिस्थितीने किती मोठं, शहाणं, समजूतदार बनवून सोडलं होतं.

मी घरी आल्यावर मूडीने प्रश्नांचा भडिमार सुरू केला. साधा पाव आणायला इतका वेळ लागावा हे त्याला पटत नव्हतं. मग मी तोंडाला येईल ते सांगितलं. म्हटलं बेकरीत गेलो तर भली मोठी रांग होती. आमचा नंबर आला तर तिथला पावच संपला. मग दुसऱ्या बेकरीत गेलो. या सगळ्यामध्ये वेळ मोडला.

मूडी त्यावर काही बोलला नाही. पण नंतरचे कितीतरी दिवस तो माझ्यावर खार खाऊन होता. त्याला माझा संशय आला होता का एंबसीने पाठवलेल्या पत्रामुळे तो सावध झाला होता?

त्यात माझ्या आईने पाठवलेलं एक पत्र मूडीला मिळालं. आजपर्यंत मला माझ्या कुटुंबियांनी आणि मित्रांनी पाठवलेली सगळी पत्रं त्याने हस्तगत केली होती. एकसुद्धा माझ्या हातात पडू दिलं नव्हतं. आज का कोण जाणे, आईचं हे पत्र न उघडताच त्याने माझ्या हातात आणून दिलं. इराणमध्ये आल्यापासून आईचं हस्ताक्षर पहिल्यांदाच दृष्टीस पडत होतं. मी पत्र उघडलं आणि मूडीने माझ्याआधीच त्यात डोकं घातलं. आईने लिहिलं होतं--

"प्रिय बेटी आणि माहतोब,

आम्ही सगळे इथे तुमची इतकी काळजी करत आहोत. तुम्ही तिकडे जायला निघण्यापूर्वी माझ्या मनात सारखी शंकेची पाल चुकचुकत होती. असं वाटत होतं, ह्या दोघींना जाऊ देऊ नये. मला तू जायच्या आदल्यादिवशी एक भयानक स्वप्न पडलं होतं. त्याने तुम्हाला दोघींनी तिथे डांबून ठेवलंय आणि इकडे परत येऊ देत नाहीये असं मला दिसलं. पण तुमच्या नवराबायकोच्या मध्ये पडायला नको म्हणून मी काही बोलले नाही.

आज आणखी एक स्वप्न पडलं. माहतोबचा एका बॉंबस्फोटात पाय तुटला असं मला दिसलं. तुमच्या दोघींच्या जिवाचं काही बरं वाईट झालं तर त्याला तो--तो जबाबदार आहे..."

पत्र पुरं वाचण्याआधीच मूडीने ते माझ्या हातून हिसकावून घेतलं. तो बेभान होऊन ओरडला, "आता पुन्हा या कुणाचं एकही पत्र तुला मिळणार नाही. समजलं? आणि खबरदार कधी फोनवर जरी त्यांच्याशी बोललीस तर."

यानंतरचे कितीतरी दिवस त्याचा माझ्यावर अखंड पहारा होता. कधी हमीदच्या

दुकानावरून जायची वेळ आली तर भीतीने माझ्या अंगावर काटा उभा राही.

इराण सोडून बाहेर काही जग आहे हे मूडी हळूहळू विसरत चालला होता. त्याची वृत्ती दिवसेंदिवस बेदरकार, बेजबाबदार होत चालली होती.

आम्ही अमेरिका सोडून इथे येण्यापूर्वी सुद्धा मूडीने शेवटचे काही दिवस पैशाची वारेमाप उधळपट्टी चालवली होती. आमच्या क्रेडिटकार्डावर त्याने माझ्या नकळत भरमसाठ खरेदी करून आपल्या इथल्या नातेवाईकांसाठी अत्यंत उंची वस्तू भेट म्हणून आणल्या होत्या. डेट्रॉईटला आम्ही भाड्याने घर घेऊन राहात होतो. त्याचं भाडं आणि हप्त्याने घेतलेल्या इतर अनेक वस्तूंचे हप्ते आता कोण भरणार होतं?

आम्ही आमच्या संसारातून जी काही शिल्लक जमा करून बँकेत टाकली होती त्यातूनही येण्याआधी मूडीने प्रचंड उचल केली होती. पण आमची इतर जी काही थोडीफार मालमत्ता होती त्याचा मात्र येण्यापूर्वी त्याने विनियोग केला नव्हता. कारण तसं झालं असतं तर मला लगेच त्याचा संशय आला असता आणि मी इकडे आलेच नसते. पण आता मात्र ती सर्व मालमत्ता इराणमध्ये या ना त्या स्वरूपात उचलून आणण्याची मूडीची धडपड चालू होती.

पण मी एंबसीमार्फत स्टेट डिपार्टमेंटला आधीच कळवून ठेवल्यामुळे ही गोष्ट मात्र मूडीला जमली नसती. हे अर्थात त्याला ठाऊक नव्हतं. अमेरिकेच्या सरकारच्या खिशात आपल्या पैशाची कर स्वरूपात एक दमडीसुद्धा पडता कामा नये असा त्याचा आताचा दृष्टिकोन होता आणि तो तसं वारंवार बोलून दाखवत असे.

पण हे असं फार काळपर्यंत चालणार नव्हतं. आमचे कर्जदार आमचा पत्ता काढतील, आम्हाला कोर्टात खेचतील आणि घेतलेल्या पैशातली पै न् पै चुकती करावी लागेल हे तो जाणून होता.

"आपली अमेरिकेतली सगळी मालमत्ता विकून तुझ्या आई-वडिलांनी त्याचे येतील ते पैसे ताबडतोब आपल्याला इकडे पाठवायला हवेत," मूडी माझ्यावर गुरकावला. जसं काही मीच या सगळ्या प्रकरणात दोषी होते आणि जसं काही माझे आई-वडील मूडीच्या आर्थिक बाबींना जबाबदार होते.

मूडीच्या एकेक दिवस इराणमध्ये काही न करता निष्क्रिय बसून राहण्याने आमची अमेरिकेला परतण्याची संधी क्षीण क्षीण होत होती. त्याने आपल्या स्वतःच्या आणि त्याबरोबर आमच्या आयुष्यात न निस्तरता येण्याजोगा घोळ घालून ठेवला होता.

यदाकदाचित कधी तो परत अमेरिकेला आला असताच तर घेणेकऱ्यांनी त्याचा गळा धरला असता आणि मी त्याला कोर्टाचा रस्ता दाखवला असता.

त्याच्या वैद्यकीय पदवीची किंमत इथे इराणमध्ये शून्य होती. त्याच्या मनावर परिस्थितीचं दडपण वाढत चाललं होतं, त्याचा राग तो आमच्यावर काढत होता. मी आणि माहतोब त्याच्या वाऱ्यालाही उभ्या राहीनासे झालो. तो खूप एकटा पडला. त्याची नजरही अलीकडे फार चमत्कारिक झाली होती. कधीतरी त्यात वेडाची लहर तरळून जायची.

आमच्या शेजारच्या घरात काहीतरी नळदुरुस्तीचं काम चालू झालं आणि दोन दिवस पाणीच आलं नाही. खरकट्या भांड्यांचा ढीग जमा झाला. तांदूळ धुवायला, भाज्या धुवायला, स्वयंपाकाला पाणी नाही. मी करणार तरी काय? ते पाहून मम्मलने दुसऱ्या दिवशी हॉटलात जेवायला जायची टूम काढली. मूडीच्या कुटुंबियांची हॉटेलात अजिबातच जायची पद्धत नव्हती. त्यामुळे कधी नव्हे ती संधी चालून आल्याने मी आणि माहतोब जरा आनंदात होतो. मी स्वयंपाकाचं काम नसल्यामुळे थोडासा नट्टापट्टा करत वेळ घालवला. माहतोबलाही छान तयार केलं.

तेवढ्यात मम्मल कामावरून परत आला. त्याचा चेहरा वैतागल्यासारखा दिसत होता. "आपण कुठेही जायचं नाही," तो कुरकुरत म्हणाला. म्हणजे ते कालचं बोलणं वरवरचं, खोटंच होतं तर.

माझ्या आणि माहतोबच्या आनंदावर विरजण पडलं. रोजच्या जीवनात एखादा चांगला क्षण येऊ घातला होता, तोही गेला. मी, मूडी आणि माहतोब असे तिघंच बाहेरच्या खोलीत बसलो होतो. "चल टॅक्सी करू आणि आपण तिघं तरी जाऊ बाहेर जेवायला!" मी मूडीला म्हणाले.

"मुळीच नाही. आपण जायचं नाही," तो लगेच म्हणाला.

"असं काय रे?"

"अजिबात नाही. आपण इथे त्यांचे पाहुणे आहोत. त्यांना न घेता आपण जायचं नाही. त्यांना जर बाहेर जेवायला यायची इच्छा नसेल तर जा आणि काहीतरी स्वयंपाक कर."

त्याच्या या बोलण्याने मी इतकी चिडले की मग पुढचा मागचा काही एक विचार न करता मी बोलून गेले, "काल तर चांगलं ठरलं होतं, बाहेर जेवायला जायचं म्हणून आणि आता या मम्मलने मोडता घातला."

या मम्मलवर मी मनोमन चांगलीच उखडून होते. या सगळ्या गोंधळात, या संकटात मला अडकवायला तोच तर कारणीभूत होता. आम्ही इराणला यावं म्हणून त्यानेच तर मूडीला गळ घातली होती. डेड्रॉईटला मारे मला साळसूदपणे सांगत होता, माझ्या मर्जीविरुद्ध मला इराणमध्ये राहण्याची जबरदस्ती कुणीच करणार नाही म्हणून.

मी रागाने उठून उभी राहिले. मूडीकडे बघून म्हणाले, "तो मम्मल एक नंबरचा

खोटारडा आहे. लुच्चा लफंगा आहे. बदमाश आहे.''

मूडी झटकन उठला. त्याचा चेहरा संतापाने वेडावाकडा झाला होता. ''तू मम्मलला खोटारडा म्हणालीस? खोटारडा?''

''होय, म्हणाले,'' मी किंचाळले, ''नुसता तोच नव्हे तर तू पण खोटारडा आहेस. तुम्ही बोलता एक आणि करता दुसरंच...''

मी आणखीही काही बोलणार इतक्यात माझ्या गालावर एक चपराक बसली. क्षणभर माझ्या डोळ्यांपुढे अंधेरी आली. मी अडखळून कोलमडले. माहतोब मोठ्ठ्यांदा रडू लागली. तो सगळा गोंधळ ऐकून मम्मल आणि नसरीन धावत तेथे आले.

मी घाईने उठून आमच्या खोलीत निघून गेले. माहतोब माझ्या पाठोपाठ धावली. मी घाईने आतून कडी लावून घेणार तेच माहतोबला ढकलून देऊन मूडी आत आला. माहतोब त्याच्या ढकलण्याने जोरात भिंतीवर आपटली. तिला मी पुढे होऊन धरणार तोच त्याने मला ढकलून पलंगावर पाडले.

''वाचवा कुणीतरी मला. मम्मल, लवकर ये!'' मी ओरडले.

चिडून मूडीने डाव्या हाताने माझे केस खसकन ओढले आणि उजव्या हाताने माझं डोकं जोरजोरात भिंतीवर आपटायला सुरुवात केली.

माहतोब त्याला थांबविण्याचा प्रयत्न करू लागली पण त्यानं तिला दूर ढकलून दिलं.

मी त्याच्या तावडीतून सुटण्याची धडपड करत होते. पण त्याच्या ताकदीपुढे मी असहाय होते. परत एकदा माझ्या मुस्काडीत देऊन तो म्हणाला, ''मी तुझा खूनच करीन, काय समजलीस काय तू?''

मी लाथा झाडत सुटकेसाठी धडपडू लागल्यावर त्याने माझ्या कमरेत इतक्या जोरात लाथ घातली की कमरेखालचा भाग क्षणभर लुळा झाल्यासारखं मला वाटलं. यानंतर बेभानपणे तोंडाने शिव्या देत तो कितीतरी वेळ मला लाथाबुक्क्यांनी तुडवत राहिला.

''कुणीतरी सोडवा मला, प्लीज,'' मी करुण हाका मारल्या. पण माझ्या मदतीला कुणी आलं नाही. मम्मल नाही. नसरीन नाही. रेझा नाही. एसीपण नाही.

मी मुकाट्याने मार खात पडून राहिले. हळूहळू त्याला मारून मारून दम लागला. त्याने मला पलंगावर घट्ट पकडून धरले. शेजरी माहतोब हुंदके देत उभी होती. 'दाहीजान'-- मम्मलच्या बाहेरून हलक्या हाका आल्या. मूडी शांत झाल्यावर हळूच मम्मल खोलीत आला आणि त्याने हलक्या हातांनी धरून त्याला बाहेर नेले.

आता धीर करून माहतोबने मला जवळ घेतलं. आपल्या कुशीत. आणि ते

माझं कोकरू माझी आई होऊन मला थोपटू लागलं...

माझं शरीर म्हणजे वेदनांचं मोहोळ झालं होतं. मूडीच्या मारण्याने माझ्या मस्तकावर दोन इतके मोठे लालभडक वळ उठले होते की मला काही गंभीर दुखापत तर झाली नसेल अशी आरशात पाहिल्यावर मला शंका आली. हातापायाचे मार खाऊन तुकडे पडले होते. पाऊल उचलण्याचं त्राण नव्हतं. दोन पावलं सरळ चालता येत नव्हतं, लंगडल्याशिवाय. चेहरा तर अक्षरशः भुतासारखा दिसत होता.

थोड्या वेळाने नसरीन दबकत, चोरपावलांनी खोलीत आली. मला जवळ घेऊन म्हणाली, "रडू नको. झालं ते झालं."

"झालं ते झालं?" माझा तिच्या शब्दांवर विश्वास बसेना. "मला त्याने इतकं मारलं त्याचं काहीच नाही? तो खुशाल मला ठार मारण्याची धमकी देतोय!"

"वेडी! तो तुला ठार कसा मारेल?" ती म्हणाली.

"तो सारखा मला तीच धमकी देत होता. पण काय गं, तू ते सगळं मुकाट्याने पाहत होतीस? तो मला मारत असताना मध्ये का पडला नाहीत तुम्ही?"

नसरीन काय बोलणार त्यावर? या पशुवत माणसांचा नियम होता ना, मधे पडायचं नाही म्हणून? "तो वयाने वडील आहे, दाहीजान आहे. आम्ही कोण त्याला थांबवणार?" ती म्हणाली.

आमचं बोलणं माहतोब अगदी लक्षपूर्वक ऐकत होती. तिच्या चेहऱ्यावरचे भाव बदलत होते. मला त्याचं शब्दात वर्णन करता येणं कठीण आहे. पण तिचा चेहरा बघत असताना माझ्या संपूर्ण शरीरावर सरसरून काटा आला. समजा, याने खरंच माझा खून केला तर... माहतोब... माहतोब तुझं काय होईल गं? माझ्या डोळ्यातून घळघळा अश्रू वाहू लागले. माझ्यानंतर हा तिचाही खून करेल का? का ती या माणसांच्यात लहानाची मोठी होईल, इथल्या सगळ्या बायकांसारखी गरीब गाय? जन्मभर बुरख्याने तोंड झाकून गुलामासारखी पुरुषाच्या आज्ञेत राहणारी स्त्री? मूडी तिचंही लग्न कुठल्यातरी चुलत नाहीतर मावस भावाशी लावून देईल? तिलाही तोंडातून लाळ गळणारी, खुळी मुलं होतील?

"जाऊदे गं," नसरीन मला समजावत होती. "हे असंच असतं बरं स्त्री जातीचं नशीब. सगळे पुरुष हे असेच असतात."

"मुळीच नाही," मी बोलून गेले, "सगळे पुरुष मुळीच असे नसतात."

"असेच असतात गं सगळे पुरुष. मम्मल तरी काय वेगळा आहे? आणि रेझा तरी काय?"

मी गप्प बसले. इथून पुढे काय?

□

७

त्यानंतरचे कितीतरी दिवस मी चालताना लंगडत होते आणि अंगातली शक्ती तर इतकी क्षीण झाली होती की, चार पावलं देखील चालवत नव्हतं. कुणी आपलं तोंड सुद्धा बघू नये असं मला वाटायचं. रुझारी घेतली तरी सुद्धा वण कधीतरी दिसायचेच.

माहतोबतर आता आपल्या बापापासून आणखीच दुरावली. रोज रात्री झोपेत ती हुंदके देऊन देऊन रडायची.

असेच दिवस चालले होते. मूडी आक्रमक, रानटी. मी आणि माहतोब भीतीच्या छायेत. दोघींनाही असहाय्यतेने, नैराश्याने घेरलं होतं. त्या मारण्याने एक गोष्ट मला कळून चुकली होती. मूडी माथेफिरू झालेला होता. त्याच्या हातून वेडाच्या भरात कधीतरी खरोखर माझा खून सुद्धा झाला असता. आमच्या सुटकेसाठी प्रयत्न करताना आता मला किती कमालीची सावधगिरी बाळगण्याची गरज होती. आमचं जिवंत राहाणं मूडीच्या लहरीवर अवलंबून होतं.

आता इथून पुढे चालताना, बोलताना, उठताना, बसताना कसं वागायचं हे मी ठरवून टाकलं. मूडीच्या स्वभावात खरं म्हणजे ही वेडाची झाक गेले काही वर्षांपासून मधेच उमटून जायची. पण तेव्हा मी त्याला फारसं महत्त्व दिलं नव्हतं. पण आता मात्र त्या एकेका गोष्टीचा अर्थ मला नव्याने समजू लागला. मी तेव्हाच सावध का नाही झाले? का आले मी इथे? का संकटात घातला स्वतःचा आणि त्याबरोबर आपल्या निष्पाप लेकीचा जीव?

माहतोबचा जीव वाचवायचा असेल तर प्राप्त परिस्थितीला सामोरं जाऊन, मूडीला शरण जाण्यावाचून दुसरा काही मार्ग नव्हता का? आता यापुढे मूडीने माझ्याशी कितीही प्रेमाचं, गोड वागण्याचं नाटक केलं तरी त्याचा हा माथेफिरूपणा मी कधीही विसरू शकले नसते. त्याच्यात दडलेला पशू कधी ना कधीतरी उफाळून येतच राहणार. त्यापेक्षा काय लागेल तो धोका पत्करीन पण माहतोबच्या आणि माझ्या स्वातंत्र्यासाठी लढीन हा मी निश्चय केला.

मूडीच्या त्या मारहाणीमुळे मी दुबळी न होता आणखी कणखर स्वभावाची झाले. प्रत्येक शब्द उच्चारताना, हालचाल करताना, पाऊल उचलताना मी सावधगिरीने, विचारपूर्वक वागू लागले. माहतोबची पण मला साथ होती.

आम्ही दोघी रोज बाथरूममध्ये एकमेकींना मिठी मारायचो आणि देवाची सुटकेसाठी प्रार्थना करायचो. "ममी, एक दिवस डॅडी झोपले की आपण गुपचुप घरातून पळून जाऊ आणि विमानतळावर जाऊन विमानात बसू आणि अमेरिकेला जाऊ," ती मला म्हणायची.

सगळं इतकं सोपं असतं तर किती बरं झालं असतं. त्या पाच वर्षांच्या चिमुकल्या पोरीची मी काय समजूत घालणार?

आमची देवावरची श्रद्धा मात्र दिवसेंदिवस अधिकाधिक दृढ होत चालली. आता यातून त्याच्याशिवाय आमची सुटका कोण करणार होतं?

हमीद, तो दुकानदार देवानेच आमच्या मदतीला पाठवला होता. अशीच एक दिवस काहीतरी निमित्त काढून मी जी पहिल्यांदा घराबाहेर पडले ती लगेच त्याच्या दुकानात शिरले.

"हे काय झालं तुम्हाला?"

मी सगळी हकिकत सांगताच तो म्हणाला, "तुमच्या नवऱ्याला नक्कीच वेड लागलेलं दिसतंय. मला तुम्ही कुठे राहाता तो पत्ता द्या. मी कुणालातरी पाठवतो आणि त्याचा चांगला बंदोबस्त करतो."

क्षणभर मलाही वाटलं, काय हरकत आहे? पण मग आम्ही दोघांनी बसून त्या गोष्टीचा नीट विचार केल्यावर लक्षात आलं की, मला मदत करणारं, सहानुभूती दाखवणारं कुणीतरी आहे हे मूडीला कळून चुकेल आणि मग मात्र माझी खैर नाही.

दिवस जात होते. माझी तब्येत हळूहळू सुधारत होती. जेव्हा म्हणून शक्य होईल तेव्हा मी घराबाहेर पडून हमीदच्या दुकानात जायची. तिथून एंबसीत हेलनला फोन करून माझी परिस्थिती सांगायची.

हमीद स्वतः पूर्वी इराणच्या शहाच्या सैन्यात नोकरीला होता, त्यामुळे तो स्वतःही भीतीच्या छायेतच इथे राहायचा. त्याला सुद्धा आपल्या कुटुंबियांसह हा देश सोडून कुठेतरी दुसरीकडे जायची इच्छा होती. पण इथे त्याची थोडीफार मालमत्ता होती. ती विकून, दुकान विकून, सगळ्याचे पैसे करून पळ काढायचं काम फार कठीण होतं. पण केव्हाना केव्हा तरी इथून पळून जायचंच अशी त्याची जिद्द होती.

"अमेरिकेत माझे खूप मित्र आहेत. ते माझ्यासाठी तिकडून खटपट करत आहेत." त्याने मला सांगितलं.

"अमेरिकेत माझे आई-वडील आणि मित्रमंडळी सुद्धा माझ्यासाठी जमेल तेवढी खटपट करतच आहेत" मीही त्याला सांगितलं. पण सरकारी लाल फितीच्या कारभारातून ते तरी काय करू शकणार होते देवच जाणे.

मधून मधून हमीदकडून फोन करता येत होता हे माझं नशीबच म्हणायचं. पण एंबसीत फोन केला की तिकडून जे काही ऐकायला मिळायचं त्याने मन उदास व्हायचं. पण तरी घराकडची खबर मिळवायचा तेवढा एकच मार्ग होता. हमीद आता माझा हितचिंतक, एक खरा मित्र झाला होता. अमेरिकन राहणीमानाची आवड

असणारे, अमेरिकेला कायमचं जाऊ इच्छिणारे, इथल्या सरकारवर, या कारभारावर नाखूष असणारे लोक सुद्धा या इराणमध्ये आहेत हे ऐकून मला बरं वाटायचं.

जसजसा काळ गेला तशी एक गोष्ट मलाही समजून चुकली. मूडी भलेही माझ्याशी सर्वशक्तिमान सत्ताधीश असल्यासारखा वागो, पण त्याच्या हातातही सगळं नव्हतं. खुद्द स्वतःसाठी वैद्यकीय व्यवसाय करण्याचा परवाना सुद्धा तो इतके दिवसात मिळवू शकला नव्हता. अमेरिकेत शिक्षण झाल्याबद्दल समाजात त्याला मानसन्मान होता परंतु अयातुल्लाच्या सरकारकडून मात्र डॉक्टर म्हणून मान्यता मिळत नव्हती.

स्वतःच्या कुटुंबातसुद्धा त्याला काही सर्वोच्च स्थान नव्हतं. त्याच्यापेक्षा वयाने आणि मानाने मोठे असणारे नातेवाईक त्याला होते व त्याला त्यांच्यापुढे दबूनच राहावं लागे. स्वतःचा रुबाब दाखवता येत नसे. माहतोबला आणि मला घेऊन मूडीने समाजात, नातलगांच्यात तरी मिसळावं असा त्यांनी आता आग्रह धरला.

आगा हकीम हा असाच मूडीचा सख्खा चुलत भाऊ होता. त्याने आम्हा सर्वांना जेवायला बोलावलं. आगा हकीम नुसता वयानेच वडील नव्हता तर शहाच्या राजवाड्याजवळच्या मशिदीचा प्रमुख होता. तेहरान विद्यपीठात तो थिऑलॉजी (धर्मज्ञान) हा विषय शिकवत असे. त्याने कितीतरी अरब धर्मग्रंथांचा फारसी भाषेत अनुवाद केलेला होता. शिवाय राज्यक्रांतीमध्ये इराणच्या शहाचे सरकार उलथून पाडण्यात त्याने केलेल्या कामगिरीमुळे त्याचा फोटो 'न्यूजवीक' मध्ये छापूनसुद्धा आला होता.

तेव्हा हे बोलावणं आल्यावर आमच्या न जाण्याचा प्रश्नच उद्भवत नव्हता. "तुला काळा बुरखा घालून तिथे यावं लागेल," मूडीने मला बजावलं.

त्या लोकांचं घर शहराच्या श्रीमंती वस्तीत आणि चांगलं भलंमोठं, भपकेबाज होतं. आत सामानसुमान मात्र विशेष नव्हतं. घराबाहर पडायला मिळतंय याचा मला थोडासा आनंद मनातून वाटत होता. पण ती बुरखा घालायची कटकट आणि आणखी एका मशीद प्रमुखाच्या सहवासात संध्याकाळ कंटाळवाणी होणार असं एकीकडे वाईटही वाटत होतं.

आगा हकीम चांगला उंचपुरा, छोटी दाढी राखलेला आणि हसऱ्या चेहऱ्याचा माणूस होता. त्याने नखाशिखांत काळा पेहराव केला होता. डोक्यावरचं पागोटं सुद्धा काळं होतं. मी आत्तापर्यंत बघितलेले मशीदप्रमुख पांढरं पागोटं घालीत. याचा अर्थ असा की हा मुहंमदाचा अनुयायी होता.

दुसरी मला लक्षात आलेली गोष्ट म्हणजे त्याने माझ्याशी बोलताना जमिनीकडे नजर रोखलेली नव्हती. तो सरळ माझ्याशी नजरेला नजर देऊन बोलत होता.

"तुम्ही 'चादोर' कशासाठी घातली आहे?" त्याने माझ्याकडे बघत मूडीला

प्रश्न केला. मूडीने तो प्रश्न लगेच इंग्रजीत भाषांतर करून मला विचारला.

"मला वाटलं इथे तशी सक्ती आहे," मी म्हणाले. आगा हकीमच्या बोलण्याने मूडीची अवस्था फार अवघडल्यासारखी झाली. पण त्याला मला ते सगळं बोलणं इंग्रजीत समजावून सांगावंच लागलं. "'चादोर' घालून स्त्रियांना फार त्रास होतो. ही पद्धत गैर आहे. इस्लामी धर्माची नाही. ही बुरख्याची पद्धत पर्शियन आहे. माझ्या घरात बुरखा वगैरे घालायची गरज नाही."

मला आगा हकीम आवडला.

त्याने माझ्या अमेरिकेतल्या नातलगांबद्दल बरीच चौकशी, विचारपूस केली. इराणी माणसाकडून हा पहिलाच अनुभव. मी त्याला हेही सांगितलं, की माझे बाबा कॅन्सरसारख्या व्याधीने ग्रस्त असून अखेरच्या घटका मोजत आहेत आणि मला त्यांची अतोनात काळजी वाटते. त्याने मला हे ऐकून सहानुभूती दाखवली.

मूडीने अनपेक्षितपणे माहतोबला एक शिक्षा ठोठावली. त्याच्या नेहमीच्या क्रूरपणे. तिला त्याने सांगितलं, "माहतोब, आजपासून तुझी शाळा सुरू."

माहतोब आणि मला, दोघींनाही रडू कोसळलं. कुणीही कुठल्याही निमित्ताने आमची ताटातूट करू नये. "नको रे तिला शाळेत जायला लावू," मी कळवळून म्हणाले.

पण मूडी ऐकणार होता थोडाच? आता तिचं शाळेत जायचं वय झालं आहे, त्याने जाहीर केलं. एव्हाना तिला तोडकं मोडकं फारसी बोलता येऊ लागलं होतं. शाळेत जाऊन इतर मुलांशी खेळता आलं असतं वगैरे वगैरे.

मागे एकदा आम्ही ज्या बालवाडी शाळेत माहतोबच्या प्रवेशाकरता खटपट करायला गेलो होतो ती खाजगी असल्याने तिथे वेटिंग लिस्ट होती. म्हणून या खेपेला मूडीच्या चुलत बहिणीने, फेरी हिने, ती स्वतः ज्या शाळेत शिक्षिका होती तिथे आमचा वशिला लावला आणि जागा मिळवून दिली. ही पण बालवाडीच होती पण सरकारी होती.

"निदान मला तरी शाळा बघायला घेऊन जा," मी विनवणी केली. ती मूडीने मानली.

ऑरेंज टॅक्सीत डझनभर इराणी माणसांबरोबर कोंबून आम्ही शाळेत पोचलो. ही शाळा सिमेंट कॉंक्रीटच्या किल्ल्यासारखी दिसत होती. लहानापासून मोठ्यांपर्यंत सर्व वयाच्या मुली काळ्या नाहीतर करड्या रंगाच्या बुरख्यात चेहरे लपवून इकडे तिकडे हिंडत होत्या. मूडीच्या मागोमाग मी आणि माहतोब घाबरत घाबरत आत शिरलो. मूडीला बघताच एक स्त्री पहारेकरी जवळ आली. कारण ही मुलींची शाळा होती ना. मग तिने ऑफिसचा दरवाजा किलकिला केला आणि आत ओरडून एक

पुरुष माणूस शाळेत आला आहे अशी वर्दी दिली.

मग आम्ही ऑफिसात शिरलो. मुख्याध्यापिका आपली 'चादोर' हाताने घट्ट पकडून मूडीशी बोलली. तोपर्यंत मी आणि माहतोब उभ्याच होतो. बोलताना देखील मुख्याध्यापिकेने आपली नजर जमिनीकडे लावली होती. क्वचित एखादा कटाक्ष माझ्याकडे टाकत होती. पण मूडीकडे मात्र एकदाही नाही.

थोड्या वेळाने मूडी माझ्याकडे बघून रागीट आवाजात म्हणाला, "त्यांचं म्हणणं आहे, मुलीची आई नाराज दिसते आहे." त्याच्या डोळ्यांत धमकी स्पष्ट दिसत होती. पण मी त्याला भीक न घालता म्हटलं, "मला ही शाळा अजिबात पसंत नाही. माहतोबला ज्या वर्गात बसवणार आहेत तो वर्ग मला एकदा बघायचाय."

मूडी परत मुख्याध्यापिकेशी बोलला आणि नंतर माझ्याकडे वळून म्हणाला, "मला या मुलींच्या शाळेच्या आत प्रवेश नाही पण तुला मात्र स्वत: 'खानुम शाहीन' या मुख्याध्यापिकाच शाळा नेऊन दाखवतील."

खानुम शाहीन ही मुख्याध्यापिका वयाने अगदीच लहान होती. जेमतेम पंचविशीची असेल. त्या बुरख्यातूनही आकर्षक दिसत होती. मी जरी रागात असले तरी तिच्या नजरेत माझ्याविषयी राग दिसत नव्हता. आम्ही एकमेकींशी तोडक्या मोडक्या फारसीत हातवारे करत जमेल तेवढं बोललो.

शाळेच एकंदर अवस्था बघून मी सुन्न झाले. कोंदट वर्गांमधून अयातुल्लाची मोठी मोठी चित्रे टांगलेली होती. आत मेंढरांसारख्या दाटीवाटीने मुली बसल्या होत्या. माझं फारसीचं ज्ञान जरी यथातथाच असलं तरी मला व्हायचा तो बोध झाला. शिकवणं सुद्धा तात्या पंतोजी थाटाचं, घोकंपट्टीवजा चालू होतं.

इराणमधल्या घाणीची मला जरी एव्हाना सवय झाली असली तरीसुद्धा स्वच्छतागृहाची दशा बघून मला जबर धक्का बसला. पाचशे मुलींकरता केवळ एकच बाथरूम होती. वरच्या बाजूला इतकी मोठी खिडकी होती की वारा, पाऊस, बर्फ, माश्या आणि डास यांना त्यातून मुक्त प्रवेश मिळत असणार. संडास म्हणजे तर छोट्याशा कोपऱ्यात एक खड्डा होता. लोकांनीही त्याचा वापर जमेल तसा केला होता.

आम्ही शाळा बघून परत आल्यावर मी मूडीला म्हटलं, "आपल्या मुलीला या असल्या शाळेत घालण्यापूर्वी आधी तू स्वत: शाळेची अवस्था डोळ्याखालून घालायला हवीस." त्यावर मूडीने शाळा बघण्यासाठी मुख्याध्यापिकेची परवानगी मागितली. पण ती काही केल्या तयार होईना.

माझा धीर सुटला. "मूडी, तू स्वत:च्या डोळ्यांनी या शाळेची घाणेरडी अवस्था बघायलाच हवीस," मी जोरात ओरडले. शेवटी कशीबशी ती मुख्याध्यापिका राजी झाली. पण तिने आधी पहारेकरी बाईला पुढे पाठवून सगळ्या मुलींना आणि

शिक्षिकांना सावध केले की, एक पुरुष शाळा बघायला येत आहे. आम्ही ऑफिसात थांबतो. मूडी शाळा बघायला मुख्याध्यापिकेबरोबर गेला.

परत आल्यावर तो म्हणाला, ''तुझं म्हणणं खरं आहे. ही शाळा काही फारशी चांगली नाही. मलाही ती मोठी आवडली आहे असं नाही. पण इथल्या शाळा या अशाच असतात आणि माहतोबला असल्याच शाळेत जावं लागेल. ही शाळा निदान माझ्या शाळेपेक्षा खूप बरी म्हणायची.''

माहतोबने काही दंगा वगैरे न करता हे ऐकून घेतलं. पण मोठे मोठे डोळे पाण्याने भरले होते. ''आजच नको, उद्यापासून हिला पाठवू,'' हे मूडीचे शब्द ऐकून तिने सुटकेचा निःश्वास टाकला.

घरी टॅक्सीतून परत येताना तिने आपल्या डॅडींच्या पुष्कळ विनवण्या केल्या, पण काही उपयोग झाला नाही. दिवसभर ती घरी माझ्या कुशीत रडत होती, पुटपुटत होती, ''देवा, देवा, मला काहीतरी होऊ दे. मला निदान शाळेत तरी जायला लागणार नाही.''

आता हिची समजूत काढायची तरी कशी? मी विचार करता करता मला मार्ग सापडला. ''हे बघ राजा, देव आपलं नक्कीच ऐकेल. पण असं पहा, आपल्या दोघींच्या दृष्टीने जे चांगलं असतं ना तेच देव करत असतो हे लक्षात ठेव. कदाचित तुला शाळेत जायला लागणं आपल्या दृष्टीने फायद्याचं असेल. त्यातून काहीतरी चांगलं घडायचं असेल.''

त्याने माहतोबची समजूत काही पटली नाही. पण मलाच खूप धीर आला. शाळा किती का नावडती असेना, पण निदान माहतोबचा सकाळी आठ वाजल्यापासून दुपारपर्यंत घराबाहेरच्या जगात वेळ तर जाईल. निदान शाळेच्या निमित्ताने मला आणि तिला शुक्रवारची सुट्टी वगळता रोज घराबाहेर पडायचा मुक्त परवाना तर मिळेल.

दुसऱ्या दिवशी आम्ही तिघे पहाटे उठलो. माहतोबची शाळा सकाळी आठलाच होती ना. ही गोष्ट फायद्याची होती.

एव्हाना मूडीने मम्मल आणि रेझा या दोन्ही कुटुंबांमधला 'दाहीजान'-- वडीलधारा माणूस म्हणून अधिकार गाजवायला सुरुवात केली होती. तो दोघांना आणि त्यांच्या बायकांना लवकर उठवून नमाज पठणाला बसवायचा. मम्मल आणि नसरीन धार्मिक असल्याने त्यांचं काही म्हणणं नसायचं. पण रेझा आणि एसी जरा आळशीच होते. शिवाय नंतर रेझा आणि मम्मलला दिवसभर ऑफिसात चाकरी करावी लागायची. मूडी मात्र आरामात दहा दहा वाजेपर्यंत झोपा ताणायचा.

आता शाळेच्या निमित्ताने आणखीच लवकर उठावं लागलं की मूडी चांगला बारापर्यंत झोपेल. म्हणजे मला स्वातंत्र्य मिळणार.

हे सगळे झाले नुसते मनातले मांडे. पण प्रत्यक्ष आज सकाळी मात्र शाळेत जायचं संकट आ वासून उभं होतं. माहतोब गप्प गप्प होती. मी तिला बाकीच्या मुलींसारखा रुझारी गणवेष इ. घालून तयार केलं. शाळेत मुख्याध्यापिकेच्या ऑफिसात पोचेपर्यंत तिने तोंडातून चकार शब्दही काढला नव्हता. पण मग शिक्षिकांची मदतनीस बाई तिला वर्गात न्यायला लागल्यावर मात्र तिचं सगळं अवसान गळालं. ती हुंदके देऊन ओक्साबोक्षी रडू लागली. तिने माझा हात जो घट्ट पकडला तो सोडेचना.

मी मूडीकडे पाहिलं. पण त्याच्या डोळ्यांत सहानुभूती तर नव्हतीच, उलट रागच होता.

"हे बघ माहतोब, तुला जावं तर लागणारच. पण आम्ही थोड्या वेळाने तुला न्यायला येऊ ना. जा बरं शहाण्यासारखी," मी समजावलं.

मग ती मुकाट्याने त्या बाईबरोबर निघाली. पण जसे मूडी आणि मी घरी परत जायला वळलो तशी तिने जिवाच्या आकांताने किंकाळी फोडली. माझ्या काळजाचं पाणी पाणी झालं. पण मूडीची बोटे माझ्या मनगटावर रुतत होती. या वेड्या माणसापुढे आवाज करण्याचं धारिष्ट्य माझ्यात नव्हतं.

आम्ही ऑरेंज टॅक्सीत बसून कसेतरी घरी पोचतो न पोचतो तोच नसरीन दारात उभी होती. "शाळेतून फोन आला होता. माहतोबने शाळेत धिंगाणा घालायला सुरुवात केली आहे. तुम्ही ताबडतोब तिला घेऊन जा असा त्यांचा निरोप आहे."

"हा सगळा दोष तुझा आहे," मूडी माझ्याकडे बघत संतापून ओरडला. "तू, तू बिघडवलं आहेस तिला. चार साध्या शहाण्या मुलांसारखी ती राहिलीच नाहीये. विचित्र झाली आहे."

मी काही एक न बोलता सगळं ऐकून घेतलं. सगळा दोष माझाच? मला जोरात किंचाळावंसं वाटलं. तिच्या आयुष्यात ही सगळी उलथापालथ कुणी घडवली? मी का तू? पण मी मन आवरलं. शिवाय तो म्हणाला त्यातही थोडं फार सत्य होतं. मला माहतोबची, तिच्या सुरक्षिततेची इतकी काळजी वाटायची की मी तिला एक मिनिटही ऩजरेआड होऊ देत नव्हते. पण त्यालाही एक कारण होतं. मूडी किंवा त्याच्या घरची माणसं माझी आणि माहतोबची ताटातूट करतील अशी मला सारखी भीती वाटत राहायची.

मूडी जोरात आरडाओरडा करत बाहेर गेला आणि नंतर माहतोबला पकडून घेऊन आला. ती भीतीने थरथर कापत त्याच्या बरोबर घरात आली. तो खेकसून म्हणाला, "तू उद्या शाळेत जायचंस, मुकाट्याने, मुळीच आरडाओरडा न करता तिथे बसायचंस. रडलीस तर खबरदार!"

नंतर दिवसभर आणि रात्री देखील मी सारखी माहतोबची समजूत घालत होते.

"माहतोब, तू शहाणी आहेस, मोठी झाली आहेस ना? तू शहाण्यासारखी शाळेत जा. देव आपल्या पाठीशी आहे हे विसरू नको."

"देव काही करत नाही, ममी," माहतोब रडत म्हणाली, "मी त्याला इतके वेळा सांगितलं, मला शाळेत जायला लावू नको. पण तरी मला जायला लागलंच."

"असं म्हणू नको बाळ, अगं प्रत्येक गोष्टीमागे देवाची काही ना काही योजना असते," मी तिला म्हणाले, "देव आपलं वाईट कधीही करणार नाही हा विश्वास बाळग. तुला कधी कुठल्या गोष्टीची भीती वाटली, खूप एकटं वाटलं की, देवाची प्रार्थना करायची. तो सतत आपल्या बरोबर असतो हे लक्षात ठेवायचं. कुणी काही वेडंवाकडं बोललं, रागावलं तर उलट उत्तर द्यायचं नाही. फक्त देवाचं स्मरण करायचं. मग सगळं काही ठीक होतं."

पण या समजावण्याचा फारसा उपयोग झाला नाही. माहतोब दुसऱ्या दिवशी सकाळी उठली ती रडतच. मूडीने तिला खसकन पकडून शाळेत नेलं तेव्हा परत एकदा माझ्या जिवाचं पाणी पाणी झालं. पण मला तिच्याबरोबर जायला आज परवानगी नव्हती. ती गेल्यावर कितीवेळ तिचं ते ओक्साबोक्षी रडणं मला मनात ऐकू येत होतं. मूडी तिला सोडून परत घरी येईपर्यंत मी अस्वस्थपणे येरझाऱ्या घालत होते.

मूडी परत आल्यावर परत एकदा एसी धावत बाहेर आली. शाळेतून आजही फोन आला होता, माहतोबने तिथे रडून गोंधळ घातला होता. त्यामुळे इतर मुलांना त्रास होत होता. मूडी त्याच पावली तिला परत आणायला निघाला. जाताना माझ्याकडे बघून म्हणाला, "घरी येऊ दे, चांगला फोडून काढणार आहे आज तिला! कशी शाळेत रडते तेच बघतो."

"नको रे तिला मारू," मी विनवण्या केल्या, "मी तिला समजावून सांगीन."

पण त्याने घरी आल्यावर तिला मारलं नाही. तो धुश्शात होता. रागाचा रोख माझ्यावर होता. कारण मुख्याध्यापिकेने आज भलतंच काहीतरी सांगितलं होतं आणि ते करायची त्याची अजिबात तयारी नव्हती.

"शाळेत मला सांगण्यात आलंय की, मुलीच्या आईला शाळेत पाठवा. रोज ती वर्गात असेपर्यंत तू तिथे ऑफिसमध्ये बसून राहायचं आहेस. निदान पहिले काही दिवस तरी. याला जर तुझी मान्यता असेल तरच ते तिला शाळेत प्रवेश द्यायला तयार आहेत."

संकटातून काहीतरी मार्ग निघणार असल्याचीच ही निशाणी होती. इथे माहतोबला त्या घाणेरड्या शाळेत जायची सक्ती होत असल्याबद्दल मला दुःख होत होतं आणि अचानक शाळेच्या निमित्ताने मला दररोज कित्येक तास घराबाहेर राहायची संधी चालून आली होती.

ही कल्पना मूडीला फारशी पसंत नव्हती. पण दुसरा काही मार्ग नव्हता. त्याने आम्हाला कडक नियम घातले. "मी तुला आणि माहतोबला परत न्यायला येईपर्यंत तू मुकाट्याने ऑफिसातच बसून राहायचंस, कुठेही जायचं नाही, समजलं?" तो म्हणाला, "आणि इथला फोनही वापरायचा नाही."

"हो, अगदी," मी कबूल केलं. अर्थात मनात 'तराफ' होता.

दुसऱ्या दिवशी सकाळी आम्ही तिघं टॅक्सीने शाळेत गेलो. माहतोब आजही तशी घाबरलेलीच होती पण आधीच्या दोन्ही दिवसांपेक्षा जरा कमी. "तू जेवढा वेळ शाळेत असशील तेवढा सर्व वेळ तुझी आई इथे या खुर्चीत बसून राहील," मूडी ऑफिसबाहेरच्या एक खुर्चीकडे बोट दाखवून माहतोबला म्हणाला.

माहतोबने मान हलवली आणि ती बाईबरोबर वर्गात जायला निघाली. मी खुर्चीत खरंच बसले आहे ना अशी ती वारंवार मागे बघून खात्री करून घेत होती. परत एकदा जाण्यापूर्वी माझ्याकडून कुठेही न जाण्याचं वचन घेऊन तो परत गेला.

सकाळ खूप कंटाळवाणी चालली होती. मी वेळ घालवायला बरोबर काही कामही आणलं नव्हतं. हळूहळू एकेक विद्यार्थीनी आपापल्या वर्गात बसल्या आणि पहिला तास सुरू झाला. आख्ख्या शाळेच्या प्रत्येक वर्गातून 'माग बार्ग अम्रीका' (अमेरिका मुर्दाबाद. "अमेरिका मुर्दाबाद") असे हळू आवाजात गुणगुणल्यासारखे आवाज येऊ लागले. परत एकदा तेच. कोवळ्या संवेदनाशील विद्यार्थ्यांच्या मनावर आणि त्याचबरोबर माझ्या लहानग्या माहतोबच्या मनावर सरकारचं तत्त्व कोरलं जात होतं "अमेरिका मुर्दाबाद."

त्यानंतर नेहमीचा अभ्यास सुरू झाला. शिक्षक विचारत होते आणि आपणच उत्तरही सांगत होते. मग मुली यांत्रिकपणे तेच उत्तर, तशाच्या तशा शब्दात परत परत म्हणत होत्या. स्वतंत्र विचाराला कुठेही जागा नव्हती. शब्दात किंवा शब्दोच्चाराच्या पद्धतीत सुद्धा बदल करण्याचं इथे स्वातंत्र्य नव्हतं. या असल्याच शाळेत जाऊन मूडी लहानाचा मोठा झाला होता. बरेच इराणी लोक हुकुमशाही वागणूक सहन का करतात हा बोध मला आता झाला, कारण स्वतंत्र निर्णय घेण्याची ताकदच त्यांच्या अंगात नाही.

अशा वातावरणात वाढल्यानंतर स्वाभाविकच मोठेपणी आपल्या हातात अधिकार आल्यानंतर हाताखालच्या लोकांनी आपलं मुकाट्याने ऐकलंच पाहिजे, आपल्याविरुद्ध आवाज उठवता कामा नये अशी अपेक्षा वाटणारच. या असल्या शैक्षणिक पद्धतीमुळेच मूडीला आपल्या कुटुंबियांनी आपलं वाटेल ते म्हणणं निमूटपणे ऐकून घेतलंच पाहिजे असं वाटत होतं आणि नसरीनसारखी स्त्री-पुरुषाची दडपशाही मुकाट्याने सहन करत होती. हे असलं राष्ट्र, ज्यातील प्रत्येक माणूस अशाच प्रकारच्या शिक्षणयंत्रणेचं फळ आहे, ते अयातुल्लासारख्या व्यक्तीचं

वर्चस्व अगदी सहजगत्त्या मान्य करेल, त्यासाठी नागरिक प्रसंगी मरणदेखील पत्करतील. मग माझ्या कोवळ्या माहतोबच्या मनावर तरी ही शाळा कुठले संस्कार घडवेल?

थोड्या वेळानंतर मुख्याध्यापिका खानुम शाहीननं मला खूण करून ऑफिसात बोलावलं. मी सर्व इराणी स्त्रियांप्रमाणे आधी आत जायला "कशाला, कशाला, इथेच ठीक आहे" असं दर्शवत नम्रपणे नकार दिला. मला तर आत्ता कुठल्याही बुरखा घालून खालमानेने अत्याचार करत जगणाऱ्या स्त्रीच्या समोर मुळीच जायची इच्छा नव्हती. पण मुख्याध्यापिकेने मला परत खूण केली.

मी आत गेले. तिने मला आदराने एका खुर्चीत बसवलं आणि खाणाखुणा करून चहा देखील विचारला. मी चहा घेत घेत इतर शिक्षिकांचं काम बघत होते. त्यांच्यावर जरी 'अमेरिका मुर्दाबाद' अशा घोषणा द्यायची सक्ती असली तरी त्या माझ्याशी अत्यंत सौजन्याने वागत होत्या. आम्ही एकमेकींशी हातवाऱ्यांच्या साह्याने बोलण्याचा थोडा फार प्रयत्न केला. पण विशेष नाही.

मी जिथे बसले होते तिथून हाताच्या अंतरावर फोन होता. सारखं वाटत होतं, फोन उतलावा आणि एंबसीचा नंबर फिरवावा. पण पहिल्याच दिवशी एवढं काही करण्याचं धैर्य माझ्यात नव्हतं.

ऑफिसात पाच कर्मचारी होते. मुख्याध्यापिकेचे टेबल कोपऱ्यात होते. तिला फारसे काहीच काम नव्हते. इतर कर्मचारी स्त्रिया आपले बुरखे डाव्या हाताने घट्ट पकडून एका हाताने फाईली चाळत होत्या. मधूनच त्यांना बाहेरचे फोन येत. पण एकंदर त्यांचा बराच वेळ गप्पागोष्टीतच चालला होता.

सकाळचा बराच वेळ गेला होता. एवढ्यात बाहेर केवढातरी कोलाहल ऐकू आला. एक शिक्षिका एका मान खाली घातलेल्या विद्यार्थिनीला ओढत फरपटत घेऊन आत आली. त्या तोंडाने सतत शिवीगाळ करत होत्या. त्या 'बाड' असा शब्द सारखा वापरत होत्या. फारसीमधील 'बाड' म्हणजे इंग्रजीतील बॅड, वाईट. मग खानुम शाहीन आणि इतर कर्मचाऱ्यांनी पण त्या मुलीला दूषणे द्यायला सुरुवात केली. तिला आता जोरात रडू कोसळले. नंतर एका क्लार्कने एक फोन केला. थोड्याच वेळ एक संतापलेली स्त्री तिथे आली. त्या मुलीची आई. तिनेही, आल्या आल्या त्या रडत उभ्या राहिलेल्या मुलीवर 'बाड बाड' म्हणत शिव्यांचा भडिमार सुरू केला.

कितीतरी वेळ हा प्रकार चालला होता. नंतर त्या आईने आपल्या मुलीला बखोटीला धरून घरी नेले.

त्या दोघी जाताच मुख्याध्यापिका खानुम शाहीन आणि इतर कर्मचाऱ्यांचा नूरच बदलला. त्या हसून एकमेकींची पाठ थोपटू लागल्या. सगळा काय प्रकार

होता ते मला काही कळलं नाही. त्या मुलीचा गुन्हा काय होता देव जाणे, पण मला मात्र तिची बिचारीची दया आली. माहतोबवर अशी पाळी कधी येऊ नये म्हणून मी मनोमन देवाची करुणा भाकली.

मी शाळेतच थांबले आहे हे ठाऊक असल्यामुळे म्हणा पण माहतोबने सकाळ वर्गात व्यवस्थित बसून काढली. दुपारी बालवर्ग लवकर सुटत. त्या वेळी मूडी आम्हाला न्यायला हजर झाला आणि आम्ही टॅक्सीने घरी परतलो.

दुसऱ्या दिवशी मी परत माझ्या जागी बसले होते तेव्हा मुख्याध्यापिका खानुम शाहीननं एका शिक्षिकेला माझी ओळख करून द्यायला तिथे आणलं. ''माझं नाव मिसेस अझर,'' ती इंग्रजीत म्हणाली. तिला बऱ्यापैकी इंग्रजी येत होते. ती तिथे माझ्याजवळ येऊन बसताच मी संशयाने तिच्याकड पाहिलं. ते ओळखून ती म्हणाली, ''तुमचं आमच्याविषयी चांगलं मत नाहीये, हे मला माहीत आहे. पण हे बघा, आम्ही काही 'बाड'– वाईट नाही आहोत. बरं पण तुम्हाला शाळा आवडलेली दिसत नाही.''

''शाळा फार घाण आहे,'' मी म्हणाले, ''माझ्या मनात माहतोबला इथे मुळीच ठेवायचं नाहीये.''

''अरेरे;'' मिसेस अझप म्हणाली, ''तुम्ही परक्या देशातून आल्या आहात. तुमच्यासाठी काहीतरी करावं असं मला वाटतं.''

मुख्याध्यापिका खानुम शाहीन आम्ही बोलत असताना आमच्याभोवती घोटाळत होती. त्या दोघींचं आपापसात काहीतरी बोलणं झालं. मग मिसेस अझर माझ्याकडे वळून म्हणाली, ''इथे सगळ्यांना इंग्रजी शिकावंसं वाटतं. तुम्हीच रोज इथे येऊन आम्हाला इंग्रजी का शिकवत नाही? आणि तुम्ही आमच्याकडून फारसी शिका.''

देवाची आमच्यावर चांगलीच मर्जी दिसत होती. चांगली संधी आहे, मी विचार केला. त्या निमित्ताने या सगळ्या बायकांशी ओळख तर होईल. ''हो, जरूर,'' मी म्हणाले.

मग आमची रोजची शिकवणी सुरू झाली. नाहीतरी ऑफिसातल्या या कर्मचाऱ्यांना फारसं काही काम नसायचंच. थोड्या दिवसांच्या सहवासानंतर एक गोष्ट माझ्या लक्षात आली. या बायकांचा वेश, त्यांची भाषा, त्यांची संस्कृती, त्यांची वागायची पद्धत भिन्न असूदे. पण त्याही आपल्या मुलाबाळांची काळजी करणाऱ्या, त्यांच्यासाठी जीव टाकणाऱ्या स्त्रिया होत्या. त्यांना लहानपणापासून खूप नमतं घेण्याची, सहन करण्याची पद्धतशीर सवय लावली गेली असली म्हणून काय झालं? शेवटी प्रत्येकीला काही स्वतंत्र व्यक्तिमत्त्व होतंच. खाणाखुणांच्या साहाय्याने एकमेकींना समजावून घेणं तसं जड जात होतं. पण एक गोष्ट नक्की होती. इराणी सरकारची विचारप्रणाली काही का असेना, इथे जमलेल्या माझ्या नव्या मैत्रिणींचा त्याच्याशी

काही संबंध नव्हता.

त्या सगळ्यांना माझ्याबद्दल आणि माहतोबबद्दल निश्चित जवळीक वाटू लागली होती. सकाळी शाळा भरायच्या आधी त्या सगळ्या माहतोबचे खूप लाड करायच्या, तिला कुरवाळून तिचे खूप पापे वगैरे घ्यायच्या. मुख्याध्यापिका खानुम शाहीनची सुद्धा ती खूप लाडकी होती. मूडी अजूनही रोज आम्हाला पोचवायला आणि न्यायला हजर व्हायचा. त्याबद्दल गुपचुप या सगळ्या बायका त्याचा रागराग करायच्या. तो त्यांना आमचा जेलरच वाटायचा.

मिसेस अझर मात्र शिक्षिका असल्याने तिला खूप काम असायचं त्यामुळे तिची आणि माझी सारखी गाठ पडायची नाही. पण मधूनच ती मुद्दाम ऑफिसात येऊन मला भेटायची.

मला एक दिवस एक गोष्ट कळली आणि आश्चर्याचा धक्काच बसला. राज्यक्रांतीच्या आधी म्हणे मिसेस अझरच इथली मुख्याध्यापिका होती. पण नवीन सरकार आलं, धोरणं बदलली. शिक्षण, अनुभव, कर्तृत्व सगळ्यानेच वरचढ असलेल्या मिसेस अझरला खाली करून नंतर नवीन तरुण, अननुभवी पण अतिशय धार्मिक वृत्तीच्या शिक्षिकेला मुख्याध्यापिकेचं पद देण्यात आलं. ''सध्याची मुख्याध्यापिका स्वतःच केवळ धार्मिक वृत्तीची आहे असं नाही तर तिचं आख्खं खानदानच तसं आहे. ते सगळी चौकशी करतात. तुम्ही नुसता कामापुरता धार्मिकतेचा बहाणा करून चालत नाही. तुमचं आख्खं घराणं पराकोटीचं धार्मिक असावं लागतं,'' मिसेस अझरने मला सांगितलं.

मुख्याध्यापिका खानुम शाहीन अमेरिकेच्या विरुद्ध होती हे तर सरळ सरळ जाणवतच होतं. पण रोजच्या सक्तीच्या सहवासानंतर तिलाही मी आवडू लागले होते.

एक दिवस मिसेस अझर आणि खानुम शाहीनचं काहीतरी बोलणं झाल्यावर मिसेस अझर माझ्याकडे वळून म्हणाली, ''तुमच्यासाठी काही तरी करण्याची आमची इच्छा आहे. आम्ही काय करू?''

''एकच करा,'' मी म्हणाले, ''मला तुमचा फोन वापरायची परवानगी द्या.'' दोघींनी एकमेकींकडे पाहिलं. अझर दुःखी आवाजात म्हणाली, ''नेमकं तेवढंच तुम्हाला कधीही करू देणार नाही असा आम्ही तुमच्या नवऱ्याला शब्द दिला आहे.''

त्या सर्व स्त्रियांची अडचण मला समजली. नियमाचा भंग करून काही करण्याचं धारिष्ट्य आम्हा कुणाच्यात नव्हतं. पण त्यांना माझ्याबद्दल सहानुभूती होती हे काय कमी होतं?

□

८

एक दिवस दुपारी माहतोबने हट्ट केला, बागेत खेळायला जाऊया. कसा कोण जाणे पण मूडी तयार झाला. त्याची कुरकुर चालूच होती. उगीच चालायला त्रास. मला कामं आहेत वगैरे. पण तरीही आम्ही गेलो.

झोपाळा आणि घसरगुंड्या बागेच्या दूरच्या टोकाला होत्या. आत शिरताच माहतोब या दिशेने पळत सुटली आणि पाहतो तो काय, तिथे एक पिंगट सोनेरी केसाची सुरेख गोरीपान मुलगी खेळत होती. तिने माहतोबजवळ होती तशीच अमेरिकन हॅट घातली होती. तिचे आईवडील आपल्या मुलीकडे कौतुकाने पाहत शेजारी उभे होते. आईने जरी रुझारी घातली असली तरी ती इराणी नाही हे कळत होते. तिचे सोनेरी केस बाहेर डोकावत होते.

"ती बाई अमेरिकन आहे," मी मूडीला म्हणाले.

"नाही," तो रागाने म्हणाला, "ती जर्मन बोलत आहे."

माहतोब त्या मुलीकडे धावली आणि मी मूडीच्या विरोधाला न जुमानता त्या स्त्रीकडे वळले. ती छान इंग्लीश बोलत होती.

तिचं नाव ज्युडी होतं. तिने पण एका इराणी माणसाशी लग्न केलेलं होतं आणि ते दोघे न्यूयॉर्कला राहात होते. तिचा नवरा कामामुळे इकडे आला नव्हता व ती आपल्या दोन मुलींना घेऊन एकटीच इराणला आली होती, दोन आठवड्याच्या सुट्टीवर. आत्ता तिच्या बरोबर होता तो तिचा दीर.

हे सगळं ऐकून मला ज्युडीचा फार फार हेवा वाटला. किती आनंदात, मजेत होती ती इथे. तिच्याजवळ विमानाचं परतीचं तिकीट होतं, पासपोर्ट होता, व्हिसा होत.

ज्युडीने आमची ओळख तिच्या दिराशी, अलीशी करून दिली. मूडी डॉक्टर आहे, तोही अमेरिकेत शिकलेला, हे ऐकून अलीने लगेचच सांगितले की त्याला हृदयरोग होता व त्यासाठी त्याला उपचार घ्यायला अमेरिकेत जायचं होतं. पण व्हिसा मिळत नव्हता. पुढच्या आठवड्यात ज्युडी फ्रँकफूर्टला जाणार होती, ती तिथल्य अमेरिकन एंबसीत अलीच्या व्हिसासाठी खटपट करणार होती. मूडी अमेरिकेत शिकलेला इराणी डॉक्टर असल्याने त्या दोघांनी त्याचा सल्ला विचारला. आता मूडी स्वत:वर खूष झाला व त्याने अलीशी लंब्याचौड्या गप्पा मारायला सुरुवात केली.

दोघी मुली लांबच्या झोपाळ्यांकडे पळत सुटल्या. त्यांच्या मागोमाग मी आणि ज्यडी पण गेलो. जरा दूर गेल्यावर मी औपचारिक गप्पांमध्ये वेळ न घालवता ज्युडीला सांगितले, "आम्ही दोघी इथे नजरकैदेत आहोत. तुम्ही प्लीज माझ्यासाठी

काहीतरी करा. फ्रँकफूर्टच्या अमेरिकेन एंबसीत गेलात की त्यांना माझ्याबद्दल माहीती द्या."

तेवढ्यात मूडी आणि अली आमच्याच रोखाने येताना दिसताच ज्युडीने मला खूण केली. मग आम्ही आणखी लांब गेलो. "मला इतरांशी एक अक्षरही तो बोलू देत नाही. त्याने मला इथे कैदेत टाकलंय आणि अमेरिकेतल्या माझ्या कुटुंबियांशी सुद्धा तो फोनवर बोलू देत नाही."

"मी काय करू सांगा."

"एक करता येईल," मी सुचवलं, "आपल्याला पुन्हा पुन्हा भेटायला काहीतरी निमित्त हवं, त्यासाठी वैद्यकीय क्षेत्राबद्दलचे काही तरी विषय उकरून काढा. म्हणजे ते खूष होईल."

"हे तर काहीच कठीण नाही," ज्युडी उत्साहाने म्हणाले, "नाहीतरी आम्हाला अलीकरिता मेडिकल व्हिसाची खटपट करायचीच आहे. तेव्हा तुमच्या नवऱ्याला त्यात गुंतवता येईल."

मग आम्ही त्या दोघांपाशी गेलो. "तू त्यांना काही मदत नाही का करू शकणार?" मी मूडीला विचारलं.

"करेन की, का नाही?" मूडी चांगलाच खुलला होता. बऱ्याच दिवसांनंतर डॉक्टरकीचा भाव खाण्याची संधी चालून आली होती. "माझ्या तिकडे बऱ्याच ओळखी आहेत. मी तुम्हाला एक पत्रच देतो," तो म्हणाला, "योगायोगाने माझ्याकडे अमेरिकन लेटरहेडपण आहे. फक्त एक टाईपरायटर मात्र कुठूनतरी मिळवायला हवा."

"मी त्याची सोय करू शकेन," ज्युडी म्हणाली.

मग आम्ही पत्ते फोननंबर यांची देवाणघेवाण केली. आणि याच बागेत परत भेटायचं ठरवलं. घराकडे परत येताना मूडी भलताच खूष होता. त्या नादात त्याच्या एक गोष्ट अजिबात लक्षात आली नव्हती. नुकतीच मी एका अमेरिकन स्त्रीशी खाजगी बोलले होते.

ज्युडीने झटपट काम केले. दोनच दिवसांनंतर तिने फोन करून बागेत भेटायची वेळ पण ठरवली. मला वाटलं, या वेळी तरी मूडी आमचं आम्हाला तिला भेटायला जाऊ देईल. पण छे. तोही आमच्याबरोबर निघाला.

या वेळी ज्युडी एका दाढीवाल्या, ठेंगण्या इराणी माणसाला घेऊन आली होती. त्याचं नाव रशीद होतं व तो एका मोठ्या दवाखान्याचा मॅनेजर होता. परत एकदा वैद्यकीय क्षेत्रातील माणूस भेटल्यामुळे मूडी खुशीत आला. आपल्याला इराणमध्ये वैद्यकीय व्यवसायाचा परवाना मिळवण्यासाठी काय काय करावे लागेल याची तो रशीदजवळ खोदून खोदून चौकशी करू लागला.

परत एकदा मी आणि ज्युडी मुलींच्या मागे गप्पा मारत जरा दूर पोचलो. "रशीदला मी तुझ्याबद्दल नीट कल्पना दिली आहे. काळजी करू नको, तो तुझ्या नवऱ्याशी बोलताना जपून बोलेल," ज्युडी माझं मन ओळखून म्हणाली. एव्हाना आमच्यात खूप मोकळेपणा आला होता व आम्ही एकमेकींना नावाने हाक मारू लागलो होतो. तिने हळूच माझ्या हातात काही पोस्टाची तिकिटे कोंबली आणि म्हणाली, "जमलं तर येता जाता पोस्टात पत्र टाकायला बरं पडेल."

मग तिने पुढचा बेत समजावून सांगितला, थोड्या दिवसांनी तिच्या सासूबाईंनी आपल्या नातवंडाचा निरोप घेण्याची वेळ येणार म्हणून एक छोटी मेजवानी आयोजित केली होती. त्याला ज्युडी आम्हाला निमंत्रण देणार असं ठरलं. तिने एक टाईपरायटर घरी आणून ठेवला होता. पार्टीच्या वेळी मूडीला रशीदसाठी पत्र टाईप करण्यात गुंतवून ठेवायचे. मग त्या गर्दीत, गडबडीत कुणाच्याही लक्षात येणार नाही अशा बेताने रशीद माझी काही माणसांशी गाठ घालून देणार होता. लोकांना चोरट्या मार्गाने टर्कीच्या सरहद्दीवरून इराणबाहेर पोचवायला मदत करण्याचा या माणसांचा धंदा होता.

नंतरचे दोन दिवस खूप अस्वस्थतेत गेले. चोरट्या मार्गाने इराणमधून बाहेर जायचं म्हणजे नक्की काय? त्यात धोका कितपत होता? आमच्या पासपोर्टचं काय? आणि जायचं कसं? विमानाने? गाडीने? शिवाय ते लोक या सगळ्या भानगडी कशासाठी करत होते? खोमेनी सरकारविरोधी कारवाया करताना त्यांच्या जिवाला धोका नव्हता का? शिवाय त्यासाठी खर्च किती येणार? प्रश्नच प्रश्न.

देवा, निदान एक कृपा कर. पार्टीमध्ये रशीदशी नीट बोलायला वेळ मिळू दे.

मग मी माझ्या आईबाबांना पत्र लिहिले. मी खुशाल आहे, काळजी करू नये असे लिहिले, पण ते किती पोकळ आहे हे मला ठाऊक होते. नंतर भावाला पण पत्र लिहून एक बेत सुचवला. आमची अमेरिकेत बरीच मालमत्ता होती. पण इराणमध्ये मात्र मूडीला पैशाची चणचण भासत होती. तेव्हा माझ्या भावाने, रॉबिनने पत्र लिहून असे सुचवायचे की, डॅडींची तब्येत फारच बिघडली आहे तरी आम्ही अमेरिकेला एकदा नुसतं त्यांना भेटायला येऊन जावे. प्रवासखर्च आम्ही करू. तुम्हाला विमानाची तिकिटे पाठवू. म्हणजे फुकटात अमेरिकेची वारी करायला मिळाली की मूडी तयार होईल. तेवढेच मालमत्तेबद्दलचे निर्णय त्याला स्वतःच तिथे जाऊन घेता येतील असा माझा कयास होता.

ज्युडीच्या घरच्या पार्टीत आम्हाला आश्चर्याचे धक्क्यावर धक्के बसावे असं वातावरण होतं. आत शिरलो तो मोठमोठ्या आवाजातील अमेरिकन संगीताने आमचे स्वागत केले. कित्येक तरुण स्त्री-पुरुष (हे सर्व शिया़ पंथीय मुस्लीम होते) पाश्चात्य संगीताच्या तालावर नृत्य करत होते. स्त्रियांनी अत्याधुनिक पाश्चात्त्य

पद्धतीचे पोशाख केले होते व 'चादोर व रुझारी' तर कुणीही घातलेली नव्हती. पार्टीत शिरताच एक गोष्ट माझ्या पथ्यावरच पडली. एक अमेरिकन डॉक्टर इथे आलाय म्हटल्यावर सगळ्यांनी मूडीला गराडा घातला आणि त्या नादात माझ्याकडे त्याचं दुर्लक्ष झालं. ज्युडीने मूडीला गाठून माझ्याकडून आता आपण पत्र टाईप करून घेणार असल्याचं त्याच्या कानावर घातलं आणि राजरोसपणे मी टाईप करण्याच्या बहाण्याने तिच्याबरोबर एका खोलीत गेले. तिथे रशीद वाटच पाहात होता.

"माझा मित्रच लोकांना टर्कीच्या मार्गाने पळून जायला मदत करतो," तो म्हणाला, "पण त्याला तीस हजार अमेरिकन डॉलर्स खर्च येईल."

"पैसे किती का पडेनात," मी म्हणाले, "मला माझ्या मुलीला घेऊन पळून जायचंय." माझे नातलग आकाशपाताळ एक करून, लागेल तो पैसा उभा करतील ही मला खात्रीच होती. "पण कधी जाता येईल?" मी अधीरपणे विचारलं.

"आत्ता तो मित्र स्वतः तर टर्कीतच आहे," रशीद म्हणाला, "दुसरं म्हणजे आता हळूहळू हवा खराब होत जाणार. तेव्हा बहुतेक तुम्हाला हिवाळ्यात जाता येणार नाही. बर्फ वितळेपर्यंत वाट बघावी लागेल. मला अजून दोन आठवड्यांनी फोन करा. तोपर्यंत मी माहिती काढून ठेवतो.

मग मी रशीदचा फोन नंबर सांकेतिक भाषेत माझ्या गुप्त वहीत लिहून ठेवला.

रशीद खोलीतून निघून गेला. मी आणि ज्युडी तिथेच थांबलो. मी मूडीने लिहिलेलं पत्र टाईप करू लागले. मूडी माझा तपास करत येणार का काय अशी मला सारखी भीती वाटत होती. पण तो आला नाही.

मी लिहून आणलेली आईबाबा रॉबिन यांची पत्रं ज्युडीजवळ दिली. तिने ती फ्रँकफूर्टला पोचताच पोस्टात टाकण्याचं वचन दिलं. उद्याच ती इराण सोडून निघाली होती. एकीकडे अमेरिकेच्या कडू-गोड आठवणी काढत साश्रू नयनांनी मी तिला उद्याच्या प्रवासाचं सामान भरायला मदत केली. माझ्या भवितव्यात काय होतं हे मला आणि तिला दोघींनाही माहीत नव्हतं. पण मला कुठल्याही मार्गाने मदत करायचीच असा तिचा ठाम निर्धार होता. "माझ्या आणखीही ओळखी आहेत. मी काही तरी खटपट करीनच," ती म्हणाली.

पार्टी संपली. मूडीच्या आनंदाला पारावार नव्हता. "रशीद जिथे काम करतो त्या दवाखान्यात तो माझ्या नोकरीची खटपट करणार आहे," तो म्हणाला, "आता माझ्या वैद्यकीय परवान्याचंच काय ते बघायला हवं."

मी आणि ज्युडीने मूकपणे एकमेकींचा निरोप घेतला. दोघींच्याही डोळ्यांत पाणी तरारलं होतं. आता परत कधी गाठ तरी पडणार होती की नाही, देव जाणे,

दर शुक्रवारी सर्वांनी एकत्र आमेबोझोर्गच्या घरी जमायचं असा प्रघात होता. पण अलीकडे मूडी आपल्या बहिणीला फारशी किंमत देईनासा झाला होता. असंच एका शुक्रवारी त्याने जाहीर केलं, "आम्हाला इतर कामं आहेत, तेव्हा यायला जमणार नाही."

माझा अंदाज होता त्याप्रमाणे गुरुवारी रात्री तिच्या मुलींचा फोन आला, "आई फार आजारी असून अगदी अखेरच्या घटका मोजते आहे तरी सर्वांनी ताबडतोब या."

मूडी चांगलाच वैतागला. पण करणार काय? निमूटपणे टॅक्सीने आम्ही सगळे तिच्या घरी पोचलो. तिच्या खोलीत जाऊन बघतो तर काय, आमे बोझोर्ग जमिनीवर गडाबडा लोळत होती. तिच्या अंगावर फाटक्यातुटक्या पांघरुणांचा ढीगच होता. ती घामाने थबथबलेली होती, आणि "आता मी यातून काही जगत नाही, मला त्या वेदना सहन होत नाहीत," असं काहीबाही बरळत, रडत ओरडत होती.

खोलीत माजिद, रेझा आणि इतर बरेच नातलग जमले होते. इतरही आणखी येणार होते.

मूडीने आपल्या बहिणीला व्यवस्थित तपासले. पण तिला काही सुद्धा झाले नव्हते, "तिला घाम आलाय तो तापामुळे वगैरे नाही तर एवढी पांघरुणे घेतल्यामुळे," असं तो माझ्या कानात कुजबुजला. पण तिचं रडणं, ओरडणं चालूच होतं.

झोरे आणि फरिश्तेने तेवढ्यात सूप करून आणलं. आणि एकामागून एक प्रत्येकजण आपला आमे बोझोर्गने ते घोटभर तरी प्यावे म्हणून तिची विनवणी करू लागला. पण ती काही ऐकेना. अखेर तिच्या धाकट्या मुलाने, माजिदने जबरदस्तीने एक चमचाभर सूप तिच्या तोंडात घातले. पण ती कसली खमकी. तिने ते न गिळता तोंडातच साठवून ठेवले.

अखेर मूडीने तिच्या विनवण्या केल्यावर तिने त्याच्या हाताने थोडे सूप प्यायले. मग जमलेल्या मंडळींनी सुटकेचा निःश्वास सोडला.

असा धिंगाणा रात्रभर आणि दुसरा दिवसभर चालू होता. बाबा हाजी उगीच नाममात्र चक्कर मारून जात होते. उरलेला वेळ त्यांचे कुराणपठण चालू होते.

मूडी माहतोब आणि मी या तिच्या नाटकाला कंटाळलो होतो. मला आणि माहतोबला तर क्षणभरसुद्धा तिथे थांबायची इच्छा नव्हती. पण मूडीची परिस्थिती अवघड झाली होती. धड निघायचं तरी पंचाईत, धड थांबायचं तरी, हे नाटक शुक्रवारची संध्याकाळ संपेपर्यंत चालू होतं. आमच्या दुसरीकडे कुठेही जाण्याच्या बेतावर पाणी पडलं होतं.

शुक्रवारी रात्री मात्र अचानक ती अल्लाच्या कृपेने खडखडीत बरी झाली. आणि त्याबद्दल अल्लाला दुवा देत तिने मेशंद गावी असलेल्या मशिदीत दर्शनाला

जाण्याची घोषणा केली. ठरल्याप्रमाणे शनिवारी आम्ही सर्वजण मिळून तिला विमानतळावर पोचवून आलो. परत येताना बायका अश्रू ढाळत होत्या आणि पुरुष तिला असाध्य आजारातून इतक्या चटकन बरं केल्याबद्दल त्या जगन्नियंत्याचे आभार मानत जपमाळ ओढत होते.

मूडीने सगळ्यांच्यासमोर काही टीका केली नाही पण एकटं असताना मला हळूच म्हणाला, ''हे सगळे तिच्या मनाचे खेळ आहेत.''

ऑक्टोबर संपून नोव्हेंबर उजाडला. आता गारठा चांगलाच जाणवू लागला होता. इराणमध्ये येताना आम्ही गरम कपडे काहीच आणले नव्हते. माहतोबला आणि मला थंडीचा बराच त्रास सुरू झाला. पण गरम कोट खरेदी करायचा विषय काढताच मूडीने चक्क विरोध केला. त्याला पैशाची तंगी भासत होती हे मुख्य कारण होतं.

मी भावाला जे पत्र लिहिलं होतं तो बेतही धुळीला मिळाला. पत्र पोचताच खरं म्हणजे लगेच त्याने मम्मलच्या घरी फोन करून मूडीला सांगितलं, ''डॅडी खूप आजारी आहेत. त्यांना भेटायला येऊन जा. मी तिकिटे पाठवतोय, त्यावर कुठली तारीख टाकायची?''

पण मूडी काही कच्च्या गुरूचा चेला नव्हता. तो फोनमध्ये किंचाळला, ''ती आता कधीच घरी येणार नाही. मी तिला काही झालं तरी जाऊ देणार नाही.''

त्याने फोन दाणकन् आदळला आणि नंतर सगळा राग माझ्यावर काढला. भांडणाचं मूळ होतं पैशाची चणचण. रशीदने दवाखान्यात नोकरी देण्याचं आश्वासन पोकळच निघालं. तराफ. मूडीच्या वैद्यकीय व्यवसायाच्या परवान्याचं कामही अजून लटकलेलं होतं. मूडीच्या म्हणण्याप्रमाणे हा सगळा दोष माझाच होता.

''तुझ्यावर नजर ठेवण्यासाठी मला नुसतं घरी बसावं लागतं, त्यामुळेच घराबाहेर पडून कामधंदा करता येत नाही. तुझ्यामुळे मी माझं स्वातंत्र्य गमावून बसलोय. तू 'सी आय ए'ला माझ्या मागे लावून दिलंयस. तुझ्या माणसांनी तुझा शोध घ्यायला सुरुवात केली आहे, आणि माझ्या विरुद्ध तक्रार केली आहे,'' मूडीच्या बोलण्याशी तर्कशास्त्राचा काही संबंध उरला नव्हता.

''तुला असं का बरं वाटलं?'' मी मुद्दामच विचारलं.

त्यावर त्याने अशा काही नजरेने माझ्याकडे पाहिलं की मी घाबरलेच. खरंच, त्याला कायकाय ठाऊक होतं? मला कळायला मार्ग नव्हता. एंबसीने त्याला पत्र पाठवून माझ्याविषयी विचारणा केली होती हे मला ठाऊक होतं. पण हे मला ठाऊक असल्याचं त्याला ठाऊक नव्हतं, की होतं?

पण माझ्यावर कितपत विश्वास टाकावा हेही त्याला आता समजत नव्हतं. मी इथून पुढे कधीही पळून जाण्याचा प्रयत्न करणारच नाही कशावरून? अशी किती दिवस माझ्यावर नजर ठेवणं शक्य होतं? मला इराणमध्ये आणायसाठी त्याने खोटेपणाचा, युक्त्याप्रयुक्त्यांचा वापर केला होता. इथे आल्यावर मारझोडही करून झाली होती. आता माझं काय करायचं हे त्याला कळत नव्हतं.

"तू आता तुझ्या आई-वडिलांना एक पत्र लिही आणि त्यांना आपल्या सगळ्या वस्तू जहाजातून इकडे पाठवून द्यायला सांग," एक दिवस मूडीने हुकूम सोडला. मी पत्र लिहायला बसले खरी, पण काय लिहावं, कसं लिहावं सुचत नव्हतं. तो प्रत्येक अक्षर लिहिण्याआधी शेजारी बसून त्यात डोकं घालत होता. मी कसंतरी वाक्यांची जुळवाजुळव करून पत्र लिहिलं. मूडीचं तर समाधान व्हायला हवं आणि आईबाबांनी तर यातलं एकही अक्षर खरं मानून त्याप्रमाणे वागता कामा नये.

एकदा पत्र लिहून झाल्यावर मूडी निदान माहतोबसाठी गरम कोट आणायला राजी झाला. खरेदीला फक्त मी आणि माहतोब, नसरीन आणि अमीर एवढेच जाणार होतो. नसरीन माझ्यावर कडी नजर ठेवील व आपलं पहारेकऱ्याचं कर्तव्य चोख बजावेल याची मूडीला खात्री असल्याने त्याने घरी थांबायचं ठरवलं. तो खोलीत जाऊन झोपणार तोच फोन वाजला.

फोन नसरीनने घेतला आणि माझ्याकडे वळून म्हणाली, "तुझा फोन आहे. कुणीतरी बाई इंग्लीशमध्ये तुझ्याबद्दल विचारते आहे." तिने माझ्या हातात रिसिव्हर दिला आणि तिथेच चिकटून उभी राहिली.

"हॅलो..."

"मी हेलन बोलते आहे," पलीकडून आवाज आला. एंबसीतल्या लोकांचा इथे फोन यावा याचं मला नवल वाटलं. भीतीपण वाटली.

"मला तुझ्याशी महत्त्वाचं बोलायचंय," हेलन म्हणाली.

"तुम्हाला कुणीतरी चुकीचा नंबर दिलाय," मी म्हणाले.

हेलनच्या माझी अडचण लक्षात आली. तिने माझ्या बोलण्याकडे दुर्लक्ष करून म्हटले, "खरं तर तुला या ठिकाणी फोन करायचा नाही असं मला ठाऊक होतं, पण काय करू, कुणीतरी तुझी चौकशी करण्यासाठी खटपट करतंय त्यामुळे आमचा नाईलाज झाला. एकतर मला फोन तरी कर किंवा लवकरात लवकर भेटायला ये."

"तुम्ही काय बोलताय मला समजतच नाहीये. तुम्ही नक्की चुकीचा नंबर लावलाय," मी मुद्दाम म्हणाले व फोन ठेवून दिला. त्याच क्षणी नसरीन ही बातमी मूडीला सांगण्यासाठी आत गेली. मला तिचा इतका संताप आला. पण मी काय

करू शकणार? मूडी खोलीबाहेर आला तो माझ्या अंगावर धावून आला.

"कुणाचा फोन होता?" तो ओरडला.

"मला काय माहीत?" मी चाचरत म्हणाले, "कुणीतरी एक बाई होती. कोण होती देव जाणे."

मूडी आता मात्र नक्की संतापला होता. "ती कोण आहे ते तुला पुरतं ठाऊक आहे," तो संतापाने थरथरत म्हणाला, "खरं सांग, कोण होती ती बाई?"

"मला खरंच ठाऊक नाही," मी कळकळीच्या सुरात म्हणाले. एकीकडे मी माहतोबला माझ्या मागे दडवलं कारण मूडी एकेक पाऊल पुढे टाकत येत होता. नसरीनने हळूच अमीरला एका कोपऱ्यात ढकलले.

"ती तुझ्याशी काय काय बोलली ते सगळं मला कळलं पाहिजे," मूडी ओरडला.

"कुणीतरी एक बाई बोलत होती," मी म्हणाले, "तिने मला विचारलं, 'तू बेटीच ना?' मी म्हणाले, "हो," त्यावर तिने विचारलं, "तू आणि माहतोब ठीक तर आहात ना?" मी म्हटलं, "हो, आमही ठीक आहोत, बसं एवढंच. आणखी काही नाही."

"ती कोण होती ते तुला नक्की ठाऊक आहे," मूडी परत एकदा हट्टाने म्हणाला.

"अरे, खरंच नाही."

मूडीची आधीच झोपमोड झालेली होती. त्यात एंबसीची सगळी भानगड मला कळलेली आहे, हे त्याला माहीत नव्हतं. त्यामुळे ती बाई कोण, कुठली हे खरंच मला माहिती नसावं अशा निष्कर्षाप्रत तो आला. तरीपण माझ्या कुटुंबियांपैकी कुणीतरी माझी जोरदार चौकशी चालवली होती आणि एंबसीच्या लोकांनी मी मम्मलच्या घरी राहत असल्याचा तपास लावला होता या दोन गोष्टी त्याला अस्वस्थ करायला पुरेशा होत्या.

"हिच्यावर लक्ष ठेव," मूडीने नसरीनला बजावले. मम्मललाही त्याने त्या रात्री सावधगिरीची सूचना दिली.

"कुणीतरी हिचा तपास करतंय. एक दिवस कुणीतरी हिला रस्त्यावरून पळवून नेईल."

नंतरचे कित्येक दिवस घरातील वातावरण त्या एका छोट्याशा फोनने प्रदूषित करून टाकलं होतं. इतकं महत्त्वाचं काय बरं घडलं असेल? हेलनने चक्क इथे फोन करावा? आणि तो सुद्धा मूडीच्या स्वभावाची पूर्ण कल्पना असताना? नंतरचा आठवडा फार वाईट गेला. मूडी आता माझ्यावर चोवीस तास नजर ठेवून होता. खरेदीला बाहेर जायचं झालं तर तो सोबत नसरीनला पाठवायचा.

अखेर एक दिवस असा उजाडला की, नसरीन युनिव्हर्सिटीत गेली असताना काहीतरी खरेदीला बाहेर जायची वेळ आली. पण मूडी इतका कंटाळला होता की त्याने आम्हाला दोघींना, मला आणि माहतोबला जायची परवानगी दिली.

मी जवळजवळ धावतच हमीदच्या दुकानात गेले आणि एंबसीत हेलनला फोन केला. "तू सांभाळून राहा," हेलन म्हणाली, "दोन बायका इथे तुझी चौकशी करत आल्या होत्या. त्यांचं तुझ्या कुटुंबियांशी बोलणं झालं आहे आणि त्यांना कसंही करून तुला इथून बाहेर काढायचंय. पण तू मात्र जपून. कारण त्या काही तरी विचित्रच बोलतायत." नंतर फोन ठेवण्याआधी ती म्हणाली, "सर्वांत आधी तू लवकरात लवकर इथे येऊन भेट. आपल्याला बऱ्याच गोष्टींबद्दल बोलायला हवं."

फोनवरच्या संभाषणाने माझ्या छातीत धडकीच भरली. ह्या बायका कोण असतील हे मला कोडं पडलं. ज्युडीचा तर काही नवा बेत नसेल ना? मी या अनोळखी माणसांवर विश्वास तरी कसा टाकू? त्यांना माझी आणि माहतोबची सुटका करणं जमेल? हेलनला नक्कीच त्याबद्दल खात्री नसणार. म्हणूनच तर तिने मूडीचा रोष पत्करून देखील घरी फोन करून मला सावध करण्याचा प्रयत्न केला. मला काही सुचत नव्हतं.

यानंतर काही दिवसांनी घराची घंटी वाजली. खालच्या बाजूला एसीने दार उघडल्याचा आवाज आला. एक गोषातील स्त्री डॉ. महंमूदींची चौकशी करत होती. तिला त्यांना भेटायचं होतं. मग एसीने तिला वर मम्मलच्या घरी पाठवलं. ती 'चादोर' घालून आली असली तरी ती मुळीच इराणी नव्हती हे मी ओळखलं. पण ही कोण होती?

"मला डॉ. महंमूदींशी बोलायचंय."

बाहेरून तिचा आवाज ऐकताच मूडीने मला आधी खोलीत ढकलून कडी लावली आणि आपण बाहेरच्या बाजूला जिन्याच्या तोंडाशी उभा राहिला. मी दाराला कान लावून बाहेरचं संभाषण ऐकू लागले.

"मी अमेरिकन आहे," ती स्त्री अस्खलित इंग्रजीत म्हणाली, "मला मधुमेह आहे आणि इथे येऊन मी आजारी पडले आहे. तुम्ही प्लीज माझी रक्ततपासणी कराल का?"

मग तिने स्पष्टीकरण दिलं. तिने एका इराणी माणसाशी लग्न केलं होतं. ती माशेद येथे राहत होती. आमे बोझोर्ग जिथे यात्रेला गेली होती तेच हे ठिकाण. तिचा पती इराकविरुद्ध चाललेल्या युद्धात लढण्यासाठी गेला असल्यामुळे ती सध्या आपल्या सासरी तेहरान येथे राहत होती

"मी खरोखरच फार आजारी आहे," ती काकुळतीला येऊन म्हणाली, "आणि इथल्या, माझ्या सासरच्या लोकांना मधुमेह म्हणजे काय रोग असतो ते काही कळत

नाही. तुम्हीच आता मला मदत करा.''

''मी आत्ता तर तुमची रक्ततपासणी काही करू शकत नाही,'' मूडी सावकाश म्हणाला. त्याच्या सुरावरून तो विचारात पडला असल्याचं मला जाणवलं. अजून त्याला इराणमध्ये वैद्यकीय व्यवसाय करण्याचा परवाना मिळाला नव्हता आणि इथे एका पेशंटला त्याची गरज होती. पैशाची तंगी तर चांगलीच जाणवत होती. या पेशंटच्या फीच्या पैशातून बरीच नड भागणार होती. पण त्याची मनःस्थिती द्विधा होती. गेल्या आठवड्यात आलेला तो रहस्यमय फोन आणि आता अशी अवचित आलेली ही पेशंटबाई, तीही अमेरिकन. ''तुम्हाला उद्या सकाळी इथे यायला जमेल? शिवाय तुम्हाला रात्रभर उपास करावा लागेल.''

''पण उद्या मला यायला जमणार नाही. माझा उद्या कुराणाचा क्लास आहे,'' ती म्हणाली.

तिचं ते सगळं बोलणं मला बनावट वाटत होतं. तिच्या म्हणण्याप्रमाणे जर ती तेहरानमध्ये फक्त थोड्याच दिवसांसाठी– एक महिन्यासाठी– आली होती तर मग कुराण शिकायच्या क्लासला कशी जाईल? आणि जर ती खरोखर मधुमेहासारख्या दुखण्याने आजारी असेल तर मग डॉक्टरचं ऐकायला नको का?

''मला जरा तुमचा फोन नंबर देऊन ठेवा,'' मूडी म्हणाला, ''म्हणजे मी नंतर तुम्हाला फोन करीन व आपण वेळ ठरवू.''

''मी तुम्हाला माझा नंबर देऊ शकत नाही,'' ती म्हणाली, ''माझ्या नवऱ्याला किंवा घरच्यांना जर कळलं की मी एका अमेरिकन डॉक्टरकडे गेले होते, तर मग झालंच.''

''पण मग तुम्ही इथे आलात कशा?''

''टेलिफोन टॅक्सी घेऊन. बाहेर टॅक्सी थांबवली आहे,'' ती म्हणाली.

मी दारापलीकडे शहारले. एका अमेरिकन स्त्रीला एकटीला तेहरानमध्ये टॅक्सीने आरामात हिंडता येणे शक्य होते हे मूडीला समजायला नको होते.

ती निघून गेल्यानंतर दुपारभर मूडी विचारात गढून गेला होता. मग त्याने आमे बोझोर्गला माशेद येथील हॉटेलात फोन केला व विचारलं की, तिने कुणा स्त्रीला आमचा इथला पत्ता वगैरे दिला होता का? पण ती नाही म्हणाली.

संध्याकाळी मी जवळच बसले आहे याची जराही पर्वा न करता मूडीने सगळी हकिकत मम्मल आणि नसरीनला सांगितली. शेवट म्हणाला, ''ती नक्की सी. आय. ए. ची एजंट होती. नक्कीच आपल्या कपड्यांमध्ये मायक्रोफोन लपवून आली होती.''

हे खरं असेल? ती बाई खरंच सी. आय. ए. ची एजंट असेल?

माझी अवस्था पिंजऱ्यात सापडलेल्या घायाळ जनावराची झाली होती. डोक्यात

स्वतःच्या आणि माहतोबच्या सुटकेशिवाय दुसरा विषय नव्हता. मूडीचे ते शब्द माझ्या डोक्यात सारखे पिंगा घालत होते. अखेर खूप विचार केल्यावर एक गोष्ट मला पटली. ती बाई सी. आय. ए. एजंट असणं शक्यच नव्हतं. एक म्हणजे तिचं बोलणं, वागणं, थापा मारणं, पेशंट असल्याचा बहाणा हे मुळीच एखाद्या कसलेल्या एजंटचं लक्षण नव्हतं. दुसरं म्हणजे मला आणि माहतोबला मूडीच्या तावडीतून सोडवून इराणबाहेर काढण्यात सी. आय. ए. ला खरोखर काय रस असणार आहे? शिवाय सी. आय. ए. च्या ताकदीच्या, कर्तबगारीच्या, कुवतीच्या ज्या काही कथा आपण वाचतो तशी ती खरीखुरी आहे का? की सगळ्या नुसत्या कविकल्पना आहेत? अमेरिकन एजंट इथे इराणमध्ये फारसे काही कर्तृत्व दाखवू शकतील असे मला वाटतच नव्हते. कारण अयातुल्लाचे स्वतःचे एजंट, सोल्जर, पोलीस आणि पासदार सर्वत्र होते. अमेरिकेच्या बंदिस्त चार भिंतीत सुखात आणि स्वातंत्र्यात दिवस काढलेली मी. पण इथे राहिल्यानंतर माझं अमेरिकन सरकार माझ्या सुटकेसाठी काय करू शकणार होतं हे मला समजत नव्हतं.

कदाचित ज्युडी किंवा दुकानदार हमीदकडून माझ्या परिस्थितीबद्दल त्या बाईला काही तरी कळलं असेल आणि म्हणूनच माझा माग काढायला ती आली असेल. नुसता विचार करत राहण्याखेरीज माझ्या हातात काही नव्हते.

या अनिश्चिततेमुळे माझ्या मनाला खूप अस्वस्थता आली पण त्याचबरोबर रोजच्या कंटाळवाण्या आयुष्याला थोडा विरंगुळा मिळाला, एका नव्या विचाराचा विरंगुळा. इतक्या दिवसात पहिल्यांदाच बाहेरच्या जगात कुठेतरी मला नकळत आमच्या सुटकेसाठी चक्रे फिरू लागली होती. कधी तरी, केव्हातरी मी बरोबर योग्य त्या व्यक्तीला गाठेन, आणि आमची सुटका करून घेईनच. मात्र हे करत असताना मूडीचा माझ्यावर अहोरात्र पहारा असतो त्याच्याकडे दुर्लक्ष करून चालणार नाही.

असेच एकदा काही निमित्ताने घराबाहेर पडायला मिळाल्यावर मी हमीदच्या दुकानात शिरले आणि ज्युडीचा मित्र रशीदला फोन लावला. हा रशीद माझी इराणमधून बाहेर पळून जायला लोकांना मदत करणाऱ्या एका माणसाशी गाठ घालून देणार होता.

''तो मुलांना नेऊ शकत नाही, सॉरी,'' रशीद म्हणाला.

''मला एकदा स्वतः त्याच्याशी बोलायचंय, प्लीज,'' मी काकुळतीला येऊन म्हणाले, ''मी माहतोबला कडेवर, मांडीवर घेईन. तिचा काही त्रास होणार नाही.''

''छे, तो तर तुम्हालाच घ्यायला तयार नाही. तो मुळी बायकांना नेतच नाही. पुरुषांना देखील इराणबाहेर काढणं इतकं कठीण काम आहे. चार दिवस डोंगर तुडवून पार करावे लागतात. मूल घेऊन जाणं तर अशक्यच आहे.''

"मी चांगली कणखर आहे," मी त्याला पटवून देत होते खरी, पण माझं मला तरी ते पटत होतं का? "माझी तब्येत छान आहे. मी तिला कडेवर घेऊन सुद्धा वाटेल तेवढं चालेन. तुम्ही निदान माझी त्या माणसाशी गाठ तरी घालून द्या."

"पण आत्ता या क्षणी तर त्याचा काहीच उपयोग नाही. डोंगरांवर बर्फ पडलंय. तुर्कस्थान (टर्की) ची हद्द हिवाळ्यात पार करता येत नाही."

हळूहळू डिसेंबर उजाडला. ख्रिसमस जवळ येत चालला. पण इराणमध्ये ख्रिसमसचे कौतुक कोणाला असणार? काही भेटी वगैरे विकत आणायच्या नाहीत आणि नाताळ साजरा करण्याबद्दल तोंडातून ब्र देखील काढायचा नाही असं मूडीने आधीच मला बजावलं होतं.

हिवाळा आला आला म्हणता म्हणता कडाक्याच्या थंडीने तेहरानला वेढले. रस्ते बर्फाने गोठले.

मूडीला एक दिवस थंडीताप आणि सर्दीने बेजार केले. सकाळी शाळेत जायला म्हणून अंथरुणातून उठू लागला आणि अंग मोडून आल्याने कण्हू लागला.

"अरे, तुझ्या अंगात ताप आहे."

"काय ही जीवघेणी थंडी, आणि आपल्याकडे गरम कोट देखील नाहीत घालायला," तो कुरकुरत म्हणाला, "तुझ्या आई-बापाला निदान एवढी अक्कल हवी होती, आपले गरम कपडे इकडे पाठवायचे नाही?"

त्याचं ते वेड्यासारखं बोलणं ऐकूनही मी शांत राहिले. उगाच भल्या सकाळी भांडण हवे कुणाला? मी संधीचा फायदा घेण्याचे ठरवले. "तू बरं नसताना कशाला उगाच पोचवायला येतोस? आम्ही जाऊ आजच्या दिवस आपलं आपण."

मूडी अंगदुखी, डोकेदुखीने इतका बेजार झाला होता की त्याला माझा मुळीच संशय आला नाही. फक्त इतकं अवघड काम मला जमेल का हीच त्याला शंका वाटत होती. "तू एकटी जाऊन आपली आपण टॅक्सी कशी घेणार?"

"घेईन की. रोज तुझ्याबरोबर येताना तुला बघते ना मी. मी सरळ शरीयती रोडपर्यंत चालत जाईन आणि कडेला थांबून मोठ्यांदा ओरडेन सीदा जफर!" म्हणजे आम्हाल जफर रोडच्या बाजूला जायचंय.

"हो गं, पण बराच वेळ, मोठमोठ्यांदा ओरडत राहावं लागतं," मूडी म्हणाला.

"येईल मला ओरडता."

"ठीक आहे," म्हणून तो कूस पालटून झोपला.

सकाळी हवेत जरा झोंबणारा गारठा होता. पण असू दे. मला त्याची पर्वा नव्हती. आम्हाला टॅक्सी मिळायला जरा वेळ लागला. अखेर मी पळत पुढे जाऊन

जवळजवळ हाताने एक टॅक्सी थांबवली. टॅक्सीत बसल्यावर आपण या परक्या शहरात एवढं करू शकलो म्हणून मला जिंकण्याचा आनंद झाला.

माणसांनी गच्च भरलेली टॅक्सी गर्दीतून वाट काढत होती. ड्रायव्हर मधूनच आपल्या देशबांधवांना उद्देशून शिव्या हासडत होता. "साग–" म्हणजे कुत्तरडे!

आम्ही शाळेत वेळेत पोचलो. शाळा संपवून आम्ही बाहेर आल्यावर मी ऑरेंज टॅक्सी थांबवण्यासाठी तिष्ठत उभी होते. बराच वेळ झाला. टॅक्सी मिळणे तर दूरच पण थोड्या वेळाने अचानकपणे खर्रकन आवाज करून एक पांढरी इराणी गाडी माझ्यापासून काही अंतरावर थांबली. त्यातून चार बुरखाधारी इराणी बायका उतरून माझ्याजवळ आल्या. स्वतःचा बुरखा डाव्या हाताने हनुवटीखाली घट्ट पकडत एक जण किंचाळली. फारसीत. त्यामुळे मला काहीच समजेना. आता मी काय केलं बरं?

"आधी तोंड झाक नीट, बुरखा घे," एक बया ओरडली. मी डोक्यावरचा बुरखा चाचपला. एक-दोन केसांच्या लहानशा बटा कपाळावर आल्या असाव्यात. मी त्या आत ढकलल्या आणि बुरखा ठीकठाक केला. त्याच क्षणी त्या आल्या तशा गाडीतून निघून गेल्या.

मी तेवढ्यात आलेली ऑरेंज टॅक्सी पकडली आणि माहतोबला घेऊन घरी आले. मूडीने सुद्धा त्याबद्दल माझे कौतुक केले. पण त्या चार रहस्यमय स्त्रिया कोण ते आम्हाला दोघांनाही कळले नाही.

मिसेस अझरने दुसऱ्या दिवशी ते कोडे सोडवले. "काल त्या चौघी येऊन तुम्हाला त्रास देत होत्या ते मी पाहिलं," ती मला म्हणाली, "मी खरं तर तिथे येणार होते तेवढ्यात त्या निघून गेल्या."

"पण त्या होत्या कोण?"

"पासदार, स्त्री-पोलीस."

"चला, निदान इथे तरी समता होती म्हणायची. कारण स्त्री पोलिसांनासुद्धा पुरुष पोलिसांइतकेच अधिकार होते."

२५ डिसेंबर १९८४ हा माझ्या आयुष्यातला सर्वांत कठीण दिवस होता. या दिवशी तसं खास काहीच घडलं नव्हतं. दुःखाची गोष्ट तीच तर होती. माहतोबला मी ख्रिसमसची छोटीशी सुद्धा भेट आणू शकले नव्हते. एक आनंदाचा क्षण निर्माण करू शकले नव्हते तिच्यासाठी. मी तोंडाच्या बाहेर त्याबाबत चकार शब्दही काढला नाही. उगाच तिला त्या गोष्टींची आठवण करून देऊन दुःखी कशाला करायचं? मला मात्र दिवसभर ज्यो आणि जॉनची आणि माझ्या आई-बाबांची सारखी आठवण येत होती. मी हमीदच्या दुकानातून एंबसीत फोन करून हेलनशी बोलल्याला दोन

आठवडे होऊन गेले होते. तिने मला ज्या दोन रहस्यमय स्त्रियांविषयी सावधगिरीची सूचना दिली होती, त्यांचं पुढं काय झालं कोण जाणे? पण मला माझ्या बाबांच्या प्रकृतीविषयी किंवा माझ्या दोन्ही मुलांविषयी, ज्यो आणि जॉनविषयी काहीही कळलेलं नव्हतं.

तेहरानमधल्या शाळांना ख्रिसमसची एका दिवसापुरतीसुद्धा सुट्टी नव्हती. म्हणजे माहतोबला शाळेत धाडणं भागच होतं. मूडीला अजूनही बरं वाटलेलंच नव्हतं. मूडीच्या मते आजारी पतीजवळ बसून त्याची सेवासुश्रूशा करायचं सोडून माहतोबबरोबर शाळेत जाऊन बसणं हे माझं वागणं अत्यंत चुकीचं होतं.

"पण माहतोब एकटी शाळेत थांबणार नाही, मला जायलाच हवं," मी समजुतीच्या स्वरात म्हणाले, "नसरीन तुला गरम गरम सूप करून देईल ना."

मूडीने डोळे चकणे करून दाखवले. नसरीनच्या पाककौशल्याबद्दल मूडीची मते काय होती ती मला ठाऊक होती.

नसरीनच्या हातचं सूप पिऊन हा मरू दे एकदाचा, मी मनात देवाला म्हणाले. नाहीतर देवा, या तापानेच याचा बळी घेतला तर! नाहीतर याला एखादा अपघात तरी होऊदे, निदान हार्ट अॅटॅक तरी येऊदे. देवा, शत्रूबद्दल सुद्धा असे दुष्ट विचार मनात आणू नयेत असं आपण म्हणतो. आणि इथे तर हा प्रत्यक्ष नवरा. पण कितीही नाही ठरवलं तरी वाईट विचार मनात यायचेच.

त्या दिवशी शाळेत शिक्षिकांनी आणि इतर कर्मचाऱ्यांनी माझ्या दुःखावर थोडीशी फुंकर घालण्याचा प्रयत्न केला. "ख्रिसमसच्या शुभेच्छा," असं म्हणत मिसेस अझरने माझ्या हातात एक छोटंसं पार्सल दिलं. मी ते उघडलं तर आत एक छोटंसं इंग्लीश पुस्तक : ओमर खय्यामची रुबायत.

मुख्याध्यापिका खानुम शाहीन इतकी कडवी मुस्लिम होती की ती माझ्यासाठी काही भेटवस्तू आणेल अशी मी स्वप्नातही कल्पना केली नव्हती. पण तिने मला ईस्लामी धर्मविषयक आचारसंहिता व नियमावलींची छोटी छोटी पुस्तके दिली. त्यात आणखी एक पुस्तक होतं, इराणी राज्यघटनेचं इंग्रजी भाषांतर. त्याने माझं लक्ष वेधून घेतलं. नंतरचे कित्येक दिवस मी ते पुस्तक बारकाईने वाचत होते. स्त्रियांच्या हक्कांबद्दल काही मजकूर सापडतोय का बघायला.

त्यातील एका प्रकरणामध्ये पती-पत्नींमधील बेबनावाविषयी सविस्तर चर्चा होती. ज्या इराणी स्त्रीचे आपल्या नवऱ्याशी पटत नसेल तिने मंत्रालयातील एका विशिष्ट कचेरीत आपली केस दाखल करायची असते. मंत्रालयातर्फे त्या स्त्रीच्या घरादाराची पूर्ण चौकशी केली जाते. नंतर नवरा व बायको दोघांचीही भेट घेऊन मुलाखत घेतली जाते. मुलाखत घेणारा 'इराणी पुरुष' जो काही निर्णय देईल तो दोघांनाही पूर्णपणे बंधनकारक असतो. सगळी मेख तर इथेच होती.

पैसाअडका व मालमत्तेच्या प्रकरणात सारं काही स्वच्छ लिहिलेलं होतं. सर्व मालकीहक्क नवऱ्याचाच होता. स्त्रीच्या मालकीचं काहीच नाही. मुलांची गणनाही मालमत्तेत केली जाई व घटस्फोटानंतर त्यांच्यावर हक्क नवऱ्याचा.

राज्यघटनेत आणखीही अनेक बाबींची चर्चा होती. मानवी जीवनातील अत्यंत वैयक्तिक स्वरूपाच्या, खासगी आणि नाजूक गोष्टींची सुद्धा. उदाहरणार्थ आपल्या नवऱ्याच्या इच्छेविरुद्ध अथवा त्याच्या नकळत स्त्रीने कुठल्याही प्रकारे संतती नियमन करणे हा कायद्याने गुन्हा होता. मला हे आधीपासूनच माहिती होतं. मूडीने मला हा गुन्हा फारच गंभीर स्वरूपाचा आहे हेही सांगितलं होतं. पण ते लेखी स्वरूपात वाचून मला भीतीने ग्रासलं. मी तसे आजतागायत अनेक इराणी कायदे मोडले होते. पण ते वेगळे. मी मूडीच्या नकळत संतती प्रतिबंधन करत होते, मी कित्येक वर्षांपूर्वी, माहतोबच्या जन्मानंतरच लूप बसवून घेतला होता. पण ही गोष्ट जर त्यांना समजली तर कायद्याप्रमाणे मला देहदंडाची शिक्षा होईल? हे खरं असेल? पण या देशात पुरुष स्त्रीला काहीही शिक्षा करू शकतात हे मला ठाऊक झाले होते.

यापुढील परिच्छेद वाचून तर माझ्या अंगावर काटा आला. त्यात लिहिलं होतं की पतीच्या मृत्यूनंतर मुलांवर त्याच्या कुटुंबियांचा हक्क असतो, त्याच्या विधवेचा नव्हे. म्हणजे याचा अर्थ काही कारणाने जर मूडी मेलाच तर माहतोबचा ताबा त्याच्या घराण्याकडे जाईल. मला तिचे नखसुद्धा दिसणार नाही. किंबहुना मूडीचा सर्वांत जवळचा रक्ताचा नातेवाईक म्हणजे आमे बोझोर्ग हिच्याकडे माहतोबचा ताबा जाईल. मी तत्क्षणीच मूडीचं मरण चिंतणं बंद केलं.

मी ती राज्यघटना परत परत पालथी घातली. पण माझ्या किंचित फायद्याचा ठरू शकेल असा एक तसूभरही कायदा कानू किंवा नियम त्यात नव्हता. मूडीची परवानगी घेण्याव्यतिरिक्त राजमार्गाने इराण माहतोबसह सोडून जायला दुसरा काही उपाय नव्हता. मूडीपासून घटस्फोट, किंवा त्याचा मृत्यू अशा गोष्टी घडल्या असत्या तरी त्याने एक वेळ मला माझ्या मायदेशी परतता आले असते. पण माहतोबचे नखही त्यानंतर मला कधी दिसले नसते.

यापेक्षा मी मरण पत्करेन. हे टाळावं म्हणून तर मी मुळात तिला घेऊन थोडे दिवसांसाठी सुट्टीवर इराणला आले होते आणि हे काय होऊन बसलं होतं आयुष्याचं! मी मनोमन प्रतिज्ञा केली, मी बाहेर पडेन, कधी तरी, कशी तरी, माहतोबसकट.

नवीन वर्षाचं आगमन झालं आणि माझं मन थोडं प्रसन्न झालं. आता शाळेत आम्ही दोघी रूळलो होतो. मला तिथे नव्या मैत्रिणी मिळाल्या होत्या. माझ्याकडे

इंग्रजी शिकण्यात, माझ्याशी इंग्रजीतून बोलण्यात धन्यता मानत होत्या. मी पण फारशी भाषा चांगलीच आत्मसात केली होती आणि हे माझं पळून जाण्याचं एक हत्यार होतं. मी मनात एक दृढ निश्चय केला होता, १९८५ सालात कुठल्याही परिस्थितीत कुठल्याही मार्गाने मी माहतोबसह इथून पळ काढणार होते.

मूडीचं वागणं अजूनही तऱ्हेवाईक, लहरी आणि विक्षिप्त होतं. कधी प्रेमळ, गोड, तर कधी चक्रम, भीतीदायक. पण निदान सध्या तो या घरात खूष होता आणि आमे बोझोर्गकडे परत जाण्याचा विषय काढत नव्हता. मी देवाची प्रार्थना करत होते आणि त्याला उत्तर म्हणून की काय, मूडीचा आळशीपणा वाढत चालला होता. हळूहळू शाळेत जाणं-येणं आमचं आम्ही करायला लागलो. जोपर्यंत आम्ही न चुकता ठरलेल्या वेळी घरी परतत होतो तोपर्यंत त्याची काही तक्रार नव्हती. मी या व्यवस्थेवर खूष होते.

मूडीचं न येणं एव्हाना खानुम शाहीनच्या सुद्धा लक्षात आलं होतं. ती पण कनवाळू होती. माझी चांगली हितचिंतक होती. एक दिवस मिसेस अझरच्या सहाय्याने तिने माझ्याशी संभाषण केले. तिच्या म्हणण्याप्रमाणे तिने मूडीला दोन वचने दिली होती. एक म्हणजे मी शाळेतून कुणाला फोन करता कामा नये व दुसरे म्हणजे मी शाळेची इमारत सोडून जाता कामा नये. व ती वचने पाळायला ती बांधील होती. पण मी शाळेत समजा कधी उशिरा आले तर ते मूडीला सांगायचं तिला काहीच कारण नव्हतं. "मात्र एक करा, कुठे गेला होता, किंवा जाणार आहात ते आम्हाला मुळीच सांगू नका. कारण समजा तुमच्या नवऱ्याने चौकशी केली आणि आम्हाला माहीत असलं तर सांगावं लागेल."

□

९

मूडीचा सर्दी-खोकला अजूनही चालूच होता. त्यामुळे तो आणखीच घरबशा झाला होता. इराणी शाळेतील शिक्षिका माझ्यावर कडी नजर ठेवतील अशी त्याची इतकी खात्री होती की तो माझी अजिबात पर्वा करत नव्हता.

मी शाळेत एक दिवस मुद्दामच थोडीशी उशिरा पोचले. थोडीच, फार नाही. मला शिक्षिकांची व कर्मचारीवर्गांची प्रतिक्रिया अजमावायची होती. पण कुणीही चेहऱ्यावर काही दर्शवलं नाही की चौकशी केली नाही. मी त्या वेळात एंबसीत हेलनला फोन केला. माझी मदत करण्यासाठी त्या दोन रहस्यमय स्त्रियांनी जोराची धडपड चालवली होती त्याबद्दल मला तिने परत एकदा सावध केलं. तिने मला

प्रत्यक्ष भेटायला बोलावलं. पण एवढं धाडस, आजच जाणं मला जमणार नव्हतं.

लवकरच सुटकेसाठी काहीतरी करणं जरूर होतं. एक दिवस माहतोब आणि मरियम भातुकली खेळत होत्या. अचानक खेळताना मरियम ओरडली, "तो बघ तिकडून एक पुरुष येतोय," आणि ताबडतोब दोघींनी बुरख्यात तोंडे लपवली. हे असले खेळ माझी माहतोब खेळू लागली होती.

शेवटी एक दिवस मी धीर केला. नेहमीसारखं शाळेत जायला निघाल्यावर आम्ही त्या दिवशी ऑरेंज टॅक्सी घेतली नाही, तर एका इमारतीतील ऑफिसात जाऊन अधिक महागडी टेलिफोन टॅक्सी घेऊन एंबसीत गेलो. मी टॅक्सीत बसण्यापूर्वी मूडी किंवा दुसरं कुणी माझा पाठलाग तर करत नाही ना हे शोधक नजरेने पाहून घेतलं. डॅडींना काही बोलायचं नाही हे माहतोबला बजावलं.

अखेर किती तरी वेळाने रहदारीतून पार पडून हेलनच्या ऑफिसात आम्ही पोचलो. हेलनने मला ज्यो, जॉन आणि आई-बाबांनी पाठवलेली पत्रे दिली. ती मी अधाशासारखी वाचली. जॉनचं पत्र वाचून तर माझ्या डोळ्यांत पाणी आलं, "ममा, माहतोबला क्षणभरही नजरेआड करू नको हं, तिची काळजी घे."

"काहीतरी प्रयत्न चालू आहेत, थोडे का होईना," हेलन म्हणाली. "तुझा ठावठिकाणा स्टेट डिपार्टमेंटला ठाऊक झालाय. ते लोक आपल्या परीने खटपट करतायत."

"पण किती हळू" मी म्हणाले.

"फ्रँकफूर्टमधल्या अमेरिकन एंबसीत जाऊन एक अमेरिकन स्त्री भेटली आणि तिने तुझ्याविषयी खूप आरडाओरडा केला."

"ज्युडी," मी म्हणाले.

"प्रयत्न शिकस्तीने चालू आहेत," ती म्हणाली.

पण मग अजून आम्ही दोघी इथे का खितपत पडलोय? माझं मन आक्रोश करत होतं.

"एक गोष्ट आपल्याला करता येईल, तुमच्याकरता नवे पासपोर्ट, अमेरिकेच्या स्वित्झरलंड येथील एंबसीकडून मागवून घेता येतील. आता त्यांवर व्हिसाचे शिक्के वगैरे नसतील पण निदान तेवढंच. आम्ही ते मागवून घेऊन आमच्या इथे सुरक्षित ठेवू." हेलन म्हणाली.

"आता त्या दोन रहस्यमय स्त्रियांबद्दल. त्या दोघी फोनवर तिकडे अमेरिकेला तुझ्या कुटुंबियांशी बोललेल्या आहेत. पण त्यांच्याबाबतीत जरा जपूनच. त्या काय बोलतात त्यांचं त्यांना तरी ठाऊक आहे का नाही देव जाणे. उगाच त्यापायी तू संकटात सापडशील." त्या दोघी स्त्रिया मूळच्या अमेरिकन असून त्यांनी इराणी माणसांशी लग्न केले होते. एकीचे नाव त्रिश असून तिचा नवरा वैमानिक होता.

दुसरी सुझान, तिचा नवरा सरकारी नोकरीत उच्चपदस्थ अधिकारी होता. त्या दोघांनाही इराणभर हवे तसे हिंडण्याचे त्याचप्रमाणे इराण कधीही सोडून कुठे बाहेर जाण्याचे स्वातंत्र्य होते. पण त्यांना माझ्याविषयी खूप सहानुभूती वाटत होती.

"मी त्यांच्याशी संपर्क कसा साधू?" मी विचारले.

हेलनच्या कपाळावर आठी पडली. मी या बायकांच्या नादी लागू नये असे तिचे स्पष्ट मत होते. पण कुठूनच सुटकेचा मार्ग दिसेनासा झाल्यावर एखाद्या आशेच्या तंतूचा आधारही माणसाला घ्यावासा वाटतो तशी माझी स्थिती झाली होती.

"माझ्याबरोबर आत चल," असे म्हणून ती मला व माहतोबला आपल्या वरिष्ठांच्या खोलीत घेऊन गेली. त्यांचे नाव मि. व्हिनकॉप. ते एंबसीतील व्हाईस कॉन्सूल होते.

"हे बघा बाई, त्या बायकांच्या नादी लागू नका," ते मला समजावणीच्या सुरात म्हणाले, "त्या बायका मूर्ख आहेत. त्यांचा बेत आहे तुम्हाला व तुमच्या मुलीला भरदिवसा रस्त्यावरून चक्क पळवून न्यायचं आणि नंतर जमेल तसं इराणबाहेर काढायचं. पण कसं काढायचं ते अजून त्यांचं त्यांनाही ठाऊक नाहीये. हा काय सिनेमा वाटला का त्यांना? प्रत्यक्षात असल्या गोष्टींचे परिणाम काय होतात ठाऊक आहे ना तुम्हाला?"

माझ्या आयुष्यात सध्या ज्या काही उलथापालथी चालल्या होत्या त्या तरी सिनेमात शोभणाऱ्याच तर होत्या. गुंता वाढत चालला होता. निदान त्या बायकांची एकदा भेट घ्यावी असा विचार माझ्या मनात चमकून गेला. मग दुसरी एक कल्पना मनात आली. "तुर्कस्थानमार्गे पळून जाण्याबद्दल तुमचं काय मत आहे?" मी सरळच व्हिनकॉप साहेबांना विचारलं.

"ते तर मुळीच नको," साहेब अतिशय जोरात ओरडले. "ते तर महाभयंकर आहे. तुम्हाला चोरट्या मार्गाने बाहेर काढण्याचं आश्वासन लोक देतात आणि प्रत्यक्षात काय घडतं ठाऊक आहे? ते तुमचे पैसे लुबाडतात, सरहद्दीपर्यंत घेऊन जातात, बलात्कार करतात, मारून टाकतात नाहीतर सरळ सरकारच्या ताब्यात देऊन टाकतात. हे असलं काहीतरी करून आपला आणि आपल्या लहान मुलीचा जीव धोक्यात घालू नका."

हे ऐकून माहतोबचे डोळे भीतीने विस्फारले आणि माझं हृदय धडधडू लागलं. अमेरिकेला पळून जाणं इतकं भयंकर कठीण असेल याची माहतोबला आतापर्यंत कल्पना नव्हती. ती माझ्या मांडीवर अधिकच बिलगून बसली.

हेलनने आमच्या भीतीत आणखी थोडी भर घातली. तिच्या माहितीप्रमाणे नुकतीच एक इराणी स्त्री तिच्या लहान मुलीसह या लोकांवर विश्वास ठेवून इराणची सरहद्द पार करायला निघाली. त्या लोकांनी त्या दोघींना तुर्कस्थानच्या सरहद्दीजवळ

नेलं आणि दिलं एकटं सोडून. तेही डोंगराळ भागात. छोटी मुलगी उपासमारी आणि अति श्रमांनी मेली. ती स्त्री वेड लागून भटकताना कुठल्यातरी गावात शिरली. ती भ्रमिष्ट झाली होती, मरायला टेकली होती आणि तिच्या तोंडात एकसुद्धा दात शिल्लक नव्हता.

"बाहेर पडण्याचे जे काही मार्ग आहेत त्यांतला तुर्कस्थानचा मार्ग सगळ्यात धोकादायक आहे," हेलन म्हणाली, "त्यापेक्षा असं कर, सरळ नवऱ्यापासून घटस्फोट घे. मी तुला मदत करीन. माझ्याबरोबर राजरोस अमेरिकेला जाता येईल. आपण यूनोद्वारे प्रयत्न करू आणि मानवतावादी दृष्टिकोणातून तुला इराण सोडायला परवानगी मिळेल."

"माहतोबला सोडून, शक्यच नाही!" मी ओरडले.

"तू वेडी आहेस का," हेलन माहतोबच्या समोरच म्हणाली, "विसर तिला. ठेव इथेच. आणि जा परत अमेरिकेला."

माहतोबच्या समोर असलं बोलवतं तरी कसं हिला? हिच्या हृदयात आईचं काळीज तरी आहे की नाही?

"ममी, तू मला सोडून अमेरिकेला जाऊ नको," माहतोब केविलवाणेपणाने रडत म्हणाली.

मी तिला जवळ, अगदी घट्ट जवळ छातीशी ओढून घेतलं आणि सांगितलं की, तिला सोडून कधीच, अगदी कधीच मी जाणं शक्य नाही. या क्षणी माझा निश्चय अगदी पक्का झाला, लवकरच काहीतरी पाय हलवायचे.

"मला त्या दोन स्त्रियांची गाठ घ्यायची आहे," मी ठामपणे म्हणाले.

हेलनने डोळे गरगरा फिरवले आणि तिचे साहेब काय बोलावं हे न सुचून आवंढा गिळून बसले. खुद्द माझा सुद्धा माझ्या शब्दांवर विश्वास बसत नव्हता. मी कुठल्या अनामिक जाळ्यात गुरफटत चालले होते.

काही क्षण शांततेत गेले. तरी माझा निर्धार ठाम होता. ते पाहून व्हिनकॉप साहेब म्हणाले, त्या स्त्रियांची माहिती देणं हे आमचं काम आहे. पण अजून तुम्हाला सांगतो, त्यांच्या नादी लागू नका."

"मला इराणबाहेर जाण्याच्या ज्या काही संधी उपलब्ध आहेत त्या सगळ्या मी पडताळून पाहणार आहे. मला एकही संधी हातची घालवायची नाही," मी म्हणाले.

मग त्यांनी मला त्रिशचा फोन नंबर दिला. मी त्यांच्या तिथूनच तिला लगेच फोन केला.

"मी व्हाईस कॉन्सूलच्या ऑफिसातून, एंबसीतून बोलते आहे," मी तिला सांगितले.

माझा फोन आलाय म्हटल्यावर त्रिश भलतीच खूष झाली.

''कालच मी फोनवर तुझ्या आईशी बोलले,'' ती म्हणाली, ''आम्ही रोज तिच्याशी बोलतो. ती फोनवर सारखी रडते आणि तुझी काळजी करत असते. आम्ही तुझ्या सुटकेसाठी काहीतरी करावं अशी तिची इच्छा आहे. आम्ही प्रयत्न करू असं तिला वचन दिलंय. पण आपण कसं, कुठे भेटायचं?''

मग आम्ही ते ठरवलं, उद्या मी मूडीला काहीतरी गरजेची गोष्ट खरेदी करण्याची सबब सांगून शाळेतून घरी यायला थोडासा उशीर होईल असं सांगीन. जर त्याला काही शंका आली नाही, तो राजी झाला तर मी त्रिशला फोन करून भेट नक्की आहे असं सांगायचं. मग मी माहतोबला घेऊन कारोश पार्कच्या मागच्या दारात उभी राहणार व त्रिश आणि सुझान पांढऱ्या पेकॉन गाडीतून तेथे येतील.

''ठीक आहे, आम्ही येऊ,'' त्रिश म्हणाली.

तिचा तो दांडगा उत्साह बघून मला एकीकडे खूप आनंद होत होता तर दुसरीकडे भीती वाटत होती. त्रिशच्या हेतूबद्दल, चांगुलपणाबद्दल मला शंका नव्हती. पण या असल्या गोष्टी जमवायला लागणारी चतुराई, चपळाई, सावधगिरी तिच्या अंगी असेल? एक खरं होतं, तिच्या आवाजातला तो उत्साह, ती आशा हे सगळं मला हवं हवंसं वाटत होतं, निदान आत्ता तरी. तिला भेटायची मला खूप उत्सुकता वाटली.

मी फोन खाली ठेवला. हेलन हात चोळत बसली होती.

''उद्या रात्रीच्या जेवणाला पिझ्झाचा बेत करायचा का?'' मी विचारल्यावर मूडी, मम्मल, नसरीन सगळे एका सुरात ओरडले, ''अवश्य.'' अर्थात त्यामागचा माझा हेतू कुणाच्याही लक्षात आला नव्हता.

मी रात्र अस्वस्थतेत, या कुशीवरून त्या कुशीवर होत घालवली. मनात विविध प्रकारचे प्रश्न पिंगा घालत होते. मी करत होते ते योग्य होतं की नाही? एंबसीच्या अधिकाऱ्याचे अनुभवाचे बोल ऐकू की जिथे म्हणून सुटकेची थोडी जरी आशा निर्माण होईल तिकडे मी धाव घेऊ? मी या सगळ्यात माहतोबचा जीव तर धोक्यात घालत नाही? तसं करायचा मला अधिकार आहे? आणि जर यदाकदाचित आम्ही पकडलेच गेलो तर आमचं काय होईल? आम्हाला मूडीकडे पाठवतील? का त्याहूनही भयंकर म्हणजे मला अमेरिकेला पाठवून माहतोबला आपल्या वडिलांकडे? आणि ते तर सगळ्यात भयंकर होईल. अमेरिकेला एकटीने परत जाण्याची मला सुतराम इच्छा नव्हती.

काय करावं याचा निर्णय मला घेता येत नव्हता. पूर्ण रात्र जागून काढली. पहाट उजाडली, मूडी प्रार्थनेला उठला तरी मनाची स्थिती दोलायमान होती. प्रार्थना

संपवून मूडी अंथरुणात माझ्या शेजारी कलंडला. मी डोळे घट्ट मिटून झोपेत असल्याचं नाटक केलं. हवेत चांगलाच गारवा होता म्हणून तो माझ्या अंगावरची चादर अलगद उचलून उबेला माझ्या कुशीत शिरला. त्या क्षणी त्याच्याविषयीच्या घृणेने मन भरून गेलं. कसंही करून या राक्षसापासून दूर जायचं हा माझा निश्चय ठरला.

दोन तासांनी मी आणि माहतोब तयार होऊन शाळेत जायला निघालो तेव्हा मूडी आरामात अंथरुणात पडलेला होता. "आज मला यायला जरा उशीर होईल बरंका, रात्रीच्या पिझ्झासाठी चीझ वगैरे सामान आणायचंय," मी आवाजात शक्य तितका सहजपणा आणून म्हणाले. "हूं," असं म्हणून मूडी कूस पालटून झोपला. मी त्याचा होकार गृहीत धरला.

जेव्हा शाळा संपवून जायची वेळ आली तेव्हा माझ्या आणि माहतोबच्या आनंदाला पारावर नव्हता. आम्ही ठरल्याप्रमाणे टॅक्सी घेऊन कारोश पार्कपाशी पोचलो. जवळच टेलिफोन बूथ होता. "आम्ही ठरलेल्या ठिकाणी पोचलोय," मी फोनवर त्रिशला सांगितलं.

तिने सांगितल्याप्रमाणे पाचव्याच मिनिटाला त्रिश आणि सूझान आल्या. बरोबर खंडीभर छोटी छोटी मुलं होती, गाडीत सगळी दंगा करत होती. एकटी त्रिश खाली उतरून माझ्याकडे आली, माझा हात हातात घेऊन म्हणाली. "चला, बस गाडीत."

अचानक तिचं असं बोलणं ऐकून मी अंग चोरून मागे झाले. "थांबा, आधी आपण बोलू या. काय चाललंय मला काही कळत नाही."

"गेले कित्येक आठवडे आम्ही तुझा शोध घेतोय," ती म्हणाली, "आणि आता तुला आम्ही घेऊन जाणार," म्हणून तिने एका हाताने माझा दंड आणि दुसऱ्या हाताने माहतोबचा दंड पकडला.

माहतोब तर भीतीने ओरडली.

"तुम्हाला दोघींना आत्ता, असंच्या असं आमच्या बरोबर यावं लागेल. दुसरा काहीही पर्याय नाही. बघा, यायचं तर आत्ता लगेच. नसलं यायचं तर मात्र परत कधी आम्ही मदतीला येणार नाही."

"पण हे पहा, आपली अजून धड ओळख नाही," मी म्हणाले, "आधी मला सांगा, तुम्हाला माझ्याबद्दल माहिती कळली कुठून आणि तुमचा नक्की काय करण्याचा बेत आहे?"

एकीकडे माहतोबला चुचकारून गप्प करत त्रिश कुजबुजत्या आवाजात बोलू लागली. एखाद्या पासदाराचं लक्ष वेधलं जाऊन चालणार नव्हतं. "ज्युडी आमची मैत्रीण आहे. तिच्याकडून आम्हाला तुझ्याबद्दल कळलं. आम्ही तिला रोज फोन

करतो. तुझ्या कुटुंबियांशी पण अमेरिकेत फोन करून रोज बोलतो. आणि तुला देशाबाहेर काढायचं कसं ते आम्हाला ठाऊक आहे.''

"कसं?''

"आम्ही तुला पळवून नेऊन एका फ्लॅटमध्ये दडवून ठेवणार. कदाचित तुला तिथे महिनाभर राहावं लागेल नाहीतर काही दिवस, किंवा काही तास. नंतर संधी मिळताच आम्ही तुला इराणबाहेर नेऊ.''

आमचं बोलणं फारच लांबल्याने दुसरी स्त्री, म्हणजेच सुझान गाडीतून उतरून आमच्यापाशी आली. आमच्या घरी मधुमेहाचा पेशंट होऊन आलेली ती हीच. मी तिला लगेच ओळखलं.

"बरं, पण कसं नेणार ते सांगा,'' मी म्हणाले.

"कसं न्यायचं तेही आम्ही नीट ठरवलंय. पण ते तुला आम्ही इतक्यातच सांगू शकत नाही.''

माझ्या मनात विचारांचं वादळ उठलं होतं. पण काही प्रश्नांची उत्तरे मिळाल्याखेरीज या परक्या स्त्रियांबरोबर गाडीत बसून जायचं नाही हे माझं लगेच ठरलं. "तुम्ही घरी जा आणि तुमचा बेत व्यवस्थित ठरला की आपण परत भेटू. मला तुमचा बेत सांगा. मग मी तुमच्याबरोबर येईन.''

"गेले कित्येक दिवस तेहरानमधल्या गल्ल्याबोळ आम्ही तुझा शोध घेत पालथे घातले, दुसरं काही केलं नाही. आणि आता तुला आमच्याबरोबर यायची संधी आली आहे. ती घे नाहीतर जा. यायचं तर आत्ता, नाहीतर कधीच नाही.''

"प्लीज, मला निदान चोवीस तासांची मुदत द्या.''

"नाही. यायचं तर आत्ता, नाहीतर कधीच नाही.''

मी त्यांच्या खूप विनवण्या केल्या पण त्या काही ऐकून घ्यायला तयार नव्हत्या. अचानक कुठल्याही पूर्वतयारीशिवाय माहतोबसकट स्वतःला असं झोकून द्यायची माझी तयारी नव्हती. जर समजा आम्ही दोघी त्या फ्लॅटमध्ये लपून राहिलो आणि त्या दोघींना आमच्या देशाबाहेर जाण्याबद्दलचं काही जमलंच नाही तर? या अमेरिकाद्वेष्ट्या देशात मी आणि माहतोब किती काळ न सापडता लपून राहू शकू?

अखेर मी म्हणाले, "बरं मग, अच्छा!''

त्रिशने संतापून मान फिरवली आणि गाडीचा दरवाजा उघडला. माझ्याकडे न बघता ती म्हणाली, "तू कसली त्या नवऱ्याला सोडून येणार? तुला यायची इच्छाच नाहीये. ते नुसती लोकांपुढं आपल्या दुःखाचं प्रदर्शन करत हिंडतेस. पण आम्ही नाही आता फसणार. तुला कायमचं इथेच राहायचंय.''

असं म्हणून ती गाडीत बसली आणि त्या निघून गेल्या.

माहतोब आणि मी एकट्या मागे उरलो. त्या एवढ्या परक्या माणसांच्या गर्दीत

अगदी एकाकी. त्रिशचे शब्द माझ्या कानात जणू काही घुमत होते. का, का मी ही संधी सोडली? तिच्या बोलण्यात काही तथ्य असेल का? मी माहतोबला घेऊन पळून जाण्याचं नुसतं दिवास्वप्न तर बघत नव्हते? का मी स्वतःचीच फसवणूक करत होते?

मनात निर्माण झालेल्या प्रश्नांनी मला भंडावून सोडलं होतं. एका शब्दाने आयुष्याला वेगळं वळण लागलं असतं. हो किंवा नाही. कदाचित. . कदाचित त्रिशबरोबर गेलो असतो तर स्वातंत्र्याच्या दिशेने एक पाऊल पडलं असतं. पण भानावर येऊन आम्ही पॉल पिझ्झा शॉपच्या दिशेने चालू लागलो. मला इथून चीझ विकत घेऊन घरी गेल्यावर नवऱ्याला त्याच्या आवडीचा पिझ्झा करून वाढायचा होता.

□

१०

आगा हकीम आणि खानुम हकीमकडे आमचं व्यवस्थित येणं-जाणं सुरू झालं. मला आगा हकीम आणि त्यांचे धर्मपालनाबाबतचे विचार याबद्दल खूप आदर होता. मूडीलाही ते कुटुंब आवडायचं. तेही आपल्या परीने मूडीच्या नोकरीसाठी धडपड करत होते. मूडीने नुसतं घरी बसून न राहता आपल्या आजोबांनी लिहिलेले ग्रंथ इंग्रजीत भाषांतरित करावेत असंही आगा हकीमने सुचवलं. मूडीनेही लगेच टाईपरायटर आणला आणि कामाला सुरुवात केली. त्याने मला त्याची सेक्रेटरी बनवून टाकलं. त्याने हाताने लिहायचं आणि मी लगेच ते टाईप करायचं असा आमचा उद्योग सुरू झाला. पहिल्या पुस्तकाचं नाव होतं Father and child. पिता आणि पुत्र. याचं भाषांतर करता करता मला मूडीच्या वागण्याचा अर्थ जास्त स्पष्ट होऊ लागला. कारण त्यात लिहिल्याप्रमाणे आपल्या मुलांना वळण लावण्याचं काम हे पूर्णपणे वडिलांचं असून त्यात आईची भूमिका काहीही नसते.

हे काम फारच किचकट होतं. पुस्तकाची भाषा जुनीपुराणी, जडजंबाल होती. मी सकाळी माहतोबच्या शाळेत जाऊन बसायचं आणि घरात पाऊल टाकताक्षणीच मूडी मला टाईपिंगच्या कामाला जुंपायचा.

पुस्तकाचं भाषांतर करत असताना असा एक परिच्छेद आला, की माझं अंतःकरण हेलावून निघालं. एका मृत्यूच्या शय्येवर पडलेल्या बापाने आपल्या लेकराला एकदा अखेरचे बघण्याची इच्छा केली त्याचे ते वर्णन होते. ते वाचून माझ्या डोळ्यांत पाणी आले. माझे स्वतःचे वडील अखेरच्या घटका मोजत होते.

मी त्यांच्या जवळ असायला हवं होतं.

माझे अश्रू बघून मूडी म्हणाला, "आता काय झालं?"

"ही मरणाच्या दारात असलेल्या वडिलांची गोष्ट वाचून मला वाईट वाटलं," मी म्हणाले, "माझे स्वतःचे वडील अखेरच्या घटका मोजतायत आणि तू मला त्यांच्यापासून दूर ठेवतोयंस. तुझ्या स्वतःच्याच आजोबांनी लिहिलेल्या नियमांचा तू भंग करत आहेस."

"तुझे वडील मुसलमान आहेत का?" मूडीने उपहासाने विचारले.

"अर्थातच नाही."

"मग काही हरकत नाही," मूडी म्हणाला, "त्यांचा इथे काही संबंध येत नाही."

मी उठून खोलीत निघून गेले. मी अश्रूंना आवर घालत माझ्या बाबांचा चेहरा डोळ्यासमोर आणण्याचा प्रयत्न केला. त्यांचे शब्द माझ्या कानात परत एकदा घुमले "इच्छा आहे तिथे मार्ग आहे."

मार्ग असलाच पाहिजे, असलाच पाहिजे, मी स्वतःच्या मनाला समजावले.

असंच एकदा आगा हकीमच्या घरी गेलं असताना त्यांनी व खानुमनं मला दर गुरुवारी मुद्दाम इंग्रजी भाषेतून घेतल्या जाणाऱ्या कुराणाच्या क्लासला माझं आणि माहतोबचं नाव घालावं असं मूडीला सुचवलं. त्यांचा त्यापाठीमागचा हेतू अतिशय चांगला होता. एक म्हणजे कुराणाच्या अभ्यासानंतर मी एक अतिशय चांगली, सत्प्रवृत्त आणि धार्मिक पत्नी व्हावे. दुसरं म्हणजे मला निदान माझी भाषा बोलणाऱ्या माणसांमध्ये वारंवार मिसळायला मिळावं आणि तिसरं म्हणजे मूडीने मला घराबाहेर एकटं पडू देण्याची संधी द्यावी. एकूण काय मी राजीखुशीने आणि आनंदाने इराणमध्ये राहून मूडीशी संसार करावा असंच त्यांना वाटत होतं.

त्यांची ही सूचना ऐकून मला मनातून खूप आनंद झाला. मला स्वतःला कुराणाचा अभ्यास करण्याची जरी अजिबात इच्छा नसली तरीसुद्धा इंग्रजी बोलणाऱ्या स्त्रियांमध्ये मिसळायला मिळणार हा आनंद मोठा होता.

मूडीला ही सूचना फारशी पटली नसावी. पण आगा हकीमने केलेली सूचना म्हणजे जवळजवळ हुकूमच. तो तर मानायलाच हवा. त्यामुळे लगेचच्या गुरुवारी माहतोबची शाळा सुटल्यावर मूडीने मला आणि तिला कुराणाच्या क्लासला नेले. माझं नाव घालण्यापूर्वी आत घुसून क्लास स्वतःच्या डोळ्याखालून घालण्याचा त्याचा इरादा होता. पण एका करारी मुद्रेच्या इंग्लीश बाईने त्याला दारातच अडवले.

"मला आत जाऊन काय काय चाललंय ते बघायचंय," तो उर्मटपणे म्हणाला.

''ते शक्य नाही. आत सगळ्या बायका आहेत,'' ती बाई ठामपणे म्हणाली.

मी आता घाबरले. मला वाटलं, आता हा काही आपल्याला या क्लासला घालत नाही. पण तो दोन मिनिटे दारात उभा राहिला. क्लासमध्ये एकेक बायका येऊ लागल्या होत्या. सगळ्या अगदी व्यवस्थित बुरख्यात होत्या. त्या सगळ्या चांगल्या घरातल्या मुस्लीम स्त्रिया दिसत होत्या. इंग्रजी बोलणाऱ्या असल्या तरी सी. आय. ए. च्या एजंट नक्कीच वाटत नव्हत्या.

थोडा वेळ त्या स्त्रियांचं निरीक्षण केल्यावर मला व माहतोबला त्यांच्यात सोडायला हरकत नाही अशा निर्णयाला तो आला. आम्हाला दोघींना तिथे सोडून तो निघून गेला.

आत गेल्यावर त्या बाईंने आधीच सर्वांना बजावलं,

''आपण इथे फक्त कुराणाच्या अभ्यासाला जमलो आहोत. फालतू गप्पा चालणार नाहीत.''

मग आमचा अभ्यास सुरू झाला. आम्ही कुराणाचं सगळ्या मिळून मोठ्यांदा वाचन करत असू. नंतर प्रश्नोत्तरे. यात ख्रिश्चन धर्माची निंदानालस्ती आणि इस्लाम धर्माची गौरवगाथा यांचा समावेश होता. ते चालू असताना मला काही फारसा आनंद व्हायचा नाही. पण मी इकडे तिकडे बघून इतर स्त्रियांच्या चेहऱ्यावरील प्रतिक्रिया अजमावत असे. या इथे आपल्या मनापासून आल्या असतील की कुणी यांच्यावर सक्ती केली असेल? माझ्याप्रमाणेच यांच्यापैकी इतर कुणाच्या वाट्याला असलं गुलामगिरीचं जिणं आलं असेल का?

पहिल्या दिवशी क्लास संपल्यावर मी बाहेर आले तर काय आश्चर्य, मूडी आम्हाला न्यायला आलेला नव्हताच. पण पहिल्याच दिवशी संशयाला जागा नको म्हणून आम्ही लगेच एक ऑरेंज टॅक्सी पकडली आणि घरी आलो. घरात पाऊल ठेवताच मूडीने घड्याळात वेळ पाहिली आणि आम्ही मिळालेल्या स्वातंत्र्याचा दुरुपयोग केला नव्हता हे बघून स्वारी खूष झाली.

''हा क्लास फारच छान आहे,'' मी मखलाशी केली, ''ते इतका सुंदर अभ्यास करून घेतात. बाकी काही बोलू देतच नाहीत. मला वाटतं, मला इथे कितीतरी नवीन गोष्टी शिकायला मिळतील.''

''बरं झालं,'' मूडी गुरगुरला. आपली बायको सुधारली, चांगली वठणीवर आली याचा त्याला आनंद झाला.

मला आनंद झाला तो त्याच्या बरोबर उलट गोष्टीचा. इथून पळ काढण्याच्या दिशेने मी आणखी एक पाऊल टाकलं होतं. आता दर गुरुवारी क्लासच्या निमित्ताने परत घराबाहेर. नवीन ओळखी. पहिले काही दिवस मूडी शाळेत आणायला यायचा ते क्लासला पोचवून परत जायचा. पण हा उल्हास किती दिवस टिकणार होता?

काही दिवसात जवळजवळ संपूर्ण गुरुवारचा दिवस घराबाहेर.

फालतू गप्पा मारायच्या नाहीत असा क्लासचा जरी नियम असला तरी क्लास सुरू व्हायच्या आधी आणि संपल्यावर थोड्यातरी गप्पा व्हायच्याच. क्लासच्या दुसऱ्याच गुरुवारी मी अमेरिकेतील मिशिगन येथून आले आहे म्हटल्यावर एका बाईने माझी एलनशी ओळख करून दिली. एलन देखील मूळची तिथलीच.

"तुम्ही मिशिगनमध्ये कुठे राहत होता?"

"लान्सिंग जवळ, ओवोसो येथे."

आश्चर्य, आनंद अशा संमिश्र भावनांनी मला घेरलं. माझं माहेर तिथून अगदीच जवळ. मी ओवोसोला शाळेत जात होते. हा योगायोग बघून आम्हाला दोघींना हरखून गेल्यासारखं झालं. शाळकरी मुलींसारख्या आम्ही कितीवेळ गप्पा मारत होतो.

"तू तुझ्या नवऱ्याला आणि मुलीला घेऊन शुक्रवारी दुपारी चहाला ये ना," एलन म्हणाली.

"मी ते आत्ताच सांगू शकत नाही. माझा नवरा मला इतर कुणाशी बोलूही देत नाही. तरी पण मी त्याला विचारून बघते," मी म्हणाले.

क्लास संपवून बाहेर आले तर मूडी आम्हाला न्यायला आला होता. इतक्या दिवसात प्रथमच माझा चेहरा प्रफुल्लित पाहून त्याला नवल वाटलं. मग मी त्याची एलनशी ओळख करून दिली आणि सहजपणे तिच्या निमंत्रणाबद्दल पण सांगून टाकलं. मला वाटलं मूडी नाही म्हणणार. पण तो चक्क हो म्हणाला.

एलनने शिक्षण अर्धवट सोडून होर्मोझ राफेशी प्रेमविवाह केला होता. आणि त्यानंतर कायमचं नवऱ्याच्या पायातली वहाण होऊन राहाण्याचं जिणं पत्करलं होतं. होर्मोझ अमेरिकेत उच्च शिक्षण घेऊन इलेक्ट्रिकल इंजिनियर झालेला, सर्वच बाबतीत एलनहून वरचढ त्यामुळे त्याने तिला खालची वागणूक द्यावी यात काहीच गैर नव्हतं. मूडीप्रमाणेच होर्मोझवरसुद्धा पूर्वी अमेरिकन संस्कृतीचा पगडा होता. शाहाच्या राजवटीत होर्मोझचं नाव इराणचे शत्रू म्हणून गणल्या गेलेल्यांच्या काळ्या यादीत होतं. अर्थात त्या वेळी इराणमध्ये परत येऊन स्थायिक होण्याचा प्रश्न संभवतच नव्हता. तो आणि एलन मिनिसोटामध्ये सुखाने संसार करत होते. त्यांना जेसिका नावाची मुलगी होती. दुसऱ्या बाळंतपणाच्या वेळी एलन माहेरी गेली. २८ फेब्रुवारी १९७९ ला त्यांना दुसरा मुलगा झाला. ही आनंदाची बातमी सांगायला एलनने होर्मोझला फोन केला. पण तो फोनवर काही बोलायला तयार नव्हता. "मी आता बातम्या ऐकतोय," तो म्हणाला.

इराणमध्ये शहाची राजवट उलथून पडली ती याच दिवशी. मूडी, होर्मोझसारखे

आणखी किती लोक अमेरिकेत होते देव जाणे! राज्यक्रांतीनंतर आपल्या मातृभूमीला ओढीने किती जण परतले होते?

होर्मोझने आपल्या मुलाचं नाव ठेवलं अली. अयातुल्ला सत्तेवर आल्यानंतर अगदी तडकाफडकी होर्मोझ आपल्या बायको-मुलांसह इराणला परतला. मूडीने निदान पाच वर्षांचा काळ घालवला.

एलन मात्र अमेरिकन असल्याने तिला ही कल्पना सहन होईना. पण ती एक पत्नी होती, माता होती, होर्मोझने एक गोष्ट स्पष्ट केली होती. एलन आली तर तिच्यासह अन्यथा तिच्याशिवाय तो इराणला परतणार होता हे नक्की. शेवटी इराणमध्ये थोडे दिवस राहून बघायला काय हरकत आहे असा विचार करून ती इकडे आली. होर्मोझने तिला सांगितलं की, तिला ज्या क्षणी तेहरानमध्ये राहणं नकोसं वाटेल त्या क्षणी तो तिला आणि मुलांना अमेरिकेला परत पाठवेल.

पण प्रत्यक्षात घडलं उलटंच. तेहरानमध्ये पोचल्यावर एलनलाही माझ्यासारखंच नजरकैदेत ठेवण्यात आलं. आता ती परत कधीच अमेरिकेला परत जाऊ शकणार नाही असा एकतर्फी न्यायनिवाडा होर्मोझने करून देखील टाकला. काही काळ अंधाऱ्या खोलीत बंद करणे, मारहाण करणे इ. चा अनुभव घेतल्यावर ती वळणावर आली.

ही कहाणी ऐकणं किती विचित्र वाटत होतं. तेही त्यांच्या घरी, त्यांच्याच तोंडून. होर्मोझ आणि एलन दोघांनी आपली कथा मला आणि मूडीला ऐकवली. ती ऐकत असताना मूडीला अवघडल्यासारखं होईल की काय असं मला वाटत होतं. पण प्रत्यक्षात पाहिलं तर त्याला आनंदच झालेला दिसला. कारण या सर्व हकिकतीनंतर आता एलन अतिशय उत्कृष्ट, इमानी मुस्लीम गृहिणी बनलेली होती. आणि हेच माझ्या मनावर बिंबवण्याची मूडीची धडपड होती.

"आमचं पहिलं वर्ष खूपच वाईट गेलं," होर्मोझ आम्हाला सांगत होता, "पण जसजसे दिवस जाऊ लागले तसं सारंकाही सुरळीत झालं."

तेहरानमध्ये एक वर्षभर राहिल्यानंतर एक दिवस होर्मोझने एलनला सांगितलं, "तू वर्षभर माझ्या मनाप्रमाणे इथे राहिलीस. आता हवं तर जा परत अमेरिकेला, जाताना मुलांनाही घेऊन जा."

मूडीने हे शब्द नीट कान देऊन ऐकावे व त्यापासून काहीतरी बोध घ्यावा अशी मी मनोमन देवाची प्रार्थना केली. पण नंतर कथेचा राहिलेला भाग ऐकून माझं मन विषण्ण झालं. एलन ठरल्याप्रमाणे जेसिका व अलीला घेऊन परत अमेरिकेला गेलीसुद्धा. पण अमेरिकेत सहा आठवडे राहिल्यानंतर तिने होऊन होर्मोझला फोन करून सांगितलं, "तू ये आणि मला परत इराणला घेऊन जा." गंमत म्हणजे हे असं दोन वेळा घडलं. दोन वेळा एलन होर्मोझच्या संमतीने मायदेशी परतली आणि

दोन वेळा ती परत आली. ह्याच्यावर मात्र विश्वास ठेवणं कठीण जात होतं. पण ती चक्क इथे माझ्यासमोर बसलेली होती, कर्तव्यदक्ष मुस्लीम पत्नी. 'मुजीब' नामक एका इंग्रजी मासिकाची ती संपादिका म्हणून काम करत असे. हे मासिक खास स्त्रियांसाठी होतं. त्या मासिकात छापावयाचा सर्व मजकूर आधी इस्लामिक गायडन्स कौन्सिलच्या पदाधिकाऱ्यांच्या नजरेखालून गेल्यावर मगच त्यांच्या संमतीने तो छापण्यास परवागी होती. पण ही व्यवस्था एलनला मान्य होती.

मला एलनशी एकांतात बोलायची अगदी तीव्र इच्छा झाली. पण त्या दिवशी ते काही जमलं नाही. एलनची कथा ऐकून माझ्या मनात एकाच वेळी मत्सर आणि आश्चर्य अशा दोन्ही भावना जागृत झाल्या. कुठलीही अमेरिकन स्त्री अमेरिकेला येथून परत जायची संधी आलेली असताना ती नाकारून राजीखुशीने इथे राहील हे कल्पनेपलीकडचं होतं. मला एलनचे दोन्ही खांदे गदागदा हलवून तिला विचारावंसं वाटत होतं, "का? का केलंस तू असं?"

त्यानंतर संभाषणाला वेगळंच वळण लागलं. होर्मोझला त्याच्या वडिलांनंतर वारसाहक्काने बरीच रोकड मिळाली होती. त्यामुळे त्यांचा घर बांधण्याचा विचार चालू होता. "आम्ही पण डेट्राईटला घर बांधणार होतो," मूडी म्हणाला, "पण आता जेव्हा आमची सगळी मालमत्ता रोकड स्वरूपात इकडे आणू तेव्हा आम्ही पण इथे घर बांधू." मी ते शब्द ऐकून मनोमन शहारले.

मूडीची आणि माझी होर्मोझ आणि एलनशी छान मैत्री जमली. आम्ही वारंवार एकमेकांकडे येऊ जाऊ लागलो. मला ही मैत्री कडू गोड वाटायची. एकीकडे आपल्या माहेरच्या गावची, आपली मातृभाषा बोलणारी मैत्रीण. तर दुसरीकडं एलन आणि होर्मोझचा संसार बघून मी उदास व्हायची. असं वाटायचं, आपण आपल्या आणि मूडीच्या संसाराचंच प्रतिबिंब बघतोय. कधी एकदा एलनशी एकांतात हितगूज करीन असं मला होई. पण अजून तरी मूडीने मला आणि तिला ती संधी मिळू दिली नव्हती. एलनबद्दल त्याची पुरेशी खात्री पटलेली नव्हती.

एलन आणि होर्मोझकडे अजून फोन नव्हता. फोन मिळण्याकरता विशिष्ट प्रमाणपत्र लागत असे. शिवाय बरीच वर्षे थांबावे लागे. बऱ्याच लोकांप्रमाणे त्यांनी सुद्धा जवळच्या दुकानदाराशी संधान बांधून पाहिजे तेव्हा त्याचा फोन वापरण्याची सवलत मिळवली होती.

असंच एक दिवस त्या दुकानातून एलनने मूडीला फोन केला आणि मला आणि माहतोबला दुपारच्या चहाचं निमंत्रण दिलं. तिला माझ्याशी बोलायचं असल्याने मूडीने नाईलाजाने फोन माझ्याकडे दिला कारण नाहीतर तो मला नजरकैदेत ठेवतो हे बिंग उघडकीला आलं असतं ना. "मी आज खास चॉकोलेट डोनट केले आहे,

तू आणि माहतोब या ना दुपारी चहाला,'' ती म्हणाली.

मी फोनवर हात ठेवून मूडीची परवानगी मागितली.

''पण माझं काय? मला आहे का बोलावणं?'' तो संशयाने म्हणाला.

''होर्मोझ त्या वेळी घरी नसतो,'' मी मूडीला आठवण करून दिली.

''एकट्यानं अजिबात जायचं नाही,'' तो म्हणाला.

माझा चेहरा अतिशय पडला. मला त्या क्षणी तरी मूडीपासून लांब पळण्याची घाई निश्चितच झाली नव्हती. एलनने एवढं खपून आमच्यासाठी केलेल्या खाऊला न्याय द्यावासा मला मनापासून वाटत होता. पण मूडी त्या दिवशी तसा बऱ्यापैकी आनंदात होता. शिवाय एलनच्या निमंत्रणाला नकार दिला असता तर एका चांगल्या मैत्रिणीला मी गमावलं असतं असा त्याने विचार केला आणि मला एकटीला तिच्यासमवेत काही काळ घालवू देण्याचा धोका पत्करायला तो तयार झाला.

''ठीक आहे, जा,'' तो म्हणाला.

डोनट्स खरोखर अप्रतिम होते. पण त्याहीपेक्षा छान वाटत होतं एलनशी मोकळेपणे गप्पा मारणं. कुणाचीही नजर नसताना. माहतोब आणि जेसिका खेळत होत्या. सर्वांत आनंदाची गोष्ट म्हणजे जेसिका आणि अलीकडे अमेरिकन खेळणी, पुस्तकं आणि खरीखुरी बार्बी डॉल होती.

मुलं खेळात रमून गेली. मी माझ्या मनात बरेच दिवस खदखदत असलेला प्रश्न एलनला विचारला. ''एलन, तू का परत आलीस इथे?''

ती जरा गंभीर झाली. मग म्हणाली, ''कदाचित मी तुझ्या परिस्थितीत असते, तर नसतेही आले परत. पण जरा विचार कर नां, काय आहे, माझ्याजवळ, माझं स्वतःचं असं? माझे आईबाबा म्हातारे, दोघंही रिटायर्ड आहेत. त्यांची मला मदत करायची परिस्थितीच नाही. माझ्याजवळ नाही पैसा, नाही शिक्षण, नाही अंगात काही कला, काही धाडस. आणि मला ही दोन मुलं. ह्यांना घेऊन मी काय करणारा एकटी, तूच सांग.''

तिच्या त्या परिस्थितीची कल्पना करणंसुद्धा माझ्यासारख्या शिकल्या-सवरलेल्या, अमेरिकेत अर्थार्जन करून स्वतःच्या पायावर उभ्या असलेल्या स्त्रीला कठीण होतं. सर्वांत वाईट याचं वाटलं की अजूनही, आजसुद्धा एलनच्या मनात होर्मोझबद्दल प्रचंड कटुता होती. ''तो मला मारतो, मुलांना मारतो. त्याला त्यात काहीच गैर वाटत नाही.'' (मला नसरीनचे शब्द आठवले. ''सगळे पुरुष सारखेच.'')

एलनने इकडे परत येण्याचा निर्णय प्रेमापोटी नव्हे, तर भीतीपोटी घेतला होता. स्त्रीस्वातंत्र्याबरोबर ओघाने येणाऱ्या जबाबदाऱ्यांना सामोरं जाण्याचं धाडस तिच्यात नव्हतं. त्याऐवजी डोक्यावर सुरक्षित छप्पर आणि दोन वेळचं जेवण पोटभर देणारं आयुष्य स्वातंत्र्याचा त्याग करून तिने पत्करलं होतं.

माझ्या "का" या प्रश्नाला याहून जास्त काही उत्तर तिच्याकडे नव्हतं. डबडबलेल्या डोळ्यांनी आणि हुंदक्यांना आवर घालत ती म्हणाली, "का? कारण अमेरिकेत जाऊन आपण स्वतंत्रपणे काही करू शकू ही खात्री मला नव्हती."

आम्ही दोघी गळ्यात गळे घालून रडलो.

बराच काळ गेल्यावर एलनने डोळे पुसले व ती दूर झाली. मी लगेच माझ्या मनात सलत असलेला दुसरा प्रश्न विचारला, "एलन, मला तुला काही तरी खूप महत्त्वाची पण अत्यंत गुप्त गोष्ट सांगायची आहे. पण तू मला असं वचन देशील का, की, यातलं एक अक्षरही होर्मोझच्या कानावर जाणार नाही?"

एलन थोडा वेळ विचारात पडली. गेल्या पाच वर्षांत धर्मपरिवर्तन करून ती आता अत्यंत धार्मिक आणि कर्तव्यपरायण मुस्लीम पत्नी झाली होती. रात्रंदिवस बुरख्यात राहणं, वेळोवेळी नमाजपठण करणं आणि पतीच्या आज्ञा शिरसावंद्य मानणं वगैरे वगैरे. पण त्याचबरोबर ती जन्माने अमेरिकन होती. तिची उत्सुकता तिला गप्प बसू देईना.

"ठीक आहे, मी नाही सांगणार त्याला."

"नुसतं त्यालाच नव्हे, एलन, कुणालाच अगदी कुणालाच हे कळता कामा नये."

"मी तसं वचन देते."

मी दीर्घ श्वास घेतला आणि बोलायला सुरुवात केली. "मी हे सगळं तुला सांगण्याचं कारण, तू अमेरिकन आहेस आणि मला तुझी मदत हवी आहे. मला इथून परत जायचंय."

"पण ते कसं शक्य आहे? जर तो तुला पाठवायला तयार नसेल तर तू जाऊच शकत नाहीस."

"मी जाऊ शकेन. मी प्रयत्न करीन. पळून जाईन."

"तुला वेड तर नाही लागलं? हे कसं जमेल?"

"तू मला प्रत्यक्ष पळून जायला मदत कर असं मी म्हणत नाहीये," मी म्हणाले, "पण कधीतरी आजच्यासारखं मला बोलावून घेतलंस तर तो बहाणा करून मला घराबाहेर पडता येईल, एंबसीत जाता येईल." नंतर मी तिला माझ्या एंबसीतल्या ओळखीबद्दल सांगितलं.

"ते तुला इराणबाहेर पडायला मदत करतील?" एलन म्हणाली.

"छे गं. मला त्यांच्या मदतीने माझ्या नातलगांशी संपर्क साधता येतो, माझ्या आईबाबांची पत्रं एंबसीच्या पत्त्यावर येतात ती मला मिळतात. इतकंच. जर त्यांच्यापैकी कुणाला माझ्याशी संपर्क साधायचा झाला तर ते तुझ्यामार्फत करू शकतील."

“हे बघ, मी एंबसीत वगैरे जाऊ शकणार नाही,” एलन म्हणाली, “मी अजून एकदाही तिथे गेलेली नाही. माझ्या नवऱ्याने मला फार पूर्वीच बजावलंय, कधीही चुकूनसुद्धा एंबसीत जायचं नाही म्हणून.”

“पण तुला जायला लागणारच नाही,” मी तिला समजावलं, “मुळात मूडीने तुला आणि मला एकत्र भेटण्याची सारखी सारखी संधी द्यायला हवी ना. पण मला वाटतं काही दिवसांनंतर तेही शक्य होईल कारण त्याचं तुझ्याबद्दल चांगलं मत आहे. त्यानंतर काही ना काही निमित्ताने तू मला इकडे बोलवून घेऊ शकशील. खरेदीला जायचंय किंवा काहीही सांगून. आणि मग तेवढा काळ मी तुझ्या सोबत होते असं भासवायचं.”

बराच वेळ विचार केल्यानंतर एलनने अखेर माझं म्हणणं मान्य केलं. उरलेला वेळ मग आम्ही काय करायचं, कसं करायचं याविषयीच बोलत बसलो.

घरी परतायची वेळ झाली तरी माहतोबचं पाऊल तेथून निघत नव्हतं इतकी ती मुलांशी खेळण्यात रमून गेली होती. अखेर मुलांनी आपण होऊन तिला थोडी पुस्तकं वाचायला घेऊन जायची परवानगी दिल्यावर ती निघाली.

मूडीच्या मनाचा थांगपत्ता कधी लागायचा नाही. कधी शारीरिक बळजबरी करायचा तर कधी दयाळूपणा दाखवून माझं मन जिंकू पाहायचा.

“चला, उद्या १३ फेब्रुवारी, व्हॅलेंटन्सडे बाहेर जेवायला जाऊन साजरा करू,” मूडी म्हणाला.

खयान हॉटेलमधले वेटर सगळे इंग्रजी बोलणारे होते, अशी त्यांची प्रसिद्धी असल्याने त्याने आम्हाला तिथे न्यायचं ठरवलं. माहतोबच्या आणि माझ्या आनंदाला पारावार राहिला नाही. त्या दिवशी दुपारभर आमची दोघींची तयारी चालू होती. मी एक लालभडक रंगाचा अगदी आधुनिक पोषाख घालायचं ठरवलं. हे हॉटेल जरा सुधारकी असल्यामुळे तिथे मला हे कपडे घालून मिरवता येईल अशी आशा वाटत होती. मी मुद्दाम छान केशरचना केली. चष्म्याऐवजी कॉन्टॅक्ट लेन्सेस घातल्या. माहतोबने पांढऱ्या रंगाचा लाल गुलाबाच्या कळ्यांचे भरतकाम केलेला सुंदर फ्रॉक व त्याला शोभेसे सुरेख पांढरे बूट घातले होते.

ऑरेंज टॅक्सीत दाटीवाटीने बसून आम्ही तिघेही हॉटेलच्या दारात उतरलो. मूडी पाठीमागे ड्रायव्हरचे पैसे चुकते करत होता. मी आणि माहतोब जरा पुढे झालो तर भला मोठा उघडा नाला आ वासून समोर ठेपला होता. कसंबसं माहतोबला कडेवर घेऊन त्या भयानक रहदारीतून मी तो नाला उडी मारून पार केला आणि हॉटेलच्या मुख्य दारापाशी दोघी आलो. खाली वाकून बघते तो काय, माहतोबच्या बुटापाशीच एक भलादांडगा मोठा उंदीर बसलेला. माझ्या अंगावर शिसारी आली.

मी जोरात माहतोबला लांब ओढलं. उंदीर पळून गेला.

पाठीमागून येत असलेल्या मूडीने तो प्रकार पाहिला आणि तो जोरात ओरडला, "काय चाललंय काय तुझं?"

"ती गाडीखाली येत होती म्हणून मी तिला मागे ओढलं," मी खोटंच सांगितलं. कारण उंदराविषयी सांगून मला माहतोबला घाबरवायचं नव्हतं.

मात्र पुढे गेल्यावर हॉटेलमध्ये शिरत असताना मी मूडीला त्या उंदराबद्दल सांगितलं. पण त्याचं त्याला काही सुद्धा वाटलं नाही. असला तर असला उंदीर. त्याला काय झालं?

मी मन शांत करून संध्याकाळ प्रसन्न मनाने घालवायचा प्रयत्न केला. मात्र या हॉटेलातील एकसुद्धा कर्मचारी इंग्रजी बोलत नव्हता. सगळं खोटं होतं. शिवाय मला जेवण चालू असताना आणि सर्व वेळ मोन्टो आणि रुझारी घालून बसावं लागलं. मी त्यातल्यात्यात गळ्यालगतचं बटण तेवढं सोडून बसायचं धाडस केलं इतकंच.

जेवणानंतर मूडीने स्वखुषीने कॉफी पण मागवली. खरं तर कॉफी खूप महाग होती. कॉफी चवीला अगदीच वाईट होती. पण निदान मूडी चांगलं वागायचा प्रयत्न करत होता हे काय कमी होतं? तो मला खूष करायची धडपड करत होता हे उघड होतं. मग मी पण आपण खूष आहोत हे दाखवलं.

पण त्याच्या या चांगुलपणाला सुद्धा मी भीत होते. कारण हा रंग तरी किती वेळ टिकणार होता देव जाणे. मूडीचं असंच होतं, क्षणात प्रेमाचा पुळका यायचा तर क्षणात सैतानासारखा पिसाट होऊनही दाखवायचा.

एक विचार अलीकडे वारंवार मला त्रस्त करत असे. खरंच, मी आणि माहतोब त्रिशबरोबर पळून गेलो असतो तर काय झालं असतं? काय झालं असतं याची मला इथे आत्ता कल्पनाही करणं शक्य नव्हतं म्हणा. पण तरीही खूप खूप वेळ असा विचार केल्यावर वाटायचं, आपण वागलो तेच योग्य होतं. प्रश्न एकट्या माझा नव्हता. माहतोबचं काय? तिच्या जिवाशी खेळण्याचा मला काय अधिकार होता?

पण जेव्हा केव्हा मूडी पिसाटासारखं वागायचा तेव्हा हा विचार परत डोकं वर काढायचा. कदाचित या असल्या राक्षसी वृत्तीच्या बापाबरोबर राहूनच माहतोबच्या जिवाला धोका पोचणार नाही ना?

मुळात झोप अस्वस्थच लागली होती. त्यात भयंकर मोठ्या स्फोटासारख्या आवाजाने मला खडबडून जाग आली. खिडकी उघडून बाहेर डोकावले तर आकाश विजांच्या लखलखाटाने उजळून निघाल्यासारखं दिसत होतं. चहूबाजूंनी ढगांचा गडगडाट झाल्यासारखे एकामागोमाग एक स्फोटांचे आवाज येऊ लागले.

सगळं घर हादरलं.

''बाँब,'' मी किंचाळले, ''ते आपल्यावर बाँब टाकतायत.''

वरून जेट इंजिनांची घरघर ऐकू येऊ लागली. पिवळसर पांढऱ्या प्रकाशाचे झोत पडू लागले. पाठोपाठ परत तसले ते स्फोटांचे आवाज.

माहतोब भेदरून रडू लागली. मूडीने तिला पलंगावर आमच्या दोघांच्या मध्ये घट्ट धरून ठेवलं. आम्ही सगळे एकमेकांना मिठी मारून देवाची प्रार्थना करत बसलो.

एकीकडे मूडी मोठ्यामोठ्याने फारसी भाषेत काही तरी मंत्र पुटपुटू लागला. त्याने आम्हा दोघींना जवळ घेऊन या संकटापासून वाचवण्याचा प्रयत्न केला पण तो स्वतःच इतका थरथर कापत होता की त्याचीच आम्हाला भीती वाटत होती. छातीत धडधडत होतं. कानात दडे बसले होते. चहूबाजूला चाललेले बाँबस्फोटांचे, विनाशाचे आवाज ऐकवत नव्हते.

सगळं घर हादरू लागलं. विमानांची एक तुकडी डोक्यावरून गेली. मूडीने आम्हाला आणखी जोरात मिठी मारली. माझ्या मस्तकात संतापाची तिडीक उठली. तूच, तूच तर कारणीभूत आहेस आम्हाला या संकटाच्या खाईत लोटायला. मला माझ्या आईचं पत्र, तिला पडलेलं ते दुःस्वप्न आठवलं. बाँबस्फोटात माहतोबने एक पाय गमावला असल्याचं ते स्वप्न.

देवा... देवा... आम्हाला वाचव. किती करुणा भाकू तुझी?

थोड्या वेळानंतर विमाने परत गेली आणि सारं शांत झालं. आम्ही श्वास रोखून स्तब्ध बसून होतो. हा खेळ, हा जीवघेणा प्रकार पंधरा मिनिटे तरी चालला असावा. पण आम्हाला कित्येक तास लोटल्यासारखे वाटत होते.

भीतीचे पर्यवसान अखेर संतापात झाले. ''बघ तू आम्हाला कुठे संकटात आणून लोटलंयस ते!'' मी मूडीच्या अंगावर ओरडले, ''आमचं हे असंच व्हावं अशी तुझी इच्छा आहे का?''

मूडीने प्रचारकी थाटाचं बोलणं सुरू केलं, ''ही तुमच्या स्वतःच्या कर्माची फळे आहेत. हे मी केलेलं नाही. तुझा देश माझ्या माणसांशी हा असा वागतोय. शेवटी तुझा देशच तुझी हत्या करणार आहे.''

आमचं भांडण आणखीही वाढलं असतं इतक्यात मम्मल तिथे येऊन म्हणाला, ''घाबरू नका दाहीजान, ते केवळ एक प्रात्यक्षिक होतं.''

''पण आम्ही विमानांचे आवाज ऐकले,'' मी म्हणाले.

''मुळीच नाही,'' मम्मल म्हणाला. पण मी ते खरं मानायला तयार नव्हते.

एवढ्यात फोन वाजला. मम्मल फोन घ्यायला निघाला. त्यापाठोपाठ आम्ही सगळे गेलो. आता कुणालाही झोप लागणं शक्य नव्हतं. दिवे गेले होते. सर्व

शहरावर अंधाराचं साम्राज्य पसरलं होतं. मधूनच कुठंतरी स्फोटांचे आवाज आणि आगीचे लोळ.

आमे बोझोर्गचा फोन होता. मम्मल आणि मूडी, दोघांनी तिला आम्ही सगळे ठीक असल्याचं सांगितलं.

नसरीनने घरभर मेणबत्त्या लावल्या, चहा केला आणि आम्हाला सगळ्यांना शांत करण्याचा प्रयत्न केला. "ते आपल्यावर बॉंब टाकणार नाहीत," ती मनापासून म्हणाली. तिची अल्लावर गाढ भक्ती होती.

"पण मुळात बॉंब कुणी टाकत नव्हतंच," मम्मल परत एकदा म्हणाला.

"पण त्यापैकी काही आवाज तर अगदी कानठळ्या बसवणारे होते, आणि घरसुद्धा कसं हादरत होतं," मी म्हणाले.

पण मम्मलने नुसते खांदे उडवले.

सकाळ उजाडली आणि शहरभर सर्वत्र विखुरलेल्या उत्पाताचं चित्र स्पष्ट झालं. अर्थातच हे कृत्य इराकी वायुसेनेचं होतं. रेडिओ लावला तर त्यावर नेहमीसारखं अमेरिकेलाच दोषी ठरवण्यात येत होतं. सर्व शस्त्रास्त्रपुरवठा अमेरिकेचा इतकंच नव्हे तर बॉंब विमाने चालवणारे पायलट देखील अमेरिकेत शिकून तयार झालेले होते. त्या प्रचारामुळे सर्वसामान्य इराणी जनतेची तर समजूत अशी झालेली होती की अमेरिकेचे प्रेसिडेंट खुद्द रोनाल्ड रीगन हे स्वतः त्या बॉंबर विमानाच्या तुकडीचं नेतृत्व करत होते. अमेरिकन नागरिक असणं हा निदान आजच्या दिवशीतरी तेहरानमध्ये गुन्हा होता.

त्यामुळे त्या दिवशी मूडीने मला आणि माहतोबला शाळेत पाठवलं नाही. शाळेच्या जवळतर बॉंबस्फोटामुळे अतोनात हानी झाली होती. कितीतरी लोक प्राणाला मुकले होते.

त्याच दिवशी दुपारी एलन आणि होर्मोझ आम्हाला गाडीतून शहराचा फेरफटका मारायला घेऊन गेले. शहरात सगळीकडे मातीचे ढिगारे, राखरांगोळी. युद्धाबद्दल आमच्यापैकी प्रत्येकालाच भय, भीती आणि तिरस्कार वाटत होता. पण तरीही प्रत्येकाचा त्याकडे बघण्याचा दृष्टिकोण भिन्न होता. हेसुद्धा धर्मांध राजसत्तेचा अटळ परिणाम म्हणून झालेलं आहे असं माझं मत होतं. तर होर्नोझ व मूडीच्या मते हे सगळं अमेरिकेचं कृष्णकारस्थान होतं. नवल म्हणजे एलनने देखील त्यांचीच बाजू घेतली.

मूडीने होर्मोझशी आपल्या आवडत्या विषयावर बोलणे सुरू केले–अमेरिकन सरकारचे दुटप्पी धोरण. पर्शियन गल्फमधील (इराणच्या आखातातील) सत्तेचा समतोल राहावा व कुठलीच बाजू वरचढ होऊ नये यासाठी अमेरिका एकाच वेळी इराण व इराक दोन्ही राष्ट्रांची बाजू घेत आहे. त्यांना एकमेकांविरूद्ध चिथावणी देत

आहे. मूडीचा तर इतका दृढ विश्वास होता की एकीकडे अमेरिकेनेच इराकला बाँब विमाने पुरवली आहेत तर दुसरीकडे त्या विमानाचा मुकाबला करण्यासाठी आवश्यक साधनसामुग्री इराणलासुद्धा त्याच अमेरिकेने पुरवली आहे. परंतु इराणला ही मदत अमेरिका चोरट्या मार्गाने तर इराकला उजळ माथ्याने करत आहे. "या अमेरिकेच्या कारस्थानांमुळे इराणाला आपल्याजवळ असेल नसेल तो सगळा पैसा नुसता युद्धावर खर्च करणे भाग पडत आहे," मूडी कुरकुरत म्हणाला.

हा बाँबहल्ला एकदा झाला तेवढा पुरे, आता परत व्हायला नको अशी आम्ही देवाची प्रार्थना करत होतो. मूडी सतत रेडिओला कान लावून बसला होता. रेडिओवरही हेच भाकीत वर्तवण्यात आले तसेच शिया पंथीय मुस्लीम सेना अमेरिकेला या लांड्या कारभाराबद्दल चांगलाच धडा शिकवणार असल्याचे घोषित करण्यात आले.

ज्याच्या त्याच्या तोंडी एकच चर्चा होती. या हवाई हल्ल्यात शेकडो लोक एकट्या तेहरानमध्ये मारले गेले होते. पण इराणी अधिकाऱ्यांच्या वृत्तानुसार केवळ ६ लोकच या हल्ल्यात ठार झाले होते. इतकंच नव्हे तर अल्ला या युद्धात इराणच्या बाजूने असल्याने शहरात जी काय हानी झाली होती ती देशद्रोही व शहाच्या बाजूने असणाऱ्या काही मूठभर लोकांच्या चळवळीची झाली होती. राखेचे ढिगारे उपसणाऱ्या पथकाला तर या लोकांच्या अड्ड्यांमध्ये मुनाफाक्विन–म्हणजे खोमेनी शासनाविरोधी शस्त्रास्त्रे, साधनसामुग्री, इतकेच नव्हे तर दारूही सापडली होती.

रेडिओवर असा विश्वास व्यक्त करण्यात येत होता की अल्ला धर्माच्या बाजूने असल्याने हे युद्ध इराणच जिंकेल आणि देशद्रोही सैतानांना सुद्धा आपोआप अद्दल घडेल.

युद्धाची छाया शहरावर पसरली. काही विद्युतनिर्मिती केंद्रे उद्ध्वस्त झालेली असल्यामुळे नागरिकांना कमीत कमी वीज वापरण्याचं आवाहन करण्यात आलं होतं. त्या रात्रीपासून सुरुवात होऊन बेमुदत काळपर्यंत रोज रात्री शहरात ब्लॅकआऊटचे आदेश देण्यात आले होते. घरात अत्यंत मिणमिणे दिवे लावायचे व तेही खिडक्यांना काळी आच्छादने घालून प्रकाशाची एवढीशी तिरीप देखील बाहेर पडणार नाही अशी खबरदारी घेऊनच. रस्त्यावरचे दिवे बंद. त्यामुळे मूडी खिशात छोटा टॉर्च घेऊन फिरू लागला.

दिवस-रात्र भीती आणि अनिश्चितता. नंतरचे कित्येक आठवडे दर दोन-तीन दिवसांनंतर हवाई हल्ले होत होते व त्यानंतर तर रोजच रात्री होऊ लागले. रोज दिवस मावळला की माहतोबच्या पोटात दुखायला सुरुवात होई. ती आणि मी कितीतरी तास एकमेकींना मिठी मारून रडत, देवाची प्रार्थना करत घालवायचो.

हल्ली आम्ही सर्वांनीच कॉटवर झोपणं बंद केलं होतं. डोक्यावर जाड गाद्या पांघरुणे घेऊन आम्ही मोठ्या जेवणाच्या टेबलाखाली झोपायचो. अर्थात भीतीपोटी झोप कुणालाच लागायची नाही.

एक दिवस शाळेतून परत घरी येण्याऐवजी मी आणि माहतोब ब्रेड आणायला बेकरीत गेलो. आम्हाला त्या दिवशी रात्रीसाठी खास बार्बारी नावाचा ताजा जवळजवळ दोन फूट लांबीचा पाव हवा होता. 'नानी' मध्ये म्हणजे– बेकरीत आम्ही अर्धा तास रांगेत उभे राहिलो. बेकरी कामगारांचे काम नेहमीच्याच दिरंगाईने चालू होते. आमचा नंबर जवळ आला आणि त्यांच्याकडची तिंबलेली कणीक संपली. आता नवीन कणीक भिजवण्याचा सोहळा. एक माणूस पुढे आला आणि त्याने मैदा असलेल्या भल्या थोरल्या भांड्यात पाण्याचा नळ सोडला. पाणी पुरेसं भरायला भरपूर वेळ लागणार होता म्हणून तो मधल्या वेळात बाथरूमला जाऊन आला. तो बाहेर आल्यावर मी बारकाईने पाहिले तर त्याने हात धुतलेच नव्हते. आता परत काम करू लागण्यापूर्वी हा हात तरी धुणार की नाही, जवळ तर कुठे वॉशबेसिन दिसतही नाही असा मी विचार करत होते तेवढ्यात त्याने पिठात सोडून ठेवलेल्या पाण्याच्या नळाखालीच हात चोळून धुतले. ते घाणेरडं पाणी पिठात गेलं. त्याच पिठाचे पाव भाजून आता हा आपल्याला देणार? मला शिसारी आली. पण आणखी कुठला दुसरा विचार मनात यायच्या आतच हवाई हल्ल्याची पूर्वसूचना देणारा भोंगा वाजू लागला. पाठोपाठ लगेच जेट विमानांची घरघर. मला क्षणभर काय करावं, कुठे जावं काही सुचेना.

इथे आश्रयाला थांबावं का पळत घरी जावं? आम्ही दोघी आपली स्वतःची काळजी घ्यायला समर्थ आहोत हे मूडीला पटवून देण्याची ही चांगली वेळ होती. नाहीतर आमच्या जिवाला काही धोका होईल या भीतीने त्याने आमचं बाहेर येणं-जाणंच बंद करून टाकलं असतं.

"पळ माहतोब, घरी जायला हवं," मी ओरडले.

"पण मम्मी, मला भीती वाटते," माहतोब रडत म्हणाली.

अखेर मी तिला कडेवर घेतलं. शरीयाती स्ट्रीट सोडून बाजूच्या एका गल्लीतून पळावं असं का कोण जाणे पण मला वाटलं. गल्ल्या-बोळांतून लटपटत्या पायाने मी घरी पळत सुटले. आमच्या डोक्यावर विमानांची घरघर चालूच होती. विमानहल्ला प्रतिरोधी मारा पण त्याच वेळी सुरू होता. मधेच एखादा बॉंब त्याला न जुमानता आपले लक्ष्य गाठत होता. पाठोपाठ गगनभेदी करुण किंकाळ्या, आक्रोश.

विमानहल्ला प्रतिरोधी विमानांमधून मोठे मोठे वजनदार गोळे रस्त्यावर पडत होते. त्यांतला एखादा चुकून डोक्यावर पडला तर त्या माऱ्यानेच मरण ओढवायचं.

माहतोबने चेहरा माझ्या कुशीत लपवला. "मम्मी, मला भीती वाटते," ती हुंदके देऊन रडू लागली.

"सगळं काही ठीक होईल बाळा, तू देवाची प्रार्थना कर," मी तिला समजावत होते.

अखेर आम्ही पोचलो आणि धापा टाकत कशातरी घरात शिरलो. मूडी दारात आमची वाट बघत प्रचंड काळजी करत होता. आम्ही घरात शिरल्यावर त्याने घाईने आम्हाला तळमजल्यावर सुरक्षित ठिकाणी नेलं आणि आम्ही एकमेकांना मिठी मारून हवाई हल्ला संपण्याची वाट बघू लागलो.

एक दिवस असंच मी आणि माहतोब अमीरला त्याच्या बाबागाडीत बसवून बागेत घेऊन गेलो. पटांगणावरून पलीकडच्या हिरवळीवर चाललो होतो तर तिथे वीस-पंचवीस तरुण मुलांचा घोळका सूर्याच्या कोवळ्या उन्हात हसत, दंगामस्ती करत उभा होता.

पुढे जाऊन माहतोब झोपाळ्यावर खेळू लागली. जरा वेळाने बघतो तर काय, पटांगणाच्या दिशेने आरडाओरडा ऐकू येऊ लागला. चार ते पाच पांढऱ्या ट्रक भरून पोलिस-पासदार येऊन हजर झाले होते. त्यांनी त्या खेळणाऱ्या सगळ्या मुलांना उचलून पकडून नेलं.

माझा बुरखा घट्ट पकडून मी स्तंभित होऊन बघत राहिले. नसत्या लफड्यात आपण अडकायला नको म्हणून दोन्ही मुलांना घेऊन मी घाईने घरी परतले. परतताना माझ्या मनात सारखं येत होतं, काय गुन्हा होता त्या लहान मुलांचा? आता त्यांचं काय होणार?

घरी आल्यावर मी सर्वांना किस्सा सांगितला. त्यावर रेझा म्हणाला, "सध्या युद्धपरिस्थितीमुळे जमावबंदीचा कायदा आहे. तो त्यांनी मोडल्यामुळे त्यांना पकडलं असेल."

"मग आता त्यांचं काय होणार?" मी विचारलं.

रेझाने खांदे उडवले. "कोण जाणे," तो म्हणाला. त्याला त्याचं काही विशेष सुखदुःख नव्हतंच.

मूडीला पण त्या घटनेचं काही विशेष वाटलं नाही. "ज्या अर्थी पासदार त्यांना पकडून घेऊन गेले आहेत, त्या अर्थी त्यांचं काहीतरी चुकलं असणार," तो म्हणाला.

दुसऱ्या दिवशी माहतोबच्या शाळेत मिसेस अझरपाशी मी हा विषय काढला तेव्हा तिचं म्हणणं निराळंच पडलं. "या पासदारांच्या हातात कुठे तरुण मुलं पडली की ते या ना त्या निमित्ताने त्यांना धरून नेतात आणि युद्धावर पाठवतात," ती म्हणाली, "इतकंच नाही तर कधी तरी ते सरळ ट्रक घेऊन एखाद्या मुलांच्या

शाळेत जातात आणि मुलांना धरून नेतात. नंतर ती मुलं त्यांच्या आईबाबांच्या कधीच दृष्टीला पडत नाहीत.''

मला युद्धाविषयी इतका तिरस्कार वाटला. या सगळ्याला काही अर्थच नव्हता. माणसाचं आयुष्य इतकं स्वस्त असतं का? जगणं, मरणं याला काही किंमत नाही? नसरीन आणि मम्मलच्या मतेदेखील आयुष्य इतकं स्वस्त होतं. मला वाटतं अप्रगत देशांमध्ये सगळीकडे हेच आढळत असावं. रस्त्यावर रोज इतके लोक मृत्युमुखी पडत असतात, गरिबीने, रोगराईने की, रोजच्या आयुष्यात मरण ही त्यामानाने स्वाभाविक, नेहमीची घटना होऊन बसते. त्याची भीतीही वाटेनाशी होते. या अशा परीस्थितीत सुद्धा अल्लावर सगळ्या आयुष्याची भिस्त टाकून ही माणसं स्वस्थ होती.

नंतरच्या शुक्रवारी आम्ही नेहमीसारखे आमे बोझोर्गच्या घरी प्रार्थनेला एकत्र जमलो. टी.व्ही. चालू होता. त्यावरून शुक्रवारची प्रार्थना प्रसारित होण्याची वेळ जवळ आली होती. मी त्याकडे फारसं काही लक्ष दिलं नाही. इतक्यात मला मूडी आणि मम्मलच्या ओरडण्याचा आवाज आला. आमे बोझार्ग विव्हळू लागली.

''ते शुक्रवारच्या प्रार्थनेसाठी एकत्र जमलेल्या लोकांवर बाँब टाकतायत!'' मूडी म्हणाला.

मी टी.व्ही.च्या पडद्यावर पाहिलं आणि माझा डोळ्यांवर विश्वास बसेना. शुक्रवारच्या प्रार्थनेसाठी नेहमीप्रमाणे मोठा समुदाय चौकाचौकात जमलेला होता आणि दूरदर्शनवर नेहमीसारखं त्याचं प्रत्यक्ष प्रसारण चालू होतं. तेव्हा अचानक बरोबर नेम धरून त्या समुदायावर बाँबवर्षाव सुरू झाला. घाबरलेले लोक जिवाच्या भीतीने सैरावैरा पळू लागले. विमानाची भयाण घरघर आणि बाँबस्फोटाचे आवाज, लोकांच्या करुण किंकाळ्या हे सगळं कॅमेऱ्यांनी टिपून जसंच्या तसं लोकांना दाखवलं.

''बाब हाजी तिथे असतील,'' मूडीने आठवण करून दिली, ''ते नेहमी प्रार्थनेला जातात.''

तेहरानमध्ये गोंधळ उडाला. आम्ही सगळे प्राण कंठाशी आणून बाबा हाजींच्या परतण्याची वाट पाहू लागलो. रात्रीचे दोन वाजले, अडीच वाजले तरी बाबा हाजी आले नाहीत.

आमे बोझोर्गने छाती पिटून आक्रोश करायला सुरुवात केली. ती केस उपटू लागली, शोक करू लागली. जसं काही तिला बाबा हाजीचं बरं-वाईट झाल्याचं कळलंच होतं. इतकंच नव्हे तर तिने विवाहित स्त्रीचे दागिने कपडे 'चादोर' वगैरे काढून एखाद्या विधवेची 'चादोर' व पेहरावही केला आणि कुराण पाठ करायला बसली.

"हिला वेड तर नाही लागलं?" मूडी म्हणाला, "ते नक्की मारले गेल्याचं आपल्याला अजून कळलंय का? मग आधीच का हे हिने चालू केलंय? थोडी वाट तरी बघायची."

आम्ही सगळे आळीपाळीने दरवाज्यापाशी जाऊन बाबा हाजींची वाट बघत उभं राहायचो. असे कित्येक तास गेले. आमे बोझोर्गचे ते रडणे भेकणे आधीच मनावर असलेल्या ताणात आणखी भर टाकत होते.

पहाटेचे पाच वाजले असतील. फरिश्ते धावत आत आली. "ते आले, ते आले," ती सांगत सुटली. सगळे दाराकडे धावले. बाबा हाजी आत येताच कुणी त्यांना मिठी मारली तर कुणी त्यांचे पाय धरले, प्रश्नांचा भडिमार सुरू केला. अखेर ते कसेबसे घरात आले. त्यांचे कपडे रक्ताने माखले होते. सगळ्यांना आश्चर्याने तोंडात बोट घालायची पाळी आली कारण काही एक अक्षर न बोलता ते आधी अंघोळ करायला मोरीत शिरले.

मूडी नंतर त्यांच्याशी बराच वेळ बोलत होता. त्याने मला सांगितलं, "या बॉबस्फोटात आपण मारले गेलो नाही या गोष्टींचं बाबा हाजींना अतीव दुःख झालं. त्यांना आपल्या भावाप्रमाणे हुतात्मा व्हायचं होतं."

मूडीला मात्र त्याच्या कुटुंबियांप्रमाणे हे असलं वेडं धाडस करायची किंवा हुतात्मा वगैरे होण्याची अजिबात इच्छा नव्हती. उलट त्याला स्वतःच्या जिवाची प्रचंड भीती वाटत होती. आता तेहरानने युद्धाची वास्तवता उघड्या डोळ्यांनी स्वीकारली होती. त्यामुळे आता परत नव्याने नागरिकांसाठी काही नियम लागू करण्यात आले होते. हवाई हल्ल्याची सूचना मिळताच तळमजल्यावरील सुरक्षित ठिकाणी नागरिकांनी आश्रय घेणे, वगैरे. त्यामुळेच आम्ही झोपायला म्हणून गेलो तरी कधीही हवाई हल्ल्याची सूचना येईल आणि आपल्याला उठून जिन्याच्या खाली जाऊन उभं राहावं लागेल ही मनात भीती होती.

मूडी या प्रकाराने इतका घाबरला होता की मम्मल आणि रेझाच्या समोर त्याला आपली भीती लपवता आली नाही. तो रडू लागला. भावनावेगाने थरथरू लागला. आपल्या भ्याडपणाचे बिंग फुटू नाही म्हणून तो रडता रडता अमेरिकेला शिव्या देत होत्या. पण त्याचे ते शब्द किती पोकळ वाटत होते.

कधीतरी माझी आणि त्याची नजरानजर झाली की त्याच्या डोळ्यात अपराधी भावना दिसायची. आम्ही तिघं इथे या संकटाच्या खाईत येऊन पडण्यास सर्वस्वी तोच जबाबदार होता. पण एकदा टाकलेलं पाऊल मागे घेणं अशक्यप्राय होऊन बसलं होतं.

□

११

वर्षातून एक दिवस असा उजाडतो, या दिवशी इराणमध्ये प्रत्येकजण अंघोळ करतो. तो दिवस म्हणजे नवरोज, इराणी नववर्षदिन. या वेळी दोन आठवड्यांची सार्वत्रिक सुट्टी असते. घरोघरी बायका फरशा धुणे व घराची स्वच्छता करतात. या वेळी पादत्राणखरेदी हा पण लोकांच्या आवडीचा विषय असतो. नातेवाईकांनी एकमेकांकडे मेजवानीस जाणे, समारंभ आणि भेटीगाठी यांना नुसते उधाण येते.

२१ मार्चला नवरोज आला होता. वसंत ऋतूचा पहिला दिवस. आम्ही, रेझा आणि मम्मल सगळे 'हाफ्ट सिन' एकत्र जमलो. या दिवशी 'स' या अक्षराने सुरू होणारे सात पदार्थ जेवायला करायचे असतात. तसे करून सोफ्रेवर (मेणकापडावर) मांडले होते. मध्यभागी एका चकचकीत आरशावर भरपूर अंडी ठेवण्यात आली होती. इराणी दंतकथा अशी आहे की पृथ्वी एका बैलाच्या शिंगांच्या आधारावर उभी आहे आणि दरवर्षी तो या शिंगावरून त्या शिंगावर ती ठेवतो आणि बरोबर त्या क्षणी नवीन वर्ष सुरू होते. जर बारकाईने पाहिलं तर एका क्षणी आरशावरील अंडी हादरलेली दिसतात, नवीन वर्षाची हीच सुरुवात!

अमेरिकेत ३१ डिसेंबरच्या रात्री जशी कमालीच्या उत्सुकतेने नववर्षाची वाट पाहिली जाते, घटका आणि पळे मोजली जातात तशीच इथेही. आम्ही सगळे त्या अंड्यांभोवती जमून अधीरतेने वाट पाहत होते. इतक्यात हवाई हल्ल्याची सूचना आली. भोंगे वाजू लागले. आम्ही लगेच जिन्याखाली पळालो. दरवर्षी काय होतं माहीत नाही पण या वर्षी अंडी नक्की जोराजोरात हादरली.

हळूहळू हवाई हल्ले येणं, आम्ही सुरक्षित जागी धावणं, हल्ले परत जाणं याही सगळ्याची सवय झाली. येणारे दिवस काय कुणासाठी थांबतायत! जनजीवन चालूच होतं. दैनंदिन व्यवहार चालूच होते. इराकी हवाई हल्ल्याच्या भयाने सुद्धा कुणी सणसमारंभ थांबवले नव्हते. नवरोजच्या निमित्ताने मेजवान्या सुरू झाल्या. आज इकडे, तर उद्या तिकडे. पहिली मेजवानी अर्थातच आमे बोझोर्गच्या घरी. रेझा, एसी, मरियम, मेहदी, मम्मल, नसरीन, अमीर, मूडी, माहतोब आणि मी असे सगळे मम्मलच्या गाडीत कोंबून बसलो आणि आमची फौज आमे बोझोर्गच्या घरी निघाली. माझी मात्र मेजवानीत सहभागी होण्याची मनःस्थिती नव्हती.

आम्ही घरात पाऊल टाकलं मात्र, आमे बोझोर्ग किंकाळ्या मारत आनंदाने मूडीच्या गळ्यात पडली. त्याचे मुके घेऊन झाल्यावर तिने आपला मोहरा माहतोबकडे वळवला. तिला जवळ घेऊन कुरवाळलं, गालगुच्चे घेतले. नंतर ती माझ्याकडे वळताच मी घाईने बुरखा तोंडभर ओढून घेतला.

आमे बोझोर्गने सगळ्यांसाठी भरपूर भेटवस्तू आणून ठेवल्या होत्या. तिने

मूडीकरता अतिशय महागडे पुस्तके ठेवायचे कपाट व लिहिण्याचे टेबल आणले होते. माहतोबला अत्यंत उंची रेशमी फ्रॉक. तिने घरातल्या झाडून प्रत्येकासाठी काहीतरी आणले होते. अपवाद फक्त माझा. तिने मला असं वगळलेलं मूडीच्या लक्षात आलेलं दिसलं नाही आणि मला अर्थातच त्याची काही पर्वा नव्हती.

मला त्या घरात गेल्यावर मी तिथे घालवलेले दिवस आठवून माझी सगळी दुपार वाईट गेली. माझ्याशी कुणीही येऊन इंग्रजीत बोलत नव्हतं, किंबहुना बोलू धजत नव्हतं. माहतोब सर्व वेळ मला चिकटून होती. आमे बोझोर्गपासून ती शक्य तेवढं लांब पळत होती.

असंच एक दिवस कुणाकडेतरी जेवायला जाताना मी तपकिरी रंगाचा पोषाख घातला होता. त्याचं जाकीट चांगलं लांब हाताचं, एखाद्या कोटासारखं होतं. मी चेहऱ्यावर बुरखा आणि पायांत काळे मोजे नेहमीसारखे घातले. पण तो जाड करडा किंवा काळा मोन्टो मात्र घालायचा कंटाळा केला. मूडीलाही विचारलं, असं केलं तर चालेल ना? त्याचंही मत असंच पडलं की, काही फारसं कुणाच्या लक्षात येणार नाही.

तर तसे आम्ही निरनिराळ्या नातेवाईकांना एक रीत म्हणून जाऊन भेटायला लागतं तसे भेटी देत निघालो. आधी माजिदने आम्हाला गाडीतून पोचवलं, पण परत येताना त्याला दुसरीकडे जायचं होतं म्हणून मी, माहतोब आणि मूडी मात्र आगा व खानुम हकीमच्या घरी जाण्यापुरती टॅक्सी घेऊन गेलो.

परत घरी यायला निघालो तेव्हा तर चांगलीच रात्र झाली होती. शिवाय जवळ कुठे टॅक्सी मिळेना त्यामुळे बरंच चालावं लागलं. अचानक आमच्या मागून जोरात ब्रेक लावत एक निसान पिक अप ट्रक येऊन थांबली व त्यामागून पांढरी पैक्रॉन दाढीवाली माणसे निसान पिक अप मधून हातात रायफली घेऊन उतरली. अर्थात पासदार. एकाने मूडीला धरले. त्याच वेळी चार स्त्री पोलीस ट्रकमधून उतरून माझ्यापाशी आल्या आणि फारसीत जोराजोरात खेकसू लागल्या.

मी मोन्टो– लांब कोट न घालण्याची चूक केली होती ना.

इतक्यात ते चार दाढीवाले पोलीस मूडीला फरपटत नेऊ लागले. तो फारसी भाषेत ओरडू लागला आणि सुटकेची धडपड करू लागला. मी मनात देवाची प्रार्थना करत होते, काहीतरी निमित्त निघावं आणि याला अटक व्हावी म्हणून.

अखेर कसातरी तो झगडा थांबला आणि ते सर्व ट्रकमधे बसून निघून गेले. मूडी माझ्याजवळ आला. तो घामाने निथळला होता.

"काय झालं?" मी विचारलं. वादाचं कारण अर्थात माझ्या अंगातल जाकीट हेच होतं.

"मी त्यांना सांगितलं, तू काही दिवसांकरता पाहुणी म्हणून आली आहेस

त्यामुळे तुला नियम माहीत नाहीत," मूडी म्हणाला.

"पण मी घालायच्या आधी तुला विचारलं होतं," मी म्हणाले.

मूडीने आपली चूक मान्य केली. "मलाच ठाऊक नव्हतं. पण आता आजपासून मात्र पूर्ण गोषा घातल्याशिवाय रस्त्यावर जायचं नाही हे लक्षात ठेव," तो स्वतःच्या चुकीवर पांघरूण घालण्याकरता जरा जोरातच म्हणाला, "आता तर माहीत झाले ना सगळे नियम, आता यापुढे कुणी आपल्याला असं या कारणाने हटकता कामा नये, समजलं?"

तो आठवडा संपत आला आणि नसरीन आणि मम्मलच्या घरी सगळे नातेवाईक मेजवानीकरता जमण्याची वेळ आली. नसरीनने आणि मी खूप मेहनत करून सगळं घर साफसूफ केलं. मूडी आणि मम्मलने बाजारातून फळं, मेवामिठाई, सुकामेवा इ. सामान आणलं. घमेलंभर चहा करून ठेवला. कारण आजच्या दिवसभरात शेकडो पाहुणे भेट द्यायला येणार होते.

एलन आणि होर्मोझ आम्हाला भेटायला आलेले असतानाच अझानची लाऊडस्पीकरवरून घोषणा झाली. नेहमीसारखीच. तेहरानमध्ये तुम्ही कुठेही असा, काहीही करत असा, दिवसाकाठी तीन वेळा लाऊडस्पीकरवरून नमाजाची वेळ झाल्याची आठवण करून देण्यात येते. धर्माप्रमाणे खरं तर आपल्या सोयीनुसार दिवसातून तीनदा नमाज पढायचा असतो. पण या लोकांच्या म्हणण्याप्रमाणे जो लाऊडस्पीकरवरची घोषणा ऐकताक्षणीच हातातलं काम टाकून नमाज पढेल त्याला फार पुण्य लागतं.

तर घोषणा ऐकताच एलनने टुणकन् उडी मारली. "मला जरा कुणी बुरखा देईल का?" तिच्याबरोबर जमलेल्या अनेक धार्मिक बायकांनी प्रार्थनेची तयारी सुरू केली. थोड्याच वेळात सगळ्यांच्या आवाजाची एकत्रित गुणगुण घरादारात घुमू लागली.

नंतर आमे बोझोर्ग एलनविषयी मोठ्या कौतुकाने म्हणाली, "माशाल्ला! पाहिलं, किती साधी, किती धार्मिक आणि चांगली आहे ती? देव तिचं नक्की भलं करेल."

जमलेल्या लोकांमध्ये नसरीनचा चुलत भाऊ पण आलेला होता. डॉ. माराशी. त्याचं आणि मूडीचं चांगलं जमलं. कारण दोघेही पेशाने डॉक्टर. बोलता बोलता त्याने मूडीला विचारलं, "तुम्ही काही काम का नाही करीत?"

"त्याचं काय आहे, सगळा दप्तरदिरंगाईचा भाग आहे. मला अजून परवाना मिळालेला नाही," मूडी म्हणाला.

"थांबा, मी जरा आमच्या हॉस्पिटलमध्ये चौकशी करतो," तो म्हणाला, "आमच्या इथे भूलतज्ज्ञाची जागा रिकामी आहे."

मूडीच्या आशा उंचावल्या. "खरंच, तुम्ही जर माझ्यासाठी काही केलंत, तर बरं होईल."

"हॉस्पिटलचे प्रेसिडेंट माझे स्नेहीच आहेत," डॉ. मराशी म्हणाला, "त्याच्याशी बोलतो तर खरं. मग बघूया काही करता येतं का ते."

मूडीचा आनंद गगनात मावेना. त्यांची जर खरोखर हॉस्पिटलच्या प्रेसिडेंटशी एवढी ओळख असेल तर काहीतरी घडेल अशी आशा करायला हरकत नव्हती. तो स्वतः जरी आळशी असला तरी अखेर एक तज्ज्ञ डॉक्टर होता. शिवाय नोकरीबरोबर येणारा पैसा आणि प्रतिष्ठा कोणाला नको असेल?

या गोष्टीचा मी जसजसा विचार करू लागले तसं माझ्या लक्षात आलं की, एकदा मूडीला नोकरी लागली असती की मग माझ्यावर इतकी बारकाईने नजर ठेवणं त्याला शक्यच झालं नसतं. शिवाय नोकरीला लागल्यानंतर त्याचा चिडचिडेपणाही गेला असता. त्याची वागणूक सुधारली असती.

नवरोजचा दुसरा आठवडा उजाडला. अजूनही सार्वत्रिक सुट्टी चालूच होती. एसीचा भाऊ इस्लामिक गायडन्स मिनिस्ट्रीत वरच्या अधिकाराच्या जागेवर होता. त्याच्यामुळे आम्हाला आमची सुट्टी कास्पियन समुद्राकाठी असलेल्या इराणच्या शहाच्या एका जुन्या राजवाड्यात (हा आता सरकारी मालकीचा होता) घालवायला मिळण्याची संधी चालून आली.

अर्थात आत्तापर्यंत एकंदर मी जे काही चित्र पाहिलं होतं त्यावरून त्या राजवाड्याची स्थिती तरी काय असेल देव जाणे असंच मला वाटत होतं. शिवाय इतक्या दूरच्या प्रवासाला तीन गाड्यांत भरून आम्ही सव्वीस माणसे जाणार होतो आणि याच सर्वांबरोबर त्या राजवाड्यात सुट्टी एकत्र घालवायची होती. मी फारशी उत्सुक नव्हतेच. पण या प्रवासात खिडकीबाहेर बघून जेवढा परिसर माहिती करून घेता येईल, जेवढी इराणची भौगोलिक माहिती गोळा करता येईल तेवढी करायची असं मी ठरवलं. न जाणो हेच ज्ञान पुढे सुटकेच्या वेळी उपयोगी पडलं असतं.

पण आमचा प्रवास सुरू झाला आणि माझ्या मनातील सुटकेचे बेत किती अशक्यप्राय होते याची जाणीव मला होऊ लागली. खिडकीतून दिसणारं दृश्य नितांत सुंदर होतं यात शंकाच नाही. पण गगनाला जाऊन भिडणाऱ्या गार्गांटुआन पर्वताच्या रांगा. या पर्वतराजीने तेहरानला सर्व बाजूंनी घेरलं होतं. जसं काही आख्खं शहरच्या शहर हा बालेकिल्लाच बनला होता. जस जसे आम्ही अंतर पार करून पुढे जाऊ लागलो तसे हे पर्वत उंचच उंच होत चालले होते. यांचा मुकाबला मी कसा करणार होते?

माझं प्रवासात स्वप्नरंजन चालूच होतं. कदाचित या सुट्टीच्या वातावरणात, माझ्यावरची बंधनं थोडीशी दुर्लक्षित झाल्याचा फायदा घेऊन मी जर माहतोबला

घेऊन निसटलेच, तर... काय करेन? कास्पियन समुद्रमार्गे बोटीने पळायचा प्रयत्न? पण... मग कुठे जाऊन पोचेन? रशियाला? रशिया तर रशिया... मला त्याची पर्वा नव्हती. कसंही करून इथून निसटायचं होतं.

विचार करून करून थकल्यावर मनाला एका भयाण निराशेने ग्रासलं. दिवसेंदिवस मूडीपण चिडचिडेपणा करू लागला होता. माझ्यासारखंच त्यालाही निराशेने घेरलं होतं हे उघड होतं. कोळ्याच्या जाळ्यात अडकून तडफडणाऱ्या असहाय्य किड्यासारखी माझी अवस्था झाली होती.

लवकरच जर काहीतरी चांगलं घडलं नाही, तर नक्कीच काहीतरी वाईट, अशुभ घडणार अशी मला भीती वाटत होती.

शहाच्या राजवाड्यात अखेर आम्ही पोचलो. मी मनात जशी कल्पना केली होती त्याच अवस्थेत तो होता. ओसाड, ओका बोका, उंची पाश्चात्त्य सामानाची मोडतोड झालेली... मात्र एकेकाळच्या वैभवाच्या खाणाखुणा कुठेतरी केविलवाणेपणाने आपले अस्तित्व अजूनही दाखवत होत्या. जेवण झाल्यावर आम्ही सगळीच्या सगळी सव्वीस माणसं तिथे दिवाणखान्यात जमिनीवरच पथाऱ्या टाकून झोपलो. जागेच्या अडचणीमुळे स्त्रिया आणि पुरुष, सगळ्यांना एकाच खोलीत झोपावं लागलं. माझ्या शेजारीच आगा हकीम होता. अर्थात रात्रभर मला नखाशिखांत मोन्टो व रुझारी वगैरे कपडे घालून झोपण्याखेरीज दुसरा पर्यायच नव्हता.

पहाट झाली. उघड्या खिडक्यांमधून गारठा आत शिरला. मी आणि माहोतोब कुडकुडत होतो. दात वाजत होते. पण आमचे इराणी नातेवाईक मात्र आरामात गाढ झोपले होते.

दिवस उजाडला आणि आणखी एक संकट सामोरं आलं. त्या भागात दुष्काळ पडला होता. त्यामुळे सार्वजनिक पाणीपुरवठा अगदीच तुटपुंजा होता. त्यामुळे सुट्टीचा पहिलाच दिवस मी अंगणात इतर बायकांबरोबर बसून केवळ एक बादली पाण्यात सब्जी– भाज्या– चिरून धुणे वगैरे कामात घालवला. या वेळी सर्व पुरुषमंडळी मात्र पाहिजेतशी आडवीतिडवी लोळत होती.

नंतर थोड्या वेळाने सगळे पुरुष उठून घोड्यांवरून रपेट करायला आनंदात निघून गेले. असल्या गोष्टीत भाग घ्यायची स्त्रियांना अर्थातच परवानगी नव्हती. त्यामुळे आम्ही एकेकाळच्या सुंदर पण आता घाणीने भरलेल्या समुद्रकिनाऱ्यावरून फेरफटका मारला.

आठवडा असाच गेला. राहाण्याची, उठण्या-बसण्याची गैरसोय आणि नातेवाईकांचं टोमणे मारणं, जाणून बुजून केला जाणारा अपमान. पण मला आणि माहतोबला त्याचीही आता सवय झाली होती.

वसंत ऋतूच्या आगमनाबरोबरच माझ्या मनात आशा-निराशेचा लपंडाव चालू

होता. आता हळूहळू या पर्वतांवरचं बर्फ वितळायला लागणार. पण त्याचबरोबर रशीदच्या त्या अज्ञात मित्राला खरंच मला आणि माहतोबला तुर्कस्तानच्या सरहद्दीपार पोचवणं जमेल? हवा सुखद होत चालली होती. निराशेची जागा परत आशेचे किरण घेत होते.

माहतोब आणि मी गेले सात महिने येथे नजरकैदेत होतो. सात महिने.

आम्ही तेहरानला परत आलो आणि मूडीला हॉस्पिटलमध्ये नोकरी मिळाली, अशी बातमी आली. मूडीच्या आनंदाला उधाण आलं. तो शीळ वाजवत आनंदाने घरभर सैरभैर फिरू लागला. कधी नव्हे तो माहतोबकडे आणि माझ्याकडे बघून हसू लागला. त्याला विनोदी चुटके आठवायला लागले. मधले ते भयंकर सात महिने विसरून जणू काही पूर्वीचा गोष्टीवेल्हाळ, बडबड्या आणि सगळ्यांना हवाहवासा मूडी परत अवतरला. त्याच्या या रूपावर तर मी भाळले होते.

"खरं सांगू का, माझ्या परमिटचं काम अजूनही पूर्ण झालेलंच नाहीये," मूडीने मला खाजगीत सांगितलं, "पण हॉस्पिटलने त्या गोष्टीकडे दुर्लक्ष करून मला सरळ नोकरीवर घ्यायचं ठरवलंय. कारण त्यांना माझी आत्ता फार गरज आहे. शिवाय माझं ते काम रीतसर पूर्ण झालं की ते मला पूर्ण वेळेचा पगारही देणार आहेत."

मात्र दिवसभराचा त्याचा हा उत्साह संध्याकाळ झाली तसा मावळला. मला त्याच्या मनात काय येत असेल हे सहज वाचता येत होतं. आपण दिवसभर हॉस्पिटलमध्ये नोकरीला गेल्यावर हिच्यावर पाळत कशी ठेवायची हीच शंका त्याला सतावत होती. पण मी आपल्याला हे काही कळलं नाही असं दाखवून त्याला एकटं सोडून दिलं. काही वेळाने त्याचा तोच मनाशी काय ते ठरवील. एक तर त्याचं हॉस्पिटलमधलं काम तसं फार वेळखाऊ नव्हतं. अगदी रोजच्या रोज जायलाच हवं असंही नव्हतं आणि जेव्हा केव्हा जायला लागेल तेव्हा नसरीन होतीच की, माझ्यावर नजर ठेवायला. शिवाय मी माहतोबच्या शाळेत जात असले तरी मला शाळा सुटताक्षणी एक मिनिटाचाही वेळ न दवडता लगेच घरी परतायला लागे कारण छोट्या अमीरला माझ्याजवळ सोडून नसरीनला युनिव्हर्सिटीत जायचं असे. याला अपवाद फक्त गुरुवारच्या कुराणक्लासचा. गुरुवारी अमीरला संभाळायची नसरीनने काहीतरी वेगळी व्यवस्था केलेली होती.

मूडीच्या मनात विचारांचा कसा कोलाहल माजला होता हे मला अगदी स्पष्ट जाणवत होतं. माझ्यावर विश्वास ठेवावा की नाही? ठेवावा, तर किती प्रमाणात? न ठेवावा, तर नोकरी गमवायची वेळ.

"हे बघ, गुरुवारी कुराणाचा क्लास संपला की ताबडतोब घरी यायचं बर कां,

मी फोनवरून चौकशी करीन,'' तो दरडावून म्हणाला.

"हो, नक्की,'' मी वचन दिलं.

"ठीक आहे,'' असं म्हणून तो वळला. कितीतरी दिवसांनी नोकरीवर जायच्या विचारांनी त्याचा चेहरा उजळून निघाला होता.

मला नव्याने मिळालेल्या स्वातंत्र्याचा वापर मी अगदी बेताने, फार जपून करत असे. मूडीबद्दल मला खात्री नव्हती. तो इतका उलट्या काळजाचा होता की तो कधी आपल्या एखाद्या नातेवाईकाला पकडून माझ्यावर नजर ठेवायला लावेल हे सांगणं कठीण होतं. कधीतरी कामातून सुट्टी मिळाली की अचानक तो मला आणि माहतोबला आणायला शाळेत हजर व्हायचा.

त्यामुळेच मी कधी आणि कुठे जायचं हे वेळापत्रक फार काळजीपूर्वक आखलं होतं. अगदी तसंच महत्त्वाचं कारण घडल्याशिवाय मी त्यात बदल करत नसे.

एक दिवस शाळा नेहमीप्रमाणे चालू होती. मी शांतपणे ऑफिसात बसले होते. इतक्यात एक शिक्षिका येऊन मुकाट्याने माझ्या जवळ बसली. माझी आणि तिची नीट ओळख नव्हती पण कधीही भेटलं की ती प्रेमळपणे हसत असे.

तिने काळजीपूर्वक खोलीत इकडे तिकडे पाहिलं आणि कुजबुजत्या आवाजात म्हणाली, "नागू, नागू–' बोलू नका. मिसेस अझारना. मला मिसेस अझरकडून तुमची हकिकत कळली आहे. माझा नवरा तुम्हाला मदत करू इच्छितो. तुम्ही या नंबरवर फोन करा,'' असं म्हणून तिने एक चुरगळलेलं चिठोरं माझ्या हातात ठेवलं आणि ती निघून गेली.

त्याच दिवशी माहतोबला घेऊन गडबडीने घरी येताना मी हमीदच्या दुकानात जाण्याची संधी साधली आणि तिथून त्या नंबरावर फोन केला. पलीकडून मिस अलावी नावाची बाई बोलत होती. मी कोण हे सांगताच ती खूष झाली. ती या शिक्षिकेच्या नवऱ्याची सेक्रेटरी होती. मला मदत करायची या मिस अलावीचीच इच्छा होती. ती स्वतः इंग्लंडमध्ये शिक्षण घेऊन आल्याने उत्तम इंग्रजी बोलणारी होती आणि त्यामुळे मला जमेल ती मदत करायची तिची इच्छा होती. तिला माझ्याविषयी तिच्या बॉसकडून कळलं होतं.

सगळे इराणी एकसारखे नसतात हे परत एकदा मला पटलं. इथे, कोण कुठली मिस अलावी, पण माझ्यासारख्या अमेरिकन स्त्रीला मदत करण्याचा धोका पत्करायला सुद्धा ती तयार झाली होती.

"आपण कसं, कुठे भेटायचं?'' ती म्हणाली.

"मला योग्य संधीची वाट बघायला हवी,'' मी म्हणाले.

"आपण जेव्हा केव्हा भेटायचं ठरवू तेव्हा तुम्ही मला ठिकाण सांगा, मी गाडी

घेऊन तिथे येईन,'' ती म्हणाली.

''ठीक आहे,'' मी म्हणाले.

तिचं ऑफिस माहतोबची शाळा, मम्मलचं घर किंवा कुराणाचा क्लास या सगळ्यांपासून लांब होतं. त्यामुळे आमच्या दोघींच्या वेळा जुळायच्या कशा आणि आम्ही भेटणार तरी कुठे हाही एक प्रश्नच होता. मिस अलावीचं माझ्याकडे नक्की काय काम होतं त्याबद्दल मला काही ठाऊक नव्हतं. पण एक नक्की, तिची तळमळ, कळकळ तिच्या आवाजातून मला जाणवली होती. ती मला धोका देणार नाही हे नक्की.

कित्येक दिवस आणि आठवडे लोटले पण मला पाहिजे तशी संधी काही केल्या मिळत नव्हती. मूडी नोकरीवर जाऊ लागल्याने नसरीनची माझ्यावर लक्ष ठेवण्याची जबाबदारी वाढली होती. व ती हे काम जास्तच नेकीने पार पाडत होती. मी केव्हाही घरात पाऊल टाकलं की ती लगेच घड्याळात बघायची.

पण कधीतरी मूडीला गुंगारा देणं मला शक्य व्हायचंच. अशीच एकदा मी माहतोबला घेऊन शाळेतून घरी आले तर नसरीन अधीरतेने माझी वाट बघत होती. तिला अचानक युनिव्हर्सिटीत मिटींगला बोलावणं आलं होतं आणि अमीरला माझ्याकडे ठेवूनच तिला जाता येणार होतं. मी घरात पाऊल टाकताच ती घाईने निघून गेली. बाकी कुणी घरी नव्हतं. रेझा आणि एसीही योगायोगाने बाहेर गेले होते.

मी तात्काळ मिस अलावीला फोन करून जवळच्या बागेत भेटीला बोलावलं. ती खूण पटावी म्हणून काळे कपडे घालून ठरलेल्या जागी येणार होती. मूडी इतक्यात यायचा नव्हता पण तरी सावधगिरी म्हणून मी त्याला चिठ्ठी ठेवली– ''मुलं फार कंटाळली असल्याने त्यांना घेऊन बागेत जात आहे.''

माहतोब आणि अमीर बागेत जायला मिळाल्याने खूषच होते. फक्त मी माझ्या मनाने घरात कुणीही नसताना एकटी बागेत गेले हे कळल्यावर मूडीची प्रतिक्रिया काय होईल तीच मला काळजी होती.

बागेत पोचलो आणि लगेच मिस अलावी तिथे आली. ती साधारण पन्नाशीची असावी. ती येऊन बाकावर माझ्या शेजारी बसली.

''मी घरी नवऱ्यासाठी चिठ्ठी ठेवून आले आहे,'' मी तिला म्हणाले, ''कदाचित तो एकदम येऊन उगवेल.''

''हरकत नाही,'' मिस अलावी म्हणाली, ''तो आलाच तर मीही माझ्या मुलांना घेऊन आले आहे आणि आपण सहजच बसल्याबसल्या गप्पा मारतोय अशी बतावणी करूया म्हणजे झालं.'' एव्हाना एक गोष्ट माझ्या लक्षात आली होती. इराणी स्त्रियांना असं चोरटेपणे, गुपचूप काहीतरी करायची आवडच होती. मिस अलावीने तेवढ्यात समोर बसलेल्या एका बाईशी फारसीत काही तरी कुजबूज

केली. नंतर माझ्याकडे वळून मला सांगितलं, "तुझा नवरा येताना दिसलाच तर ती आपल्याला सावध करेल.''

"अता मला तुझी सगळी कथा सांग,'' ती म्हणाली. मी शक्य तेवढ्या थोड्या शब्दात पण महत्त्वाच्या सर्व गोष्टी घेऊन माझी कहाणी तिला ऐकवली.

"मला तुझ्या भावना कळतात,'' ती म्हणाली, "मी इंग्लंडमध्ये एक परकीय नागरिक म्हणून राहिले आणि जेव्हा जेव्हा मला मदतीची गरज भासली तेव्हा मला मदत करायला कुणी सुद्धा पुढे आलं नाही. एवढंच नव्हे तर मला इंग्लंडमध्ये आणखी राहायचं होतं तेही राहाता आलं नाही आणि इराणमध्ये परत यावं लागलं, कारण माझ्याकरता तिकडे खटपट कोण करणार? त्यामुळे मला आणि माझ्या आईला फार वाईट वाटलं. आपल्या देशात जर कुणी परकीय नागरिक आलाच तर त्याला आपण शक्य तेवढी मदत करायचं असं आम्ही दोघींनी ठरवलं. दुर्दैवाने माझी आई दोन आठवड्यांपूर्वी वारली. तिला तुझी साधारण हकिकत कळली होती. तुझ्याविषयी बोलणं निघाल्यावर मी तिला वचन दिलं, तुला मी जमेल ती मदत करीन असं. आता ती या जगात नाही. त्यामुळे तर ते वचन पूर्ण करणं माझं कर्तव्य आहे,'' असं म्हणून मिस अलावीने डोळे टिपले.

"पण कशी करणार मला मदत?'' मी विचारलं.

"माझा एक भाऊ पाकिस्तानाच्या सरहद्दीजवळ जाहीदान या गावात राहतो. मी...''

"मम्मी, मम्मी,'' माहतोब धावत येऊन म्हणाली, "ते बघ डॅडी इकडे येतायत.''

आम्ही बसलो होतो तिथून जरासा दूर बागेच्या कुंपणापलीकडे मूडी उभा होता. तो आमच्याकडे संशयाने बघत होता. त्याने मला लगेच बाहेर पडायची खूण केली.

"माहतोब, उगीच घाबरू नकोस. तू जा आणि झोपाळ्यावर खेळ बघू.'' काही विशेष घडलंच नाही असं दाखवत मी उठले. मूडी उभा होता तिथेच कुंपणाच्या आतल्या बाजूला पोचले.

"तू इथे काय करते आहेस?'' तो गुरगुरला.

"बघ ना हवा कशी सुंदर पडली आहे. म्हणून मुलांना घेऊन बागेत आले,'' मी सहजपणे म्हणाले.

"आणि ती बाई, तुझ्या जवळ बसली होती ती. कोण आहे ती?''

"कोण आहे ते नाही माहीत. ती पण मुलांना घेऊन इथे आली आहे.''

"पण तू तिच्याशी कशी काय बोलत होतीस? तिला इंग्रजी येतं?''

"नाही. मी फारसी बोलायचा जरा सराव करत होते,'' मी एक लोणकढी ठेवून दिली.

मूडीने संशयाने इकडे तिकडे पाहिलं. पण बागेत मुलांचा कोलाहल चालला होता आणि त्यांच्या आया शांतपणे बसल्या होत्या. संशयाला मुळी कुठे जागाच नव्हती. शिवाय मी बाहेर पडण्यापूर्वी त्याला चिठ्ठी लिहिली होती व त्याप्रमाणे खरोखर मुलांना घेऊन मी बागेत आले होते. तो एक शब्दही न बोलता पाठ फिरवून निघून गेला.

मी सावकाशपणे परत आपल्या जागी आले. काही घडलंच नाही असं दाखवत.

तो पूर्णपणे गेल्याची खात्री झाल्यावर आम्ही दोघी परत बोलू लागलो.

"हं तर तुमचा भाऊ..."

"तो जाहीदानला राहतो. पाकिस्तानच्या सरहद्दीच्या अगदी जवळ. मी त्याला फोन करून विचारणार आहे, तो तुला सरहद्दीपार पोचवू शकेल का, असं. तो हे काम बरेचदा करतो," मिस अलावी कुजबुजत्या आवाजात म्हणाली.

मला खूप आनंद झाला. थोडक्यात काय, सरहद्द पार करून पलीकडे जाणं मला वाटलं तेवढं कठीण काम नव्हतं तर! या देशात नक्कीच माझ्याप्रमाणे सुटकेचा प्रयत्न करण्यासाठी धडपडणाऱ्या इतर असंख्य व्यक्ती असणार. गरज ही शोधाची जननी आहे. अशाच त्रस्त लोकांना मदत करण्यासाठी कित्येक अनाम गुप्त संस्था कार्यरत असणार, त्या या लोकांना या ना त्या मार्गाने सरहद्दीपार पोचवतच असणार. प्रश्न असा होता, या संस्थेपर्यंत पोचायचं कसं?

"पण या सगळ्याला खर्च किती येईल?" मी विचारले.

"काही का येईना. तो मी करीन ना. मी माझ्या आईला मृत्यूसमयी तसं वचन दिलंय. तुला तसंच वाटलं तर नंतर कधी तरी परत कर. नाही तर राहिलं," मिस अलावी म्हणाली.

"आपण कधी जायचं?" मी अधिरेपणाने विचारलं, "आणि कसं जायचं?"

"आपण लवकरच जाऊ," ती म्हणाली, "पण आधी तुला आणि तुझ्या मुलीला जाहीदानला विमानाने न्यायचं तर त्याच्यासाठी थोडे कागदपत्र हवेत." त्यानंतर तिने काय व कसं करायचं ते मला नीट समजावून सांगितलं. सगळी बाकीची तयारी झाली की मग एक दिवस मी मूडीच्या परवानगीनेच बरेच तास घराबाहेर राहता येईल अशी काहीतरी सबब शोधायची. म्हणजे आमचा संशय येऊन मूडी जेव्हा आमची शोधाशोध करायला लागेल तेव्हा प्रत्यक्षात आम्हाला पळून गेल्याला कित्येक तास लोटले असतील.

अर्थातच हे काम एखाद्या गुरुवारी करायला हवं. मूडी नोकरीवर जाईल. माहतोब आणि मी सकाळची शाळा व दुपारचा कुराणक्लास मिळून खूप तास घराबाहेर राहू शकू. आम्ही पळाल्याचा संशय मूडीला येण्यापूर्वीच आम्ही जाहीदानला

पोचलो सुद्धा असू.

त्रिश आणि सुझानच्या बेतापेक्षा हा बेत खूपच व्यवस्थित आणि काळजीपूर्वक आखल्यासारखा वाटत होता. इथे तेहरानमध्येच कुठेतरी लपून दिवस काढण्याचा प्रश्नच नव्हता. त्यापेक्षा सरहद्दीजवळ कुणाला संशय येण्याच्या आत पोचणं महत्त्वाचं होतं.

"पण हे लवकरात लवकर कधी?" मी शाळकरी पोरीच्या अधीरतेने विचारले.

"कमीत कमी दोन आठवडे." ती म्हणाली, "आधी मी माझ्या भावाशी बोलते. जर शक्य झालं तर येत्या रविवारी तू मला फोन कर. म्हणजे आपण परत कधी भेटायचं ते सगळं ठरवू."

घरी परतल्यावरही मनातला आनंद चेहऱ्यावर न दाखवणं मला जड जात होतं. पण मूडीला संशय येऊनही उपयोग नव्हता. मूडीच नव्हे मम्मल, नसरीन वगैरेही होतेच की. फक्त माहतोब मात्र एवढ्या लहान वयात उत्कृष्ट अभिनेत्री झाली होती. तिची मला काळजी नव्हती. पण मी एकच ठरवलं होतं, आत्तापासून तिला काहीही सांगून ठेवायचं नाही. प्रत्यक्ष वेळ आली की बघू.

आम्ही बागेतून घरी आलो तर मूडी विचारात गढून गेला होता. मी स्वयंपाकात मन रमवू लागले. तरी मनात सुटकेचे विचार चालूच होते. अचानक मला एंबसीमधील हेलन व तिचे बॉस मि. व्हिनकॉप यांचं बोलणं आठवलं. सरहद्द पार करण्याच्या मिषाने लोकांना भुलवून नंतर त्यांचा बलात्कार, खून करून टाकणारे स्मगलर. माझ्या अंगावर काटा आला. पण मी मनाला समजावलं. इथे बोलणं झालं होतं ते तुर्कस्तानच्या सरहद्दीपार पोचवणाऱ्या स्मगलरांविषयी. आम्हाला जायचं होतं पाकिस्तानच्या सरहद्दीपार. पण तरी शेवटी हेही स्मगलरच. ते वेगळे कसे असतील?

या सगळ्या फसवणुकीला बळी पडलेल्या, मेलेल्या लोकांच्या कथा. या सरकार तर मुद्दाम पसरवत नसेल ना? जनतेच्या मनात दरारा उत्पन्न करण्यासाठी?

मिसेस अलावीने मात्र माझ्या मनात स्वतःविषयी खूप आदर आणि विश्वास उत्पन्न केला होता. पण तिचा भाऊ किंवा त्याचे साथीदार, यांच्याविषयी मला काय ठाऊक होतं? मला ताबडतोब एंबसीत जाऊन हेलनची भेट घ्यायलाच हवी होती. या सगळ्या बेताबद्दल तिचं काय म्हणणं आहे, कितपत धोका आहे हेही पाहाणं महत्त्वाचंच होतं.

शाळेत जाताना दुसऱ्या दिवशी सकाळी मी थोडा धोका पत्करून हमीदच्या दुकानात गेले व तिथून एंबसीत हेलनला फोन करून थोडक्यात हे सगळं सांगितलं. मी प्रत्यक्षच तिला जाऊन भेटावं असं तिचं मत पडलं. माझ्या घरून काही पत्रे

आली होती. शिवाय माहतोबचे व माझे नवे पासपोर्ट आले होते. आजच्या आज तिथे जाणं जरूरी होतं.

क्षणभर विचार करून मी एलनचा नंबर फिरवला. आज एलनने मूडीला फोन करून काही निमित्ताने मला तिच्या बरोबर बाहेर जाण्याची परवानगी मागणं भाग होतं. मी तिला तशी विनंती केली. तिने ती मान्य केली.

दुसऱ्या दिवशी सकाळी एलनने मूडीला फोन केला आणि शाळा सुटली की मला व माहतोबला घेऊन खरेदीला जाण्याची परवानगी मागितली. ती मला शाळेत न्यायला येणार होती.

मूडी चक्क हो म्हणाला!

आता आम्ही ठरवलेल्या बेतातला भाग दुसरा. शाळेच्या ऑफिसातला फोन वाजला. क्लार्कने मुख्याध्यापिका खानुम शाहीनला फोन दिला. ती बराच वेळ फारसीतून बोलली पण त्या संभाषणात माझं नाव 'बेटी' अनेकदा येत होतं त्यावरून तो फोन एलनचा असावा हे उघड होतं.

मुख्याध्यापिका खानुम शाहीन मला फोनवर कुणाशी बोलून देते का नाही हे बघण्याची ही कसोटीच होती. ती नाही म्हणाली. एलनने घरून परत मूडीला फोन केला. मूडीने शाळेला फोन करून मला एलनशी बोलू देण्याची परवानगी दिली. पाच मिनिटांनी एलनचा परत मला फोन आला.

"सगळं ठीक आहे," एलन म्हणाली. पण तिच्या आवाजाला कंप सुटला होता. "मी तुला आणि माहतोबला न्यायला शाळेपाशी येते," ती म्हणाली.

"ठीक आहे," मी म्हणाले, "पण काही अडचण आली नाही ना?"

"नाही," ती तुटकपणे म्हणाली व तिने फोन ठेवला. पंधरा मिनिटांनी तिचा परत फोन आला. "मी मूडीला आत्ताच फोन करून सांगितलंय, तुलाही तेच सांगते, मला आजचं जमणार नाही. काहीतरी दुसरं काम निघालंय."

"पण काय झालं?" मी विचारलं.

"मला हे असलं काही जमेलसं वाटत नाही. एकदा आपण त्याविषयी सविस्तर बोलू," ती म्हणाली.

मला तिचा इतका राग आला. आज मला एंबसीत जाणं अत्यंत आवश्यक होतं. पण एलनने आयत्यावेळी मला असं गोत्यात आणलं होतं आणि तिच्या सहकार्याशिवाय तर मी घराबाहेर राहू शकत नव्हते.

एलनने असं का करावं? आता मी एंबसीत कशी जाऊ?

दुसरा दिवस. आजही मला एंबसीत जाण्याची संधी आली नाही. मूडी सकाळपासून घुश्शात होता. तो कामावर जाण्यापूर्वी आज शाळेत आम्हाला पोचवायला आला होता. आम्हाला सोडून पुढे जाताना सुद्धा खेकसून गेला होता.

कुठल्याही परिस्थितीत आम्ही एकटं घरी जायचं नव्हतं. तो आम्हाला शाळेत आणायला येणार होता. शाळा संपली. आम्ही मूडीची वाट बघत थांबलो. एक तास झाला तरी त्याचा पत्ता नाही. अखेर आम्ही एकट्या घरी यायला निघालो.

काय घडलंय काही कळत नव्हतं. वाटेत कुठेही न थांबता आम्ही सरळ टॅक्सीने घरी आलो. घरात पोचलो तर मूडी एकटाच जमिनीवर बसला होता. त्याचे डोळे रडून लाल झाले होते.

"काय झालं?" मी विचारलं.

"निलूफर," तो म्हणाला, "घराच्या बाल्कनीतून खाली पडली. आपल्याला निघायला हवं. चला."

□

१२

बाबा हाजी आणि आमे बोझोर्गच्या दुसऱ्या मुलाची, मोर्टेझा आणि नस्तरान यांची छोटी मुलगी. केवळ दीड वर्षाची. इतकी गोड, एखाद्या बाहुलीसारखी. दंगा करून माहतोबचा बर्थडे केक जमिनीवर पाडून रडणारी, हसरी, खेळकर निलूफर. माहतोबला आणि मला तिचा फारच लळा होता.

मूडीचे शब्द ऐकताच माझ्या छातीत धस्स झालं. त्या छोट्या बाळाचं काय झालं असेल? पण मग माझ्या डोक्यात संशयाचा भुंगा पिंगा घालू लागला. हे सगळं खरं असेल, का मला आणि माहतोबला कुठल्यातरी अज्ञात ठिकाणी नेऊन आमचा घात करण्याचा मूडीचा डाव असेल?

आत्ता तरी मूडीच्या पाठोपाठ तो नेईल तिथे जाण्याखेरीज काही गत्यंतरच नव्हतं. मला आता एलनचा संशय येऊ लागला. तिने मूडीजवळ माझी चहाडी तर केली नसेल? एंबसीतून कोणी फोन तर केला नसेल? कुणी चौकशी करत असल्याचं पाहून मूडी आम्हाला एखाद्या गुप्त जागी घेऊन तर चालला नसेल?

आम्ही दोन वेळा टॅक्सी बदलून चक्क स्विस एंबसीचा यू. एस. इंटरेस्ट सेक्शन होता त्याच गल्लीत शिरलो आणि एंबसीसमोरच थांबलो. माझ्या काळजातली धडधड वाढली.

पण समोरच हॉस्पिटल होतं. केवढा योगायोग. मूडीने आम्हाला पुढे घातलं आणि आम्ही घाईने हॉस्पिटलमध्ये गेलो. काऊंटरपाशी मूडीची आणि तिथल्या लोकांची फारसीत पुष्कळ वादावादी झाली. मी घाईत 'चादोर' न घालताच आले होते व माहतोबही. त्यामुळे आम्हाला कुणी आत सोडायला तयार नव्हते. बरं

आम्हाला बाहेरच बसवून आत जायचं तर तिकडून मूडीला आमची भीती वाटत होती. अखेर त्याची ती उलघाल बघून मला खात्री पटली की आत निलूफर खरोखर जखमी अवस्थेत आहे व तिला भेटण्यासाठी त्याच्या जिवाची तगमग होत आहे. शेवटी आम्हाला न हलता एका जागी बसून राहायची आज्ञा करून तो वॉर्डमध्ये पळाला.

एंबसीच्या समोरच्या इमारतीत बसायचं आणि एंबसीत जाऊ शकत नाही? केवढं दुर्दैव. पण आत्ता कुठलाही धोका पत्करायची माझी तयारी नव्हती. तेवढा वेळही नव्हता.

मूडी जसा गेला तसा परत आला. "मोर्टेझा तिला घेऊन दुसऱ्या हॉस्पिटलमध्ये गेलाय. नस्तरान घरी गेली आहे. आपणही तिकडेच जाऊ."

मोर्टेझाचं घर एंबसीपासून अगदीच जवळ होतं त्यामुळे आम्ही चालतच निघालो. एंबसीच्या इमारतीवरून जाताना पोटात कालवाकालव होत होती. पण मी चेहरा कोरा, अगदी निर्विकार ठेवला होता. माहतोबनेही.

घर आलं. बऱ्याच बायका जमलेल्या दिसत होत्या. तिसऱ्या मजल्याच्या बाल्कनीत नस्तरान अस्वस्थपणे येरझाऱ्या घालत नवऱ्याची वाट बघत होती. याच बाल्कनीतून तिचं बाळ खाली पडलं होतं. बाल्कनीचा कठडा दीड फूटांहूनही बुटका होता. सगळ्या गावात होता तसाच आणि लहान मुलं खाली पडून दगावण्याचा प्रकारही नित्याचाच होता.

वाट बघण्यात दोन तास गेले. माहतोब घाबरून मला बिलगून बसली होती. आमच्या दोघींच्या डोळ्यांसमोर हसऱ्या गोंडस निलूफरचा चेहरा येत होता. तिला बरं कर, अशी आम्ही दोघी देवाची मनापासून प्रार्थना करत होतो.

मी नस्तरानची समजूत घालत होते. मला तिच्या बाळाबद्दल किती प्रेम वाटतं हे तिला ठाऊक होतं. तसंच मी पण तिच्यासारखीच एक आई होते, तिचं दुःख जाणू शकत होते.

नस्तरान उठून परत एकदा त्या बाल्कनीतून रस्त्यावर डोकावण्यासाठी गेली. पाठोपाठ मी आणि माहतोबही गेलो. इतक्यात लांबून मोर्टेझा आपल्या दोघा भावांबरोबर येताना दिसला. दोघांच्याही हातात चेहरा टिपायच्या टिश्यू पेपर्सची मोठी मोठी खोकी होती.

ती बघताच नस्तरानने काळीज गोठवणारी किंकाळी फोडली. ते तसले टिशू पेपर्स केवळ माणूस गेल्यावरच वापरतात, अश्रू पुसायला. काही सांगायची गरजच नव्हती.

ती धावत जिन्याकडे गेली. सगळे वर पोचले होते. " 'मोर्दे'– आपलं बाळ गेलं गं," मोर्टेझा पाझरणाऱ्या डोळ्यांनी कसाबसा म्हणाला. एक मोठा हंबरडा

फोडून नस्तरान जमिनीवर कोसळली.

खोलीत रडण्याचा, छाती पिटून आक्रोश करण्याचा एकच कोलाहल माजला. मूडी, माहतोब आणि मी, आम्ही सगळेच रडू लागलो.

मोर्टेझा आणि नस्तरानच्या बाबतीत जे घडलं त्या गोष्टीचं मला अतोनात दुःख झालं. पण जशी रात्र त्या रडण्याओरडण्यात, आक्रोश करण्यात जाऊ लागली तसे माझ्या मनात माझ्या आणि माहतोबच्या भविष्याचे विचार येऊ लागले. या दारुण प्रसंगामुळे आता आपण ठरवलेल्या बेतावर पाणी पडणार का काय अशी मला भीती वाटू लागली. आज मंगळवार होता. येत्या रविवारी मी मिसेस अलावीला बागेत भेटणार होते. त्या दिवशी तरी निदान मी बागेत जाऊ शकेन की या दुःखद प्रसंगामुळे माझं घराबाहेर पडणं अशक्य होऊन बसेल? काही झालं तरी मला निदान एंबसीत हेलनशी फोनवर तरी बोलायलाच हवं आणि एलनला त्या दिवशी असं चमत्कारिक वागायला काय झालं त्याचाही उलगडा व्हायलाच हवा होता.

दुसऱ्या दिवशी सकाळी आम्ही सर्वांनी रिवाजानुसार काळे कपडे घातले. सर्व नातेवाईकांबरोबर आम्हालाही कबरिस्तानात जावं लागणार होतं. रात्रीपुरता निलूफरचा मृतदेह बर्फाच्या कपाटात ठेवला होता. दुसऱ्या दिवशी तिला रीतीनुसार तिच्या आई-वडिलांकडून स्नान घातलं जाणार होतं. त्या वेळी मंत्रपठण होणार होतं. त्यानंतर पांढऱ्या कापडात गुंडाळून तिला दफनविधीसाठी नेण्यात येणार होतं.

मम्मलच्या घरी आमच्या खोलीत आम्ही या प्रसंगासाठी तयार होत असताना मी मूडीला म्हणाले, "तुम्ही सगळे तिकडे जा, मी घरी राहून सगळ्या लहान मुलांना सांभाळते."

"चालणार नाही," मूडी म्हणाला, "तुला यावंच लागेल."

"हे सगळं माहतोबच्या नजरेला कशाला पडायला हवंय? त्यापेक्षा मी सगळ्याच मुलांना घरी सांभाळलं तर जास्त बरं नाही का?"

"नाही."

पण आम्ही मोर्टेझा आणि नस्तरानच्या घरी पोचलो तेव्हा जमलेल्या सगळ्यांजवळ परत मी हेच बोलून दाखवलं. सर्वांनाच ते पटलं. मूडीनेही मग जास्त विरोध केला नाही.

अर्थात मूडीच्या परवानगीशिवाय घर सोडण्याची माझी हिम्मत नव्हती. पण सगळे निघून गेले आणि घरात फक्त मी आणि छोटी मुलं एवढेच राहिलो. मी ताबडतोब हेलनला फोन केला

"तू लगेच येऊन भेट," ती म्हणाली, "मला तुझ्याशी काही तरी महत्त्वाचं बोलायचंय."

"ते शक्य नाही," मी म्हणाले, "मी आत्ता एंबसीच्या अगदी जवळच्या

घरातून बोलते आहे पण तरीही मला तिथे येणं शक्य नाही.''

मग मी विचार केला, मुलांना खेळण्याचा बहाणा करून बागेत घेऊन तर जाता येईल. मी हेलनला तीनच्या सुमाराला एंबसीच्या जवळच्या बागेत भेटायला बोलावलं.

घरून फोनचा प्रयत्न करूनही मिस अलावीशी बोलायला जमलंच नाही. फोन लागला नाही. पण एलनशी मात्र मी फोनवर बोललो. आमच्या संभाषणानंतर मी फोन ठेवला तेव्हा माझ्या पोटात भयानक गोळा आला होता. मी आत्ता एलनच्या तोंडून जे काही ऐकलं ते विश्वास न बसण्याइतकं भयंकर होतं.

''मी मूडीला तुझ्याबद्दल सगळं काही सांगणार आहे,'' एलन फोनवर म्हणाली, ''तू इथून पळून जाण्याच्या विचारात आहेस हे मी त्याला सांगणार आहे.''

''एलन, असं करू नको गं,'' मी व्याकूळ होऊन म्हणाले, ''मी तुला विश्वासात घेऊन सगळं सांगितलं कारण तू अमेरिकन आहेस. शिवाय तू माझं गुपित फोडणार नाहीस असं मला वचन दिलं होतंस.''

''मी होर्मोझला तर सगळं सांगितलंच आहे,'' एलन म्हणाली. तिचा आवाज कापत होता. ''तो माझ्यावर अतोनात चिडलाय. त्याने मला एंबसीच्या जवळपास सुद्धा पाऊल टाकायचं नाही अशी धमकी दिली आहे. शिवाय मी मूडीला सगळं काही सत्य सांगणं हे इस्लाम धर्माप्रमाणे माझं कर्तव्य आहे, असंही त्याने बजावलंय. हे बघ, मी जर वेळच्या वेळी तुझ्या या बेताविषयी मूडीला सांगितलं नाही आणि उद्या तुझ्या आणि माहतोबच्या जिवाचं काही बरंवाईट झालं तर त्याचं पाप माझ्या माथी येईल. त्याला सांगणं मला भाग आहे.''

भीतीने मी थरथर कापू लागले. कदाचित... हे ऐकल्यावर तर मूडी मला मारून सुद्धा टाकेल. आता तो नक्की माहतोबला माझ्यापासून तोडणार आणि मला अक्षरशः एका खोलीत बंद करून ठेवणार यात शंकाच नव्हती. आत्तापर्यंत जे थोडं फार बाहेर पडायचं स्वातंत्र्य होतं, तेही आता गेलंय. हे ऐकल्यावर तो माझ्यावर कधीच विश्वास ठेवणार नाही.

''एलन, प्लीज, माझ्यावर दया कर,'' मी हुंदका दाबत कशीतरी म्हणाले, ''निदान मला स्वतःची चूक स्वतः त्याच्यापुढे कबूल करायची संधी दे.''

मी फोनवर रडले, भेकले, ओरडले, दयेची याचना केली, आमच्या दोघींच्या अमेरिकन असल्याच्या नात्याची आठवण करून दिली पण काही फायदा झाला नाही. तिचा निर्धार कायमच राहिला. आमच्या दोघींच्या, माझ्या आणि माहतोबच्या भल्यासाठी, आमच्यावरील प्रेमाखातर आणि इस्लामधर्माचे पालन करण्याखातर हे मूडीला सांगणं भागच आहे असं ती परत परत म्हणत राहिली.

''निदान मला मूडीला हे सांगण्याची संधी दे,'' मी जिवाच्या आकांताने

ओरडले, "मी जास्त व्यवस्थित समजावून सांगू शकेन."

"ठीक आहे," एलन थोडा विचार करून म्हणाली, "अजून थोडी मुदत मी तुला देते. पण तू जर लवकर ठरल्याप्रमाणे त्याला सांगितलं नाहीस, तर मात्र मी सांगणार."

मी फोन ठेवला. आपला गळा दाबून कुणीतरी आपला जीव घेतंय असं मला वाटू लागलं. आता मी काय करू शकणार होते? किती काळ मी थांबू? एलनने मूडीजवळ माझी चहाडी इतक्यात करू नये म्हणून मी काय युक्ती करू? का खरंच ती म्हणते तसं मूडीला सांगणं मला भाग आहे? आणि नंतर त्याची प्रतिक्रिया काय होईल? तो मला भरपूर मारहाण करणार यात तर शंकाच नव्हती. पण रागाने आंधळा होऊन आणखी काही बरंवाईट... आणि मग???

कशाला मी भोळेपणाने त्या एलनजवळ मोकळेपणे सगळं सांगितलं? काय गरज होती इतका विश्वास टाकायची? पण आपलं दुर्दैव आपल्या स्वतःच्याच देशातल्या, खुद्द अमेरिकन स्त्रीच्याच रूपात आपल्याला भेटेल हे मला तरी आधी कुठे ठाऊक होतं?

माझं मन सैरभैर झालं. वाटेल ते वेडेवाकडे विचार मनात येऊ लागले. म्हणून मी उठून घरातला पसारा आवरायला सुरुवात केली. आधी स्वयंपाकघर. ते घाणीने भरलेलं होतं. फरशीवर तर पाऊल ठेवणं शक्य नव्हतं. मी आधी झाडू घेऊन फरशी धुऊन काढली. कपाटाच्या खालून अर्धमेली झुरळं तडफडत बाहेर आली.

घशातून बाहेर पडणारी मळमळ दाबत मी सगळं स्वयंपाकघर लखलखीत केलं. बाहेरच्या खोलीत पंधरा लहान मुलांनी नुसता धुमाकूळ घातला होता.

घरात काय भाजीपाला, सामानसुमान आहे याचा अंदाज घेऊन मी रात्रीचं जेवण तयार करण्याच्या मागे लागले. या माणसांच्या जीवनात जेवणखाण या गोष्टीला इतकं महत्त्व होतं की क्रियाकर्म करून परतल्यावर आयतं जेवण समोर आलेलं बघून सगळे नक्कीच खूष होतील, असा मी विचार केला.

भीतीने काळीज घशात आलं होतं. कसंतरी स्वयंपाकात मी मन रमवत होते. निलूफरच्या अशा दुःखद, अकाली मृत्यूमुळे आम्ही अजून किती तरी दिवस होमोंझ आणि एलनला भेटू शकणार नाही व तेवढंच माझं मरण थोडं पुढे ढकललं जाईल असा मी मनाला दिलासा देत होते. कदाचित माझं नशीब जर फारच बलवत्तर असेल तर मिस अलावी त्यापूर्वीच काही तरी हालचाल करेल आणि माझी सुटकासुद्धा होईल.

काम कर, काम. विचार करू नकोस, असं मी माझ्या मनाला बजावत होते.

मी स्वयंपाकघरात 'तास्कोबोब'– घेवड्याच्या शेंगा आणि कांद्याची परतून भाजी करत होते तेवढ्यातच माणसं परत आली. फरिश्ते तातडीने स्वयंपाकघरात

शिरली. भाजीच्या पातेल्यात डोकावून नाक मुरडत म्हणाली, ''यात कोणी कांदा घालतात का? असं करू नको.''

मी म्हटलं, ''असू दे, मला जमेल तसं मी करते आहे.''

त्यावर ती म्हणाली, ''हे कुणी खाणार नाही.''

पण घडलं त्याच्या अगदी उलट. दमून आलेली माणसं पोटभर जेवली. स्वयंपाक आयता केलेला बघून सर्वांनी माझी तारीफच केली. मूडीपण त्यामुळे खूष झाला. आता नंतरचा आठवडा क्रियाकर्मात, निरनिराळ्या धार्मिक विधीत, नुसता गडबडीत जाणार होता. कुणीही न सांगता मी आपणहोऊन मुलांना सांभाळणे आणि स्वयंपाकाची जबाबदारी माझ्या शिरावर घेतली. जोडीला घरकाम होतंच.

त्या दिवशी दुपारी सगळे पोटभर जेऊन आडवे झाल्यावर कलकलाट करणाऱ्या मुलांना बागेत खेळायला नेण्याचा मी विषय काढला तेव्हा कुणी नाही म्हणायचा प्रश्नच नव्हता. पण माजिदला मुलांची भारी आवड. तोही निघाला आमच्याबरोबर. आता काय करायचं? बागेत हेलन आली आणि दुरूनच मी तिला मानेनेच नाही अशी खूण केली. थोडा वेळ वाट बघून ती निघून गेली.

आठवडा असाच गेला. फोनच्या जवळ सुद्धा जाता आलं नाही. घरात इतकी माणसं होती. अखेर मूडीने मला जेव्हा सांगितलं की आता येत्या शनिवारी दुखवटा संपणार तेव्हा माहतोबला शाळेत जाऊ दे, तेव्हा माझा जीव भांड्यात पडला. कारण रविवारीच माझी आणि मिस अलावीची भेट ठरली होती.

मूडीचा स्वभाव रागीट. त्यामुळे निलूफरच्या मृत्यूचं दुःख थोडेच दिवस टिकलं. परत त्याची चिडचिड सुरू झाली. अलीकडे परत त्यांच्या डोळ्यांत ती तऱ्हेवाईकपणाची झाक तरळत होती. मला त्याची फार भीती वाटे. कारण तो कुठल्या क्षणी कसा वागेल तेच समजायचं नाही. कधीतरी मला वाटायचं, एलनने त्याला सगळं सांगितलं तर नसेल?

मग शनिवारी आम्ही दोघी शाळेत जायची तयारी करायला लागलो तसा तो विनाकारण आदळआपट करू लागला. आज आम्हाला क्षणभरही नजरेआड करायला नको म्हणून तो शाळेत पोचवायला आला. टॅक्सीत सुद्धा त्याने मला आणि माहतोबला जोरात ढकललं आणि मग आपण आत बसला. मी आणि माहतोब चोरट्या नजरेने, घाबरून एकमेकींकडे बघायला लागलो.

शाळेत पोचल्यावर तो मोठ्यांदा मला म्हणाला, ''आता पुरे झाले लाड. आता हिला इथे सोडून तू घरी चल.''

माहतोबने माझ्या कमरेला घट्ट मिठी मारून भोकाड पसरले. पाच वर्षांची मुलगी, आपल्या आईबापांच्या या वागण्याचा अर्थ तिला काय कळणार?

"माहतोब, तू शहाणी आहेस, समजूतदार आहेस," मी तिला चुचकारत म्हणाले. पण माझ्या आवाजातला कंप मला लपवता येईना. "सगळं ठीक होईल. मी दुपारी तुला न्यायला येईन हं राजा."

मग ती रडायची थांबवली आणि माझ्याबरोबर वर्गापर्यंत आली. पण परत माझं बोट सोडून वर्गात शिरण्यापूर्वी मुसमुसायला लागली. मी परत जायची वेळ आल्यावर तर तिने आक्रोश सुरू केला.

"माहतोब," मी तिला समजावत म्हणाले, "तू आज रडू नकोस, डॅडी भयंकर चिडलेले आहेत."

ती काही केल्या ऐकायला तयार होईना. तो सगळा प्रकार बघून वर्गातल्या मुलींनी दंगा करायला सुरुवात केली. इतक्यात मूडी तिथे आला. मुली झटपट बुरख्यांनी तोंडे झाकत ओरडू लागल्या.

मूडीचे डोळे आग ओकत होते.

□

१३

मूडीने माहतोबचं बखोटं पकडून तिला एक सणसणीत लाथ घातली. तिचा चेहरा हाताने पकडून त्याने तिच्या एक मुस्काडीत ठेवून दिली.

"नको, तिला मारू नको," मी किंचाळले.

माहतोबने जोरात त्याला हिसडा दिला आणि ती पळत पुन्हा माझ्या जवळ आली. मला मिठी मारून रडू लागली. मूडी तिच्या मागे आला. मी दोघांच्या मधे येण्याचा प्रयत्न केला. पण मला दूर ढकलून त्याने माहतोबला गुरासारखे बदडायला सुरुवात केली.

मी त्याला थांबवायला गेले. माहतोबला मी जवळ ओढू लागले तर त्याने तिला ढकलून भिंतीवर आपटले. आता मात्र न राहवून खानुम शाहीन व इतर शिक्षिका मधे पडल्या. त्यांनी तिला पाठीशी घातले.

ते बघून मूडीने आपला मोहरा माझ्याकडे वळवला. त्याने मला डोक्यावर इतका जोरात फटका मारला की माझ्या डोळ्यापुढे अंधेरी येऊन मी कोलमडले.

"मी तुला ठार मारीन," तो इंग्रजीत किंचाळला. परत माझं मनगट पकडून फरपटत मुख्याध्यापिका खानुम शाहीनच्या समोर घेऊन गेला आणि म्हणाला, "मी हिला ठार मारीन."

मी मनात एकच म्हणत होते, मला हवं तेवढं मार तू, पण माहतोबच्या

वाटेला जाऊ नको. अखेर माहतोबला शाळेत सोडून मी त्याच्याबरोबर जायला निघाले. म्हटलं, इथे ही निदान सुरक्षित तरी राहील.

माहतोब परत एकदा शिक्षकांच्या तावडीतून निसटून माझ्यापाशी आली. तिला धीर देऊन परत पाठवली आणि मी कसायामागून निघालेल्या गाईसारखी घरी निघाले. इथे भर शाळेत, इतक्या बायकांच्या समोर मला मारताना याला भीती वाटली नाही. घरी गेल्यावर तर हा माझा नक्कीच खून करेल. 'मुस्ताकिम'– असं ओरडून त्यानं टॅक्सी थांबवली.

आम्ही टॅक्सीत बसलो. मागच्या बाजूला ४-५ इराणी लोक दाटीवाटीने बसले होते. त्यांची पर्वा न करता तो मला म्हणाला, "आता तुझा खेळ खलास. मी काही आता तुला जिवंत ठेवत नाही."

त्याची अशी बडबड बराच वेळ चालली होती. मी कितीतरी वेळ ऐकून घेतलं. पण संयम तरी किती काळ धरेल माणूस? अखेर मी उपहासाने म्हटलं, "अच्छा? तू मला मारणार आहेस? कसा मारशील?"

"मी एक मोठा सुरा घेऊन तुझे तुकडे तुकडे करून टाकीन. मी तुझे नाक, कान कापून तुझ्या आईबापांना पाठवून देणार आहे. आता ते तुला कधीच बघू शकणार नाहीत. मी अमेरिकेचा झेंडा जाळून त्याची राख तुझ्या प्रेतासोबत त्यांना पाठवून देणार आहे."

हे बोलणे ऐकून मात्र माझा धीर सुटला. मला तरी त्याला असं उपरोधाने बोलून चिडीला आणायची काय गरज होती? आता हा वेडाच्या भरात काय करील? त्याच्या धमक्या खऱ्याखुऱ्या वाटत होत्या. तो तोंडाने जे काही बोलला होता ते खरं सुद्धा करून दाखवणं शक्य होतं.

तो आणखीही किती तरी भरकटत राहिला. पण आता मात्र मी उत्तर दिलं नाही. हा बडबडेल आणि थोड्या वेळाने थांबेल, कदाचित खरं काही करणारही नाही.

टॅक्सी चालली होती. पण आमच्या घराच्या दिशेने नव्हे– मूडीच्या हॉस्पिटलकडे. मूडी आता गप्प झाला होता. नंतर काय करायचं याचा विचार चालू होता.

टॅक्सी ट्रॅफिक जॅममध्ये थांबली. मूडी माझ्याकडे बघत जोरात खेकसला, "उतर!"

"मी उतरणार नाही," मी शांतपणे सांगितलं.

"उतर म्हणतो ना," असं म्हणत माझ्या बाजूचं दार उघडून त्याने मला जोरात रस्त्यावर ढकलून दिलं. मी अवाक झाले. मला काही कळायच्या आत त्याने दार लावून घेतलं आणि मला रस्त्यावर सोडून तो टॅक्सीने निघून गेला.

मी क्षणभर रस्त्यावर उभी राहिले. मला खूप एकटं आणि असहाय्य वाटत होतं. मनात पहिला विचार आला तो माहतोबचा. तो आता परत तिच्या शाळेत

जाईल? तिला मारहाण करेल? पण नाही... तो टॅक्सीत बसून हॉस्पिटलच्या दिशेने गेला होता.

आता मूडी एकदम दुपारी माहतोबला आणायला शाळेत जाईल. निदान तोपर्यंतचा वेळ माझ्या हातात होता.

आधी एखादा फोन शोधून हेलनला एंबसीत फोन करायला हवा. नाहीतर पोलिसांना फोन करावा का? माझी या क्षणी कोण मदत करेल?

पण जवळ कुठेही फोन दिसेना. डोळ्यांतून घळघळा अश्रू वाहत असताना मी वेड्यासारखी इकडे तिकडे बराच वेळ भरकटत राहिले. मग जरा नीट लक्ष दिल्यावर मला कळलं, मी एलन आणि होर्मोझच्या घराच्या जवळच येऊन पोचले होते. मी जोरात धावत सुटले. पायघोळ अंगरख्याने धड पळताही येत नव्हतं. एलन आणि होर्मोझ, दोघेही घरी असूदेत अशी मी देवाची प्रार्थना केली. मला जर एंबसीशी संपर्क साधता येत नसेल तर निदान एलन आणि होर्मोझवर तरी विश्वास टाकायला हवा. कुणीतरी माझ्या बाजूचं हवं.

मी एलनच्या घराजवळ पोचले तसं मला ते दुकान दिसलं. याच दुकानातून एलन फोन करत असे. जर मी इथून फोन करून एंबसीतल्या लोकांशी बोलले तर. एलनच्या घरावरून पुढे जाऊन मी दुकानात शिरले. मी एलनची मैत्रीण असून मला फोन करायचा आहे असं त्या दुकानदाराला समजावून सांगितलं. तो हो म्हणाला.

एंबसीतून हेलनचा आवाज फोनवर ऐकताच माझा धीर सुटला. "मला मदत कर, प्लीज." असं म्हणून मी हुंदके देऊन रडू लागले.

"जरा धीर धर, मला काय झालं ते नीट सांग पाहू," हेलन म्हणाली.

मी जमेल तशी सगळी हकिकत सांगितली.

"हे बघ, तो काही तुला ठार वगैरे मारणार नाही," ती मला समजावत म्हणाली, "याआधीही तो अशा तऱ्हेच्या धमक्या देतच होता ना?"

"पण या वेळी तो धमकी खरी करेल अशी चिन्हं आहेत. आजच. प्लीज, तू मला भेटायला ये."

"तू एंबसीत येऊ शकशील का?" हेलनने विचारलं.

मी मनात विचार केला. एवढी मोठी लांबची चक्कर घेऊन मला तिथे जाणं शक्य नव्हतं. दुपारच्या आत काही झालं तरी मला माहतोबच्या शाळेत पोचायचं होतं. तिच्या जिवाचा प्रश्न होता. "मी येऊ शकत नाही," मी म्हणाले. एंबसीत हेलनला प्रचंड काम होतं, माझ्यासारख्या दर्दभऱ्या कहाण्या घेऊन शेकडो लोक तिच्याकडे येत असतील. ती तरी एवढा वेळ कुठून काढणार होती? पण मी तशीच हट्टाने रडत ओरडत तिला येण्याची विनंती करत राहिले.

"ठीक आहे, कुठे?"

"माहतोबच्या शाळेत."

"ठीक आहे."

तशीच डोळ्यांतलं पाणी टिपत मी ऑरेंज टॅक्सीच्या शोधात दुकानाबाहेर आले. इतक्यात होर्मोझने खिडकीतून मला पाहिलं. तो जोरात हाका मारू लागला, "बेटी, कुठे निघालीस?"

"कुठे नाही. मला जाऊ दे. मी ठीक आहे," असं मी ओरडले खरी पण माझ्या अवतारावरून काही तरी घडलं असावं असा त्याने अंदाज केला. तो भराभर जिने उतरून रस्त्यावर आला.

"काय झालं ते तर सांगशील?"

"मला जाऊ दे," मी अजूनही हुंदके देत होते.

"हे बघ, या अशा स्थितीत काही आम्ही तुला जाऊ देणार नाही. काय झालं?"

"काही नाही. मला जायलाच हवं."

"घरी चल," होर्मोझ हळुवार आवाजात म्हणाला, "काय घडलं ते सगळं नीट सांग आणि मग आम्ही तुला शाळेत घेऊन जाऊ."

"नाही. मी एंबसीच्या लोकांना फोन केला आहे आणि त्यांचे लोक मला शाळेपाशी येऊन भेटणार आहेत," मी म्हणाले.

हे माझे शब्द ऐकून मात्र होर्मोझला राग आला. "पण तू एंबसीला फोन कशाला केलास? काय संबंध त्यांचा? या सगळ्या गोष्टीपासून त्यांना चार हात दूरच ठेव. ते तुझी कुठल्याही प्रकारे मदत करणार नाहीत."

माझ्याकडे काही उत्तर नव्हतं. मी नुसता एक हुंदका दिला.

"तू फार मोठी चूक करते आहेस," होर्मोझ समजावणीच्या सुरात म्हणाला, "तू एंबसीला फोन केला होतास हे जर का मूडीला कळलं तर कठीण परिस्थिती होईल."

"मी निघते," मी म्हणाले, "मला माहतोबच्या शाळेत पोचायचंय."

मी ऐकत नाही असं बघून शेवटी होर्मोझ म्हणाला, "चल, मी आणि एलन तुझ्याबरोबर येतो."

आम्ही शाळेत पोचलो. मुख्याध्यापिका खानुम शाहीन म्हणाली, "माहतोब तिच्या वर्गातच होती. रडणं थांबलं होतं पण हुंदके चालू होते." आम्ही आत्ता तिच्यासमोर जाऊ नये नाहीतर परत ती रडायला लागेल, असं मुख्याध्यापिकेचं म्हणणं पडलं. एलन आणि होर्मोझ मुख्याध्यापिकेशी बराच वेळ बोलले. मी मूडीच्या विचित्र वागण्याबद्दल आणि आजच्या मारहाणीबद्दल जे जे सांगितलं

त्यातलं अक्षर न अक्षर खरं होतं असा तिने त्यांना हवाला दिला. होर्मोझला ते सगळं ऐकून खूपच वाईट वाटत होतं. त्याला मूडीचा हा तऱ्हेवाईकपणा, वेडेपणा ऐकून धक्का बसला आणि माझ्याबद्दल सहानुभूती वाटली. काय केलं म्हणजे हा सगळा वेडेपणा थांबेल याबद्दल तो विचार करू लागला.

थोडा वेळ गेला आणि मिसेस अझर घाईघाईने माझ्यापाशी आली. ''बाहेर कुणीतरी तुला भेटायला आलंय.''

''कोण?'' खानुम शाहीननं संशयाने विचारलं.

होर्मोझने फारसीत तिला काहीतरी सांगितलं आणि तिचा चेहरा काळाठिक्कर पडला. आपल्या शाळेत यू. एस. एंबसीचे अधिकारी आलेले तिला अजिबात आवडले नव्हते. तिच्या रागावलेल्या चेहऱ्याकडे दुर्लक्ष करून मी बाहेर गेले.

हेलन आणि तिचे बॉस मि. व्हिनकॉप शाळेबाहेर थांबले होते. त्यांनी मला गाडीच्या मागच्या सीटवर बसायची खूण केली. गाडी साधीच होती. ती एंबसीची आहे असं दर्शवणारी एकही खूण त्यावर नव्हती. मी त्यांना थोडक्यात आज शाळेत मूडीने केलेल्या प्रकाराबद्दल सांगितलं.

''आम्ही आता तुला पोलीस चौकीत घेऊन जातो,'' मि. व्हिनकॉप म्हणाले.

'पोलीस' हा शब्द ऐकल्यावर मला शहारे आले. मी पूर्वीही अनेकदा पोलिसांची मदत मागण्याबद्दल मनात विचार केला होता, पण प्रत्येक वेळेला मी तो विचार बाजूला टाकला होता. अखेर पोलिसही इराणीच होते. इराणी कायदेच पाळणारे. इराणी कायद्याप्रमाणे मूडीला त्याच्या कुटुंबामध्ये सर्वाधिकार होते. थोडीफार मदत पोलिसांनी जरी केली असती तरी त्या सगळ्याचा शेवट कशात झाला असता त्याची मला भीती वाटत होती. पोलिसांनी आपला अधिकार वापरून माझी सुटका केली असती, मला अमेरिकेला पाठवून दिलं असतं. पण माहतोबला मात्र जन्मभर इथेच आपल्या वेड्या बापाबरोबर राहावं लागलं असतं. पण आता मात्र परिस्थिती अशी आली होती की, पोलिसांकडे जाण्यावाचून काही गत्यंतर उरलेलं नव्हतं. आज मूडीचा वेडेपणा भलत्याच थराला जाऊन पोचला होता. तो काय करेल आणि काय नाही याचा काही भरवसाच उरला नव्हता. मला माझी, पण त्याहूनही जास्त माहतोबची काळजी वाटत होती.

''ठीक आहे,'' मी म्हणाले, ''मी तयार आहे. पण आधी मला आत जाऊन माहतोबला घेऊन येऊदे.''

मी शाळेत परत गेले. होर्मोझ आणि एलन अजूनही मुख्याध्यापिकेशी बोलत होते.

''मी माहतोबला नेत आहे,'' मी इंग्रजीत मुख्याध्यापिकेला म्हणाले.

मिसेस अझरने तिला माझं म्हणणं समजावून सांगितल्यानंतर तिचा चेहरा,

आविर्भाव सगळं काही बदललं. इतके दिवस मुख्याध्यापिकेला माझ्याविषयी सहानुभूती वाटत होती. तिने तिच्यापरीने शक्य तेवढी मदतही केली होती. आज सकाळी सुद्धा तिने उघड उघड माझ्या नवऱ्याविरुद्ध माझी बाजू घेतली होती. पण मी खुशाल यू. एस. एंबसीच्या अधिकाऱ्यांना तिच्या शाळेत आणण्याची घोडचूक केली होती. माझ्या या गुन्ह्याला तिच्या लेखी क्षमाच नव्हती. त्यांच्या शाळेत अमेरिकाविरोधी धोरणाचा अवलंब केला जात असताना अमेरिकन अधिकाऱ्यांना आत आणणं म्हणजे शाळेशी प्रतारणा करण्यासारखं होतं. तिच्याशी वैयक्तिक प्रतारणा करण्यासारखं होतं.

खानुम शाहीन म्हणाली, "ते शक्य नाही. इथे इस्लामी नियमांचं पालन होतं. कायद्याने मुलगी आपल्या वडिलांच्या ताब्यात असते. या परिस्थितीत आम्ही मुलीला तुमच्या हवाली करू शकत नाही."

"पण तुम्ही केलंच पाहिजे," मी किंचाळले, "नाहीतर तो तिला मारून टाकेल."

खानुम शाहीनचा स्वर अधिकच करारी बनला, "नाही," ती ठामपणे म्हणाली, "खरं तर तुम्ही एंबसीच्या लोकांना शाळेत बोलावणं गैर आहे."

"ठीक आहे," मी म्हणाले, "माझ्याबरोबर तुम्ही स्वतः नाही तर शाळेतलं कुणीतरी पोलिसात याल का?"

"नाही," खानुम शाहीन म्हणाली, "आम्हाला यातलं काही एक ठाऊक नाही."

शेजारी दुसरी एक ऑफिसातील कर्मचारी स्त्री उभी होती, मातावी. ती माझ्याकडे इतरांबरोबर इंग्रजी शिकत असे. तिच्याकडे वळून मी म्हणाले, "त्याने तशी धमकी दिलेली तुम्ही ऐकली आहे, हो की नाही?"

ती म्हणाली, "हो, ऐकली आहे."

"मग तुम्ही येणार का पोलिसात, तशी साक्ष द्यायला?" मी विचारलं.

मातावीने अस्वस्थ होऊन खानुम शाहीनकडं पाहिलं. त्यांची नजरानजर झाल्यावर ती म्हणाली, "नाही."

मग पुढे म्हणाली, "शाळेचे तास चालू असताना काही मी तुमच्याबरोबर येऊ शकत नाही. पण शाळा संपल्यावर मी जरूर पोलिसात यायला तयार आहे."

हे तिच्या तोंडचे शब्द ऐकून खानुम शाहीन संतापली. माझी आणि माझ्या मुलीची अशी पिळवणूक करणाऱ्या असल्या कायद्याचा मला उबग आला. माझ्या स्वतःच्या असहाय्यतेची चीड आली. मी बाहेर परत गेले.

"माझी मुलगी ते माझ्या ताब्यात देत नाही म्हणाले, आणि ते पोलिसांकडेही यायला तयार नाहीत," मी हेलनला म्हणाले.

"मग आता तू काय करणार?" हेलनने विचारलं.

"कोण जाणे." मी म्हणाले. 'पोलीस' आणि 'इस्लामचा कायदा' हे दोन शब्द माझ्या मनात घुमत होते. या इस्लामच्या कायद्याचा इतका मोठा पगडा खानुम शाहीनसारख्या सज्जन स्त्रीवर असेल तर मग पोलिसांकडून मी सहानुभूतीची काय अपेक्षा करावी? त्यात ते नक्की पुरुष असणार. पोलिसात एकदा गेलं की माहतोबची आणि आपली कायमची ताटातूट होणार हे नक्की ठरलेलं आणि ही गोष्टी मी माझा प्राण गेला तरी होऊ देणार नव्हते. मग आता मूडी परत असं वेड्यासारखं वागणार नाही अशी देवाची प्रार्थना करत सतत भीतीच्या छायेत जगायचं... दुसरा तरी काय उपाय होता?

मग मी हेलनला मिस अलावीबद्दल सगळं सांगितलं. तिचा भाऊ मला पाकिस्तानाच्या सरहद्दीपार पळून जायला मदत करणार आहे तेही सांगितलं. "अगदी थोड्या दिवसाचा प्रश्न आहे. हातातोंडाशी आलंय. मला निदान या संधीची वाट बघून त्यातून काही होतंय का ते तरी पाहायला हवं. कदाचित पळून जाता येईलही," मी म्हणाले.

"वेडी आहेस का? मुलीला राहू दे इथेच, तिच्या वडिलांजवळ आणि तू पोलिसांकडे जा. तुला राजमार्गाने, उजळ माथ्याने तुझ्या देशात परत जाता येईल," हेलन म्हणाली.

"कधीच नाही," मी जोरात म्हणाले. मला हेलनच्या त्या बोलण्याचं परत नवल वाटलं. खरं तर ती इतकी सज्जन, दयाळू, प्रेमळ होती. तिने असं बोलावं? पण अखेर तिच्यातही थोडंफार इराणी रक्त होतंच. संस्कार सुद्धा तेच होते. मुलं ही वडिलांची खाजगी मालमत्ता आहे हे तिला मान्य होतं. माझं आईचं काळीज तिला कसं कळणार?

"तुम्ही पोलिसात जाणार नाही?" मि. व्हिनकॉप म्हणाले.

"नाही, कारण त्यानंतर मला माहतोब कधी दिसणार नाही," मी म्हणाले.

त्यांनी एक मोठा सुस्कारा टाकला. "ठीक आहे," ते म्हणाले, "आता यापलीकडे आम्ही तुमच्याकरता काही करू शकत नाही. मला वाटतं तुमच्या बरोबर जे कोण आले आहेत त्यांच्याशी मी बोलतो."

मी एलन आणि होर्मोझला बाहेर बोलावलं.

"तुम्ही यांची काही मदत करू शकाल का?" मि. व्हिनकॉप होर्मोझला म्हणाले.

"हो," होर्मोझ म्हणाला, "आम्ही तिला इथे एकटी सोडणार नाही. आम्ही मूडी येईपर्यंत इथे थांबू. मग आम्ही बेटी आणि माहतोब दोघींना आमच्या घरी नेऊ. हा सगळा प्रश्न सुटेपर्यंत त्या आमच्याकडेच राहतील."

आता सगळे शांत झाले. एलन आणि होर्मोझची मला मदत करायची खरंच इच्छा होती. हेलन आणि मि. व्हिनकॉप या दोघांनीही मला त्यांच्या घरचे टेलिफोन नंबर दिले. काही अडचण आली तर लगेच फोन कर असं सांगून ते निघून गेले.

मी, एलन आणि होर्मोझ गाडीत बसून मूडीची वाट पाहू लागलो. थोड्या वेळाने होर्मोझ म्हणाला, "बेटी, खरं तर या सगळ्या एंबसी प्रकरणाची मूडीला माहिती देणं हा आमचा धर्म आहे. आमचं कर्तव्य आहे. तरी पण तुला त्रास होऊ नये म्हणून यातलं अक्षरही आम्ही मूडीला सांगणार नाही. पण आता यातून काही तरी व्यवस्थित मार्ग काढायला हवा. तू पुन्हा असलं काही करणार नाहीस असं आम्हाला वचन दिलं पाहिजेस."

"थँक यू," मी हळूच म्हणाले, "माझ्या माहतोबकरता मला इराणमध्ये कायमचं राहावं लागलं तरी मी राहीन. मी परत पळून जायचा प्रयत्न करणार नाही."

मला हे नंतर सगळं कुराणावर हात ठेवून सांगावं लागेल असं त्यांनी बजावलं.

थोड्याच वेळानंतर टॅक्सीतून मूडी आला. मी होर्मोझ आणि एलनबरोबर गाडीत बसल्याचं त्याने लगेचच पाहिलं आणि तो जवळ आला तोच धुमसत.

"आपल्या भानगडीत त्यांना ओढायचं काय काम होतं?" तो माझ्यावर ओरडला.

"तिची काही चूक नाही. ती नकोच म्हणत होती. पण आम्हीच आग्रह धरला," होर्मोझ म्हणाला.

"सगळं खोटं," मूडी ओरडला, "तिने तुम्हाला मुद्दाम आमच्या भानगडीत मधे घातलं."

मम्मल आणि रेझा आपल्या दाहीजानच्या पुढे एक अक्षरही बोलायला कचरत. पण होर्मोझ थोडाच ऐकून घेणार? मूडीहून वयाने तरुण, तब्येतीने दणकट आणि पिळदार अंगयष्टीच्या होर्मोझने तशीच वेळ आली असती तर मूडीला सहज लोळवले असते. ही गोष्ट मूडीलाही ठाऊक होती. पण अर्थात होर्मोझही खूप शांतपणे, संयमाने बोलला.

"हे बघ, आपण माहतोबला घेऊ आणि सगळेच आमच्या घरी जाऊ. तिथे सर्व नीटपणे बोलू," तो म्हणाला.

थोडा वेळ विचार करून मूडीने ते मान्य केलं.

दुपारभर माहतोब माझ्या मांडीवर किलकिले डोळे करून पडून होती. मूडीची धुसफूस चालूच होती. त्याने एलन आणि होर्मोझजवळ माझ्याबद्दल तोंडाला येईल ते सांगितलं. मी इतकी वाईट होते की खरंतर त्याने मला केव्हाच घटस्फोट द्यायला

हवा होता. अयातुल्ला खोमेनीसारख्या महात्म्याचा मी तिटकारा करत असे. मी खरं तर सी. आय. ए. ची एजंटच होते. त्याचं हे सगळं बरळणं त्याच्या मनाचा समतोल ढळल्याचंच लक्षण होतं.

आता मूडीची खोड जिरवण्याची छान संधी चालून आली होती. मी लगेच म्हणाले, "याला इराणमध्ये का राहायचंय आणि अमेरिकेत परत का जायचं नाहीये त्याचं कारण हा अगदी वाईट डॉक्टर आहे," मी मुद्दाम त्याला चिडवायचंच ठरवलं होतं. खरं तर माणूस म्हणून जाऊ दे, पण एक डॉक्टर म्हणून त्याच्याबद्दल काही शंका घ्यायला जागाच नव्हती. तरी पण मी म्हणाले, "हा इतका बुद्दू आहे की तिकडे त्यांनी हॉस्पिटलच्या नोकरीवरून याला लाथ घालून हाकलून दिलं. याच्यावर कोर्टात लोकांनी एकामागोमाग एक किती तरी केसेस केल्या आहेत, गैरवर्तणुकीबद्दल."

आमची अशी शाब्दिक हाणामारी आणखीही कितीतरी वेळ चालू राहिली. मग होर्मोझ आणि मूडी उठून कोपऱ्यावर सिगारेट आणायला गेले.

ही संधी साधून एलनने माझी समजूत काढली. "तू त्याला असं वेडंवाकडं बोलू नकोस," ती म्हणाली, "त्याला बोलू दे काय हवं ते. पण तू उत्तर देऊ नको."

"अगं पण तो माझ्याविषयी काय वाट्टेल ते खोटं नाटं बरळत सुटलाय," मी तिडीक येऊन म्हणाले.

"हो, गं. पण या इराणी पुरुषांना बाईने उलट उत्तर दिलेलं अजिबात सहन होत नाही बघ." एलनने मला सावधगिरीची सूचना दिली.

ते दोघं परत आल्यावर परत भांडण सुरू झालं. आता मात्र मनातून कितीही संताप झाला तरी एलनचं ऐकून मूग गिळून गप्प बसायचं असं मी ठरवलं होतं. तो शब्दांनी शारीरिक मारहाण तर नाही करू शकत! आणि एलन आणि होर्मोझने मला त्यांच्या घरात ठेवून घ्यायचं कबूल केलंच होतं. त्यामुळे मूडीच्या बोलण्याकडे दुर्लक्ष करून मी निमूटपणे बसून राहिले.

त्याचा परिणाम हळूहळू दिसू लागला. मूडी शांत झाला. होर्मोझने परत मध्यस्थी करून आमचा सलोखा घडवून आणण्याचा प्रयत्न चालू केला. आंतरजातीय विवाह सुद्धा काही अडचणी न येता यशस्वी होऊ शकतात हे त्याने स्वतःच्या आणि एलनच्या उदाहरणावरून आम्हाला पटवून दिलं.

अखेर मूडी म्हणाला, "ठीक आहे, आम्ही आता निघतो."

"नाही," होर्मोझ म्हणाला, "तुमच्यातला तणाव संपेपर्यंत तुम्ही इथून जाऊ नका."

"नाही," मूडी म्हणाला, "आम्ही घरी जातो."

“ठीक आहे,” होर्मोझ म्हणाला. माझा माझ्या कानांवर विश्वास बसेना. “पण खरं तर तुम्ही राहिला असता तर बरं झालं असतं.”

“मला त्याच्या बरोबर पाठवू नका,” मी म्हणाले. बोलता बोलता मला रडू कोसळलं. “तुम्ही वचन दिलं होतं ना?”– एंबसीच्या लोकांना– हे शब्द नशीब मी बोलले नाही. जीभ चावली. “आता मला तिकडे पाठवू नका.”

मूडीकडे रोखून बघत होर्मोझ म्हणाला, “हे बघ तो तुला काही करणार नाही. त्याच्या नुसतं तोंडातच बळ आहे,” आणि त्याने हसून वातावरणात बदल करायचा प्रयत्न केला.

“आपण जायचं आहे,” मूडी निग्रहाने म्हणाला.

“ठीक आहे,” होर्मोझ म्हणाला.

माहतोब घाबरून मला बिलगली. ज्या माणसाने काही तासांपूर्वी आमचा खून करण्याची धमकी दिली होती त्याच्यामागे आम्ही निघालो.

जाण्यापूर्वी मी एलनला कडेला घेऊन म्हटलं, “एलन, आमची मधून मधून चौकशी करत जा. आमचं नक्की काही तरी बरंवाईट होणार अशी मला भीती वाटते आहे.”

आम्ही ऑरेंज टॅक्सीतून फ्रूटज्यूसच्या दुकानापाशी उतरलो. दुकानात लालचुटूक स्ट्रॉबेरी टांगलेल्या बघितल्यावर सगळं विसरून माहतोब म्हणाली, “डॅडी डॅडी, त्या बघा स्ट्रॉबेरी. मला घ्याल?”

मूडी परत खवळला. “काही गरज नाहीये. त्या फार महाग असतात.”

माहतोब रडू लागली. त्याने आम्हाला दोघींना फरपटत घरी नेलं.

□

१४

या असल्या वातावरणात मी अगणित रात्री सताड उघड्या डोळ्यांनी, विचार करत घालवल्या असतील. ही एक अशीच रात्र. पण आत्तापर्यंतच्या सर्व रात्रींहून महाभयंकर.

आम्ही घरी आल्यापासून मूडीने माझ्याकडे संपूर्णपणे दुर्लक्ष केलं होतं. मम्मल, नसरीन यांच्याशी त्याचं काही तरी गुप्त खलबत चाललं होतं. मध्यरात्र उलटून गेल्यावर तो खोलीत झोपायला आला. मी खरं तर जागीच होते पण मी डोळे गच्च मिटून झोपल्याचा बहाणा केला.

तो लगेच घोरायला पण लागला. माझ्या मनात भीतीची पाल चुकचुकत होती. या घरात मम्मल काय, रेझा काय, कुणीच माझं रक्षण करायला येणार नव्हतं. या मूडीचा माथेफिरूपणा दिवसेन् दिवस वाढतच चालला होता. त्यामुळे माझी झोप उडली होती. न जाणो, हा अचानक उठला आणि याने आपला गळा दाबला नाहीतर सुरा खुपसून प्राण घेतले तर! नाही तर... नाहीतर एखादेवेळी प्राणघातक इंजेक्शन देईल.

असा विचार करून डोकं फुटायची पाळी येत होती. रात्र संपायला तयार नव्हती. जरा कुठे खुट्ट आवाज झाला की मी दचकून माहतोबला कुशीत घेत होते.

अखेर 'अझान'च्या आवाजानं पहाट उजाडली. मम्मल आणि नसरीनबरोबर प्रार्थना करायला मूडी निघून गेला. माहतोबनं झोपेत एकदा चळवळ केली. मी तिला शाळेसाठी उठवलं तर रडतच उठली. पोटात दुखतंय म्हणून दहा वेळा बाथरूमच्या खेपा झाल्या. मूडीचा यापुढील बेत काय असेल, हे मला कळून चुकलं. मला वाटलं होतं तसाच मूडी येऊन म्हणाला, "आज मी एकटाच हिला शाळेत पोचवायला जाणार आहे. तू घरी थांबायचंस." हे शब्द ऐकताच मला सर्व काही चित्र स्पष्ट झालं. मला आणि माहतोबला एकमेकींपासून वेगळं ठेवायचं म्हणजे तरी आम्ही अखेर शरण जाऊ.

"माहतोब, डॅडींनी जर चल म्हटलं तर न रडता तुला जावं लागेल. तू शहाणी आहेस ना? आणि डॅडींशी खूप नीट, शहाण्यासारखं वागायचं. जरी डॅडींनी तुला माझ्यापासून दूर नेलं तरी जायचं," मी डोळ्यांतल्या पाण्याला बांध घालत त्या एवढ्याशा जिवाला समजावून सांगत होते. काय इलाज होता दुसरा? "माहतोब, बाळा एक गोष्ट विसरू नकोस, आपण एंबसीत गेलो होतो, आपण पळून जायच्या प्रयत्नात होतो हे चुकून सुद्धा, कुणाजवळही बोलायचं नाही. कुणी तुला मारलं, रागावलं तरी पण तोंडातून याबद्दल एक अक्षरही बोलायचं नाही. कारण हे जर आपण कुणाला सांगितलं, तर मग आपल्याला परत कधीच अमेरिकेला जायला मिळणार नाही. हे आपलं दोघींचं गुपित. समजलं?"

"पण मम्मी, ते मला तुझ्यापासून खरंच दूर नेतील? नाही ना नेणार ममा, नाही ना नेणार?" ते केविलवाणे शब्द ऐकवत नव्हते.

"नेणार नाहीत असं मला वाटतंय. पण जरी समजा नेलंच ना, तरी एक लक्षात ठेव. आपण कधी एकटं नसतो. देव सतत आपल्या पाठीशी असतो. कधी एकटं वाटलं, खूप भीती वाटली की देवाची डोळे मिटून प्रार्थना करायची राजा. मी तुला घेतल्याशिवाय अमेरिकेला कधी, कधी जाणार नाही आणि कधीतरी आपण दोघी इथून जाऊच."

ही सगळी समजूत काढून नंतर शाळेसाठी तिला तयार करण्यात बराच उशीर

झाला. मूडी केव्हाचा तयार होऊन थांबला होता. तो वैतागला. कारण पुढे त्याला हॉस्पिटलमध्ये वेळेत पोचायचं होतं. त्याला खार खायला, चिडायला, संतापायला काही तरी निमित्तच हवं होतं. माहतोबने ते आयतंच पुरवलं. तयार होऊन दारातून बाहेर पडायच्या क्षणभर आधी परत तिच्या पोटातून कळ आली आणि ती बाथरूमकडे धावली. झालं. मूडीच्या संतापाचा उद्रेक झाला. त्याने तिला मधेच अडवलं आणि खेचत दाराबाहेर नेलं.

"तिला बरं नाहीये, मूडी," मी रडले, भेकले, ओरडले. "नको पाठवू तिला शाळेत."

"पाठवणार," तो म्हणाला.

"मग निदान मला तरी येऊ दे, बरोबर."

"नाही," असं म्हणून तिला फरपटत घेऊन तो निघूनही गेला. माहतोबचं रडणं किती तरी लांबून ऐकू येत राहिलं. माझी तडफड होत राहिली. एक जोरात किंकाळी ऐकू आली आणि मी पुढचा मागचा सगळा विचार सोडून पळत त्या दोघांच्या मागे धावले. माहतोबला सोडवायला एखाद्या चवताळलेल्या वाघिणीसारखी मूडीच्या अंगावर झेप घेतली. त्याला ओरबाडलं. त्याच्या शर्टला सुद्धा मोठा धस लागला.

माहतोबला दूर ढकलून मूडी माझ्यावर चाल करून आला. त्याने घरासमोर मला खाली पाडलं आणि दोन्ही हातांनी माझं डोकं जमिनीवर थाड थाड अनेकदा आपटलं.

माहतोब घाबऱ्या घाबऱ्या पळत घरात गेली. ती नसरीनला हाका मारू लागली. मूडी त्या दिशेने बघू लागताच मी संधी साधून नखांनी त्याचा सबंध चेहरा ओरबाडून काढला. मी बराच प्रतिकार करत राहिले पण अखेर त्याने मारलेल्या फटक्याने डोक्यात झिणझिण्या आल्या.

इकडे माहतोब करुणपणे नसरीनच्या विनवण्या करत होती, "माझ्या मम्मीला वाचवा." पण नसरीन बेडरूमचा दरवाजा आतून बंद करून बसून राहिली. ती काही माझ्या मदतीला आली नाही. कुणी आलं नाही.

एव्हाना आम्ही मारत मारत मम्मलच्या घरात पोचलो होतो. मला सोडवण्यासाठी माहतोब पण आत आली होती. माझ्या मनात फक्त एकच विचार होता, या नराधमाच्या ताब्यात तिला देता कामा नये. म्हणून मी जिवाच्या आकांताने ओरडत सुटले, "माहतोब, एसीकडे जा. इथे थांबू नकोस." खूप वेळ सांगितल्यावर ती नाईलाजाने एसीच्या घरी गेली.

आता आमचं अक्षरशः युद्ध सुरू झालं. आपल्या आयुष्याची अखेर जवळ आली आहे असं माझ्या मनाने घेतलं. मी प्राणपणाने प्रतिकार करत राहिले. मूडीने

माझ्या दंडाचा रक्त येईपर्यंत चावा घेतला. मी कळवळले पण त्याच क्षणी त्याला एक लाथ घातली. तो वेदनेने नव्हे, अपमानाने बेभान झाला. त्याने मला दोन्ही हातांनी जमिनीवर आदळलं. मी पाठीच्या मणक्यावर हबकले आणि संपूर्ण शरीरातून जसं काही वेदनेचं मोहोळ उठलं.

मला आपलं आपण उठून बसताही येईना. नंतर कितीतरी वेळ तो मला लाथा घालत, माझे केस ओढत, तोंडाने शिव्याशाप देत उभा राहिला. पण माझी प्रतिकार करायची ताकदच संपली होती. अर्धमेल्या अवस्थेत मी कण्हत पडले होते.

अचानक तो तीरासारखा उठून खोलीबाहेर पडला आणि त्याने दरवाजा लावून बाहेरून कुलूप लावून घेतलं. थोड्याच वेळात एसीच्या घरातून माहतोबच्या किंकाळ्या ऐकू येऊ लागल्या. माझ्या पोटात धस्स झालं. कशीतरी फरपटत लंगडत मी बाथरूममध्ये गेले आणि कमोडचं झाकण बंद करून त्यावर उभी राहिले. खिडकीच्या जवळून जो पाईप गेला होता तो एसीच्या बाथरूमच्या बाहेर गेला होता. त्या पाईपला कान लावून मी काही आवाज ऐकू येतो का ते ऐकू लागले. अवघा जीव कानात गोळा करून. खालच्या घरातून मूडीचा आवाज ऐकू येत होता. तो एसीपाशी माझी गाऱ्हाणी सांगत होता. एसी मात्र हो, नाही एवढीच उत्तरं देत होती. माहतोबचा आवाजही नव्हता.

हे असं बराच वेळ चाललं. अशा अवघडलेल्या स्थितीत, टाचा उंच करून उभं राहून माझ्या पाठीच्या कण्यातून कळावर कळा येत होत्या. पण मला आत्ता, या क्षणी त्याची पर्वा नव्हती. हळूहळू खालून येणारे आवाज लहान लहान होत गेले. बोलणं समजेनासं झालं. आणि... कानठळ्या बसतील एवढ्या मोठ्या आवाजात माहतोबची किंकाळी ऐकू आली.

मी त्या आवाजाच्या दिशेने कान लावून ऐकू लागले आणि एक भयानक सत्याची जाणीव झाली. मूडी तिला बाहेर घेऊन चालला होता. घराबाहेरचे लोखंडी फाटक बंद केल्याचा कर्कश आवाज.. माझ्या खऱ्याखुऱ्या तुरुंगवासाची, एकांतवासाची सुरुवात...

टॉयलेटमधून बाहेर पडून मी नसरीन, मम्मलला हाका मारू लागले. पण ते दोघे कुठेतरी निघून गेले होते. मी घराच्या पुढच्या बाजूच्या बंद खिडकीच्या काचेला नाक लावून पाहण्याचा प्रयत्न केला. थोडंफार दिसत होतं. मूडीने माहतोबला अमीरच्या बाबागाडीत बांधून ठेवलं होतं. हात, पाय जखडलेले...

आत्ता आपण तिला असं खिडकीतून, या स्थितीत बघतोय, हे बहुधा अखेरचंच... असे काहीबाही विचार माझ्या मनात यायला लागले. डोळे पाण्याने परत एकदा भरून आले. मी तशीच धावत कशीतरी बेडरूममध्ये गेले आणि कपाटातून मूडीचा कॅमेरा घेऊन परत खिडकीपाशी आले. माहतोब अजूनही रडत ओरडत होती. मूडी

तिची बाबागाडी तशीच ढकलत होता. मी तेवढ्यात दोघांचा एक फोटो काढला. माझं बाळ मला आता परत कधीच भेटणार नव्हतं...

"बेटी, तू ठीक आहेस ना?" एसी खालून ओरडून विचारत होती. मी बाथरूममध्ये रडत रडत चेहरा, दातातून येणारं रक्त वगैरे धूत होते. तिने ते ऐकलं. "होय," मी ओरडले, "पण मला तुझ्याशी बोलायचंय, तू जरा मागच्या अंगणात ये, मी बाल्कनीत येते."

मी कशीतरी फरपटत बाल्कनीत गेले. "एसी, तू मूडीला घरात का घेतलंस? तू माहतोबला का पाठवलंस त्याच्याबरोबर? का नाही तिला सांभाळलंस?"

"अग ती माझ्या घरात आलीच नव्हती. दाराच्या बाहेरच लपून बसली होती. मूडीने आधी तिला धरलं आणि मगच तो घरात घुसला. मी तरी काय करणार?"

बिचारं माझं बाळ. मी एसीला म्हणाले, "एसी, तू प्लीज मला मदत कर."

"रेझा कामावर गेलाय," ती घाबरून म्हणाली. तिला माझ्याविषयी खूप सहानुभूती होती. पण नवर्‍याच्या परवानगीशिवाय एक पाऊलही उचलायची तिची हिम्मत नव्हती. आणि तेही 'दाहीजान'च्या विरुद्ध? शक्यच नाही. "मी काही करू शकत नाही," ती खिन्नपणे म्हणाली.

"एसी, माहतोब कुठे आहे?"

"देव जाणे. तो तिला कुठे घेऊन गेला, काही कल्पना नाही."

इतक्यात घरातून एसीचा छोटा मुलगा मेहदी रडू लागला. माझा निरोप घेऊन एसी घाईने आत गेली.

मी परत आत आले. काय करावं? एंबसीला फोन करावा का? खरं तर हे आपल्याला आधी कसं सुचलं नाही? हेलन आणि मि. व्हिनकॉप एंबसीत नसले तर घरी तरी असतील. त्यांचे फोन नंबर माझ्याकडे होते. मी धावत स्वयंपाकघरात गेले. पण नेहमीच्या जागी फोन नव्हता.

म्हणजे... मूडीचा हा बेत सकाळपासूनच ठरलेला होता. मम्मल आणि नसरीनचा घरात पत्ता नाही. फोन नेहमीच्या जागी नाही. म्हणजेच घडलं ते फार साधं नव्हतं. माझ्याविरुद्ध पद्धतशीर कट रचण्यात आला होता. मला डोकं शांत ठेवून याचा फार धीराने मुकाबला करायला हवा होता.

पिंजर्‍यात अडकलेल्या जखमी श्वापदाप्रमाणे मी अस्वस्थपणे घिरट्या घातल्या. नंतर सुटकेचा काही मार्ग दिसतोय का म्हणून प्रत्येक भिंतीचा बारकाईने तपास केला. बाल्कनीतून उडी मारावी का? पण त्याने काय होणार? एक तर उंचावरून पडून काहीतरी व्हायचं. शिवाय रेझा आणि एसीच्या घरामागच्या अंगणात आपण

कोंडून पडणार. भोवतीची भिंत इतकी उंच की ती पार करून जाणंच शक्य नाही. आपल्या बाल्कनीतून शेजारच्या घराच्या बाल्कनीत उडी मारावी का? मारायला जमेल का? जमलं तरी ते परत मला मूडीच्या हवाली करणार नाहीत कशावरून?

विचार करून डोकं भणभणू लागलं. परत मी खिडकीला नाक लावून बाहेरचा रस्ता निरखू लागले. रस्त्यावर नेहमीसारखी वर्दळ चालू होती. माझ्यावरच्या संकटाचं कुणाला सोयर सुतक असणार?

खिडकीला मोठे मोठे जाडजाड गज बाहेरच्या बाजूने होते. आतल्या बाजूने काच होती. ही काच काढावी का? निदान बारमधून डोकं बाहेर काढून बघता तरी येईल. मी शोधाशोध करून एक स्क्रू ड्रायव्हर पैदा केला आणि खिडकीची एक काच काढण्यात यश मिळवलं. बारमधून डोकं बाहेर काढून मी वाकून बघू लागले. पण कुणाचंच माझ्याकडे लक्ष नव्हतं. बाहेरची वर्दळ चालू होती. मला कुणी मदत करणार नव्हतं. या नवराबायकोच्या भांडणात कुणी पडणार नव्हतं. थोड्याच वेळात हे मला कळून चुकलं. मी काच परत होती तशी लावून टाकली. उगीच परत आल्यावर मूडीचा रोष ओढवायला नको.

मी परत हॉलमध्ये येरझाऱ्या घालू लागले. माझ्या एक गोष्ट लक्षात आली की घराच्या प्रत्येक खोलीला कडी कुलूप घालायची सोय होती. मूडी मला मनात आणलं तर एकाच खोलीत कोंडून ठेवू शकला असता. परत एकदा मी स्वयंपाकघरात शोधाशोध करून एक सुरी आणली. अशीच आणखी बारीक सारीक एक दोन हत्यारं आणून हॉलमध्ये एका कोपऱ्यात कार्पेटच्या खाली दडवून ठेवली. न जाणो, मूडीने या हॉलमध्ये आपल्याला अडकवून ठेवलंच तर काहीतरी हातात असावं. काही नाही तर निदान दरवाज्याच्या बिजागऱ्यांची खीळ तरी उचकटता यावी.

मग परत सुटकेचा काही मार्ग दिसतो का याचा मी शोध सुरू केला. मला आठवलं, या घरातून बाहेर पडून दुसऱ्या मजल्याच्या जिन्यात जाण्याकरता एक खिडकी होती. तिच्यावर पडदा लटकत असे. मूडी त्याबद्दल विसरला असावा. तिच्या दाराला कुलूप नव्हतं. या खिडकीतून उडी मारून जिन्यात पोचणं सोपं होतं. पण जिना उतरल्यावर खालच्या दरवाज्याला भक्कम कुलूप लटकत होतं. जिन्यात एकदा उडी मारल्यावर खाली जाण्याऐवजी वर छतावर गेलं तर? घराच्या छपरावरून कदाचित शेजाऱ्यांच्या छपरावर उडी मारता आलीसुद्धा असती. पण मला शेजारी आश्रय देतील? नवऱ्याच्या मनाविरुद्ध पळून आलेल्या एका अमेरिकन स्त्रीला? आणि समजा माझी सुटका झाली. तरी पण माहतोबचं काय? तिच्याविना मी जगू कशी?

मी क्षणाक्षणाला मृत्यूच्या सापळ्यात अधिकाधिक गुंतत चालले होते. मला अचानक माझ्या गुप्त टेलिफोनडायरीची आठवण झाली. त्यात बरेच टेलिफोन

नंबर, पत्ते लिहिलेले होते. मला मदत करू इच्छिणाऱ्या व्यक्तीचे. अर्थात ते सांकेतिक भाषेत होते, पण तरीही... यदाकदाचित माझं काही बरं वाईट झालं तरी त्या माणसांच्या जिवाला धोका नको. मी घाईघाईने खोडरबराने ते नंबर व पत्ते खोडून टाकले. काही पानं तर मी सरळ फाडून जाळून टाकली व त्याची राख गटारात टाकली.

अतिश्रमाने आणि वेदनांनी शरीर थकलं होतं, ठणकत होतं. मी जमिनीवर अंग टाकलं आणि ग्लानीने डोळे मिटले.

किती वेळ गेला देव जाणे. जाग आली ती दरवाज्याच्या कुलूपात किल्ली फिरवण्याच्या आवाजाने. मी सावध होऊन बसले. दार उघडून एसी आत आली. तिच्या हातात जेवणाची थाळी होती.

''घासभर खाऊन घे,'' ती माझ्या कपाळावरून हात फिरवत मृदूपणे म्हणाली.

मी थाळी हातात घेतली आणि एसीशी बोलायचा प्रयत्न केला. पण ती फारसं बोलायला तयार नव्हती. खूप घाबरल्यासारखी, कुठल्यातरी दडपणाखाली असल्यासारखी वाटत होती. ती काही न बोलता उठली आणि, ''बेटी, आय ॲम सॉरी,'' एवढंच बोलून बाहेर पडली. जाताना परत दाराला कुलूप लावून गेली. मी जेवणाची भरलेली थाळी उचलून स्वयंपाकघरात नेऊन ठेवली. घशाखाली घास जाणं शक्यच नव्हतं.

कितीतरी तासांनंतर मूडी परत आला. एकटाच.

''ती कुठाय?'' मी रडू दाबत विचारलं.

''तुला काय करायचंय?'' तो खेकसला, ''आता ती माझ्या ताब्यात आहे. तुझा आणि तिचा संबंध नाही.''

तो मला बाजूला सारून बेडरूममध्ये निघून गेला. त्याच्या चेहऱ्यावर मी नखांनी ओरबाडल्याच्या लाल लाल चरचरीत खुणा होत्या. ते बघून त्याही अवस्थेत मला आनंदाच्या उकळ्या फुटल्या. पण माझं बाळ कुठे होतं?

मूडी थोड्या वेळात बाहेर आला. त्याच्या हातात माहतोबचे कपडे आणि तिची लाडकी बाहुली होती.

''ती कुठंय? मला नुसतं डोळ्यांनी तिच्याकडे बघू तरी देशील?''

''तिला तिची बाहुली हवी आहे,'' एवढंच बोलून त्याने मला दूर ढकललं आणि परत घराला कुलूप लावून निघून गेला.

दुपारी मी अंथरुणात निपचित पडून राहिले. अचानक कर्कश बेल वाजली. कुणीतरी आमच्याकडे भेटायला आलं होतं. खाली जिन्यापुढच्या कुलूपबंद दारासमोर उभं होतं. मी इंटरकॉम वरून कोण आहे असं विचारलं. ती एलन होती. मी तिला

घरात बंदिस्त असल्याचं सांगितलं. "तू खिडकीखाली ये म्हणजे आपल्याला बोलता येईल," मी म्हणाले.

मी परत एकदा खिडकीची काच बाजूला काढून डोकं बाहेर काढलं. खाली एलन तिच्या दोघा मुलांबरोबर उभी होती. मुलांना तहान लागल्याने ती वाटेत सहज इकडे शिरली होती. पण मी मुलांना पाणी देऊ शकत नव्हते. मला कोंडून ठेवलं होतं, ते मी छोट्या अलीला समजावून सांगितलं.

आमचा हा सगळा संवाद ऐकून एसी पाण्याने भरलेला पेला घेऊन बाहेर आली.

"बेटी, मी तुझ्यासाठी काय करू?" एलनने विचारलं.

"तू जा आणि होर्मोझला घेऊन ये," मी म्हणाले, "दोघं मिळून मूडीशी जरा बोला."

एलनने ते मान्य केलं आणि ती मुलांना घेऊन गेली. तिच्या 'चादोर' ची टोकं वाऱ्यावर फडफडत होती.

त्याच दुपारी मी बाल्कनीत उभी असताना खालच्या अंगणातून रेझा माझ्याशी बोलला. खरं तर एसीकडे घराची किल्ली होती. तरी पण तो वर आला नाही.

त्याच्याशी बोलताना मला रडू कोसळलं. "रेझा, या कुटुंबातल्या इतर कुणापेक्षाही तू माझ्याशी चांगला वागतोस."

"थँक यू," तो म्हणाला, "पण तू ठीक आहेस ना?"

"रेझा, प्लीज माझी इथून सुटका कर. तू तरी मूडीला काही समजावून सांग. तो नक्की तुझं ऐकेल," मी रडत म्हणाले, "माझी माहतोब मला परत कधी दिसणार का नाही?"

"हे बघ, शांत हो. तो काही माहतोबला तुझ्यापासून कायमचं दूर ठेवणार नाही. त्याचं तुम्हा दोघींवर प्रेम आहे. माहतोब आपल्या आईविना एकटी लहानाची मोठी व्हावी असं त्याला कसं वाटेल? तो आईबापाविना लहानाचा मोठा झाला आहे. तसंच माहतोबचं व्हावं असं त्याला वाटत नाही."

"पण तू त्याच्याशी बोल ना," मी विनवणी केली.

"मी ते मात्र करू शकणार नाही. त्याला जे काही ठरवायचं असेल ते ठरवू दे. मी त्यामध्ये दखल देऊ शकत नाही."

"पण निदान प्रयत्न तर कर. आजच्या आज."

"आज तर शक्यच नाही. मला ऑफिसच्या कामाकरता दौऱ्यावर जायला लागणार आहे. थोड्या दिवसांनी परत आल्यावर बघू," रेझा म्हणाला.

"तू जाऊ नको, प्लीज इथे थांब. मला फार भीती वाटते. मला एकटं राहायचं

नाहीये," मी म्हणाले.

"मला जायला तर लागेलच," रेझा म्हणाला.

संध्याकाळ व्हायच्या सुमारास एसीने दार उघडलं. "चल खाली," ती म्हणाली.

खाली गेले तर एलन, होर्मोझ, रेझा सगळे तिथे बसले होते. मग आम्ही एकत्र बसून या सगळ्यातून काय मार्ग काढता येईल याची सांगोपांग चर्चा केली. आजपर्यंत या सगळ्यांनी प्रत्येक वेळेला मूडीची बाजू घेतली होती, माझ्याविरुद्ध त्याला साथ दिली होती. ते सगळे मनाने वाईट होते वा माझे शत्रू होते अशातला भाग नाही. पण त्यांनी मूडीला साथ देऊन त्यांच्या धर्माचं पालन केलं होतं. पण त्यांना माझ्याबद्दलही माया वाटत होतीच. आणि माहतोब तर सगळ्यांचीच कमालीची लाडकी होती. माझं हे दुःख उघड्या डोळ्यांनी कोणालाच बघवत नव्हतं.

पोलिसात जाणं हे या प्रश्नाचं उत्तर नव्हतं. मी पण त्या गोष्टीला तयार नव्हते. रेझा आणि एसीच्या उपस्थितीत मी एलन आणि होर्मोझजवळ एंबसीकडे मत मागण्याचा विषयसुद्धा काढू शकत नव्हते. शिवाय त्या दोघांनीही एंबसीच्या लोकांशी संपर्क साधायला नाहीच म्हटलं असतं.

आता काय? मूडीशी सगळ्यांनी बोलूनच हा प्रश्न सोडवायला हवा होता. आणि मूडी कुणाचंही ऐकून घेण्याच्या मनःस्थितीत असणार नाही, त्याचं डोकं फिरलेलं असेल अशी सगळ्यांची खात्री होती. केवळ आत्ताच नव्हे तर कधीच नाही.

माझ्या मनात संतापाचे कढ दाटून येऊ लागले. अरे कोणीतरी धरून ठोकून काढा त्याला. नाहीतर कैदेत टाका. मला आणि माहतोबला अमेरिकेला पाठवून द्या. मला सगळ्यांना ओरडून सांगावंसं वाटत होतं. पण वास्तवात ते कसं शक्य होतं? यातून दोन्ही बाजूंना पटेल असा मार्ग मलाच काढणं भाग होतं. डोळ्यासमोर होता फक्त अंधार.

इतक्यात पुढचं फाटक वाजलं. रेझा लगबगीने उठून बाहेर गेला आणि मूडीला घरात घेऊन आला.

"तू वरून खाली कशी आलीस?" तो मला बघून ओरडला.

"एसीकडे त्या घराची किल्ली आहे. तिनेच मला आत्ता बोलावून आणलं."

"आधी किल्ली मला दे," तो एसीकडे बघून खेकसला. एसीने लगेच किल्ली आणून दिली.

"असू दे दाहीजान, तुम्ही बसा," रेझा मवाळपणे म्हणाला.

इतक्यात एलन आणि होर्मोझकडे मूडीचं लक्ष गेलं. "हे दोघं इथे काय

करतायत?'' तो किंचाळला.

"आपल्याला थोड्या अडचणी आहेत,'' मी म्हणाले, "ते दोघं मदत करायला आले आहेत.''

"आपल्याला काहीही अडचणी नाहीत,'' तो परत कर्कशपणे ओरडला, "असल्याच अडचणी तर त्या तुला.'' मग त्या दोघांकडे वळून तो म्हणाला, "आत्ताच्या आत्ता तुम्ही दोघं इथून चालते व्हा बघू. आमच्या भानगडीत नाक खुपसायचं काम नाही.''

हे शब्द ऐकताच एलन आणि होर्मोझ तात्काळ जायला निघाले. "तुम्ही दोघं जाऊ नका,'' मी अगतिकपणे ओरडले, "तुम्ही निघून गेलात तर हा माझा खून करेल. कुणाला कळणार देखील नाही.''

"हे बघ, त्याने आम्हाला जा म्हणून सांगितल्यावर आम्ही आता थांबणार नाही, तू आणि तुझं नशीब,'' होर्मोझ म्हणाला.

ते दोघे निघून गेले. मूडीने मला खेचत वर आणले आणि आपणही आत येऊन घराला आतून कुलूप घातलं.

"मम्मल आणि नसरीन कुठे आहेत?'' मी घाबरत घाबरत विचारले.

"तुझं हे असलं वागणं आणखी किती सहन करणार ते लोक?'' मूडी गुरकावत म्हणाला, "ते दोघं नसरीनच्या माहेरी राहायला गेले आहेत. तूच घालवून दिलंस त्यांना.'' मूडीच्या डोळ्यांत आणि आवाजात ती वेडेपणाची झाक परत तरळत होती. "हे बघ, या सगळ्या प्रकारात दुसऱ्या कुणीही तोंड खुपसलेलं मला चालणार नाही. तू कुणाजवळ याविषयी ब्र देखील काढायचा नाही. मी आता सगळ्यांना चांगला सरळ करणार आहे.''

रात्रभर आम्ही दोघंच तिथे होतो. एकाच पलंगावर शेजारी शेजारी. मी शक्य तेवढं अंग चोरून झोपले होते. मला त्याचा स्पर्शदेखील नको होता. रात्रभर मी मनातल्या मनात देवाची आळवणी करत होते. झोप लागत नव्हती.

दुसऱ्या दिवशी सकाळी मूडी कामावर जायला तयार होऊन निघाला. जाताना माहतोबचा बनी रॅबिट म्हणाला, "तिला हा हवाय.'' आणि निघून गेला.

□

१५

मी तो गेल्यानंतर कितीतरी वेळ माहतोबच्या नावाचा जप करीत बिछान्यावर पडून होते. सगळं अंग कालच्या माराने ठणकत होतं. कंबरेतून आणि पाठीतून तर

असह्य कळा येत होत्या.

असे किती तास गेले कुणास ठाऊक. जाग आली आणि बाहेरच्या लोखंडी फाटकाचा आवाज आला. मी बाल्कनीपाशी आले.

मरियम, एसीची मुलगी उन्हात खेळत होती. ती तिची आणि माहतोबची आवडती जागा होती. मला बाल्कनीत पाहून तिने गोड आवाजात हाक मारली, ''आंटी, माहतोब कुठे आहे?''

माझे डोळे भरून आले. काय सांगायचं हिला? मी आत आले.

मी माहतोबला वाचवण्याकरता इराणमध्ये १५ दिवसांसाठी आणलं. आणि इथे आणल्यावर तिला कायमची गमावून बसले. मला निराशेने घेरलं. आता जगण्यासारखं होतंच काय या आयुष्यात? पण नाही. धीर धरायला हवा. शांत राहायला हवं. मी मनाला समजावले. मूडीने मारून मारून माझं शरीर निष्प्राण केलं तरी चालेल. पण माझी जिद्द, माझा आत्मविश्वास, धैर्य याला त्याने धक्का लावता कामा नये.

मूडी माहतोबशी, आपल्या लाडक्या, एकुलत्या एक मुलीशी असं वागू तरी कसं शकला? आणि माझ्याशी तरी? मी ज्याच्या प्रेमात पडून लग्न केलं तो हाच का माणूस? शक्य नाही.

मग असं मध्ये काय घडलं? मला म्हटलं तर आता सगळं कळत होतं पण ते ज्याच्या त्या वेळी कळलं नाही. गेल्या आठ वर्षांच्या संसारातला एकेक दिवस मी पारखून पाहिला. जेव्हा जेव्हा मूडीचे नोकरीमध्ये धंद्यामध्ये काही अडचणी आल्या, उलट सुलट मनाविरुद्ध गोष्टी घडल्या त्या त्या वेळी त्याचा हा वेडेपणा, माथेफिरूपणा डोकं वर काढून आला होता. पण सगळं सुरळीत झाल्यावर तो परत अदृश्यही झाला होता.

पण हे असं काहीतरी होईल याची मात्र मला स्वप्नातसुद्धा कधी कल्पना आली नाही. भूतकाळातील घटना परत एकदा माझ्यापुढे पिंगा घालू लागल्या.

आठ वर्षांपूर्वी डेट्रॉईट ऑस्टोपॅथिक हॉस्पिटलमध्ये मूडीची निवासी डॉक्टर म्हणून काम करण्याची मुदत संपत आली असताना आमच्या दोघांपुढे एक मोठा प्रश्न आ वासून उभा राहिला. यानंतर आपण एकत्र राहायचं का, लग्न करायचं का? का वेगवेगळ्या वाटेने जाऊन आपापल्या करियरच्या मागे लागायचं? अखेर आम्ही विचारविनिमय करून निर्णय घेतला. कॉर्पस ख्रिस्ती येथील हॉस्पिटलमध्ये भूलतज्ज्ञाची जागा रिकामी होती. पगारही चांगला होता.

माझं एक मन मिशिगन सोडायला, आईवडिलांपासून दूर जायला तयार नव्हतं. पण एका सुविद्य, यशस्वी आणि माझ्यावर मनापासून प्रेम करणाऱ्या डॉक्टरची पत्नी म्हणून जगण्याची पण तितकीच उत्सुकता मनात होती.

ज्यो आणि जॉन दोघेही त्या कल्पनेवर खूष होते. पण आमच्या लग्नाला थोडेच दिवस उरले असताना अचानक जॉन मला म्हणाला, ''ममा, मला नाही मूडीबरोबर राहावंसं वाटत.''

''का रे?'' मी संभ्रमात पडून विचारलं.

''तो मला सारखी चॉकलेटं, गोळ्या आणतो. माझे दात किडतील ना.''

यावर मला मनापासून हसू आलं. मूडी म्हटलं की खाऊ, दंगा, मौजमस्ती असं जणू मुलांच्या मनात समीकरणच ठरून गेलं होतं.

सगळं बाजूला ठेवलं तरी मूडीचं आणि माझं एकमेकांवर प्राणापलीकडे प्रेम होतं. एवढी गोष्टसुद्धा आम्हाला लग्न करायला पुरेशी होती. अखेर आम्ही ६ जून १९७७ या दिवशी ह्यूस्टन मधील एका मशिदीत लग्न केलं. अगदी साधेपणाने.

त्यानंतरचा काळ माझ्या आयुष्यातला कमालीच्या आनंदाचा गेला. मूडीच्या प्रेमाच्या वर्षावाने मी गुदमरून गेले. फुलं, भेटी आणि गोड बोलणं... या कशाची मला सवय नव्हती. विशेषतः पाहुणेमंडळी जमली की त्यांच्यासमोर हमखास कौतुकाला बहर यायचा. अशाच एका पार्टीत मूडीने माझ्याकरता एक भली मोठी ढाल आणली. त्यावर लिहिलेलं होतं– जगातल्या सर्वोत्तम पत्नीस अर्पण. याशिवाय रोज वेगवेगळी पुस्तकं नाहीतर सुमधुर नादपेट्या तर किती प्रकारच्या, कोरीव नक्षीच्या, नाजूक, सुंदर. माझ्यावरील प्रेमाचं त्याने जाहीर प्रदर्शन केलं नाही असा एकही दिवस गेला नसेल.

मूडीने भूलतज्ज्ञाचं शिक्षण घेऊन खूपच चातुर्य दाखवलं होतं. कारण भूलतज्ज्ञाला भूल देण्याव्यतिरिक्त खुद्द ऑपरेशन, बाळंतपण वगैरे करण्याची जबाबदारी नसते. शिवाय त्याच्या हाताखाली त्याच्या विषयातील चांगल्या अनुभवी आणि कुशल परिचारिकांचा ताफा सुद्धा होता. त्यांच्यावर जातीने लक्ष ठेवलं की झालं. असे दिवसातून तीन ते चार रोगी तरी असायचे. प्रत्येकाकडून भरभक्कम फी मिळायची. कामाव्यतिरिक्त उरलेला वेळ काहीच बंधन नाही. हॉस्पिटलमध्ये थांबायला हवं असंही नाही. घरी पळून येता यायचं.

मूडीची समाजातील प्रतिष्ठा वाढत होती. आम्ही कॉर्पस ख्रिस्ती येथे एक भलामोठा बंगलाही खरेदी केला होता. आजूबाजूला अशाच उच्चभ्रू लोकांची वस्ती होती.

मला माझ्या आवडीच्या 'मॅनेजमेंट' विषयाचा अभ्यासक्रम पूर्ण करायला वेळ मिळावा म्हणून मूडीने एक मोलकरीण सुद्धा घरकामाला ठेवली होती. माझं सुख उतू जात होतं.

आमच्या घरी पार्ट्या सारख्याच चालू असायच्या. एक म्हणजे आमचा मित्रपरिवार मोठा होता आणि शिवाय मूडीच्या करियरच्या दृष्टीने पण हे महत्त्वाचं

होतं. आमच्या मित्रमंडळींमध्ये भारतीय, अरेबियन, पाकिस्तानी, इजिप्तशियन अशा कित्येक परकीय मंडळींचा भरणा होता. या सर्वांकडून माझ्या इराणी पद्धतीच्या स्वयंपाकाची फारच प्रशंसा व्हायची.

आमच्यापासून जवळच, टेक्सास युनिव्हर्सिटीच्या परिसरात इराणी विद्यार्थ्यांची संस्था होती. आम्ही याचे सदस्य झालो होतो. त्यामुळे आम्ही वारंवार त्यांच्या सांस्कृतिक कार्यक्रमाला जायचो. मूडीकरता हे फार चांगलं होतं. गतकाळाशी आपल्या मातृभूमीच्या संस्कृतीशी त्याला जोडणारा हा एक बंध होता. या संस्थेत प्रामुख्याने विद्यार्थ्यांचाच भरणा असल्याने मूडीला तर तिथे फारच मान मिळायचा.

एव्हाना मूडीने यू.एस्. च्या नागरिकत्वासाठी अर्ज केला होता. या अर्जात खालील प्रश्न विचारले होते.

तुमचा अमेरिकेच्या राज्यघटनेवर विश्वास आहे का, राज्यपद्धतीवर विश्वास आहे का?

युनायटेड स्टेट्सशी तुम्ही सदासर्वकाळ प्रामाणिक राहाल का?

कायद्याने कधी गरज भासल्यास तुम्ही अमेरिकेच्या बाजूने लढण्यासाठी शस्त्र हाती धरण्यास तयार आहात का?

वरील सर्व प्रश्नांना मूडीने 'होय' अशी उत्तरे दिली होती.

आम्ही प्रवासही भरपूर केला. कॅलिफोर्निया आणि मेक्सिकोला तर कितीतरी वेळा भेटी दिल्या. कधीही, कुठेही डॉक्टरांची परिषद असली की ज्यो आणि जॉनला सांभाळायला बेबी सिटर ठेवून मीही मूडीबरोबर जात असे. उंची हॉटेलात उतरणं, सर्व तऱ्हेच्या चैनींचा उपभोग घेणे कशाकशाची कमतरता नव्हती.

या सगळ्या सुखाने कधीतरी मला भोवळ आल्यासारखं व्हायचं. हे सगळं खरं घडतंय का, आपण स्वप्नात तर नाही ना, असं वाटायचं.

मात्र आम्ही ज्या वातावरणात, ज्या संस्कृतीत लहानाचे मोठे झालो त्या अतिशय भिन्न असल्याने क्वचित कधीतरी वादाचा मुद्दा निर्माण व्हायचा. असेच एकदा आम्ही कॉर्पस ख्रिस्तीच्या बँकेत खातं उघडायला गेलो असताना फॉर्मवर मूडीने स्वतःचंच फक्त नाव लिहिलं. मला आश्चर्य वाटलं. "हे काय मूडी? माझं पण नाव नको का घालायला?"

"तुझं काय करायचंय?" तो म्हणाला, "इराणी लोक आपल्या बायकांची नावं नाही हं घालत कधी."

"पण आता तू अमेरिकेत आहेस म्हटलं, अमेरिकन झाला आहेस ना पुरता?" मी विचारलं.

थोड्याशा चर्चेनंतर मूडीला माझा मुद्दा पटला. मालमत्ता ही पती आणि पत्नी दोघांची विभागून असते हे मुळी त्याच्या डोक्यातच आलं नव्हतं.

दुसरी गोष्ट. माझ्या प्रत्येक बारीक सारीक बाबतीत दखल देणं. प्रेमाचा सुद्धा हा अतिरेकच. मी काय स्वतंत्र व्यक्ती नव्हते का? की त्याच्या मालकीची एक वस्तू होते? कधी कुठल्या पार्टीत गेलं की माझी पाठ सोडायची नाही. मला एकटीला कुणाशी बोलू सुद्धा द्यायचं नाही. सारखं हात तरी पकडून उभं राहायचं. नाहीतर खांद्याभोवती तरी हात टाकून. जशी काही मी कुठे पळून जाणार होते. सुरुवातीला या सगळ्यांचं मला अप्रूप वाटायचं, पण ते पुढे पुढे नकोसं व्हायला लागलं.

एक सावत्र वडील म्हणूनही मूडीचं वागणं काही पटणारं नव्हतं. ज्यो आणि जॉन दोघांनी वडील माणसांचं कुठलंही म्हणणं मुकाट्यानं ऐकून घ्यावं, एक अक्षरही त्यावर बोलू नये असा मूडीचा दृष्टिकोण होता. ज्यो आता अकरा वर्षांचा झाला होता. तो हे मान्य करणं दिवसेंदिवस कठीण होत होतं. बरं आमच्या या लग्नापूर्वी ज्योला असं ऐकून घ्यायची सवय नव्हती.

नंतरची गोष्ट म्हणजे रेझा. हा आमच्या दोघांमधला हळूहळू वादाचा विषय होत चालला होता. रेझा डेट्रॉईटमध्ये शिकत होता. मूडीचं पूर्वी तिथे अपार्टमेंट होतं त्यात तो राहायचा. नंतर त्याचं शिक्षण पूर्ण होऊन तो नोकरीच्या शोधाला लागल्यावर मूडीने त्याला आमच्या घरी, कॉर्पस ख्रिस्ती येथे बोलावून घेतलं.

मूडी घरी नसला की लगेच रेझा आपणच घरचे मालक असल्यासारखं वागायचा. मला आणि मुलांना हुकूम सोडायचा. तो आपला हक्कच आहे असं त्याला वाटायचं. तो राहायला आल्यानंतर काही दिवसांनी माझ्या काही मैत्रिणींना मी चहाला बोलावलं होतं. त्या सगळ्या आल्यापासून ते जाईपर्यंत रेझा त्याच खोलीत एका कोपऱ्यात आमच्या बोलण्यावर लक्ष ठेवून बसून होता, एखाद्या पहारेकऱ्यासारखा. मैत्रिणी गेल्यावर तो लगेच खेकसला, "आधी पसारा आवर आणि कपबशा विसळ."

"ते माझं मी बघीन," मी पण त्याला ठणकावलं.

मी कपडे कधी धुवायचे, मुलांना डब्यात काय द्यायचं, शेजारणीशी गप्पा मारायला कधी जायचं या सगळ्या बाबतीत तो मला शिकवायचा. मी पण ऐकून घेत नसे. पण तरी त्याची मध्ये नाक खुपसायची सवय कायमच. आपण मात्र आळशासारखा लोळत पडला तरी कामात मदत करायची कधी इच्छा नाही.

मी कधीतरी रेझाच्या आगाऊपणाबद्दल मूडीकडे तक्रार करत असे. पण त्याने डोळ्याने हे कधी पाहिलं नसल्याने तो कांही दखल घेत नसे. उलट मलाच जाऊ दे, सोडून दे, असं सांगायचा. "आता त्याला नोकरीधंदा नाही ना म्हणून तो असं करतोय, एकदा कामावर जायला लागला की कुठे प्रश्न येणार आहे. शेवटी माझा भाचा आहे तो. त्याच्यासाठी एवढं सहन केलं पाहिजे."

मूडीची आणि माझी एका नावाजलेल्या बँकेच्या वरिष्ठ अधिकाऱ्याशी घनिष्ठ मैत्री होती. मी रेझासाठी काही खटपट करावी म्हणून त्याला जाऊन भेटले. त्या अधिकाऱ्याने रेझाला भेटायला बोलावले.

रेझा भेट घेऊन घरी परत आला तोच तोंड वाकडं करून "त्यांनी मला कुठली जागा देऊ केली माहिती आहे? कॅशियरची." तो कुरकुरत म्हणाला, "मी असलं फालतू काम अजिबात करणार नाही."

"कितीतरी लोकांच्या त्या जागेसाठी उड्या पडतील," मी जरा रागानेच म्हणाले, "शिवाय ते काय कायमचं थोडंच आहे. पुढे आणखी किती तरी वर चढायला वाव आहे."

त्यानंतर रेझाने जे काही उद्गार काढले ते ऐकून मी अक्षरशः अवाक् झाले. आज, इराणमध्ये राहून इथल्या पुरुषी अहंकाराचा प्रत्यक्ष अनुभव घेतल्यानंतर आता मला त्या उद्गारांचा जरा जरा अर्थ कळतो आहे. तो म्हणाला होता, "या देशात राहून नोकरी करायचीच झाली तर ती इतक्या वरच्या दर्जाची असेल की त्याद्वारे मी कधीतरी या देशाचा राष्ट्राध्यक्ष होऊ शकेन."

याच रेझाला आमच्या जिवावर आमच्या घरी सुखात, चैनीत राहण्यात काहीही खंत वाटत नव्हती की त्याच्या त्या भल्यामोठ्या अहंकाराला धक्का पोचत नव्हता. तो दिवसाचे तास न् तास समुद्रकिनाऱ्यावर वाळूत निवांत पहुडणे, कुराणाचे पठण करणे नाहीतर माझ्या घरगुती बाबतीत दखल देऊन दादागिरी करण्यात घालवत असे. आणि हे सगळं करून दमल्यावर झोपा काढायच्या.

असे कित्येक महिने लोटल्यावर अखेर मी एकदा मूडीपाशी रेझाचा विषय काढला. "एकतर तो तरी हे घर सोडून जाऊ दे नाहीतर मी तरी जाते," मी अगदी निर्वाणीचं बोलले.

खरं तर घर सोडून जाण्याची हिंमत माझ्यात होती का? पण मूडी त्यालाच घालवेल, मला नाही एवढा मूडीच्या माझ्यावरील प्रेमावर विश्वास होता माझा.

फारसी भाषेत मला शिव्याशाप देत रेझा घराबाहेर गेला तो मूडीकडूनच पैसे घेऊन दुसऱ्या एका फ्लॅटमध्ये. थोड्याच दिवसात तो इराणला परत गेला आणि त्याने आपली चुलत बहीण एसी हिच्याशी लग्न केले.

रेझा गेल्यावर परत माझं सुखी आयुष्य सुरू झालं. क्वचित कधीतरी मूडीशी माझी वादावादी व्हायची. पण ते तेवढ्यापुरतं. आयुष्यात चांगल्या गोष्टी सुद्धा कितीतरी होत्या.

पण त्या सगळ्या सुखाला, आनंदाला कुणाची तरी दृष्ट लागणार आहे, हे मला तेव्हा कुठे ठाऊक होतं? माझ्यापासून पूर्वेला दहा हजार मैलांवर एक वणवा पेटला होता त्यात माझं घरदार आणि माझं वैवाहिक जीवन होरपळून निघणार होतं,

माझ्या मुलांपासून माझी ताटातूट होणार होती हे सगळं माझ्या स्वप्नातदेखील आलं नव्हतं. आणि येणार तरी कसं? मी सुखाच्या सागरात पोहत होते. माहतोबचा अजून जन्म देखील झाला नव्हता.

आमच्या लग्नाला दीड वर्ष झालं होतं. तो १९७९ सालच्या न्यूईयरचा दिवस होता. त्या निमित्ताने मूडीने एक अत्यंत महागडा, शॉर्टवेव्ह रेडिओ विकत आणला. त्याला हेडफोन देखील होता. तो चिमुकला रेडिओ इतका प्रभावी होता की अर्ध्याअधिक जगातल्या देशांची आकाशवाणी केंद्रे त्यावर स्पष्टपणे ऐकता यायची. रेडिओ इराणवरील कार्यक्रम ऐकण्यात मूडी तासचे तास घालवायचा.

तेहरानमधील विद्यार्थ्यांनी एकत्र येऊन इराणच्या शहाविरुद्ध चळवळ सुरू केली होती. त्या वेळी अयातुल्ला खोमेनी यांना फ्रान्समध्ये तडीपार केलेले होते. ते पॅरिसमधून विद्यार्थ्यांना शहाविरुद्ध भडकवणारी उग्र स्वरूपाची पत्रके पाठवीत असत. अमेरिकेलाही त्यांचा विरोध होता.

तेहरानमधील रेडिओवरील बातम्यांमधून प्रसारित करण्यात येणारे वृत्त आणि त्याच दिवशीच्या अमेरिकन टेलिव्हिजनवरील बातम्या यांचा जवळजवळ कधीच ताळमेळ जमत नसे. हळूहळू मूडीला अमेरिकन बातमी पत्रकाविषयी अविश्वास वाटू लागला.

नंतर इराणमध्ये राज्यक्रांती होऊन शहाची हकालपट्टी झाली व अयातुल्ला खामेनी सत्तेवर आले. मूडीने त्या आनंदाप्रीत्यर्थ शेकडो इराणी विद्यार्थ्यांना आमच्या घरी मेजवानीसाठी बोलावले. पहाट उजाडेपर्यंत त्यांचा दंगा व फारसी भाषेतील कलकलाट चालू होता.

इराणच्या बरोबरच आमच्या घरात आणि मूडीच्या मनातही क्रांती घडली. तो रोज इस्लामी प्रार्थना व कुराणपठण कधी नव्हे त्या भक्तिभावाने करू लागला. अनेक शियापंथियांच्या संस्थांना तो भरघोस देणग्या देऊ लागला.

आम्ही घरी खास पाहुण्यांकरता विविध प्रकारच्या उंची मद्याचा साठा ठेवला होता. एक दिवस मला न विचारता मूडीने हे सर्व मद्यार्क केरात फेकून दिले. मूडीच्या विचित्र वागण्यापायी आमची कित्येक अमेरिकन मित्रमंडळी आमच्या घरी पाऊल टाकेनाशी झाली. मूडी उघड उघड अमेरिकन वृत्तपत्रांना शिव्या द्यायचा, खोटारडे म्हणायचा. नंतरचे अनेक महिने इराणी विद्यार्थ्यांच्या संस्थेच्या बैठका आमच्या घरी व्हायला लागल्या. याच विद्यार्थ्यांनी आमच्याच घरी बसून एक पत्रक तयार केले व ते सर्वांना जाहीर वाटण्यात आले. त्याचा गोषवारा साधारण असा होता :

देवाच्या नावाने :

आजच्या युनाईटेड स्टेट्स मध्ये इस्लाम या शब्दाचा अत्यंत चुकीचा अर्थ

गृहीत धरला जातो. याची अनेक कारणे आहेत (१) प्रसारमाध्यमांद्वारे इस्लाम धर्मीय इराणविषयी गैरसमजुती पसरवल्या जातात. (२) सर्व मुस्लीम देशांशी वागण्याच्या बाबतीतले युनाईटेड स्टेट्सच्या सरकारचे चुकीचे धोरण. (३) इस्लाम धर्म आणि त्याच्या अनुयायांचा अस्वीकार करण्याचे ख्रिश्चन पंथीयांचे धोरण.

प्रसारमाध्यमांचा यू.एस्. येथील जनमनावर प्रचंड पगडा आहे. सायंकाळचे बातमीपत्र, वृत्तपत्रे व नियतकालिके या सर्वांच्या आधारे अमेरिकेतील जनमत तयार होते. व या सर्व माध्यमांमधून फक्त अमेरिकेच्या हिताचे वृत्त प्रसारित केले जाते व आंतरराष्ट्रीय घटनांचा हमखास विपर्यास केला जातो.

याचे उत्तम उदाहरण म्हणजे इराण होय. इराणमधील जनतेने एकत्र येऊन इराणच्या शहाचे सरकार उलथून पाडले व इस्लामिक रिपब्लिकची स्थापना केली.

इराणमधील राज्यक्रांतीने एवढेच सिद्ध करून दिले आहे की इराणी लोकांचा अमेरिकेच्या परराष्ट्रीय धोरणास विरोध आहे. अमेरिकन जनतेला नव्हे. त्यामुळे आमची फक्त एवढीच विनंती आहे की प्रचारमाध्यमांद्वारे आपल्यापुढे जे वृत्त ठेवले जाईल, त्याची शहानिशा करून बघा, सत्यासत्यता पडताळून बघा. इराणी मुस्लीम लोकांशी सतत संपर्क ठेवत राहा.

आभारी आहोत,

हितचिंतक मुस्लीम
कॉर्पस ख्रिस्ती, टेक्सास.

हे असलं मात्र सहन करणं माझ्या सहनशक्तीच्या पलीकडचं होतं. माझा आणि मूडीचा बराच वाद झाला. आम्ही दोघांनी एकमेकांच्या देशांवर दोषारोप केले.

अखेर मीच तह केला. "आपण राजकीय गोष्टी यापुढे आपल्या बोलण्यात आणायच्याच नाहीत," मी म्हणाले.

मूडीनेही ते मान्य केलं आणि आम्ही पूर्ववत सुखाने राहू लागलो. पण त्याचा तो पूर्वीचा प्रेमाचा झरा अलीकडे आटल्यासारखा झाला होता. आता मूडी दिवसातले कित्येक तास त्याच्या त्या रेडिओला कान लावून बसायचा. अचानक आमच्या घरी ढिगाने पार्शियन आणि इंग्रजी भाषेतील अतिशय भडक व प्रचारकी वृत्तपत्रे व नियतकालिके येऊ लागली होती. क्वचित मूडी नसताना मी त्यांवरून नजर फिरवीत असे आणि त्यात अमेरिकेबद्दल छापलेला अतिरंजित, अवास्तव आणि भडक मजकूर वाचून विषण्ण होत असे.

त्यात मूडीने अमेरिकेच्या नागरिकत्वाबद्दल केलेला अर्ज मागे घेतला.

त्या सुमाराला कधीतरी माझ्या मनात घटस्फोटाचे विचार घोळू लागले होते. त्या विचारांचा मला खरं तर तिटकारा होता, भय होतं. एकदा त्या वेदनांमधून मी गेलेली होते. परत जायची इच्छा नव्हती. माझ्या प्रेमाचा हा पराजय झाला असता.

शिवाय त्यातच मला दिवस राहिले. आणि परत हा विचार मनात आणायचा नाही असं मी ठरवलं.

आता मूडीचा नूर पालटला. इराणी राजकारणाऐवजी तो परत माझ्यात रस घेऊ लागला. परत एकदा भेटींचा आणि प्रेमाचा वर्षाव सुरू झाला. मला दिवस गेले आहेत हे अभिमानाने आल्या गेल्यापुढं मिरवलं जाऊ लागलं. त्याने त्या काळात माझे हजारो फोटो काढले. गरोदरपणी मी पूर्वीपेक्षा जास्तच सुंदर दिसते असं तो अनेकदा म्हणायचा.

आमचं लग्न झाल्यानंतरचा हा तिसरा उन्हाळा होता. माझे दिवस भरत आले होते. मूडी हॉस्पिटलमध्ये गेला की जॉनचं आणि माझं खास हितगुज चालायचं. तो आता आठ वर्षांचा झाला होता. नवीन बाळासाठी तयारी करण्यात तो खूप हातभार लावायचा मला. आम्ही बाळासाठी एक खोली सजवून तयार केली होती. मूडीला मात्र काही झालं तरी मुलगाच हवा होता. माझं तसं काही नव्हतं. मी येणाऱ्या बाळाची– मुलगा असो वा मुलगी– सारख्याच उत्सुकतेने वाट पाहत होते.

ते सप्टेंबरच्या सुरुवातीचे दिवस होते. ह्यूस्टनमध्ये एक वैद्यकीय परिषद भरणार होती. मी तिथे त्याच्याबरोबर यावं असा मूडीचा हट्ट होता. माझ्या डॉक्टरांनी पण मला जायची परवानगी दिली. कारण बाळंतपणाला अजून तब्बल महिनाभर अवकाश होता.

पण आम्ही ह्यूस्टनला पोचलो त्याच दिवशी संध्याकाळी माझ्या कमरेतून असह्य वेदना सुरू झाल्या. मी घाबरून गेले.

"तू ठीक होशील," मूडीने धीर दिला.

मूडीला उद्या नासाला भेट द्यायची होती.

"पण मूडी, मला बरं वाटत नाहीये."

"बरं, चल, आपण खरेदीला बाहेर जाऊ, म्हणजे बरं वाटेल," तो म्हणाला.

आम्ही तसेच खरेदीला गेलो पण नंतर रेस्टॉरंटमध्ये जेवता जेवता माझी कंबर अधिकच अवघडली आणि विलक्षण थकवा आला.

आम्ही हॉटेलात खोलीवर परत गेलो. तिथे जीवघेण्या कळा सुरू झाल्या आणि पाण्याची पिशवी फुटली. ते बघून मूडी अगदी घाबरून गेला. स्वतः डॉक्टर होता तरीही. मीच सुचवलं, कॉर्पस ख्रिस्तीमधल्या माझ्या डॉक्टरांना फोन करायला. त्यांनी ह्यूस्टनमधील एका डॉक्टरांचं नाव सुचवलं.

नंतर गोष्टी भराभरा घडत गेल्या. "तुम्हाला मुलगी झाली," हे डॉक्टरांचे शब्द मला अजून आठवतात. नर्सने ते गोरंपान, निळ्या डोळ्यांचं, कुरळ्या सोनेरी केसांचं चिमुकलं बाळ गुंडाळून आणलं आणि माझा आनंद गगनात मावेना. डोळे, रंग माझा तरी चेहरेपट्टी, नाकाची ठेवण वडिलांची घेतली होती तिने. पण मूडीच्या

कपाळाला मात्र किंचित आठी पडली होती. "हे काय? निळे डोळे? सोनेरी केस?'' तो जरा विरस झाल्यासारखा पुटपुटला.

"अरे, या गोष्टी काय आपल्या हातात असतात का?'' मी म्हणाले, "ते सोड, पण बाकी ती तुझ्यासारखीच दिसते आहे.''

माझं मूडीच्या त्या वागण्याकडे फारसं लक्षही नव्हतं. इतकी मी त्या बाळात गुंगून गेले होते. मी मनात तिच्यासाठी एक छानसं इराणी नावही शोधून काढलं होतं– मरियम.

बऱ्याच वेळानंतर मी मान वर केली तर काय, मूडी तेथून निघूनही गेला होता. आपल्या बाळाला हातही न लावता. मी त्याला पहिला मुलगा दिला नव्हता म्हणून तो दुखावला होता, रागावला होता, चिडला होता. जशी काही मी चूक केली होती, गुन्हा केला होता. हा असला पुरुष मी जीवनभराचा साथी म्हणून निवडला होता.

रात्री मला नीट झोप देखील लागेना. माझं बाळ आपल्या इवल्याशा ओठांनी माझी वात्सल्याची तहान आणि त्याची भूक भागवत होतं, तेव्हा एकीकडे मला आभाळ ठेंगणं होत होतं. स्वर्गसुखाचा आनंद होत होता. पण त्याच वेळी मूडीच्या या असल्या वागण्याचा विषाद आणि थोडा अपमानही वाटत होता. त्याचा हा तऱ्हेवाईकपणा आत्तापुरताच होता की पुढेही चालू राहणार होता, देव जाणे. आत्ता या क्षणी तरी मला त्याची काही पर्वा करायचं कारण नव्हतं.

दुसऱ्या दिवशी पहाटे त्याचा फोन आला. अर्थातच कालच्या वागण्याबद्दल पश्चात्ताप वगैरे वाटण्याचा संबंधही नव्हता. त्याने एवढंच सांगितलं की, आमचं ज्या मशिदीत लग्न झालं होतं तेथे रात्रभर तो प्रार्थना करत बसला होता.

नंतर सावकाश तो आम्हाला भेटायला आला तेव्हा मात्र तो खुशीत होता. मशिदीतल्या लोकांनी तऱ्हेतऱ्हेच्या गोष्टी पाठवल्या होत्या. त्यांच्यावरील रंगीत वेष्टनांवर फारसीत काहीतरी लिहिलेलं होतं.

"हे काय आहे?'' मी उत्सुकतेने विचारलं.

"माहतोब.''

"माहतोब म्हणजे?''

"चंद्रप्रकाश. आपल्या मुलीचं नाव,'' तो सहजपणे म्हणाला. काल रात्री मूडीने इराणला आपल्या कुटुंबियांना फोन करून ही बातमी दिली होती तेव्हा त्यांनी नवीन बाळाकरता जी अनेक नावं सुचवली होती त्यांतलं एक माहतोब. मूडीने ते आपल्या मुलीकरता पसंत केलं होतं. कारण काल रात्री पौर्णिमेची रात्र होती.

"पण मूडी, मरियम नाव ठेवलं तर?''

"नाही. सांगितलंना एकदा, माहतोब ठरलंय म्हणून.''

मी नंतर बराच वेळ वाद घातला पण काहीच फायदा नव्हता. माहतोबच्या

जन्माच्या दाखल्यावर त्याने स्वतःच्या हस्ताक्षरात नाव घातलं. 'माहतोब मरियम महमूदी.' मी गप्प बसले.

मात्र मुलगी झाल्याबद्दलचा मूडीचा राग फार काळ टिकू शकला नाही. चिमुकल्या माहतोबने काही दिवसांतच त्याचं मन जिंकून घेतलं. त्याच वेळी इराणमध्ये खळबळ चालू होती. त्याचे पडसाद इराणबाहेरच्या, अमेरिकेतल्या इराणी मनांवरही उमटत होते. अशीच एक दिवस बातमी आली इराणातील तेहरानमधील अमेरिकन एंबसीवर इराण्यांकडून कब्जा करण्यात आला होता.

इकडे मूडी आणि त्याच्या इराणी विद्यार्थ्यांची चळवळही जोरात चालू होती. तिकडे इराणमध्ये क्रांती चालू होती तर इकडे मूडीच्या संस्थेने उघड उघड अमेरिकन सरकारविरुद्ध बंडाचा झेंडा उभारला होता. पण त्याचे दुष्परिणाम मूडीच्या हळूहळू लक्षात येऊ लागले. या काळात इराणी असून अमेरिकेत वास्तव्य करणं किंवा अमेरिकन स्त्रीशी विवाह केलेला असणं ही फारशी चांगली गोष्ट नव्हतीच. टेक्सासमध्ये काही इराणी विद्यार्थ्यांना अज्ञात व्यक्तींकडून मारहाण घडल्याच्या घटना झाल्या होत्या. खुद्द मूडीला सुद्धा संघटनेचा कार्यकर्ता म्हणून कदाचित आपल्याला अटक होईल, आपल्या नोकरीवर गदा येईल किंवा आपल्याला इथे वास्तव्याची परवानगी नाकारून इराणला परत पाठवण्यात येईल अशी मनातून धाकधूक वाटत होती.

तो जिथे काम करत होता त्या हॉस्पिटलमध्ये काही लोक कुत्सितपणे त्याच्यामागे त्याचा उल्लेख डॉ. खोमेनी असा करू लागले होते. एकदा तर म्हणे रस्त्यात एका गाडीने त्याला धक्का मारायचा, त्याचा जीव घेण्याचा प्रयत्न केला होता. (असं त्याचं म्हणणं.) मूडीला आमच्या घरी खुनाची धमकी देणारे फोन सारखे येऊ लागले होते. या सर्व प्रकाराने मूडी इतका घाबरला होता की त्याने घरासाठी स्वतंत्र पहारेकरी नोकरीला ठेवले.

मूडीची इकडे आड तिकडे विहीर अशी परिस्थिती झाली. एकीकडे त्याचे चळवळीचे समर्थक इराणी मित्र त्याला आपल्या दिशेला खेचत होते, तर आमचे अमेरिकन मित्र, शेजारी तसेच हॉस्पिटलमधले वरिष्ठ त्याला बोलावून धमक्या देत होते. ज्या देशाच्या जिवावर तू सुखाची मीठ-भाकरी खाऊन जगतो आहेस त्या देशाशी प्रामाणिक असल्याचे जाहीर कर असं ते त्याला सारखं आवाहन करत होते.

त्याच्या मनाची सारखी आंदोलने चालू होती. घराच्या चार भिंतीत, एकांतात तो स्वतःच्या चळवळीचे गोडवे गायचा आणि माझ्यासमोर अमेरिकेला शिव्यांची लाखोली वाहायचा. मला हे सहन व्हायचं नाही. मग आमचा वाद व्हायचा.

दरम्यान एक विचित्र गोष्ट घडली. मूडीचा एक डॉक्टर मित्र होता. त्याचे नाव

डॉ. मोजालाली. हा इराणी असून इराणमध्ये डॉक्टरकीची पदवी घेऊन नंतर अमेरिकेत आला होता. त्यामुळे त्याला अमेरिकेत वैद्यकीय व्यवसायास बंदी होती. तो मूडीच्या हॉस्पिटलमध्ये लॅब असिस्टंट म्हणून नोकरीस होता. मूडीने मात्र त्याला कायम एक डॉक्टर, एक मित्र म्हणून बरोबरीच्याच नात्याने वागवले. हा डॉक्टर मोजालाली मूडीसारखाच त्यांच्या चळवळीचा ध्येयवादी कार्यकर्ता होता. अचानक एक दिवस त्यांचे काहीतरी बिनसले. त्याने त्या डॉक्टर मोजालालीशी भाषण बंद केले.

हॉस्पिटलमध्ये इराण संदर्भात मूडीने तटस्थ भूमिका स्वीकारली. आमच्या घरी मात्र संघटनेच्या कार्यकर्त्यांची ऊठबस व गुप्त बैठका चालू होत्या. पण बाहेर मूडीने आपण या संघटनेशी संबंध तोडल्याचे जाहीर केले होते.

पण त्याला आता फार उशीर झाला होता. कारण आधी नको त्या उत्साहाने सगळ्या चळवळीत भाग घेतला होता व आपण अमेरिकाविरोधी आहोत असा सर्वत्र डांगोरा पिटून ठेवला होता.

एक दिवस मूडीच्या हॉस्पिटलमधील सहकारी डॉक्टरने मूडीविरुद्ध तक्रार केली. डॉ. महमूदी ऑपरेशनच्या वेळी भूल देण्याचं काम सोडून आपल्या शॉर्ट वेव्ह रेडिओला कान लावून बसतात. झालं, हा आरोप खरा होता की खोटा हे महत्त्वाचं नव्हतं. आरोप केला आहे एवढी गोष्ट बदनामी व्हायला पुरेशी होती. आमच्या सुखाला कुणाची तरी नजर लागली होती.

हॉस्पिटलच्या सहकाऱ्यांमध्ये उघडउघड दोन गट पडले. बिचारा मूडी. दोन देशांच्या संघर्षाच्या कात्रीत सापडला आणि त्याची ओढाताण होऊ लागली.

वातावरणात बदल म्हणून आम्ही ख्रिसमसच्या सुट्टीत माझ्या माहेरी मिशिगनला गेलो. आमचे दिवस छान गेले. ज्यो, जॉन आणि माहतोबवर आईबाबांनी प्रेमाचा वर्षाव केला. कॉर्पस ख्रिस्तीला आमच्या जीवनात जी खळबळ माजली होती त्यातून कुठल्यातरी मार्गाने सुटका करता येईल का असा मी सारखा विचार करत होते. मूडी इथे खुषीत होता. इथे जर एखादी नवीन नोकरी मिळाली तर मूडी इथे यायला तयार होईल का नाही? आणि मुळात इथे तशी संधी मिळू शकेल का? निदान मूडीने इथे आपल्या काही जुन्या मित्रांना भेटून चौकशी करायला तरी हरकत नव्हती. मी त्याला तशी सूचना केली.

त्याला ती कल्पना पसंत पडली. त्याने चौकशीला सुरुवात केल्यावर एका हॉस्पिटलमध्ये भूलतज्ज्ञाची जागा रिकामी असल्याची माहिती मिळाली. अल्पेना येथे मूडीला लगेच मुलाखतीसाठी बोलावणंसुद्धा आलं.

मी मुलांना आईजवळ ठेवून मूडीच्या सोबत गेले. मुलाखत नाममात्रच होती. त्यांना भूलतज्ज्ञाची चांगलीच निकड होती. मूडीची ताबडतोब नेमणूकही झाली.

कॉर्पस ख्रिस्ती मधील सगळ्या बाबी निकालात काढून, घर वगैरे विकून अखेर आम्ही वसंत ऋतूच्या सुरुवातीला अल्पेना येथे राहायला गेलो व मूडी नवीन नोकरीवर रुजू झाला. हे नवीन घर माझ्या आईबाबांपासून अवघं तीन तासांच्या अंतरावर होतं.

□

१६

अचानक धक्का बसल्याप्रमाणे मी भूतकाळातून वर्तमान काळात परत आले. इथून आईबाबा हजारो मैल दूर होते. ज्यो आणि जॉन किती दूर होते आणि माहतोबही.

माहतोबला कुठे ठेवलं असेल? मम्मल आणि नसरीन जवळ? नसलं तरच बरं. निदान जी माणसं माहतोबला आवडतात आणि ज्यांची माहतोब लाडकी आहे अशांकडे तरी तिला ठेवलं असावं. तिला मूडीने आमे बोजोर्गच्या घरी ठेवलं असेल का? त्या विचारानेच माझ्या पोटात धस्स झालं आणि मला रडू कोसळलं.

त्या कोंदट फ्लॅटमध्ये एकटं बसून आणि विचार करून, माहतोबची काळजी करून मला वेड लागायची पाळी आली. शेवटी अखेरचा उपाय म्हणून मी देवाला शरण गेले. एकीकडे मला स्वतःचीच लाज वाटत होती. जेव्हा मी अमेरिकेत सुखासीन आयुष्य जगत होते, तेव्हा कधी मला त्या देवाची आठवणही झाली नव्हती आणि आता त्याचं नाव घेतल्याशिवाय एक दिवस जात नव्हता.

आता माझ्या मनात सुटकेचे, अमेरिकेला परत जाण्याचे विचारसुद्धा येत नव्हते. मी प्रार्थना करत होते ती फक्त माहतोब परत भेटण्याची, तिच्या सुरक्षिततेची. देवा... काहीतरी करून तूच मार्ग दाखव.

मी डोळे मिटलेच होते. पण माझ्या आतल्या आवाजाने मला डोळे उघडायला सांगितले. मी दचकून डोळे उघडले. एकवार सभोवती पाहिले. समोर चक्क मूडीची ब्रीफकेस होती. रोज कामावरती तो ती घेऊन जायचा. मग आजच कशी विसरला? मी उत्सुकतेने जवळ जाऊन ती हातात घेऊन पाहिली. ती बंद होती. त्याला कॉंबिनेशन लॉक होते. त्याचे सांकेतिक नंबर फक्त मूडीलाच ठाऊक होते. म्हणजे हातात बॅग मिळूनही फायदा नव्हता. तरी पण रिकामा वेळ घालवायला चाळा म्हणून मी ०-०-०, ०-०-१, ०-०-२ असे क्रमाने नंबर फिरवायला सुरुवात केली. बराच वेळ मी ओळीने नंबर फिरवत राहिले आणि काय आश्चर्य... १-१-७ या नंबरानंतर फट् आवाज होऊन कुलूप उघडलं. बॅग उघडून आत डोकावल्यावर

तर माझा डोळ्यांवर विश्वास बसेना. बॅगेत एक अगदी छोटा, परदेशी बनावटीचा सुबक टेलिफोन होता. तो हातात घेऊन मी टेलिफोनच्या प्लगशी धावले. नव्या फोनची पिन घेऊन मी त्या रिकाम्या प्लगमध्ये खोचणार एवढ्यात मला आठवण झाली. मी इथून नंबर फिरवला की खाली एसीच्या घरी असलेल्या एक्सटेन्शनमध्ये सुद्धा टिर्र-टिर्र असा आवाज येत राहील. आणि तिला मी वरून कुणालातरी फोन करते आहे ते कळेल. तिला माझी कितीही सहानुभूती वाटत असली तरी पुन्हा कर्तव्यबुद्धीने ती ही गोष्ट मूडीला सांगणार.

मी हताशपणे हातातल्या फोनकडे बघत वीस मिनिटे थांबले. मग एकदा खिडकीपाशी जाऊन कानोसा घेतला. एसीच्या घरातून काही चाहूल नव्हती. अखेर मनाचा हिय्या करून मी एंबसीत हेलनचा नंबर फिरवला. हेलनला सगळी हकिकत सांगितली. मला मूडीने घरात कोंडून ठेवलंय आणि माहतोबला दुसरीकडे कुठेतरी नेलंय हे ऐकून तिला धक्काच बसला. हेलनने मि. व्हिनकॉपच्या हाती फोन दिला.

माझी हकीकत ऐकताच ते लगेच पोलिसांना घेऊन येऊन माझी सुटका करायला निघाले. मी जिवाच्या आकांताने त्यांना विरोध केला. माझ्या मनात सगळ्यात काळजी कुठली असेल तर ती माहतोबची. ती मूडीच्या ताब्यात होती. पोलिसांनी जर येऊन माझी सुटका केली आणि या गुन्ह्याबद्दल मूडीला अटक केली तर मग माझी माहतोब मला परत कधीच दिसली नसती.

"कुठल्याही परिस्थितीत तुम्ही मला संपर्क साधण्याचा प्रयत्न करू नका... प्लीज... प्लीज," मी आळवणी केली.

मग मी फोन ठेवला. आता एलनला तिच्या ऑफिसमध्ये फोन करावा का? मी विचारात पडले. पण इतक्यात पुढच्या फाटकाचा आवाज आला. खिडकीतून पाहिलं तर एसी मुलांना घेऊन घरी परतत होती. मी घाईने फोन ब्रीफकेसमध्ये परत ठेवला व ती परत बंद करून होती तशी ठेवून दिली.

मग फोटोचं लक्षात आलं. काल घाईने मी मूडीच्या कॅमेऱ्यातून त्याचा आणि माहतोबचा फोटो काढला होता. जर फोटो डेव्हलप करून आल्यावर मूडीच्या ते लक्षात आलं तर परत तो चिडायचा. मी परत बॅग उघडली. कॅमेऱ्यातून रोल काढला आणि बाहेर काढून उन्हात धरून पुरता खराब करून टाकला. माझा तो फोटो तर गेलाच, पण जोडीला मूडीचे जर काही कामाचे, महत्त्वाचे फोटो गेले तर बरंच, असं माझ्या मनात आलं.

त्यानंतर दोन दिवसांनी मला काहीही न सांगता एसी दुपारी सामानसुमान घेऊन मुलांसह टॅक्सीने कुठेतरी निघून गेली. मम्मल आणि नसरीनही अजून परत आले नव्हते. आता त्या दुमजली घरात मी एकटी होते, अगदी एकटी.

मूडीसुद्धा कधीतरी संध्याकाळी घरी यायचा तर कधी नाही. तो आला तर मला बरं वाटायचं की तो नसताना अधिक बरं वाटायचं, देवच जाणे. मला त्याला पाहिलं की मनातून खूप संताप यायचा. पण त्याचबरोबर माहतोबच्या आणि माझ्या मधला तेवढा एकच तर दुवा होता. तो जेव्हा केव्हा घरी यायचा तेव्हा भरपूर भाजीपाला आणि सामानसुमान घेऊन यायचा. मी तो दिसला की माहतोबच्या खुशालीबद्दल विचारून त्याला भंडावून सोडायची. पण तो "ती ठीक आहे." या पलीकडे जास्त काही सांगत नसे.

एकदा मी विचारलं, "ती शाळेत काही त्रास तर देत नाही ना?" त्यावर तो फार चिडला. "तुझ्या गाढवपणामुळे माहतोबची शाळा बंद पडली. त्यांनी तिला परत शाळेत घ्यायला नकार दिला आहे. केवळ तुझ्या त्या दिवशीच्या वागण्यामुळे." त्याने नेहमीसारखं वाक्ताडन सुरू केलं. "तू इतकी वाईट बायको आहेस. तू मला आणखी मुलं देऊ शकत नाहीस. तू मला साधा मुलगा देऊ शकली नाहीस. मी आता दुसरं लग्नच करणार आहे, मुलासाठी."

त्याचे बोलणे ऐकून मला अचानक मी माहतोबच्या जन्मानंतर मूडीच्या नकळत बसवून घेतलेल्या संततीप्रतिबंधक कॉपरटीची आठवण झाली. देवा! काही कारणाने ही गोष्ट जर मूडीच्या लक्षात आली तर! उद्या, परवा कधी समजा मूडीने मला बेदम मारलं, मी बेशुद्ध झाले, मला हॉस्पिटलमध्ये न्यायला लागलं आणि तिथे हे कुणाच्या लक्षात आलं तर? मला हे कळल्यावर मूडी तरी ठार मारेल नाहीतर सरकार तरी.

"मी आता तुला खोमेनींकडे घेऊन जाणार आहे, आणि त्यांनाच सांगणार आहे, तुला ते आवडत नाहीत म्हणून," मूडीची निरर्थक बडबड चालूच होती. "मी तुला सरकारच्या ताब्यात देऊन सांगणार आहे, तू अमेरिकन गुप्तहेर आहेस म्हणून."

मी कदाचित त्याची ती वायफळ बडबड फारशी मनावर घेतलीही नसती. पण नुसत्या परकीय हेर असल्याच्या अफवेच्या आधारावर, गुन्हा सिद्ध न होताच इथे काही लोकांना प्राणाला मुकावं लागल्याच्या कथा मी ऐकून होते. हा वेडा माणूस आणि त्याचं तितकंच वेडं सरकार यांच्या हातातलं मी खेळणं बनले होते. माझं जगणं, मरणं सगळं त्यांच्याच हाती होतं.

या कोंडलेल्या, बंदिस्त अवस्थेत मी त्या सूडकऱ्याशी जास्त वाद घालायच्या फंदात पडले नाही. आता मी मुसलमान धर्म न स्वीकारल्याबद्दल त्याची बडबड सुरू झाली. "मी एकटा स्वर्गात जाणार आहे आणि तू मात्र नरकात," तो किंचाळला. "देवाला जे मंजूर असेल ते होईल," मी हलकेच पुटपुटले.

जेव्हा जेव्हा मूडी रात्रीचा घरी राहायचा तेव्हा जरी आम्ही एकाच पलंगावर झोपलो तरी आमच्यातलं पतीपत्नीचं नातं संपल्यासारखंच होतं.

त्या एकतर्फी वादविवादानंतर दुसऱ्या दिवशी परत मूडी ऑफिसला निघून गेला. जाताना ती ब्रीफकेस आणि त्यातला फोन घेऊन, मला एकटीला कोंडून ठेवून. माझं अंग दुखत होतं. मी कित्येक तास अंथरुणातच पडून होते. झोपून कंटाळा आला की उठायचं आणि येरझाऱ्या घालायच्या. दिवस, वार, तारीख... कशाशी म्हणून संबंध उरला नव्हता.

मी संततीप्रतिबंधक म्हणून बसवून घेतलेल्या त्या IUD बद्दलची भीती अजूनही मन खात होती. या अपराधाबद्दल स्त्रीला इराणमध्ये देहदंडाची शिक्षा होती. (नवऱ्याच्या संमतीशिवाय बसवणं हा तर महाभयंकर गुन्हा!) मग मी तो आपला आपणच काढून टाकावा का असा विचार करू लागले. पण त्यातही मोठा धोका होता. मी ही अशी एकटी, बंदिस्त. आजूबाजूला दुसरं कोणी नाही. घरात फोन नाही. समजा काढता काढता नाजूक भागाला काही दुखापत झाली, रक्तस्राव सुरू झाला आणि त्यातच मला मरण आलं तर... नको ते विचार मनात भुतासारखे नाचू लागले.

पण तरीही मी धाडस करायचं ठरवून बोट अलगत आत सरकवलं. बाहेर आलेला प्लॅस्टिकचा लहानसा धागा हाताने हळूच चाचपला. मग देवाचं नाव घेत दुसरं बोट आत घालून तो प्लॅस्टिकचा धागा आधी हळू आणि मग जोराजोरात खेचू लागले. प्रचंड वेदना होऊ लागल्या. पण गर्भाशयात घट्ट बसलेला तो IUD काही निघेना. तसंच हळूहळू पण जरा ताकद लावून मी ओढत राहिले. डोळ्यांतून घळाघळा अश्रू गळत होते. हुंदका घशात अडकून माझा जीव घेऊ बघत होता. बऱ्याच प्रयत्नांनंतर इंग्रजी 'टी' आकाराचा तो लहानसा पांढरा इंचभर लांबीचा तुकडा माझ्या हातात आला. हाच तुकडा माझा जीव घ्यायला, मला फाशीची शिक्षा ठोठावायला सुद्धा कारणीभूत होऊ शकला असता या विचारांनी अंगावर काटा आला.

फारसा रक्तस्राव वगैरे होत नाही ना याची खात्री पटेपर्यंत मी वाट पाहिली. खूप कळा मारत होत्या. आता या तुकड्याचं काय करावं? फेकून द्यावा का कचऱ्यात? पण जर काही कारणाने मूडीच्या नजरेस पडला तर? अखेर तो एक डॉक्टर होता.

संडासात टाकावा का? पण वाहून न जाता कुठे अडकून राहिला तर? शेवटी मी नसरीनची शिवणाची कात्री घेतली आणि त्याचे अनेक छोटे छोटे तुकडे केले. मग खिडकीपाशी जाऊन एक एक छोटा तुकडा मी वाऱ्यावर भिरकावून दिला.

बाबांचा वाढदिवस पाच एप्रिलला होता. ते जर अजून जिवंत असले तर पासष्ट

वर्षांचे होतील. जॉनचा वाढदिवस होता सात एप्रिलला. तो पंधरा वर्षांचा होईल. मी जिवंत आहे हे त्याला ठाऊक आहे?

दोघांना वाढदिवसाच्या भेटी मी पाठवू शकत नव्हते. नेहमीसारखा स्वतः खपून केक करू शकत नव्हते. हॅपी बर्थडे म्हणून साधा एक फोन करू शकत नव्हते की कार्ड पाठवू शकत नव्हते.

त्यांचे वाढदिवस अजून व्हायचे होते की होऊन गेले होते हेही धड आठवत नव्हतं. तारीख, वार, वेळ कशाशी संबंधच उरला नव्हता.

कधीतरी रात्रीची एकटीच आकाशातल्या चंद्राकडे मी टक लावून बघत राहायचे. मनात यायचं याच चंद्राकडे माझे आई बाबा, ज्यो आणि जॉन बघत असतील, याच चंद्राकडे माझी माहतोब बघत असेल. या कल्पनेने मला मनातून खूप आधार वाटायचा. मी आणि माझ्या माणसांमधला तोच एक दुवा होता.

एक दिवस अशीच खिडकीतून रस्त्यावर नजर गेली आणि... माझ्या छातीत धडधडू लागलं. तिथे मिस अलावी उभी होती. ती सरळ माझ्याच रोखाने बघत होती. ती खरी असेल का मला भास होतोय?

"तुम्ही इथे काय करताय?'' मी आश्चर्याने विचारलं.

"मी गेले बरेच तास इथे उभी आहे. तू खिडकीत येण्याचीच वाट पाहत होते. तुझ्याबद्दल मला सगळं कळतंय,'' ती हळूच म्हणाली.

पण तिला सगळं कसं कळलं? कुणी सांगितलं? जास्त विचार करायला वेळ नव्हता. तिला हातानेच थांब अशी खूण करून मी आतून स्क्रू ड्रायव्हर आणला, खिडकीची काच काढली आणि गजामधून जमेल तेवढं डोकं बाहेर घालून कुजबुजले, "हं, आता बोला.''

तिने मग सांगितलं की, ती बरेच दिवस या घरावर पाळत ठेवून होती. एकदा तर ती आपल्या भावाला सुद्धा गाडीतून घेऊन आली होती. पण बराच वेळ दोघं तिथे थांबल्यावर कुणीतरी संशयाने 'काय पाहिजे' अशी चौकशी केली. मिस अलावीने काहीतरी थाप मारली, इथे एक मुलगी राहते, आम्ही तिचीच वाट बघतोय कारण माझ्या भावाला तिच्याशी लग्न करायचं वगैरे.

तिने मला जाहीदानला जाण्याची सगळी तयारी पूर्ण झाल्याचे सांगितले. "तू कसंही करून आता इथून पळ, मग पुढचं मी बघते,'' ती म्हणाली.

"ते शक्य नाही, कारण मूडीने माहतोबला कुठे तरी दडवून ठेवलंय,'' तिला हे सांगताना माझ्या घशात कढ दाटून आले.

"मी तिचा पत्ता लावीन,'' ती म्हणाली.

मी तिला सावधगिरीची सूचना दिली. उगीच कुणाला संशय आला तर तिच्या आणि आमच्या जिवावर बेतायचं.

ती हो म्हणून आली तशीच धूमकेतूप्रमाणे परतही गेली.

एकेक दिवस संथपणे पुढे सरकत होता. या एवढ्या थोरल्या वेळाचं करायचं तरी काय? मग मी रोज घरात शोधाशोध करून नाहीतर मूडीने विकत आणलेल्या सामानातून माहतोबचा आवडता काहीतरी खाऊ करून मूडीच्या हाती तिला पाठवू लागले.

माझ्याकडे थोडी पांढरी शुभ्र लोकर होती. त्यातून मी तिच्या लाडक्या बाहुलीसाठी छोटी छोटी मोजडी विणली. माहतोबचे दोन-तीन शर्ट तिला लहान होऊ लागले होते. त्यांच्या कॉलरी उसवून मी ते जरा मोठे केले. कॉलरींच्या कापडातून तिच्या बाहुल्याकरता आणखी छोटे छोटे कपडे शिवले.

मूडी या सगळ्या गोष्टी तिच्याकडे घेऊन गेला. पण परत आल्यावर तिच्याबद्दल मला एका अक्षरानेही सांगितलं नाही. माझा खूप हिरमोड झाला. एक दिवस मात्र पांढरीशुभ्र मोजडी परत घेऊन आला. सोबत माहतोबचा निरोप. "मम्मीला म्हणावं ही मोजडी आत्ता पाठवू नकोस. इथली इतर मुलं ती खराब करतील."

मूडीच्या तोंडून हा निरोप ऐकला आणि मला माझ्या लाडकीचं कौतुक वाटलं. तिला यातून हेच सांगायचं होतं की, मम्मी, मी सुरक्षित आहे आणि माझ्याबरोबर खेळायला इतर मुलं सुद्धा आहेत.

ती कुठे असेल? एक नक्की, की आमे बोझोर्गच्या घरी नव्हती.

वेळ घालवायला म्हणून मी मूडीची पुस्तकं वाचायला सुरुवात केली. बरीचशी इस्लाम धर्मावरच होती. असोनात का. इंग्रजीत होती हे महत्त्वाचं. मी शब्दन्शब्द वाचून काढला. त्यात एक इंग्रजी डिक्शनरी पण होती. वेबस्टरची. मी तीही वाचली. बायबल असतं तर किती बरं झालं असतं. पण ते मात्र नव्हतं.

त्या भयाण एकांतवासाच्या दिवसात आणि रात्रीत देव हाच माझा सखा, सोबती होता. मी सतत त्याच्याशी बोलायची. कसंही करून, काहीही करून हा माहतोबचा वियोग संपायला हवा होता. म्हणून मी माझं लक्ष मूडीच्या धर्मावर केंद्रित केलं.

पुस्तकं वाचून, रोज घोटून तयारी करून मी नमाज पठण कसं करायचं ते आत्मसात केलं. त्याचप्रमाणे रोज प्रार्थना करण्यास मी सुरुवात केली. प्रार्थनेपूर्वी मी माझे हात, दंड, चेहरा व पावले स्वच्छ धूत असे. नंतर प्रार्थनेसाठी खास पांढरी 'चादोर' मी पांघरत असे. इस्लाम धर्माप्रमाणे प्रार्थना करताना माणूस अल्लापुढे लीन होऊन जेव्हा पुढे वाकतो तेव्हा त्याच्या मस्तकाचा कोणत्याही मानवनिर्मित वस्तूला स्पर्श होता कामा नये. बाहेर प्रार्थना करताना ही गोष्ट सोपी पडते. पण घरात मात्र प्रार्थनेचा खास दगड डोकं टेकण्यासाठी घ्यायचा असतो. घरात तसले

पुष्कळ दगड होते. एक इंच व्यासाचे चिकणमातीचे दगड. खरं तर कोणतीही माती चालते. पण हे दगड खास मक्केच्या चिकणमातीपासून तयार केलेले होते.

माझी पांढरी 'चादोर' घेऊन गुडघे टेकून वाकून बसत अशा प्रकारे प्रार्थना करण्याचा मी अनेक दिवस सराव केला. एक दिवस मूडीच्या पाठोपाठ हॉलमध्ये जाऊन, मुस्लीम पत्नीप्रमाणे त्याच्या मागे बसून मी व्यवस्थित नमाज पठणाला सुरुवात केली.

मला मूडीला खूष करायचं होतं. मी अखेर शरण आले आहे असं दाखवायचं होतं. शेवटी मूडीचंही एकच उद्दिष्ट होतं ना, की, मी माहतोबला घेऊन सुखाने एखाद्या मुस्लीम पत्नीप्रमाणे संसार करावा? मग मी तो करायला तयार आहे हेच मला त्याला सुचवायचं होतं.

दुसरं म्हणजे अल्ला हेही माझ्या देवाचंच रूप होतं. तोही जगन्नियंत्याचाच अवतार होता. त्याने तरी माझ्या मदतीला धावून यावं अशी मी आळवणी करत होते.

पण इतकं सगळं केल्यावर मूडी तुच्छतेने म्हणाला, "प्रार्थना इंग्लिशमध्ये करत नाहीत."

म्हणजे आता प्रार्थनेचे अरबी शब्द पाठ करण्याचं काम. पण तेही मी केलं.

एक दिवस अशीच एलन आली. तिने खालून बेल वाजवल्यावर मी इंटरकॉममधून तिच्याशी बोलले.

"तू ठीक आहेस ना?" ती म्हणाली, "तू जिवंत तरी आहेस की नाही हेही कळायला मार्ग नव्हता, म्हणून मी खरी आले. पण परिस्थितीत काही बदल झालाय?"

"नाही."

"माहतोब कुठे आहे ठाऊक आहे का?"

"नाही."

मग एलन म्हणाली, "मी आगा हकीमला भेटून त्याला सगळं सांगू का? मूडीला त्याचा जरा धाक आहे."

"नको," मी घाबरून म्हटलं, "ही गोष्ट इतर कुणाच्या कानावर गेल्याचं मूडीला कळलं तर माझं काही खरं नाही. मला बाकी काही नको, फक्त माझ्या माहतोबला भेटायचंय."

एलन त्यावर गप्प बसली. मग मी तिच्याकडे बायबलच्या न्यू टेस्टामेंटची कॉपी मागितली. ती म्हणाली, "मी उद्या-परवा आणीन. मग तू दोरीने पिशवी खाली सोड. त्यात तुला पोचवीन."

पण नंतर एलन आलीच नाही. असं चोरून येण्यात आपण पाप केलं असं तिला वाटलं असेल.

एक दिवस सकाळची मी बाल्कनीत उभी होते. मला असं एकांतवासात राहायला लागून नक्की किती दिवस झाले होते ते कळायला काही मार्गच नव्हता. आमचं ते खतरनाक भांडण कधी बरं झालं असेल? एक महिन्यापूर्वी? दोन महिन्यांपूर्वी? शेवटी मी भांडणानंतर किती शुक्रवार लोटले त्याचा हिशोब करू लागले. शुक्रवारी रस्त्यावरून लोकांना प्रार्थनेची आठवण लाऊडस्पीकरवरून करून देणारी गाडी फिरायची. कितीही विचार केला तरी असा एकच शुक्रवार आठवत होता. म्हणजे मला कैदेत पडून एकच आठवडा झाला होता? दोन तर पुरे नक्की झाले नव्हते. म्हणजे हा महिना एप्रिलच असावा.

रस्त्याच्या पलीकडच्या बाजूला एक घर होतं. त्या घराच्या अंगणात एक स्त्री उभी राहून मला खुणा करत होती. "तुम्ही कुठल्या देशातून आलात?" तिने अडखळत्या इंग्रजीत विचारलं.

"का?" मी घाबरून संशयाने म्हणाले.

"कारण तुम्ही परकीय दिसता."

परिस्थितीने मी इतकी निराश झाले होते की पुढचा-मागचा काही विचार न करता मी बोलून गेले, "मला त्यांनी या घरात डांबून ठेवलंय. त्यांनी माझ्या मुलीला कुठेतरी नेऊन ठेवलंय. मला मदत करा. प्लीज."

"मला खरंच वाईट वाटतं," ती म्हणाली, "तुम्ही सांगा, मी काय करू तुमच्यासाठी?"

मी विचारात पडले. अखेर ही पण एक अबलाच. ही काय करू शकणार. मी म्हणाले, "मला माझ्या माणसांना पत्र लिहायचंय. मी लिहून तुमच्याकडे टाकलं तर ते तुम्ही पोस्टात टाकाल?"

ती हसून हो म्हणाली.

मी घाईघाईने चिठ्ठी खरडली. त्यात सगळं नीट स्पष्ट तरी होत होतं की नाही देव जाणे. मी मम्मी-डॅडींना हे पण लिहिलं की, माहतोब मूडीच्या ताब्यात आहे त्यामुळे ती परत मिळेपर्यंत तरी त्या दोघांनी घाईने एंबसी किंवा स्टेट डिपार्टमेंटकडे आता घाईने धाव घेऊ नये. शेवटी मी लिहिलं, "माझं तुमच्या सर्वांवर प्राणापलीकडे प्रेम आहे" आणि ती अक्षरं डोळ्यातून घळघळा वाहणाऱ्या आसवांनी फिसकटून गेली.

मग मी खिडकीची काच काढली व बाहेर डोकावले. हातात पत्र. पण त्या मगाचच्या बाईचा कुठेही पत्ता नव्हता. असा बराच वेळ गेला. मी निराश झाले. इतक्यात दुसरी एक 'चादोर' घातलेली स्त्री खालून कुठेतरी चालली होती. मी तिचं

लक्ष वेधून हातातलं पत्र दाखवलं आणि खुणेने हे टाकणार का असं विचारलं. ती हो म्हणताच मी ते अलगद खाली टाकलं. तिने ते उचललं आणि ती निघून गेली. नंतरचे काही दिवस रोज मी बाल्कनीत तिची वाट बघत उभी राहायचे, पण ती कधीही दिसली नाही.

मी रोजच्या प्रार्थनेत भाग घ्यायला लागल्यामुळे नाही म्हटलं तरी मूडी थोडासा निवळलाच होता. त्याचं बक्षीस म्हणून त्याने मला 'खयान' नावाचं एक इंग्रजी वृत्तपत्र रोज आणून द्यायला सुरुवात केली. त्यात छापून येणाऱ्या सर्वच बातम्या इराण सरकारच्या बाजूच्या, खोट्यानाट्या व प्रचारकी होत्या. पण निदान मला मातृभाषेत काहीतरी वाचायला मिळत होते हे काय कमी होते? शिवाय मला आता रोजची तारीख व वार कळू लागले होते. मला बंदिवासात राहून फक्त दीडच आठवडा झाला होता. यावर माझा विश्वास बसत नव्हता. खयानच्या इतर बातम्यांप्रमाणे त्यांनी तारीख, वारही खोटाच छापला होता की काय, देव जाणे.

वृत्तपत्र सुरू केल्यापासून का कोण जाणे पण मूडी रोज संध्याकाळी ते घेऊन घरी येऊ लागला होता. कधी कधी तर चक्क येताना माझ्यासाठी काहीतरी खाऊपण घेऊन यायचा.

एक दिवस येताना स्ट्रॉबेरीज घेऊन आला. त्या खूप महाग होत्या तेही त्याने सांगितलं. तशा सुकलेल्या आणि चवीलाही तितपतच होत्या. पण आणल्या होत्या हे महत्त्वाचं. मला त्या पाहून माहतोबची आठवण झाली. आमची ताटातूट होण्याच्या आदल्या दिवशी ती स्ट्रॉबेरीचा हट्ट करून रडली होती. मी ३/४ स्ट्रॉबेरी बाजूला काढून मूडीच्या हातात दिल्या. "माहतोबला घेऊन जाशील?" मी म्हणाले. नवल म्हणजे तो लगेच 'हो' म्हणाला.

हल्ली संध्याकाळी घरी आल्यावर कधीतरी लहर लागली तर मूडी माझ्याशी गप्पा मारायचा. कधीकधी मात्र नुसता घुमेपणाने बसून राहायचा.

"हे असं किती दिवस चालणार?" एक दिवस अगदी न राहवून मी विचारलं.

त्याने माझ्याकडे दुर्लक्ष केलं.

असेच दिवस चालले होते.

एका मध्यरात्री दाराची घंटी जोरजोरात वाजली आणि आम्ही खडबडून उठलो. दारात आमे बोझोर्गचा तिसरा मुलगा मुस्तफा. मूडीचं व त्याचं फारसीत काहीतरी बोलणं झालं. "लगेच निघतो," मूडी फारसीत म्हणाला. तेवढं मला कळलं.

"काय झालं?" मी अस्वस्थ होऊन विचारलं.

"माहतोब आजारी आहे," तो म्हणाला, "मला जायला हवं."

माझा जीव कासावीस झाला. ''प्लीज मूडी, प्लीज, या वेळी मला तिच्याकडे ने,'' मी रडू लागले.

''नाही. तू इथेच थांब.''

''मग तिला घरी तरी आण.''

''अजिबात नाही. मी तिला घरी तर कधीच आणणार नाहीये.''

तो एकटाच निघाला. मी त्याच्यापुढे नाक घासलं, विनवण्या केल्या, पायसुद्धा धरले त्याचे. पण नाही. तो एकटा निघून गेला. माझी माहतोब आजारी होती. माझं पिलू. काय झालं असेलं तिला एवढं? मुस्तफा मध्यरात्री मूडीला बोलवायला यावा? मी रडू लागले.

रात्र रडण्यात आणि काळजी करण्यात गेली. दुसरं काहीच हातात नव्हतं. पण मुस्तफा कसा काय बोलावणं आला? मुस्तफाच का?

मग मला आठवलं. मुस्तफा आणि त्याची बायको मागच्याच गल्लीत राहत होते. माहतोबला त्याच्या घरी दडवून ठेवणं मूडीला सर्वच दृष्टीने सोयीचं होतं. त्यांच्या मुलांशी माहतोबची थोडी मैत्री होती. शिवाय मुस्तफाची बायको इतर बायकांपेक्षा बरीच स्वच्छ आणि नीटनेटकी होती. तरी पण या सगळ्या विचारांनी सुद्धा माझ्या मनाला शांती मिळत नव्हती. माहतोब, माझी माहतोब आजारी होती. मूल जेव्हा आजारी असतं तेव्हा त्याला सगळ्यात जास्त गरज असते ती आपल्या आईची. मी तिच्यासाठी प्रार्थना करू लागले. माझं प्रेम, माझा वात्सल्याचा स्पर्श तिच्यापर्यंत पोचव अशी देवाची प्रार्थना करू लागले.

सकाळ एकदाची उजाडली. अजून माहतोबबद्दल काही कळलं नाही.

दिवसाचे व्यवहार सुरळीत सुरू झाले. बाहेर रस्त्यावर माणसांची, वाहनांची वर्दळ. सगळं नेहमीसारखं. मी हताशपणे नुसत्या येरझाऱ्या घालत होते. दुसरं तरी काय करणार?

माहतोबला हॉस्पिटलमध्ये ठेवलं असेल का? तिथे ती एकटी असेल? रडत असेल आईच्या आठवणीने? शुद्धीत तरी असेल का?

दुपार जाऊन संध्याकाळ व्हायला आली. माझ्या उभ्या आयुष्यातला सगळ्यात यातनामय, क्लेशदायक दिवस होता तो. पाण्यातून बाहेर काढलेल्या मासोळीसारखा अवघा जीव तगमगत होता.

वेड लागल्यासारखी मी बेडरूमच्या खिडकीपाशी गेले. शेजारच्या घरातील कामवाली बाई अंगणात नळावर भांडी विसळत होती. माझी आणि तिची अजून ओळख झाली नव्हती. नुसतं बघून दोघी एकमेकींना ओळखत होतो.

माझ्या मनाची आता पुरती तयारी झाली होती. गज नसलेल्या या लहान खिडकीतून कसंतरी बाहेर पडायचं, पळ काढायला आणि मुस्तफाकडे

जायचं. माहतोबकडे.

जिवाची पर्वा न करता मी कशीतरी स्टूलवर चढून धडपडत त्या बारीकशा खिडकीतून बाहेर पडले. अगदी समोरच शेजारच्या घराची गच्ची होती. जरा सांभाळून उडी मारली असती तर शेजाऱ्यांच्या गच्चीत मी पोचले असते.

खिडकीला लोंबकळलेल्या अवस्थेत तशीच मी शेजारणीला हाक मारली, "खानुम, शोणा इंग्लिशी सोबॅटकॉम?" ("तुम्हाला इंग्रजी समजतं का?") त्या बाईने चमकून आवाजाच्या रोखाने पाहिलं आणि मला तसं खिडकीबाहेर लटकताना पाहून एखादं भूत बघितल्यासारखी ती धावत घरात गेली.

निराश होऊन मी परत घरात उतरले आणि खोलीत येरझाऱ्या घालू लागले. काहीतरी चाळा म्हणून पुस्तकांच्या शेल्फातली पुस्तके मी उलटीपालटी करू लागले, तोच त्यातून एक छापील कागद बाहेर पडला. मी तो कुतूहलाने वाचला. तो इंग्रजीत होता. खरं तर नवस बोलायचा असेल तर त्यासाठी कुठल्या प्रार्थना म्हणाव्यात, काय काय करावे याची ती माहिती होती. हा कागद या क्षणी माझ्या हाती पडावा हा शुभशकूनच नाही का? मी त्यात लिहिल्याप्रमाणे गुडघे टेकून जमिनीवर बसले आणि माझ्या माहतोबच्या सुरक्षिततेसाठी 'नस्त्र'– नवस बोलले. मी अल्लाला वचन दिले, की जर माझी आणि माहतोबची सुखरूप सुटका होऊन आम्ही अमेरिकेला गेलो तर मी जेरूसलेमच्या यात्रेला जाईन.

संध्याकाळ झाली. तेहरान शहर अंधःकारात बुडून गेले. हॉलमध्ये बसून मी पुस्तक वाचत होते इतक्यात सगळीकडे दिवे गेले. मिट्ट काळोख. तशात हवाई हल्ल्याची सूचना देणारे भोंगे वाजू लागले.

माहतोब तर किती घाबरली असेल!

तशीच धडपडत उठून मी दाराकडे धावले. पण बाहेरून कुलूप होतं. मी काळोखात येरझाऱ्या घालू लागले. मला जॉनच्या पत्राची आठवण झाली. त्याने लिहिलं होतं : "माहतोबची काळजी घे. तिला एकटं कुठे सोडू नको. सतत आपल्या बरोबर ठेव." मी बांध फुटल्यासारखी रडू लागले.

बाहेर अजूनही भोंगे विव्हळल्यासारखे वाजत होते. दुरून विमानांचे आवाजही येत होते. बॉम्बस्फोटाचेही.

हवाई हल्ला अगदीच थोडा वेळ टिकला. पण त्या तशा अंधारात, एकांतात, रिकाम्या घराच्या दुसऱ्या मजल्यावर एखाद्या विद्ध जनावरासारखं कोंडलेल्या अवस्थेत मला ते क्षण फार भयानक भासले.

त्यानंतर अर्धा तास लोटला असेल. रस्त्यावरचे फाटक उघडल्याचा आवाज,

पाठोपाठ कुलूप उघडल्याचा आवाज, जिन्यावर पावलं. मूडी. मी दाराकडे धाव घेतली. त्याचं पाऊल आत पडताक्षणी प्रश्नांचा भडिमार करायच्या तयारीने मी उभी ठाकले.

दार उघडून मूडी आत आला. दाराच्या चौकटीत उभे राहून त्याने दीर्घ श्वास घेतला. हातात एक मोठे कपड्यात गुंडाळलेले बासन होते.

मी चकित होऊन बघत राहिले. ती माहतोब होती. गरम पांघरुणात गुंडाळून मूडीने खांद्यावर टाकून तिला आणले होते. ती हलक्या आवाजात कण्हत होती. त्या काळोखातही तिचा चेहरा पांढराफटक दिसत होता.

□

१७

माझी प्रार्थना देवाने ऐकली होती. माझं बाळ मला परत मिळालं होतं.

एकीकडे मला खूप भरून आलं होतं तर दुसरीकडे एका अनामिक भीतीनं ग्रासलं होतं. माहतोब परत आली होती खरी. पण काय तिची ती अवस्था होती.

मी मूडी आणि माहतोब दोघांना मिठी मारली. "थँक यू मूडी. तिला तू घरी आणलंस. आय लव्ह यू." माझ्या तोंडून आपोआप हे शब्द बाहेर पडले. पण माझीच मला शरम वाटली. माझ्या वेदनेला, दुःखाला तोच राक्षस कारणीभूत होता आणि मी वेडी माहतोबला बघताच सगळं विसरून त्याचे आभार मानत होते.

मूडीचा चेहराही विदीर्ण दिसत होता आणि थोडासा पश्चात्तापदग्ध, का मला उगीच तसा भास झाला?

"हा हवाई हल्ल्याचा भोंगा म्हणजे जणू आकाशवाणीच होती," मूडी म्हणाला. "या अशा वेळी आपण एकमेकांना सोडून राहता कामा नये. तुला ठाऊक आहे, मगाशी मला तुझी किती काळजी वाटत होती ते?"

माहतोबचं कपाळ घामाने डबडबलं होतं. तिचा ताप नुकता उतरू लागला होता. मी हात पुढे करताच मूडीने तिला माझ्याजवळ दिले. मी तिला उराशी धरून कुरवाळले. तिचे पापे घेतले. पण ती अगदी गप्प होती. मी तिला बेडरूममध्ये नेऊन अलगद पलंगावर झोपवलं. अंगावर पातळशी चादर घातली. पाठोपाठ मूडीपण आला. मी एक लहानसा रुमाल पाण्यात बुडवून घट्ट पिळून त्याची पट्टी माहतोबच्या गरम कपाळावर ठेवली. ती जागीच होती. पण खूप थकलेली दिसत होती. ती तशीच कितीतरी वेळ निमूटपणे पडून होती. मूडीच्या भीतीने तिने तोंडातून आवाजसुद्धा काढला नव्हता.

“ती नीट जेवतखात होतीस ना तिथे?” मी विचारलं.

मूडी हो म्हणाला, पण माझा त्यावर मुळीच विश्वास बसला नाही. तिचे डोळे खोल गेले होते, गालफडे वर आली होती. माझी पोर पार सुकून, सुकून गेली होती.

रात्रभर एक क्षणही मूडीने आम्हा दोघींना एकटं सोडलं नाही. माहतोबने तोंडातून चकार शब्द काढला नाही. पण रात्रभर मी सतत शुश्रूषा केल्यावर तिचा ताप पहाटे पूर्ण उतरला. मी तिच्या पायाशी डोकं ठेवून बसून होते. “यानंतर काय?” हा प्रश्न आ वासून उभा होता.

सकाळी उठून मूडी ऑफिसला जाण्यासाठी तयार झाला आणि जरा तुटकपणे म्हणाला, “तिला तयार कर.” माझा कानांवर विश्वास बसेना. “म्हणजे, तिला घेऊन जाणार तू?”

“मग काय इथे तुझ्याजवळ सोडून जाऊ?”

मी काही न बोलता तिला तयार केलं. मूडीच्या कडेवर बसून अबोलपणे माहतोब निघाली. आपण छाती फुटून आता मरणार असं मला वाटलं.

मूडीचं वागणं जरा जरा बदललं होतं. अलीकडे तो पूर्वीइतका आक्रमक, विचित्र व दुष्ट वागत नव्हता. उलट थोडासा अस्वस्थ, हार खाल्ल्यासारखा, उदास असे. त्याचं कारण मला कळत नव्हतं. एक दिवस ती कोंडी त्यानेच फोडली. त्याला अजून नोकरीतून एक दमडीही मिळाली नव्हती.

“पण हे कसं शक्य आहे?” मी विश्वास न बसून विचारलं. “मग तू रोजचा खर्च भागवतोस कसा?”

“आपल्या पोटापाण्यासाठी आवश्यक तेवढे पैसे मला मम्मलकडून उधार घ्यावे लागतात.”

अजूनही माझा अजिबात विश्वास बसला नाही. ही मूडीची शुद्ध थापेबाजी असणार, आपण अजून किती दिवस या घरात राहायचं, आपला संसार कधी मांडायचा असे प्रश्न मी विचारू नये म्हणून या सगळ्या गोष्टी मला ऐकवण्यात येत होत्या.

मात्र आजकाल मूडी माहतोबला जवळजवळ रोजच रात्री घरी आणायचा. स्वतः घराबाहेर पडायची वेळ झाली की परत नेऊन पोचवायचा. कुठे ते मला अजूनही ठाऊक नव्हतं. १/२ आठवडे असे उलटल्यावर त्याने दिवसा माहतोबला माझ्याजवळ सोडायला सुरुवात केली. मात्र जाताना दाराला बाहेरून कडी-कुलूप ठरलेलं. एक दिवस मूडी बाहेर पडला. पण नेहमीचा कडी घातल्याचा, कुलूप लावल्याचा आवाज आला नाही. दोन मिनिटांनी मी पाहिलं. दार उघडं होतं. खिडकीपाशी गेले तर मूडी निघूनही गेलेला.

मूडी कुलूप घालायला कसा विसरला?

की हे फक्त नाटक? आम्ही काय करतो ते बघायला लावलेला केवळ एक सापळा?

मी आणि माहतोब घराबाहेर पाऊलही टाकण्याचा विचार न करता घरातच राहिलो. काही तासांनी तो परतला. आता तो खुषीत होता. याचा अर्थ एकच होता. आम्ही त्याच्या कसोटीला उतरलो होतो. आमच्यावर कुणीतरी पाळत ठेवली असणार हे मात्र नक्की.

अलीकडे मूडी खूप गप्पा मारायचा. पूर्वीसारख्या. मी आणि माहतोब हेच त्याचे सर्वांत जवळचे होतो, आमचं तिघांचं कुटुंब होतं वगैरे. आता थोड्याच दिवसात माहतोब कायमची माझ्याचजवळ राहायला लागेल अशी मला खात्री वाटू लागली होती.

माहतोब बरीच बदलली होती. खूप मोठी, शहाणी, अबोल होऊन गेली होती एकाएकी. आधी ती त्या दिवसांबद्दल माझ्याशी मोकळे बोलायला तयार नसायची.

"तू खूप रडायचीस का गं तिथे?" मी विचारलं. "आणि मम्मीकडे पोचवा असा डॅडींपाशी हट्ट करायचीस?"

"नाही," ती घाबरलेल्या आवाजात म्हणाली. "मी त्यांच्याशी एकही अक्षर बोलले नाही. रडले पण नाही. मी कुणाशीच, कधीच बोलले नाही. मी खेळले नाही की काही केलं नाही."

खूप धीराने, तिला विश्वासात घेऊन, जवळ घेऊन चुचकारून विचारल्यावर ती माझ्याशी न घाबरता, मोकळेपणे बोलली. तिथे तिला सगळ्यांनी विशेषतः मुस्तफाच्या बायकोने अनेकदा खोदून खोदून प्रश्न विचारले होते. "तुझी मम्मी कधी एंबसीत जाते का? तुझ्या मम्मीचा अमेरिकेला पळून जायचा काही बेत आहे का?" वगैरे. जसं काही गुन्हेगाराला पकडून त्याच्यावर प्रश्नांची सरबत्ती करावी तशातला प्रकार चालायचा. पण माहतोबने दरवेळी 'नाही' एवढेच उत्तर दिले होते.

"एकदा मी घरातून पळून यायचा सुद्धा प्रयत्न केला, ममा," माहतोब म्हणाली. तिला वाटत होतं आपण जर हुशारी दाखवून इथून पळून ममीकडे पोचलो नाही तर मम्मीला काय वाटेल? ती म्हणाली, "मला त्या घरून इथे कसं यायचं ते माहीत आहे. कधी कधी आंटी मला भाजी आणायला न्यायची तेव्हा मला वाटायचं, तिचा डोळा चुकवून पळून यावं."

माझी माहतोब बदलली होती. पूर्वीसारखी उत्साही, धडाडीची आणि बंडखोर राहिली नव्हती. तिची पळून येण्याची हिंमत झाली नव्हती. ती आल्या परिस्थितीला शरण गेली होती. ती दिवसभर अबोलपणे, उदास अशी नुसती शून्यात बघत बसायची. बोलायची नाही. हसायची नाही.

खूप विचार केल्यावर मला वाटलं, हे काही खरं नाही. माहतोबला तिथे जी

कैद्याची, गुन्हेगाराची वागणूक मिळाली होती, ज्या प्रश्नांच्या सरबत्तीला तोंड द्यावं लागलं होतं ते काही इतक्या लहान मुलीच्या दृष्टीने चांगलं लक्षण नव्हतं. तिने माझं गुपित फोडलं नसलं तरी त्या बालमनावर त्या गोष्टीचं फार दडपण आलं होतं. इथून पुढे आपण सुटकेसाठी काय पाहिजे ते प्रयत्न केले तरी तिच्यापासून सगळं गुपितच ठेवायचं असं मी ठरवलं.

मम्मल आणि नसरीन अजूनही परत आले नव्हते. पण रेझा आणि एसी मात्र त्यांच्या घरी परतले. एसी आणि मी तोंडदेखलं गोड बोलू लागलो.

'ओर्दिबेहश्त' या पर्शियन महिन्याचा सोळावा दिवस म्हणजे इमाम मेहदीचा जन्मदिवस. हा या वर्षी सहा मेला आला होता. हा दिवस देशभर दरवर्षी उत्साहाने साजरा केला जातो. त्या ६ मेला एसीने मला तिच्या ओळखीच्या घरी तिच्याबरोबर येण्याचं निमंत्रण केलं. तिथे २०० बायका जमणार होत्या. दिवसभर प्रार्थना, भजने इत्यादी चालणार होते.

मला त्या वातावरणात जायची बिलकुल इच्छा नव्हती म्हणून मी नाही म्हटलं. पण तिने खूप आग्रह केला. "ये ना बेटी. जर आपली काही इच्छा अपुरी राहिली असेल तर तिथे जाऊन त्या बाईला दक्षिणा द्यायची. म्हणजे ती आपल्यावतीने देवाची प्रार्थना करते. एक प्रकारे नवस बोलण्यासारखंच असतं ते. आणि एक वर्षाच्या आत आपली इच्छा पूर्ण होते. तुझी नाही का अशी एखादी इच्छा?'' ती अलगद म्हणाली. तिला माझी इच्छा ठाऊकच होती.

"बरं, मूडीला विचारून बघते,'' मी म्हणाले.

नवल म्हणजे मूडी लगेच हो म्हणाला. त्याच्या जवळजवळ सगळ्याच नातलग स्त्रिया तिथे जमणार होत्या. शिवाय माझ्यावर नजर ठेवायला एसी होतीच.

तो दिवस उजाडला. रेझाच्या घरी भरपूर माणसे जमली. पुरुष घरी थांबणार होते. बायका गाड्या भरून एक तासाच्या अंतरावर असलेल्या त्या घरी गेलो.

आत पाऊल टाकलं आणि मी आश्चर्याने जागच्या जागी थबकले. गोषा वगैरे काही न घेता अत्याधुनिक केशभूषा आणि वेशभूषा केलेल्या, चेहऱ्यावर भरपूर रंगरंगोटी करून सुंदर आणि आधुनिक दिसणाऱ्या बायका तिथे वावरत होत्या. त्यांच्या अंगावर तऱ्हेतऱ्हेचे सोन्याचे दागिने झळकत होते. स्टीरीओ सिस्टिमवर मोठ्या आवाजात 'बांडेरी' संगीत चालू होते. विशेष म्हणजे मोठ्या हॉलच्या एका बाजूला पाश्चात्य संगीताच्या तालावर अंगाला हेलकावे देत आणि दोन्ही हात वर करून देहभान विसरून कित्येक जणी नाचत होत्या.

आत शिरताच एसीने पण बुरखा, पायघोळ अंगरखा वगैरे उतरून बाजूला

भिरकावले. आश्चर्य म्हणजे तिनेही अतिशय खोल गळ्याचा झगमगता उंची पोषाख केला होता. भरपूर दागिने घातले होते.

नसरीननेही गडद निळ्या रंगाचा सुरेख पेहराव केला होता. झोरे व फरिश्ते या दोघीच आल्या होत्या. आमे बोझोर्ग मात्र आजारी असल्याने आली नव्हती. नाही तरी या असल्या वातावरणात आमे बोझोर्ग कुठली येते? तिला कुणी आनंदात असल्याचं बघवत नसे.

थोड्या वेळाने करमणुकीचे कार्यक्रम सुरू झाले. आधी अत्यंत कमी कपड्यातल्या काही नर्तकींनी 'बेली डान्स' नामक नृत्यप्रकार सादर केला. नंतर गाणी व अजून काही नृत्ये झाली.

खोलीच्या एका कोपऱ्यात कुराणपठण करणारी ती स्त्री बसली होती. एकामागोमाग एक स्त्रिया तिच्या जवळ यायच्या. मग ती स्त्री एकेकीची इच्छा लाऊडस्पीकरवरून जाहीर करायची व त्या स्त्रीसाठी प्रार्थना करायची.

फरिश्तेने शाळेच्या परीक्षेत उत्तीर्ण होण्याची इच्छा केली.

झोरेने लवकर लग्न ठरावे अशी इच्छा केली.

एसीची इच्छा होती तिचा शारीरिक व्यंग घेऊन जन्माला आलेला मुलगा मेहदी बरा होऊन चालू लागावा.

नसरीनने मात्र काही इच्छा केली नाही.

हा कार्यक्रम बराच वेळ चालू होता. एसी मला बाजूला घेऊन म्हणाली, ''तुला नाही का काही मागणं मागायचं?''

''आहे तर. पण ते कसं करायचं मला काही नीट कळत नाही.''

एसीने माझ्याजवळ थोडे पैसे दिले आणि ती कुजबुजत्या स्वरात म्हणाली, ''नुसतं त्या बाईपाशी जा आणि तिला पैसे दे. तिला आपली इच्छा सांगितली नाही तरी चालते. मात्र ती आपल्यासाठी प्रार्थना करत असताना आपण मन अतिशय एकाग्र करून ती इच्छा मनात व्यक्त करायची.''

मग मी माहतोबला घेऊन त्या बाईकडे गेले. तिने एक काळे आच्छादन माझ्या डोक्यावर व चेहऱ्यावर टाकले व माझ्याजवळ बसून ती प्रार्थना म्हणू लागली. मला ते सगळं फार विचित्र वाटत होतं. तरीपण मनातले सगळे विचार बाजूला ठेवून अत्यंत भाविकपणे मी मनात म्हणू लागले : मला आणि माहतोबला सुखरूप अमेरिकेला जाता येऊ दे.

माझं मागणं मागून झाल्यावर मी सगळ्या नातेवाइकांच्यात परत गेले. मग माझ्या आपली चूक लक्षात आली. घरी गेल्यावर मी या ठिकाणी बसून मागणं मागितल्याची गोष्ट मूडीच्या नक्की कानावर जाणार. तो मला त्याबद्दल नक्की विचारणार. आता काय करायचं?

घरी जाताच मी अगदी उत्साहाने मूडीला जाऊन सांगितलं, ''आज तिथे सगळ्या बायकांनी देवाला मागणं मागितलं. मग मी सुद्धा मागितलं.''

''तू? तू काय मागितलंस?'' तो आश्चर्याने म्हणाला.

''मी म्हटलं, देवा मला, मूडीला आणि माहतोबला, आमच्या तिघांच्या या छोट्याशा कुटुंबाला सुखात ठेव.''

मूडीचं माझ्यावर पाळत ठेवणं पुष्कळ कमी झालं होतं. आता आम्ही तिघं परत एका कुटुंबाप्रमाणे राहू लागलो होतो. मला आणि माहतोबला तो बरेच तास एकत्र घालवू द्यायचा. इतकंच काय, कधीतरी बारीक-सारीक कामाच्या निमित्ताने दोघींना बाहेर सुद्धा पाठवायचा. कधीतरी मात्र आमचा पाठलाग करायचा. त्यामुळे काहीही नियमबाह्य वागण्याची माझी हिंमत नव्हती.

दिवसाचा वेळ कसा घालवायचा हा माझ्यापुढे फार मोठा प्रश्न होता. आता तरी मूडी आणि माहतोब दोघांपुढे मला आपण सुखी, समाधानी आहोत असं नाटक करायला लागायचं. हल्ली मी रोज मूडीबरोबर प्रार्थना करत असे आणि आमच्याबरोबर माहतोब. आमचं आयुष्य सुरळीत सुरू झालंय असं मूडीला वाटू लागलं होतं. मात्र या वागण्यामुळे माझ्यापुढे आणखी मोठं संकट आ वासून उभं होतं. मूडीने आता माझ्याकडून पत्नीसारख्या वागणुकीची, प्रेमाची, शारीरिक सुखाची अपेक्षा केली तर? आणि त्यातून मला दिवस राहिले तर? या असल्या राक्षसापासून मला आणखी एक मूल मुळीच नको होतं. शिवाय मग तर मी पिंजऱ्यात कायमची अडकले असते.

नऊ जून. आज माझा चाळीसावा वाढदिवस. अर्थात त्याविषयी तोंडातून आवाजही काढायचा नाही, असं मी ठरवलं होतं. मूडीला नेमकी त्याच दिवशी हॉस्पिटलमध्ये रात्रपाळी होती. त्यामुळे त्याने मला आणि माहतोबला खाली एसी आणि रेझाकडे झोपायला जाण्याचा हुकूम दिला. मी खूप विरोध करून पाहिला, पण काही उपयोग झाला नाही. अखेर आम्ही झुरळांच्या सहवासात आणि एसीच्या मुलाने जागोजाग करून ठेवलेल्या शूच्या वासात जमिनीवर झोपलो. एवढ्यात फोनची घंटा वाजली. एसीने फोन घेतला. बोलण्यावरून तो फोन माझ्यासाठी होता हे मला तत्काळ समजलं. एसी 'नाही, नाही' असं म्हणून फोन खाली ठेवणार इतक्यात धीर धरून मी तिथे गेले आणि 'मला बोलू दे फोनवर, आज माझा वाढदिवस आहे' असं म्हणून तो फोन एसीच्या हातून जवळजवळ हिसकावून घेतला. माझी बहीण कॅरोलीन फोनवर होती. तिने मला थोडक्यात डॅडींच्या तब्येतीचं सांगितलं. ते आता पुष्कळच बरे होते. माझ्या ज्योला आता नोकरीपण लागली होती. माझे डोळे पाण्याने भरून आले. कंठ दाटून आला. पुढे बोलवेना.

"त्याला सांग, मम्मीला तुझी फार आठवण येते. जॉनला पण सांग."

दुसऱ्या दिवशी संध्याकाळी मूडी थकून-भागून हॉस्पिटलमधून परतला. त्याने मला वाढदिवसाची भेट म्हणून चक्क फुलांचा लहानसा गुच्छ आणला होता. मी त्याला 'थँक यू' म्हटलं आणि लगेचच काल मला वाढदिवसाबद्दल माझ्या बहिणीचा फोन आला होता व मी तिच्याशी बोलले असं सांगून टाकलं. म्हटलं उगीच रेझा आणि एसीकडून कळण्यापेक्षा हे बरं. मात्र मूडी चिडला नाही. नुसता हुंकार देऊन आत निघून गेला.

एक दिवस मूडी आम्हाला जवळ राहणाऱ्या एका नातेवाइकांकडे घेऊन गेला. त्यांचा मुलगा मोर्टेझा त्यांच्यापाशीच राहत असे. काही वर्षांपूर्वी त्याची बायको वारली होती. त्याला एक लहान मुलगी होती. एलहॅम. ती माहतोबपेक्षा जराशी मोठी होती. ती इतकी गोड आणि सुरेख होती. पण आईवेगळी पोर सारखी उदासवाणी बसून राहायची. हसणं नाही, खेळणं नाही. घरात कुणाचंही तिच्याकडे लक्ष नसायचं.

आम्ही गेल्यावर थोड्या गप्पा सुरू झाल्या. मोर्टेझा माझ्याशी जे काही बोलला त्यावरून एक गोष्ट मला कळून चुकली. मूडीचं माझ्याशी जे काही वागणं होतं ते त्याच्या नातेवाइकांना पसंत नव्हतं. त्याने मला अजून थोडा मोकळेपणा द्यायला हवा असं सगळे त्याला पटवण्याचा प्रयत्न करत होते. "बरेच दिवसात तू कुठे दिसली नाहीस," मोर्टेझा म्हणाला. "आम्ही तुझी बरीच काळजी करत होतो."

मोर्टेझा सरकारी नोकरीत होता. देशांतर्गत तसेच देशाबाहेर टेलेक्सद्वारा संदेश पाठवणाऱ्या खात्यात तो काम करत असे. ती वरच्या अधिकाराची जागा असल्याने त्याचे बरेच फायदे सुद्धा होते. तो लवकरच एलहॅमला सुट्टीत आल्याबरोबर स्वित्झरलंड आणि इंग्लंडला घेऊन जाणार होता. त्यामुळे त्याआधी तिला थोडंफार इंग्रजी शिकवायची गरज होती.

"मी शिकवीन तिला इंग्रजी," मी म्हणाले.

मूडीने पण ती कल्पना लगेच उचलून धरली.

"रोज सकाळी तिला आमच्या घरी आणून सोडत जा," मूडी म्हणाला, "नाहीतरी मी कामावर जातो तेव्हा बेटी रिकामीच असते." एलहॅम मूडीची आवडती होती. त्याच्याप्रमाणेच ती आईवेगळी असल्याने त्याला जरा जास्तच सहानुभूती वाटायची. "चला, तुला या निमित्ताने काहीतरी विरंगुळा मिळाला. आता खूष ना?" मूडीने विचारले. "बेटी, तू आनंदी, सुखी राहावंस असं मला वाटतं."

"मला पण इथे आनंदात राहावं असंच वाटतं," मी पण थाप मारली.

एलहॅम शिकवणीला येऊ लागली आणि मूडीने माहतोबला अधूनमधून मुस्तफाच्या घरी नेऊन ठेवणंदेखील बंद केलं. माहतोबला माझ्याहून खूपच चांगलं

फारसी यायचं त्यामुळे शिकवतानापण ती आमच्या दोघींमध्ये दुभाषाचं काम करायची.

मेशेद या गावी एक पवित्र मशीद होती. तिथे रेझा आणि एसी यात्रेला जायचा बेत ठरवत होते. पूर्वी आमे बोझोर्ग सुद्धा याच ठिकाणी गेली होती. मेहदीचा जन्म होण्यापूर्वी एसी आणि रेझाने मुलगा व्हावा म्हणून नवस केला होता आणि तो फेडण्यासाठी आता त्यांना तिथे जायचं होतं. मेहदी अर्धवट आणि अपंग जन्मला होता ती गोष्ट वेगळी. पण तरी नवस फेडायलाच हवा. त्यांनी आम्हाला बरोबर येता का, असं विचारलं. मी हट्ट करून मूडीला हो म्हणायला भाग पाडलं.

मेशेद हे नाव ऐकताच माझ्या मनात एकच विचार आला. मेशेद हे इराणच्या अतिउत्तरेकडील कोपऱ्यात होतं. शिवाय आजकाल देशांतर्गत विमानांमध्ये अपहरणाचा इतका सुळसुळाट झाला होता की कदाचित आमचं विमान बगदाद विमानतळावर उतरवलं जाण्याची शक्यताही नाकारता येत नव्हती.

शिवाय या यात्रेमुळे मूडीला थोडा वातावरणात बदल झाला असता, त्याची मनःस्थिती सुधारली असती. मी धार्मिक यात्रेला जायचं म्हणते आहे हे ऐकून मी आता खरीखुरी धार्मिक आणि चांगली बायको झाले असा त्याला विश्वास वाटला असता.

शिवाय मनात सुप्त आणखी एक कारण होतं. या ठिकाणच्या मशिदीत जर खऱ्याखुऱ्या भक्तिभावाने, अगदी पूर्ण विश्वास ठेवून प्रार्थना केली तर म्हणे आपल्या तीन इच्छा पूर्ण होतात. ही गोष्ट मला एसीकडून कळली होती. माझी तर अवघी एकच इच्छा होती. या सगळ्या गोष्टींची मी पूर्वी अंधश्रद्धा म्हणून हेटाळणी केली असती. परिस्थिती माणसाला बदलून काय करून सोडते!

मूडीपण यायला तयार झाला. त्याच्याही अपुऱ्या इच्छा होत्या.

मेशेदचा विमानप्रवास छोटासाच होता. पोचल्यावर मूडीने सगळ्यांना एका टॅक्सीत कोंबलं. त्या लहानशा गावातल्या चांगल्या चांगल्या हॉटेलात आम्ही खोल्या घेतल्या होत्या. पण आम्ही प्रत्यक्षात तिथे जाऊन पोचलो तर अंधाऱ्या, कुबट वासाच्या खोल्या. गाठोडी झालेल्या जुनाट गाद्या. फाटके, विटके पडदे. तडे गेलेल्या, रंग उडालेल्या भिंती. जमिनीवरचा गालिचा तार इतका कळकट होता की आम्हाला खोलीत शिरल्यावर चपला-बूट काढावेसेच वाटेनात. भरीत भर म्हणून बाथरूममधून येणारी दुर्गंधी.

रेझा आणि एसीची खोली तर याहून वाईट अवस्थेत होती. त्या खोल्यांमध्ये बसण्यापेक्षा लवकरात लवकर उठावं आणि 'हराम'मध्ये दर्ग्यात दर्शनाला जावं असा आम्ही विचार केला.

आम्ही घाणेरड्या, गजबजलेल्या रस्त्यावरून चालतच तिथे गेलो. मी आणि एसी अर्थातच अंगभर 'अब्बाह' गोषा घेऊन. 'अब्बाह' म्हणजे अरेबियन स्त्रियांचे 'चादोर' सारखेच वस्त्र असते, फक्त वापरण्यास जरा सुलभ असतं. बाहेर खूप गोंगाट होता. यात्रेच्या ठिकाणी असतो तसा. तऱ्हेतऱ्हेचे विक्रेते खोकी मांडून बसलेले. तासबीड (जपमाळा), मोर्घ-प्रार्थनेचे दगड विकत होते. लाऊडस्पीकरवरून मोठ्या मोठ्यांदा प्रार्थना चालू होती.

मी आतापर्यंत पाहिलेल्या कुठल्याही मशिदीपेक्षा ही मशीद मोठी होती. त्यावर मोठे मोठे सुरेख घुमट होते. भाविकांना स्नानासाठी बाहेर एक कुंड होते. त्यात स्नान करून नंतर आम्ही एका गाईडच्या पाठोपाठ तो सर्व परिसर हिंडून पाहिला. मशिदीत वेगवेगळी प्रचंड दालने होती. आत मोठाली हंड्याझुंबरे लटकत होती. भिंती व छतावर कोरीव नक्षीकाम केलेले होते. भिंतीवर हजारो आरसे जडवलेले होते.

'हराम'च्या अंतर्भागात जायची वेळ झाल्यावर स्त्रिया व पुरुष यांच्यासाठी वेगवेगळी प्रवेशद्वारे होती. एसी आणि मी मरियम आणि माहतोबला सांभाळत त्या धक्काबुक्कीतून कसं तरी आत शिरलो. मशिदीच्या अंतर्भागात मध्यभागी जी कबर होती त्याला हात लावून प्रार्थना करण्यासाठी ज्याची त्याची धडपड चालू होती. एसीने तशाही गर्दीत एकटीने पुढे जायला मार्ग काढला. मी मात्र माहतोबला घेऊन मागे थांबले. माहतोबला मी कबरीपाशी नेलं नाही हे ऐकल्यावर मूडी फार चिडला. दुसऱ्या दिवशी परत तिला नेण्याचं त्याने एसीकडून वचन घेतलं.

तीन दिवस लागोपाठ रोज आम्ही दर्शनाला जात होतो. अखेर मलाही कबरीला स्पर्श करण्यात यश मिळाले. मी अल्लाची अगदी मनापासून प्रार्थना केली– अल्ला, माझी फक्त एकच इच्छा पुरी कर, माहतोबला घेऊन सुखरूप अमेरिकेला परतायला मला मदत कर. डॅडी जिवंत असेपर्यंत त्यांना एकदा तरी भेटायची संधी मला मिळू दे.

या यात्रेचा माझ्या मनावर खूप खोल परिणाम झाला. मी खूप निराश मनःस्थितीत असल्यामुळे म्हणा किंवा ते आरसे, तो चकचकाट, तो लोकांचा श्रद्धाळूपणा आणि जोडीला प्रार्थनेचा आवाज या सगळ्यामुळे मी मंत्रमुग्ध झाले. कारण काही असो पण माझा त्या पवित्र स्थानावर गाढ विश्वास बसला. आमच्या मुक्कामाच्या चौथ्या व शेवटच्या दिवशी परत एकदा कबरीपुढे नतमस्तक होऊन अत्यंत भक्तिभावाने प्रार्थना करायची असा मी निश्चय केला.

''मला आज एकटीला 'हराम'मध्ये जायचंय,'' मी मूडीला म्हणाले.

त्याने होकार दिला कारण मी इथे आल्यावर किती श्रद्धापूर्वक सर्व करत होते हे त्यानेही पाहिलं होतं. तो त्यामुळे खूष होता.

मी पहाटे खूप लवकर उठून तयार होऊन एकटीच मशिदीत गेले. अजून गर्दी झाली नव्हती. मी जवळ जाऊन गुडघे टेकून बसले. शेजारीच बसलेल्या मौलाला थोडे पैसे दिल्यावर त्याने माझ्यावतीने प्रार्थना केली. मी डोळे मिटून, मन एकाग्र करून ईश्वराचे चिंतन केले. त्यानंतर माझ्या मनाला विलक्षण शांती मिळाली.

मूडीने एक दिवस आम्हाला आमे बोझोर्गच्या घरी नेले. पण नेहमीसारखा त्याने घरात शिरल्यावर कुर्ता पायजमा चढवला नाही. तो सूटबूट वगैरे घालूनच उभा राहिला. थोड्याच वेळात आमे बोझोर्ग तिथे आल्यावर त्यांचं दोघांचं मोठं भांडण जुंपलं. त्यातलं अक्षरही मला कळलं नाही. नंतर तो आम्हाला दोघींना तिथेच थांबायची आज्ञा करून माजिदबरोबर कामासाठी निघून गेला.

आमे बोझोर्गच्या घरात एक क्षणभर सुद्धा थांबायची माझी व माहतोबची इच्छा नव्हती. आम्ही दोघी बाहेर अंगणात येऊन पोहोण्याच्या तलावाजवळ रेंगाळलो. पण आमे बोझोर्ग आमच्या मागोमाग बाहेर आली.

'अझी झाम' ती हलक्या आवाजात म्हणाली. अझी झाम म्हणजे बाळ, लाडके! माझा माझ्या कानावर विश्वास बसेना. "बेटी," असं म्हणून तिने प्रेमाने माझ्या डोक्यावरून हात फिरवला. काय घडतंय त्यावर माझा विश्वास बसेना. ती अत्यंत सोप्या, मला कळेल अशा भाषेत फारसीत बोलू लागली. माझ्यावर झालेल्या अन्यायाबद्दल तिने दुःख व्यक्त केले आणि ती मला कुरवाळत रडू लागली. मग डोळे पुसत म्हणाली, "आत जा आणि आपल्या आई-वडिलांना फोन कर."

ही नक्कीच मला फसवण्याची काहीतरी युक्ती असणार. "मी नाही करणार. मला मूडीची परवानगी नाही," मी म्हणाले.

पण परत तिने तोच आग्रह धरला.

"डॅडी फार संतापतील," माहतोब म्हणाली.

आमे बोझोर्ग आणि मी दोघी एकमेकींचे निरीक्षण करत राहिलो. ही हिची काही नवीन चाल आहे की खरंच काहीतरी घडलंय?

आमे बोझोर्ग हळुवार आवाजात माहतोबला म्हणाली, "तुझ्या डॅडींना कळलं तर ते संतापणार ना. आम्ही मुळी त्यांना सांगणारच नाही."

पण तरी मी तिचं म्हणणं मानलं नाही. मी आता फार वैतागले होते. असले आडून डाव टाकले तर मी करणार तरी काय? मी तिचा पूर्वी खूप अनुभव घेऊन चुकले होते.

आमे उठून आत गेली व आपल्या दोघी मुली झोरे व फरिश्ते यांना घेऊन आली. मग तिचं म्हणणं त्या दोघींनी इंग्रजीत मला नीट समजावून सांगितलं. "तू

तुझ्या आई-वडिलांना इतक्या दिवसात साधा फोन सुद्धा करू शकली नाहीस याचं आम्हाला खरंच वाईट वाटतं. आत जा आणि त्यांना फोन कर. पाहिजे त्या कुणालाही फोन कर. पाहिजे तितका वेळ बोल. आम्ही त्याला मुळीच सांगणार नाही.''

मूडीबद्दल बोलताना, 'त्याला' हा शब्द उच्चारताना त्या तिघींचा चेहरा इतका रागीट झाला होता की त्या मनापासून बोलतायत हे मला पटलं.

शेवटी मूडीची पर्वा न करता मी फोन फिरवला. मी, मम्मी, डॅडी सगळेच रडलो. डॅडींची तब्येत दिवसेंदिवस अतिशय खालावत चालली होती हे त्यांनी स्वतःच कबूल केलं. जॉन आणि ज्यो आपल्या वडिलांच्या घरी राहत होते. अमेरिकेत तेव्हा मध्यरात्र होती. तरी मी त्यांना फोन करून उठवलं व त्यांच्याशी बोलले.

आमे बोझोर्ग किंवा इतरही कुणी त्या वेळी तिथे थांबलं नव्हतं. मी पाहिजे ते बोलू शकत होते. फोन झाल्यावर तिच्या सांगण्यावरून ती, मी, झोरे, फरिश्ते व माहतोब एकत्र बसलो व माहतोब, झोरे व फरिश्ते यांच्या मदतीने आमे व मी एकमेकींशी बोललो.

''माहतोबला तुझ्यापाशी परत घेऊन जा, असं मीच मूडीला समजावून सांगितलं,'' ती म्हणाली. ''त्याने तुझ्याशी असं परत कधी वागता कामा नये. ही काय वागण्याची पद्धत झाली?''

ज्या आमे बोझोर्गचा मी पहिल्या दिवसापासून तिरस्कार करत होते तिला माझ्याबद्दल सहानुभूती वाटत होती? आपला भाऊ दिवसेंदिवस माथेफिरू होत चाललाय हे तिला समजलं होतं? माझ्या आणि माहतोबच्या मदतीला धावून यावं असं तिला वाटलं? हे सगळं कल्पनेच्या पलीकडचं होतं. अर्थात म्हणून मी काही तिला शंभर टक्के विश्वासात घेऊन सगळं सांगणारच नव्हते. पण मूडीने माझ्याशी जरा धड वागावं यासाठी तिची मदत घ्यायला हरकत नव्हती.

आमचं बोलणं झाल्यावर मी उठून या घरात आमची पूर्वी जी खोली होती तिथे गेले. ती खोली तशीच बंद होती. आमचं भरपूर सामान तिथे होतं. त्याला कुणी हातही लावलेला नव्हता. त्या सामानात मूडीची एक औषधांनी गच्च भरलेली पेटी होती. मला जी गोष्ट हवी होती ती त्यात होती. मूडीने इराणी कस्टम अधिकाऱ्यांचा डोळा चुकवून पुष्कळ खोकी भरून संतती प्रतिबंधक गोळ्या आणल्या होत्या. मूडीने त्या मोजून ठेवल्या असतील? काय करावं? एखादं पाकीट घ्यायला काय हरकत आहे? गरोदर राहण्याची इतकी मोठी भीती मनात होती की मी धाडस करून एक महिनाभर पुरतील एवढ्या गोळ्या असलेलं एक पाकीट पळवलं आणि पर्समध्ये दडवून ठेवलं.

थोड्या वेळाने मूडी मला व माहतोबला न्यायला परत आला. आमच्या फोनबद्दल त्याला कुणीही काहीही सांगितलं नाही. आम्ही घरी आल्यावर मी त्या गोळ्या गुप्तजागी दडवल्या. दुसऱ्या दिवशी सकाळी एक गोळी घेतली. वेळ बरोबर होती की नाही देव जाणे. देवा माझं रक्षण कर, अशी मी प्रार्थना केली.

नंतर बाबा हाजींचा मूडीला फोन आला. त्यांना मूडीशी काहीतरी महत्त्वाचं बोलायचं होतं म्हणून ते आमच्याकडे येणार होते. माझ्या पोटात भीतीचा गोळा आला. कालच्या माझ्या फोनबद्दल सांगायला तर ते येणार नसतील?

ते आल्यावर मी चहापाणी करायला स्वयंपाकघरात गेले. पण माझे कान बाहेर काय बोलणं चाललंय तिकडे होते.

मला तसं त्यांचं बोलणं साधारणच समजत होतं. ते मूडीला म्हणाले, "हे मम्मलचं घर आहे. पण आज केवळ तुझ्यामुळे तो आणि नसरीन आपलं घर सोडून तिच्या माहेरी राहायला गेले आहेत. तू सारखा घरात असतोस त्यामुळे नसरीनला कायम पडद्यात राहावं लागतं. त्या दोघांना आता त्याचा कंटाळा आलाय. खाली रेझाचं घर आहे. तिथेही तुझा बराच उपद्रव होतो. ते दोघं सुद्धा कंटाळून गेले आहेत. तू ताबडतोब हे घर सोडावंस हे बरं."

मूडीने अत्यंत अदबीने उत्तर दिले, "आपलं म्हणणं मला मान्य आहे."

मग बाबा हाजी निघून गेले.

मनातून मूडी फार संतापला होता. त्याची आपली माणसंच सगळी त्याच्या विरुद्ध उठली होती. मी आणि माहतोबच तेवढ्या त्याच्या बाजूच्या होतो. हे त्याला फार लागलं होतं.

मग माहतोबला झोपवून आम्ही दोघं रात्रभर बोलत राहिलो.

"या रेझाचं सगळं शिक्षण कुणी केलं? मीच ना?" मूडी चिडून म्हणाला, "इतकंच नव्हे, त्याला गाडी घेऊन दिली, घर घेऊन दिलं. मम्मलच्या ऑपरेशनचा सगळा खर्च केला, सगळी व्यवस्था केली. या कुटुंबातल्या लोकांसाठी काय म्हणून केलं नाही मी? अमेरिकेला फोन करून त्यांनी कोट मागितले, मी पाठवले. पाण्यासारखा पैसा खर्च केला सगळ्यांवर. आता सगळे जण हे विसरले. आता त्यांना मी नकोसा झालोय."

मग त्याने नसरीनवर राग काढायला सुरुवात केली.

"आणि ती नसरीन. मूर्ख. तिला कुणी सांगितलंय दिवसभर बुरखा घालून बसायला? एसी नाही माझ्यासमोर येत? मग हिला काय झालं? तू इथे मरेस्तोवर त्यांच्या संसाराचे कष्ट उपसत होतीस, घाण काढत होतीस, त्या अमीरची दुपटी धूत होतीस, स्वयंपाक करत होतीस ते चाललं. ती करत काय होती घरात काम? काय लायकीची आई आणि बायको आहे ती? पण आता तिच्या युनिव्हर्सिटीला

उन्हाळ्याची सुट्टी पडणार आहे ना. मग बरोबर. आता गरज संपल्यावर लगेच आम्हाला बाहेर हाकलायची तयारी. घराबाहेर जा म्हणे. कसा जाणार मी? कुठे जाणार? खिशात नाही पैसा.''

मूडीचे शब्द ऐकून मला धक्क्यावर धक्के बसत होते. गेल्या महिन्यात याच मूडीने एसीवर बुरखा न घेता हिंडल्याबद्दल टीकास्त्र सोडले होते आणि नसरीनची वारेमाप स्तुती चालवली होती.

मी चेहऱ्यावर सहानुभूतीचे भाव आणले. मी स्वतः जर नसरीनच्या जागी असते तर यापूर्वीच मी मूडीला हाकलून लावले असते. पण ते मी कुठली बोलते? उलट मी त्याच्या हो ला हो केलं. त्याची बाजू घेतली.

''आपल्याजवळ खरंच पैसा नाही, मूडी?''

''हो ना. अजूनही माझा पगार मिळत नाही. माझं कागदपत्रांचं काम पुरं झालेलं नाही ना.''

तो इतका तळमळीने म्हणाला की तो खरं बोलतोय हे मला कळून चुकलं. ''पण मग आपण दुसरीकडे जाणार तरी कसं?'' मी काळजीने विचारलं.

''माजिदने आपल्याला घर शोधायला सांगितलंय. काय येईल तो खर्च तो आणि मम्मल निम्मा निम्मा वाटून घेणार आहेत.''

मला चेहऱ्यावरचा आनंद लपवायला फार प्रयास पडले. आता या तुरुंगातून लवकरच माझी सुटका होणार होती. आम्ही स्वतंत्र राहणार होतो. स्वतंत्र. मूडी तसं बाबा हाजींजवळ कबूल करून चुकला होता. परत आमे बोझोर्गच्या घरी राहायला जायचा प्रश्नच नव्हता. कारण मूडीचं आणि तिचं चांगलंच वाजलं होतं. थोडक्यात आता इतका अपमान झाल्यानंतर एखाद्या नातेवाइकाच्या घरी जाऊन राहण्याचा प्रश्नच उद्‌भवत नव्हता.

कदाचित... कदाचित अमेरिकेला परत जायचा विचार मूडीच्या मनात येईल का?

''त्या कुणालाही तुझी कदर नाही,'' मी हळुवारपणे म्हणाले. ''तू सगळ्यांसाठी एवढं केलंस. पण ते जाऊ दे. सगळं ठीक होईल. आपण एकमेकांना सांभाळून घ्यायला आहोत ना, आपण तिघं.''

''हो, गं,'' तोही तितक्याच हळुवारपणे म्हणाला व त्याने मला मिठीत घेतलं. त्यानंतर काय घडणार ते अटळच होतं. मी डोळे मिटून घेतले. स्वातंत्र्य प्राप्त करण्यासाठी याही अग्निपरीक्षेतून जायची माझ्या मनाची तयारी होती...

आम्ही भाड्याचं घर शोधण्यासाठी खूप हिंडलो. पण जी जी घरं बघितली ती सगळी अत्यंत वाईट अवस्थेत होती. तुटक्या-फुटक्या फरशा, रंग उडालेल्या भिंती.

मूडीलाही ती घाण, ती अस्वच्छता माझ्याइतकीच खटकत होती. पण आमच्या हातात दिवस थोडे होते. मूडीला हॉस्पिटलमध्ये तशी मानाची, अधिकाराची नोकरी असली तरी अजून हातात वैद्यकीय व्यवसायाचा परवाना नसल्यामुळे सगळं काही बेकायदेशीरच होतं. त्यामुळे आर्थिक परिस्थिती फार कठीण होती.

बाबा हाजींनी स्वतः लक्ष घालून त्यांच्या मित्राच्या ओळखीने एक घर पसंत केले. तेही अगदीच घाणेरडे निघाले. मूडीने आपली नापसंती दर्शवताच दोघांचे जोराचे भांडण झाले.

"घराला अंगणही नाही, माहतोब खेळणार कुठे?"

"करायचंय काय अंगण?"

"काही सामानसुमान नाही. लाकडी फर्निचर नाही."

"फर्निचरची गरजच काय?"

"पण आमच्याकडे स्वयंपाक करायला साधा स्टो नाही, भांडीकुंडी नाहीत, फ्रीज, वॉशिंग मशीन... रोज लागणाऱ्या वस्तूंपैकी काही सुद्धा नाही."

मी सगळा वादविवाद आतून ऐकत होते. मूडीचं बोलणं ऐकून मला बरं वाटलं. तो स्वतःच्या सुखाचा नाही तर माहतोबच्या, माझ्या सुखाचा विचार करत होता. आमच्यासाठी तो बाबा हाजींसारख्या मोठ्या, कर्त्या पुरुषाशी चक्क वाद घालत होता.

"तो काही प्रश्न नाही. तू लवकर घर पसंत कर. मग सगळे जण तुला एकेक वस्तू घेऊन देतील."

"तराफ, खोटं. सगळं तोंडदेखलं," मूडी ओरडला.

त्या ओरडण्याने अपमानित होऊन बाबा हाजी ताडताड निघून गेले. एक अक्षरही न बोलता. मूडीने मोठी चूक केली होती. "आपल्याला लवकरात लवकर एखादं अगदी मोठं घर शोधलं पाहिजे. म्हणजे एका खोलीत मी माझा दवाखाना सुरू करीन आणि आपल्या वस्तू अमेरिकेहून कुणीतरी इकडे पाठवायला हव्यात."

मूडीचा एक नातेवाइक होता. रेझा शफी. तो स्वित्झर्लंडमध्ये डॉक्टर, भूलतज्ज्ञच होता. तो मधून मधून इराणला आला की खूप मेजवान्या व्हायच्या. तो आला की मग आम्हालाही बोलावणं यायचं. मूडीला फार आनंद व्हायचा. शिवाय मूडी आता स्वतः हॉस्पिटलमध्ये नोकरी करत होता आणि लवकरच स्वतःचा दवाखाना खोलायच्या विचारात होता म्हटल्यावर मूडीला अजूनच उत्साह आला.

एकदा तो आल्यावर त्याच्याकरता खास भेट म्हणून एका खास दुकानातून पिस्ते विकत आणायला मला आणि माहतोबला त्याने पाठवलं. भर दुपारी उन्हात मी आणि माहतोब गेलो तर दुकान बंद. जरा वेळाने उघडेल, थोडा वेळ तिथेच थांबू

असा विचार करून आम्ही थांबलो. एका झाडाच्या सावलीत.

इतक्यात ट्रकभरून स्त्री पोलीस येऊन उतरले. माझ्याकडे संशयाने पाहू लागले. आता काय झालं? मी बुरखा वगैरे सगळं चाचपून पाहिलं. कुठे काही गडबड नव्हती. पण तरी एक पासदार (स्त्री पोलीस) माझ्यापाशी येऊन फारसीतून गुरकावू लागली. मी इराणी नाही व अमेरिकन आहे हे कळताच तिला बराच जोर चढला. आम्हा दोघींना एकमेकींचं बोलणं कळेना. आमचा दुभाषा माहतोब. अखेर मला माझ्या पायमोज्यांवर सुरकुत्या आहेत असं सांगण्यात आलं. व असले घाणेरडे सुरकुतलेले मोजे घालून परत बाहेर पडायचं नाही असंही.

शरमेने काळीठिक्कर पडत मी जाऊन पिस्ते घेतले. डॅडींच्या कानावर हा प्रकार घालायचा नाही असं माहतोबला बजावलं. उगीच बाहेर पडणं बंद व्हायचं.

त्या संध्याकाळी आम्ही 'आमू'– काका च्या घरी गेलो. जेवणे झाली. पुष्कळसे पाहुणे तर निघूनही गेले. आम्ही पण जायला निघणार इतक्यात हवाई हल्ल्याची सूचना देणारा भोंगा वाजू लागला. भिऊन मी माहतोबला जवळ घेतले. जवळजवळ आणखी चाळीस माणसे आमच्यासारखीच भेदरून उभी होती.

पण आज मात्र नेहमीसारखा हवाईहल्ला विरोधी विमानांचा आवाज आला नाही. हवाई हल्ला करणारी विमाने तेवढी अगदी जवळून आवाज करत चालली होती. इतक्यात जवळपास कुठेतरी कानठळ्या बसवणारा बॉम्बस्फोटाचा आवाज झाला. खिडक्यांची तावदाने फुटली. घराच्या भिंती हादरल्या. लागोपाठ तसेच आणखी दोन आवाज झाले. माहतोब रडू लागली. मूडीने माझा हात घट्ट धरला.

आम्ही धावत घराच्या छपरावर गेलो. शहरात सर्वत्र घनदाट काळोख होता. पण जागोजागी जाळ पेटलेले, धूर, अँब्युलन्सचे दिवे, पोलीस गाड्यांचे आणि अग्निशामक दलाचे दिवे. स्फोटक पदार्थांचे वास. जळणाऱ्या मृतदेहांचे वास. बायका-मुलांच्या करुण किंकाळ्या. हरवलेल्या माणसांना शोधताना केला जाणारा आक्रोश.

घरातले काही पुरुष थोडं शांत झाल्यावर जरा जवळ फेरफटका मारून परिस्थितीचा अंदाज घेण्यासाठी निघाले. पण ते थोड्या वेळाने परत आले. कारण तातडीच्या सेवा सोडून बाकी सर्वांना रस्ते बंद करण्यात आले होते.

त्या रात्री आम्ही सर्व पाहुणे तिथेच राहिलो. रात्रभर मी आणि माहतोब मनातल्या मनात देवाची करुणा भाकत राहिलो.

दुसऱ्या दिवशी सकाळीसुद्धा रस्ते बंदच होते. फक्त मूडीच्या हॉस्पिटलची अँब्युलन्स तेवढी त्याला घेऊन जायला तिथे आली.

दिवसभर शहरात भीतीचे वातावरण होते. रेडिओ व टी. व्ही.वरून जनतेला शांत राहण्याचे, वारंवार आवाहन केले जात होते. कालच्या हवाई हल्ल्याला

विरोधी काहीही प्रत्युत्तर इराणकडून का केले गेले नाही याबद्दल न पटण्याजोगे थातुरमातुर स्पष्टीकरण दिले जात होते.

रात्री मूडी परत आमूशफीच्या घरी आला. अजूनही शहरात आणीबाणी असल्याने आम्ही तिथे राहणार होतो. मूडीने आजच्या दिवसात हॉस्पिटलमध्ये हजारो मृत्यू पाहिले होते. त्यामुळे तो सुन्न झाला होता. एका घरात तर वाढदिवसाच्या पार्टीसाठी एकत्र जमलेली ऐंशी छोटी छोटी मुले एकाच वेळी मृत्युमुखी पडली होती.

शफी या परिस्थितीमुळे स्वित्झरलंडला इतक्यात जाऊ शकणार नव्हता. त्याचं जाणं लांबलं होतं. त्याने मूडीपुढे एक प्रस्ताव ठेवला. ''माहतोब आणि बेटीच्या जिवाला इथे धोका आहे. तर मी काही दिवसांनी त्या दोघींना स्वित्झरलंडला घेऊन जाईन. आमच्या घरी त्या सुखरूप राहतील.'' तो मूडीला म्हणत होता. मूडी माझ्याशी कसा वागतो याची त्याला नक्कीच कल्पना नसणार. पण मूडीने एकाच शब्दात त्याला उडवून लावले, ''अजिबात नाही.'' मूडीच्या मते आम्ही अमेरिकेला पळून जाण्यापेक्षा इथे मेलो असतो तरी चाललं असतं.

शहरातलं वातावरण परत पूर्ववत होईपर्यंत आम्हाला तिथेच राहावं लागलं. या हल्ल्यामागे कुणाचा हात असावा याविषयी वेगवेगळे तर्ककुतर्क चालू होते. मूडीच्या मते अमेरिकाच सगळ्याला कारणीभूत होती.

अखेर आम्ही परत मम्मलकडे राहायला गेलो. एक दिवस मूडीने मला आणि माहतोबला एसी आणि मरियमबरोबर खरेदीला पाठवलं. खरेदीहून परत येताना आम्ही चौघीजणी एका ऑरेंज टॅक्सीत पुढच्या सीटवर कोंबून बसलो. टॅक्सीड्रायव्हर अतिशय ओंगळ घाणेरडा होता. आम्ही बसल्यावर थोड्याच वेळात त्याचा हात माझ्या अंगाला इथे तिथे लागू लागला. आधी मला वाटलं चुकून असेल. पण नंतर काय ते लक्षात आलं. गर्दी इतकी की अंग चोरून तरी बसणार किती. मी १/२ वेळा रागाने त्याचा हात दूर ढकलला. अखेर अर्ध्या रस्त्यातच मी ओरडले 'मुचखेर इंजास'– इथंच थांबवा, थँक यू. मी त्याला टॅक्सी थांबवायला भाग पाडलं आणि एसी, मरियम व माहतोब सकट मी उतरले. टॅक्सी निघून गेली.

एसी बुचकळ्यात पडली होती. ''हे काय? इथे कुठे भलतीकडे उतरवलंस बेटी?'' मग मी एसीला हळूच काय झालं ते सांगितलं. एसीला आजवर असा कधी अनुभव आला नव्हता. मी परदेशी असल्यामुळे कदाचित तो तसं वागला असेल असं तिचं मत पडलं. मात्र मी मूडीला यातलं काही बोलू नको असं तिला विनवून सांगितलं.

मूडीचं आपल्या नातेवाईकांशी चांगलंच बिनसलं होतं. मग मी खूप विचार करून त्याच्या गेल्या काही वर्षांतील आयुष्याचा आढावा घेतला. इराणमधून शिक्षणाला अमेरिकेत येणं, आधी इंजिनिअरिंगचा अभ्यास, मग अचानक मेडिकलची

पदवी, ही नोकरी, ती नोकरी... या माणसाचं बूड कुठेच स्थिर नव्हतं. आणि दरच वेळी तो काही ना काही निमित्ताने स्वतःभोवतालच्या परिस्थितीला दोष देत आला होता. पण वस्तुस्थिती अशी होती की या सगळ्या त्रासाचं मूळ स्वतः तोच होता. त्याचा चमत्कारिक, लहरी स्वभाव, चंचल वृत्ती.

आता यानंतर हा काय करेल? सगळं कायम अनिश्चित. फक्त आता तो मला शत्रू न समजता आपल्या बाजूची समजत होता. कदाचित एखादे वेळी अमेरिकेला परत जायचीही लहर त्याला येईल. काय सांगावं?

एक दिवस भीत भीत मी त्याच्याजवळ हा विषय काढला. नवल म्हणजे तो रागावला, चिडला नाही. त्याने उत्तरादाखल मला फक्त एक किस्सा सांगितला.

''तुला डॉ. मोजालाली आठवतो?''

''होय, आठवतो.'' डॉ. मोजालाली मूडीचा घनिष्ठ मित्र. इराणी. स्वतः डॉक्टर असूनही लॅब असिस्टंट म्हणून काम करणारा. नंतर अचानक दोघांचं बिनसलं.

''त्याचं काय?'' मी विचारलं.

''तो सी आय एचा हस्तक होता. त्याने मला पण विचारलं, तू होणार का म्हणून? त्याच्या मते मी युनिव्हर्सिटीतल्या सगळ्या इराणी विद्यार्थ्यांना खोमेनी सरकारविरुद्ध भडकवण्याचं काम करावं. मी ते अर्थातच मान्य केलं नाही. पण अमेरिकेत जाण्यात आता मला काहीच स्वारस्य नाही. तिथे गेलो तर माझा नक्की खून होईल. सी आय ए माझ्या मागावर आहे.''

''हे अजिबात खरं नाही हं, मूडी, तू उगीच घाबरतोस.''

''हे खरं आहे, खरं आहे,'' तो ओरडला.

मग मी तो विषय तिथेच थांबवला.

नंतर एक दिवस मूडीने मला आणि माहतोबला खरेदीला एकटं बाहेर जाऊ दिल्यावर मी हमीदच्या दुकानातून एंबसीत हेलनला फोन केला व मूडी अमेरिकेला परत जाऊ शकेल का याविषयी चौकशी केली.

''ते शक्य नाही. त्याच्या ग्रीनकार्डची मुदत संपली आहे,'' हेलन म्हणाली.

आता मी, म्हणजे त्याची बायको अमेरिकन नागरिक असल्याने मी जर त्याला बरोबर न्यायचं ठरवलं असतं तरच तो अमेरिकेत येऊ शकत होता. मी माहतोबला आणि मला परत जायला मिळावं म्हणून तेही केलं असतं पण या गोष्टीच्या नुसत्या उच्चारानेदेखील त्याच्या पुरुषी अहंकाराला धक्का पोचला असता.

म्हणजे खरं बघायला गेलं तर मूडीचे परतीचे रस्ते बंद झाले होते. दोर त्यानेच आपल्या हातांनी कापले होते. तो इराणमध्ये कायमचा अडकला होता.

□

१८

मी इंग्रजी वर्तमानपत्रात एक दिवस एक जाहिरात वाचली– परकीय नागरिकांना राहण्यासाठी घर भाड्याने देणे आहे. मी मूडीला म्हणाले, "मी त्या लोकांना फोन करून चौकशी करू का? कदाचित ते इंग्रजी बोलणारे असतील."

तो हो म्हणाला. मग मी लगेच फोन केला. फोनवर जी बाई बोलली ती अतिशय उत्तम इंग्रजी बोलत होती. तिने आम्हाला दुसऱ्या दिवशी घरी भेटायला बोलावले.

आम्हाला घर शोधायची चांगलीच निकड होती. म्हणून आम्ही एका एजंटला गाठलं. पण प्रत्येक वेळा मूडीची आणि त्या एजंट बाईची वेळ जमणं जड जायचं. एक दिवस त्या बाईने सहज विचारलं, "मी आणि बेटी दुपारच्या वेळी घरं बघायला जाऊ का?"

मूडी चक्क हो म्हणाला.

नंतर मात्र एकटं असताना त्याने मला धमकी दिली, "हे बघ, सगळा वेळ त्या एजंटच्या बरोबर राहायचं. दुसरीकडे कुठे जायचं नाही. तिने तुला न्यायला आणि पोचवायला आलं पाहिजे."

"ठीक आहे," मी म्हणाले. हळूहळू माझ्यावरची बंधनं सैल होत चालली होती.

दुसऱ्याच दिवशी मला जसं हवं होतं तसंच घर सापडलं. एक छोटंसं दुमजली टुमदार घर होतं. ते तेहरानच्या उत्तर भागात चांगल्या वस्तीत होतं. मूडीचं हॉस्पिटल सुद्धा इथून टॅक्सीने केवळ पंधरा मिनिटांवर होतं. घरात उत्तमोत्तम उंची सामान होतं. स्वयंपाकघर सुसज्ज होतं. घरी फोनही होता. बाहेरच्या अंगणात हिरवळ आणि पोहोण्याचा छोटा तलाव. शिवाय दुमजली घर असल्याने मूडीला दवाखाना उघडायला छान सोयीचं होतं. घराच्या पुढच्या भागात जणू काही दवाखान्यासाठीच असावी अशी तपासायची खोली आणि लोकांना बसण्याची जागा होती.

दुसऱ्या मजल्यावर मुख्य बेडरूम तसेच माहतोबला स्वतंत्र खोली होती. न्हाणीघरात टबची सोय होती. त्याच सायंकाळी मी मूडीला घेऊन परत त्या घरी गेले. मूडी ते घर बघताच त्याच्या प्रेमात पडला.

शिवाय मला राहण्याच्या दृष्टीने यासारखी दुसरी जागा नव्हती. घरात फोन आणि मूडी नसताना मी एकटी. आता मला तो बंदिवान ठेवू शकत नव्हता.

फक्त घर घेतलं की हळूहळू तेहरानमध्ये स्थायिक होण्याच्या दृष्टीने पावले उचलण्यासारखं झालं. आता बिचारी माहतोब अमेरिकेला परत जाण्याचा विषय

काढेनाशी झाली होती.

माजिद आणि मम्मलने केलेल्या आर्थिक मदतीच्या जोरावर आम्ही अखेर जूनमध्ये नवीन घरी राहायला आलो. आता त्यांनी दिलेल्या पैशातून आम्ही संसाराला लागणाऱ्या बऱ्याच गोष्टी, गाद्या, उशा, पांघरुणे इत्यादी विकत घेतल्या.

इतर नातेवाईकांनी सुद्धा आम्हाला बरीच मदत केली. असंच एक दिवस आगा हकीमने आम्हाला जेवायला बोलावलं. तिथे गेलो तर अचानक मूडीच्या दोन बालमैत्रिणी भेटल्या– चॅमसे आणि झरी. त्यांना बघून मूडी अतिशय खूष झाला. मलाही त्या दोघी एकदम आवडून गेल्या. दोघी अत्यंत आधुनिक होत्या. चॅमसे नेफाजी एका डॉक्टरची बायको होती. ती माझ्याशी सुंदर इंग्रजीत बोलली. गंमत म्हणजे चॅमसे आणि झरी, दोघी दरवर्षी दहा महिने अमेरिकेत राहत व केवळ दोन महिने इकडे. डॉ. नेफाजी स्वतः सुद्धा केवळ सहा महिने इराणमध्ये राहून वैद्यकीय व्यवसाय करत व उरलेले ६ महिने कॅलिफोर्नियात सेमिनार वगैरेमध्ये घालवत. झरीही बरीच मोठी होती. ती विधवा असल्याने चॅमसेबरोबरच राही. दोघी नावालाच इराणी होत्या, खऱ्या अमेरिकनच.

मूडीचं आणि त्या दोघींचं बोलणं चालू असताना मी गुपचुप बसून नुसती ऐकत होते.

"मग मूडी, तुझ्या मोठ्या बहिणीचं बेटीशी पटतं का?"

"हं, थोडं फार. तसं थोडं फार काहीतरी व्हायचंच, वादावादी वगैरे," मूडी चाचरत म्हणाला.

"पण काही म्हण, मूडी. तुझ्या बहिणीच्या तोंडी तू बेटीला देणं काही बरोबर नाही. तिचा स्वभाव कसा आहे ते मला चांगलं ठाऊक आहे. ती काही बेटीशी पटवून घ्यायची नाही." चॅमसे म्हणाली.

नवल म्हणजे मूडी अजिबात न रागावता म्हणाला, "खरं आहे तुझं म्हणणं. बेटीला खूप त्रास होतो."

"खरं सांगू? कशाला इथे राहता तुम्ही? परत जा अमेरिकेला." चॅमसे म्हणाली. झरीनेही मान डोलावली.

मूडीने नुसते खांदे उडवले.

"नाही मूडी, खरं तेच सांगते आहे. भलती चूक करू नको. परत जा."

मूडी काही बोलला नाही.

मग निघताना आम्ही त्यांना म्हणालो, "आता एकदा जेवायलाच या ना आमच्या घरी."

परत आल्यावर मी मूडीला म्हटलं, "चांगली लोकं आहेत. त्यांच्याशी

ओळख वाढवायला हवी.'' त्याने होकार दिला व म्हणाला, ''हो, ना. ते जवळच राहतात.''

अखेर मूडीचं भाग्य उजाडलं आणि त्याचा पगार झाला. तो एका बँकेत जमा करण्यात आला. आता फक्त बँकेत जाऊन आपला विशिष्ट नंबर बँकेला सांगायचा आणि पैसे काढून घ्यायचे.

मूडी अतिशय उत्साहाने बँकेत गेला. तर तिथे निराशाच पदरी आली. बँकेत कळलं, पगार अजून मूडीच्या खात्यात जमा व्हायचाय. मग मूडीच्या बँकेतून हॉस्पिटलमध्ये, तिथून परत बँकेत अशा भरमसाठ चकरा झाल्या. पण सगळा हस्तलिखित कारभार. कॉम्प्युटर नाही. त्यामुळे अजून १०-१५ दिवस थांबावं लागणार होतं.

घरी आला तो मूडी रागाने धुमसतच. ''हा देश सुधारायचा एकच मार्ग आहे. बाँबने सगळा देश उडवून द्यायला हवा. सगळी कोरी पाटी करून नव्याने सुरुवात करायला हवी.''

पगार प्रत्यक्ष जमा झाल्यावरही परत संताप. कारण आधी कबूल केल्यापेक्षा कितीतरी कमी पगार जमा झाला होता. आता चिडून मूडीने हॉस्पिटलमध्ये आपण आठवड्यातून ६ दिवसांऐवजी दोनच दिवस कामावर येईन असं कळवलं.

लगेच आमच्या घरावर पाटी लटकू लागली– डॉ. महमूदी (अमेरिका रिटर्न्ड.)

मूडीचा पुतण्या मोर्टेझा घोडसी याने जेव्हा ती पाटी पाहिली तेव्हा तो ओरडला, ''अशी पाटी लावणं कायद्याने गुन्हा आहे. तुम्हाला अजून व्यवसायाचा परवाना मिळालेला नाही.'' मोर्टेझा वकील होता.

मूडी म्हणाला, ''मला कुणाची पर्वा नाही. मी इतके दिवस परवाना मिळण्याची वाट पाहिली. तेव्हा कुणी काही हालचाल केली नाही. आता मी आणखी थांबणार नाही.''

आता मूडी खूप बाबतीत माझ्यावर व माहतोबवर अवलंबून असल्याने तो आम्हाला भीतीचा बडगा दाखवू शकत नव्हता. शेवटी त्याच्या सगळ्यात जवळचे आम्हीच होतो. त्याला आमची गरज होती. आमच्यावर विश्वास ठेवणं त्याला भाग होतं.

आमच्या घराच्या बरोबर समोर ओळीने तीन दुकाने होती. तिथे माझी रोजची फेरी व्हायची. त्यांतलं एक किराणा मालाचं दुकान होतं, दुसरं भाजीचं तर तिसरं मटणाचं. मूडीची तिन्ही दुकानांच्या मालकांशी चांगली ओळख झाली होती. तो त्यांना आणि त्यांच्या कुटुंबियांना फुकट तपासायचा. त्यामुळे बाजारात ज्या गोष्टींचा तुटवडा असायचा त्या गोष्टी ते आमच्याकरता खास राखून ठेवायचे. शिवाय मी

आमच्या घरची पेपरांची रद्दी नेऊन त्यांना पुडे बांधायला फुकट द्यायची. किराणा मालाचा दुकानदार आगा रेझा एक दिवस म्हणाला, "आख्ख्या इराणमध्ये तुमच्या-इतकी चांगली बाई नसेल. नाहीतर आमच्या इराणी बायका, नुसत्या उधळ्या."

सगळे दुकानदार मला डॉक्टरीणबाई म्हणायचे. माझं सामान घरी पोचवायला दुकानातल्या पोऱ्याला पाठवायचे.

मूडी आताशी फार गडबडीत असायचा. नुसते पैसे माझ्या हातात कोंबायचा. "हे घे पैसे, खरेदी कर, घर नीट सजव. माझा दवाखाना नीट लाव."

आता खरेदीच्या निमित्ताने बाहेर जावं लागायचं. परकं गाव, परके लोक, परकी भाषा. कधी चांगले अनुभव यायचे तर कधी वाईट. इराणमध्ये अशी माझ्यासारखी अगदी एकटी घराबाहेर पडणारी एकसुद्धा बाई नसेल. कुणाला तरी बरोबर घेतल्याशिवाय कोणी हे धाडस करत नसे.

एक दिवस मूडीने मुस्तफाच्या सासऱ्यांच्या दुकानातून टॉवेल आणण्याचं काम माझ्यावर सोपवलं. भरपूर टॉवेलचं कापड आणून ते नीटनेटकं कापून त्याचे मोठाले तुकडे शिवून ते घरात आणि दवाखान्यात मुबलक प्रमाणात वापरायला हवे होते. प्रतिष्ठितपणाचं लक्षण होतं ना ते. दुकान खूप लांब होतं. बसने जायला हवं होतं. मूडीला सरकारी नोकर म्हणून बसची तिकिटं फुकट मिळायची. त्याने एका जुडग्यातून मूठभर तिकिटं काढून माझ्या हातात कोंबली.

मला काही बसने प्रवास करून मूडीचे पैसे वाचवायची मुळीच हौस नव्हती. पण या निमित्ताने बसप्रवासाची माहिती झाली असती. बस पकडून त्या धक्काबुक्कीत चांगला तासभर प्रवास केल्यावर एकदाचे आम्ही त्या दुकानापाशी आलो. पाहिजे ती खरेदी केली आणि बाहेर पडलो. पण एक गडबड झाली. परत येताना कुठली बस घ्यायची त्याचा नंबरच मी विसरले. आता काय करायचं? मूडीचं हे काम जर मी नीटपणे पार पाडलं नसतं तर परत त्याने मला कधी बाहेर पाठवलं नसतं. शिवाय आता उशीर झाला असता तर त्याचं स्पष्टीकरण मी काय देणार होते?

माझ्या मनात उडालेला गोंधळ माझ्या चेहऱ्यावरून जवळ उभ्या असलेल्या एका माणसाला कळला. त्याने आपण होऊन विचारलं, खानुम, ची मिकाई? "तुम्हाला काय हवंय?" मी जायच्या ठिकाणाचा पत्ता सांगितला. सय्यद खानदान व खुणेनं विचारलं. कुठली बस घ्यायची?"

तो म्हणाला, "माझ्या बरोबर चला." आम्ही पाठोपाठ निघालो. समोर एक रिकामी बस उभी होती. त्यात चढलो. गंमत म्हणजे तो माणूसही चढला आणि चक्क ड्रायव्हरच्या सीटवर बसला. तो बसचा ड्रायव्हर होता.

आमचं उतरायचं ठिकाण आलं. माझ्या जवळ भरमसाठ सामान. ड्रायव्हरने जवळ येऊन तिकीट मागितलं. मी पर्समधून तिकिटे काढून दाखवल्यावर ती

घेण्याच्या निमित्ताने हात दाबला. मी दुर्लक्ष केलं. तासभराच्या बस प्रवासात थकून माहतोब झोपी गेली होती. ती काही केल्या उठेना. सगळे लोक उतरून गेले. बसमध्ये मी एकटी आणि तो ड्रायव्हर. मदतीला तत्पर उभा होता. माझ्या हातात सामान. त्याने माझ्याकडून झोपलेल्या माहतोबला घेतलं. माझ्यापुढे मदत स्वीकारण्यावाचून पर्यायच नव्हता.

इतक्यात त्याने झोपलेल्या माहतोबच्या गालाचा पापा घेतला. मला शिसारी आली. रस्त्यात आजूबाजूला कोणी नव्हतं. मी खूप घाबरले. मी बसमधून घाईने उतरणार तर ड्रायव्हर दारात रस्ता अडवून दात विचकत उभा. त्याच्या घामाचा उग्र दर्प; तो किळसपणा स्पर्श. काय करावं? द्यावी का एक लाथ ठेवून? पण माहतोब त्याच्या जवळ होती. "चला, मी तुम्हाला घरी सोडतो. कुठे राहता तुम्ही?" असं म्हणत त्याने माझ्या खांद्यावर हात टाकला. मी माहतोबला हिसकावून घेतलं आणि अंगातली सगळी ताकद एकत्र करून सामानासह पळत सुटले. माहतोब अजूनही गाढ झोपलेली होती.

असंच एक दिवस मी एलनकडे गेले असताना एक अनुभव आला. आता एलन आणि हार्मोझशी माझा समझोता झाला होता. माझ्या सुटकेच्या प्रयत्नांबद्दल मूडीशी काही बोलणार नाही, असं त्यांनी मला वचन दिलं होतं. शिवाय अखेर एलन आणि मी दोघी जन्माने अमेरिकन होतो. त्यामुळे आमची मैत्री टिकून होती.

एलनच्या आणि माझ्या गप्पा झाल्यावर मी परत घरी यायला निघाले तर चांगलाच काळोख झाला होता. "तू एकटी जाऊ नको, होर्मोझ तुला गाडीने सोडेल," एलन म्हणाली. पण त्याला त्रास नको म्हणून मी तशीच हट्टाने निघाले. पण एलन अजिबात मला सोडायला तयार होईना. मग तिने सांगितलं. एकट्या दुकट्या स्त्रिया अंधार पडल्यावर बाहेर पडायला घाबरतात कारण बलात्कार व खुनाचं प्रमाण अलीकडे फार वाढलंय. इराणमध्ये अफगाणी बरेच आहेत. त्यांच्या या सगळ्या कारवाया चालू असतात. ते ऐकून मी घाबरले. नंतर थोड्या दिवसाने माजिद आमच्या घरी आल्यावर मी ही गोष्ट खरी आहे का असं त्याला विचारल्यावर त्यानेही एलनच्या म्हणण्याला दुजोरा दिला.

एक दिवस एसीचा मला फोन आला. ती रडत म्हणाली, "बेटी, मला फार भीती वाटते. आता तुझ्या मम्मीचा अमेरिकेहून फोन आला होता. तुम्ही नवीन जागेत राहायला गेल्याचं मी सांगताच तिने तुझा फोन नंबर मागितला. मी म्हटलं– मला ठाऊक नाही तेव्हा ती भयंकर चिडली. मला खोटारडी, दुष्ट इत्यादी म्हणाली, मग मी तरी काय करणार? मी तिला तुझा नंबर दिला. आता ही गोष्ट दाहीजाच्या कानावर गेली तर?"

मग मी तिची समजूत काढली. मूडी घरात नसल्यामुळे काही हरकत नाही,

असंही सांगितलं व फोन ठेवला. दुसऱ्याच क्षणी फोन वाजला. मी तात्काळ उचलला. पलीकडे मम्मीला माझा आवाज ऐकून हुंदका आला. माझाही घसा दाटून आला. काही बोलवेना. डॅडी पण फोनवर आले.

"डॅडी, तुम्ही कसे आहात?"

"ठीकच आहे. इच्छा आहे तिथे मार्ग आहे," ते म्हणाले.

"पण बेटी, तू कशी आहेस?" मम्मी म्हणाली.

मग मी त्यांना माझ्या नवीन घराविषयी ,जरा बदललेल्या परिस्थितीविषयी सांगितलं. मम्मीकडूनच कळलं की ज्यो हॅनकॉक येथे आय टी टी मध्ये दुसऱ्या शिफ्टवर काम करत होता. जॉन शाळेच्या फूटबॉल टीममध्ये गेला होता. आणि मी इथे त्यांच्यापासून इतकी दूर, एकटी.

"त्यांना सांग, मम्मीला तुमची फार आठवण येते म्हणून," मी रडत म्हणाले.

नंतर आम्ही फोन करायची वेळ ठरवून टाकली. दर बुधवार, गुरुवार मूडी हॉस्पिटलमध्ये जायचा. बरोबर त्या वेळात ते फोन करायचे आणि आम्ही पोटभर बोलायचो. बिचाऱ्या मम्मी-डॅडींना हा फोन करायला पहाटे तीनलाच उठायला लागायचं. पण ते तरी फोन करायचे. पुढच्या आठवड्यात मम्मी ज्यो आणि जॉनला बोलावणार होती, म्हणजे मी फोनवर त्यांच्याशी बोलू शकले असते.

दुसऱ्या दिवशी मी मुद्दामच एसीकडे दोन तास बसायला गेले. घरी आल्यावर मूडीला सांगितलं, मी एसीकडे गेलेली असतानाच योगायोगाने डॅडींचा फोन आला. मग मी त्यांना या नवीन घराबद्दल सांगून नवीन फोननंबर सुद्धा दिला. मूडीला शंका अजिबात आली नाही व तो चिडला तर मुळीच नाही.

चॅमसेकडून चहाला बोलावणं आलं. मी मूडीकडे जाण्याची परवानगी मागितली. त्याने ती आनंदाने दिली. झरी आणि चॅमसे त्याच्या बालमैत्रिणी होत्या. माझ्याशी तो आधी कसा वागलाय याची त्यांना शंका येऊन चालणार नव्हतं.

चॅमसेची आणि माझी लवकरच मैत्री झाली. दरवर्षी खरं तर चॅमसे दोनच महिने इराणमध्ये राहायची. पण आता त्यांनी हळूहळू इथलं सगळं सोडून कायमचं कॅलिफोर्नियात जाऊन स्थायिक व्हायचं ठरवलं असल्याने या खेपेला ते बराच काळ तेहरानमध्ये राहणार होते. चॅमसे इथून कायमचं निघून जाण्याच्या कल्पनेवर अत्यंत खूष होती. पण त्याचबरोबर माझ्याशी कायमची ताटातूट होणार याचं आम्हा दोघींना खूप वाईट वाटे.

चॅमसेची मैत्री म्हणजे माझ्या आयुष्यातली थंडगार वाऱ्याची झुळूक होती. पण तरी बरेच दिवसपर्यंत मी तिला माझ्या गुप्त गोष्टी मुळीच सांगितल्या नव्हत्या. ती स्वभावाने खूप चांगली, बडबडी होती. पण तिच्या त्या बडबड्या स्वभावामुळे तिच्या तोंडात एखादी गोष्ट गुप्त राहील याची मला खात्री नव्हती. शिवाय पूर्वी

एकदा मी पोळले होते, एलनच्या बाबतीत. माझा मूडीने केलेला छळ तिच्या कानावर गेला तर ती मूडीला चांगलं फैलावर घेईल. म्हणजे झालंच. म्हणून मी या विषयाच्या बाबतीत मौन बाळगून होते. पण चॅमसे हुशार, चाणाक्ष होती. हळूहळू तिच्या सगळं काही लक्षात आलं. माझं लहान सहान बाबतीत मूडीची परवानगी घेणं, हातखर्चाला त्याच्याकडून पैसे मागून घेणं आणि बाहेर गेल्यावर खर्च करताच त्याचा बारीक तपशील लिहून ठेवणं हे सगळं पुरेसं बोलकं होतं.

एक दिवस बोलण्याच्या ओघात मी तिला माझ्या डॅडींच्या आजारपणाबद्दल सांगितलं. मला त्यांची सतत काळजी वाटते हे ऐकून ती म्हणाली, "मग एकदा जाऊन भेटून का नाही येत त्यांना?"

"मला ते शक्य नाही."

चॅमसेने त्यावर मला एक मोठं व्याख्यान दिलं. "बेटी, तुला वडिलांची इतकी काळजी वाटते तर त्यांना जाऊन न भेटण्यात तू फार मोठी चूक करते आहेस. तुला माहीत आहे, माझं आणि माझ्या नवऱ्याचं आयुष्यात एकदाच भांडण झालं. आम्ही अमेरिकेला असताना असंच मला माझ्या वडिलांना इराणमध्ये भेटायला यावंसं खूप वाटत होतं. पण तो नाही म्हणाला. मग आमचं कडाक्याचं भांडण झालं. मी त्याला कायमचं सोडून जाण्याची धमकी दिली. मग तो जा म्हणाला आणि मी वडिलांना भेटायला गेले."

चॅमसे वडिलांना भेटली. खूप खूप बोलली आणि दुसऱ्याच दिवशी ते हार्ट ॲटॅकने अचानक वारले. "मला त्या वेळी अमेरिकेत अस्वस्थ वाटलं नसतं आणि मी नवऱ्याची पर्वा न करता जशी गेले तशी जर गेले नसते, तर माझी आणि त्यांची गाठच झाली नसती. मी स्वतःला कधी माफ केलं नसतं. बेटी, तू सुद्धा तुझ्या डॅडींना जाऊन भेट."

माझे डोळे पाण्याने भरून आले. मग मी जमेल तशी माझी कहाणी तिला सांगितली.

"मूडी तुझ्याशी असा वागला असेल याची कल्पना सुद्धा करवत नाही मला," ती म्हणाली.

"पण आता या घरी राहायला आल्यापासून आमचं ठीक चाललंय," मी म्हणाले, "तू माझी खूप जवळची मैत्रीण आहेस हे मूडीला ठाऊक आहे. तरी पण मी हे सगळं तुला सांगितलंय हे जर त्याला कळलं तर तो मला फार त्रास देईल. मग आपली भेट सुद्धा होणार नाही."

"घाबरू नको, मी नाही सांगणार."

तिने कबूल केल्याप्रमाणे सांगितलं नाही. पण तिचं मूडीशी वागणं पार बदलून गेलं. ती तुटक झाली.

उन्हाळा संपला. परत एकदा ऑगस्ट महिन्याच्या अखेरीला युद्धसप्ताह उगवला. आम्हाला इराणमध्ये बंदिवासात राहून एक वर्ष लोटलं. परत एकदा रस्त्यावरून मिरवणुका, मोर्चे 'अमेरिका मुर्दाबाद'च्या घोषणा. पण आता त्याची सवय झाली होती.

"मला नवीन घरात माहतोबच्या वाढदिवसाची पार्टी करावीशी वाटते," मी मूडीला म्हणाले. "ठीक आहे. पण आता या वेळी माझ्या एकाही नातेवाइकाला बोलवायचं नाही," मूडी म्हणाला, "एकजात सगळे गचाळ आणि घाणेरडे आहेत." हाच का तो मूडी? काही महिन्यांपूर्वी नातेवाइकांशिवाय वाढदिवसाच्या पार्टीची त्याने स्वप्नात देखील कल्पना केली नसती. "आपण चॅमसे आणि झरी, एलन आणि हार्मोझ आणि आपली शेजारीण मालिए व तिच्या घरच्यांना बोलवू."

मालिए, माझी शेजारीण जरी इंग्रजी बोलत नसली तरी स्वभावाने फार चांगली होती. शिवाय तिच्याशी बोलून बोलून माझं फारसी चांगलं सुधारलं.

माहतोबचा या वेळी हट्ट होता की, मी वाढदिवसाचा केक घरीच करावा. मी जे मिळेल ते सामान घेऊन जमेल तसा केक केला. मध्यभागी एक स्वस्तातली प्लॅस्टिकची बाहुली शोभेला लावली. केक तथातथाच झाला पण माहतोब खूप खूष झाली. वाढदिवसाच्या दिवशी नेमकी 'ईद-ए-घादिर' या सणाची सुट्टी आल्यामुळे मी रात्रीच्या जेवणाऐवजी मुद्दाम दुपारच्या जेवणाचा बेत केला.

सगळी तयारी झाली. पाहुणे जमले. तरी एलन आणि होर्मोझचा पत्ता नाही. दोन तास वाट बघून अखेर आम्ही जेवून घेतलं. आश्चर्य म्हणजे संध्याकाळी उशिरा ते उगवले. वाढदिवसाची पार्टी झाली म्हटल्यावर एलन रागाने म्हणाली, "तू आम्हाला रात्रीच्या जेवणालाच बोलावलं होतंस."

"अगं खरंच मी दुपारच्या जेवणाला बोलावलं होतं, तुझी काहीतरी ऐकण्यात चूक झालेली दिसते," मी अजिजीच्या सुरात म्हणाले.

त्यावर होर्मोझने सगळ्या पाहुण्यांच्या देखत एलनला असं काही फैलावर घेतलं. पुष्कळ शिव्या घातल्या. ती निमूटपणे सगळं ऐकून घेत राहिली.

एलनचं ते वागणं बघून तर आपण लवकरात लवकर अमेरिकेला पळायचं हा माझा निर्धार पक्का झाला.

आमचं दैनंदिन जीवन आता सुरळीत चालू होतं. पण तरीही रोज रात्री अंथरुणाला पाठ लावली की शेजारी झोपलेल्या मूडीचा तिरस्कार वाटायचा. भीती पण वाटायची. आतापुरता तो ठीक वागत होता. पण त्याचं डोकं कधी फिरेल त्याची काही शाश्वती नव्हती.

आता मात्र माझ्या हाती फोन होता. मधूनच चोरून एंबसीत जाण्याचं स्वातंत्र्य होतं. आता आपल्याला पळून जायला मदत करू शकेल अशी व्यक्ती सापडावी

म्हणून मी जारीने प्रयत्न करू लागले. त्या पूर्वीच्या रशीदला मी परत एकदा फोन केला. पण त्याच्या लोकांनी लहानम मुलांसह मला टर्कीच्या सरहद्दीवरून पळायला मदत करायला साफ नकार दिला.

मला मदत करणारं कुणीतरी या देशात असलेच की. पण कोण असेल? कुठे असेल? मला कसं सापडणार?

□

११

अशाच एका अनामिकाने मला एका कागदाच्या चिठोऱ्यावर एक पत्ता खरडून हळूच हातात दिला आणि सांगितलं, ''या पत्त्यावर जाऊन भेट. तुझं काम होईल.'' त्या अनामिक व्यक्तीचं नाव मी जाहीर करू शकत नाही. कारण ती व्यक्ती अजूनही इराणमध्ये राहत आहे.

चिठ्ठीवरचा पत्ता शहराच्या पार दुसऱ्या टोकाचा होता. पण काही झालं तरी जायचंच असं ठरवून मी दुपारी लवकर माहतोबला घेऊन निघाले. संध्याकाळी मूडी परत यायच्या आत आम्ही परत येऊ शकणार होतो की नाही तेही ठाऊक नव्हतं. तरी तसंच धाडस करून मी निघाले. उशीर झालाच तर काहीतरी खरेदी करून घेऊन जायची आणि त्यामुळे उशीर झाला असं मूडीला सांगायचं.

वेळ वाचवायला आम्ही महागडी टेलिफोन टॅक्सी घेतली. माहतोब सर्व वेळ गप्प होती. तिला काहीतरी समजलं असावं.

अखेर आम्ही दिलेल्या पत्त्यावर येऊन पोचलो. एक प्रचंड मोठी इमारत होती. पुष्कळ लोकांची वर्दळ सुरू होती. आत शिरल्यावर एक काऊंटर होतं. त्यापाशी रिसेप्शनिस्ट बसली होती. मी मॅनेजरला भेटायचं आहे असं सांगितल्यावर तिने अस्खालित इंग्रजीत मला कुठे जायचं ते सांगितलं.

ते ऑफीस तळघरात होतं. आत शिरल्यावर अद्ययावत फर्निचर आणि वाचायला इंग्रजी मासिके होती.

''माहतोब, तू इथे थांबशील?'' मी विचारलं. ती तयार झाली. मग मी शोधत शोधत हॉलच्या कोपऱ्यात असलेल्या एका खोलीपाशी जाऊन टकटक केलं.

''कोण?'' आतून आवाज आला.

मला चिठ्ठीवर सूचना लिहून दिली होती त्याप्रमाणे मी ओरडून म्हणाले, ''मी बेटी महमूदी.''

''आत या,'' असं म्हणत एका रुबाबदार माणसाने दार उघडलं. ''मी तुमचीच

वाट पाहत होतो,'' तो अस्खलित इंग्रजीत म्हणाला.

त्याने दार बंद करून घेतलं आणि एका सोफ्यावर बसायची मला खूण केली. मग त्याने मला एकेक प्रश्न विचारत हळूच माझी हकिकत जाणून घेतली.

माझ्या अनामिक मदतगाराने मला आधी या माणसाविषयी थोडी माहिती सांगितली होती. या माणसाची कधी शक्य झालं तर आपल्या संपूर्ण कुटुंबासह अमेरिकेला पळून जायची इच्छा होती. पण त्याचं आयुष्य अतिशय गुंतागुतीचं होतं. दिवसा तो एक यशस्वी उद्योगपतीचं जीवन जगत होता. अयातुल्ला सरकारला पाठींबा देणाऱ्या उद्योगपतीचं. पण रात्री तो एक वेगळंच जीवन जगत होता.

तो अनेक नावांनी ओळखला जाई. मला त्याचं नाव सांगण्यात आलं होतं अमाल.

''मला तुमच्या परिस्थितीची पूर्ण कल्पना आली आहे. तुम्हाला बाहेर काढण्याचा मी पूर्ण प्रयत्न करीन,'' अमाल म्हणाला.

त्याच्या त्या मोकळेपणाने बोलण्याने मला एकीकडे बरं वाटलं तर दुसरीकडे भीती. त्रिश आणि सुझानच्या अनुभवाने मी एकदा पोळले होते. रशीद आणि त्याच्या मित्राच्या आणि मिसेस अलावीच्या बाबतीतही निराशा पदरी आली होती. प्रत्येक वेळी माझं नशीब आड आलं होतं.

''मी तुम्हाला सुरुवातीलाच सांगते, मी माझी मुलगी माहतोब हिला घेतल्याशिवाय कुठल्याही परिस्थितीत या देशाबाहेर पडायला तयार नाही. जर तिला बाहेर नेता येणार नसेल तर मी पण जाणार नाही. उगीच तुमचा वेळ मला बरबाद करायचा नाही,'' मी स्पष्ट शब्दात सांगितलं.

''हे ऐकून मला तुमच्याविषयी आदर वाटतो,'' अमाल म्हणाला, ''जर तुमची तशीच इच्छा असेल तर मी तुम्हाला दोघींना देशाबाहेर नेईन. मात्र एक लक्षात ठेवा. अगदी सबुरीनं घ्यावं लागेल. घाई करून चालणार नाही.''

त्याचे ते शब्द ऐकून मला खूप धीर आला. तो मोकळेपणाने बोलत होता. मदत करायला तयार होता. पण अवास्तव काही वचने देत नव्हता.

मग त्याने एका चिठोऱ्यावर बरेच फोन नंबर लिहिले. ते सगळे सांकेतिक भाषेत होते. त्याच्या घरचे व त्याच्या वेगवेगळ्या ऑफिसांमधले. ते मला समजावून देऊन तो म्हणाला, ''या नंबरांवर तुम्ही मला अगदी कुठल्याही वेळी, विनासंकोच फोन करा. मात्र मी तुम्हाला घरी कधी फोन करणार नाही. तुमच्या नवऱ्याला उगीच काही संशय यायचा. आपलं 'काही' आहे का काय असं वाटून खार खायचा हो?'' तो जोरजोरात हसत म्हणाला.

मग मला पण हसू फुटलं. इतका उमदा माणूस आणि लग्न वगैरे झालेला संसारी आहे, अरेरे! माझ्या मनात येऊन गेलं आणि माझी मलाच लाज वाटली.

"मात्र एक लक्षात ठेवायचं. आपल्याला फोनवर जास्त काही बोलता यायचं नाही. काही तसंच महत्त्वाचं काम निघालं आणि मी तुम्हाला भेटायला बोलावलं तर लगेच इथे, याच ठिकाणी यायचं,'' अमाल म्हणाला.

माझ्या मनात शंकेची पाल चुकचुकली. नक्कीच पैशाच्या देण्याघेण्याचा काहीतरी प्रश्न असणार. "मी माझ्या आई-वडिलांना इथल्या एंबसीत काही पैसे पाठवायला सांगू का?'' मी विचारलं.

"पैशाची काळजी करू नका. आता जे लागतील ते पैसे मी खर्च करीन. नंतर अमेरिकेला सुखरूप पोचल्यावर पाहिजे तर ते परत करा तुम्ही,'' तो म्हणाला.

परत जाताना टॅक्सीत माहतोब खिडकीबाहेर बघत गप्प बसून होती. माझं डोकं मात्र चक्रावून गेलं होतं. आपलं स्वप्न साकार होण्याची वेळ जवळ आली असेल का? "अमेरिकेला सुखरूप पोचल्यावर माझे पैसे परत करा.'' केवढ्या आत्मविश्वासाने तो म्हणाला होता. पण त्याचबरोबर "सबुरीने घ्यावं लागेल, घाई करून चालणार नाही' हेही त्याचे शब्द आठवत होते.

❑

२०

उन्हाळा संपून परत शाळा उघडण्याचे दिवस आले होते. परत मूडीने माहतोबला पहिलीत घालण्याचा विषय काढला. मला आनंदाने ही कल्पना उचलून धरण्याचं नाटक करावं लागलं.

नवल म्हणजे माहतोबही लगेच तयार झाली. ती इथल्या आयुष्याला रूळत चालली होती.

एक दिवस सकाळचे आम्ही तिघं जवळपासच्या शाळांचा आढावा घ्यायला निघालो. अखेर एक शाळा सापडली. इमारत तर पूर्वीच्या शाळेपेक्षा खूप चांगली, हवेशीर होती. मुख्याध्यापिका मात्र अगदी म्हातारी व कठोर चेहऱ्याची बाई होती. पण तिने माहतोबला शाळेत घ्यायला साफ नकार दिला. जागा नव्हती म्हणून आम्ही परत जायला निघालो. पेशंट वाट बघत असतील, असं काहीसं मूडी पुटपुटला. त्याबरोबर त्या मुख्याध्यापिकेचा नूरच पालटला. "ओऽ, तुम्ही डॉक्टर आहात! मग तुमच्या मुलीला आम्ही जरूर प्रवेश देऊ,'' ती स्मितहास्य करत म्हणाली. मूडी अतिशय प्रसन्न झाला.

मुख्याध्यापिकेने शाळेचा गणवेश कसा असतो, वगैरे गोष्टी समजावून सांगितल्या. इराणमध्ये इतर मुलींना प्रत्येकी एकच गणवेश असतो. मी मात्र मूडीपाशी हट्ट

करून दुकानातून तीन-चार गणवेश आणायला पैसे मागून घेतले. ते माझ्या हातात ठेवून तो गडबडीने कामावर निघून गेला. आता मी आणखीच स्वतंत्र होणार होते. मूडी कामावर आणि माहतोब शाळेत गेल्यावर मी तेहरानमध्ये कुठेही हिंडू शकत होते.

नंतर थोड्याच दिवसांनी शाळेच्या विद्यार्थिनी व त्यांच्या आयांना शाळेत एका महत्त्वाच्या मीटिंगला बोलावणं आलं. मी मालिएला, माझ्या शेजारणीला पण बरोबर घेऊन गेले. कारण मिटिंग फारसी भाषेत होणार होती.

मीटिंग पाच तास चालली. जवळजवळ सगळा वेळ कुराण पठण आणि प्रार्थनाच चालू होत्या. नंतर मुख्याध्यापिकेने पालकांना सढळ हाताने देणगी देण्याचे आवाहन केले. कारण शाळेत मुलींना वापरायला शौचालयच नव्हते. शाळा उघडण्यापूर्वी त्यांची शौचालये बांधण्याची इच्छा होती.

घरी येऊन माझं आणि मूडीचं भांडण झालं. सरकारजवळ रस्तोरस्ती पोलीस, पासदार पाठवायला पैसा आहे. एखाद्या बाईच्या केसाची बट बुरख्याबाहेर आली आहे का, तिचे मोजे चुरगळले आहेत का यावर नजर ठेवण्यासाठी पोलिसांचे ताफेच्या ताफे बाळगायला परवडतात यांना आणि शाळेसाठी मुताऱ्या बांधायला अनुदान देता येत नाही. पण शेवटी मूडीने शाळेला सढळ हाताने मदत केली. शाळा उघडली तेव्हा शाळेत शौचालय नामक एक लांबुळकी खोली बांधण्यात आली होती. त्याच्या फरशीवर ओळीने बरीच भोके पाडलेली होती.

लवकरच शाळा सुरू झाली. माहतोब सकाळी लवकर जायची. तिला नुसतं बसपर्यंत पोचवायला जायचं आणि नंतर बसस्टॉपपाशी आणायला जायचं एवढंच मला काम होतं.

आठवड्यातून बरेचदा मूडी घरीच दवाखान्यात असायचा. त्याच्या हाताला गुण चांगला होता त्यामुळे हळूहळू पेशंटसची गर्दी वाढू लागली. मूडी शरीराच्या कोणत्याही भागाच्या दुखण्याला उतार पडावा म्हणून चोळणे आणि अशाच दुसऱ्या पद्धतींचा अवलंब करी. त्याचा फार फायदा होत असे. परंतु स्त्री पेशंट असेल तर कधीतरी पंचाईत व्हायची. त्यामुळे काही दिवसांनंतर मूडीने मला शिकवून तयार केलं. शिवाय आल्या गेल्या पेशंटचे केसपेपर तयार करणे व आणखीही बरीच रिसेप्शनिस्टची कामे माझ्यावर आधीपासूनच होती. त्यामुळे मला दिवसभर क्षणाचीही उसंत मिळत नसे.

मी डोळे लावून मंगळवार-बुधवारची वाट बघत असे. या दोन दिवशी मूडी हॉस्पिटलमध्ये जायचा. या दोन्ही दिवशी मला एकटं हिंडण्याचं भरपूर स्वातंत्र्य असायचं.

आता मी नियमितपणे एंबसीत जाऊन हेलनची गाठ घेऊ लागले. मला दर

आठवड्याला माझ्या आई-वडिलांची आणि ज्यो व जॉनची पत्रे येत. ती वाचून खूप बरं वाटायचं. पण कधीतरी मन एकदम हळवं होऊन जायचं. शिवाय आईच्या प्रत्येक पत्रातून डॅडींची स्थिती आणखी आणखी खालावत चालल्याचं मला जाणवायचं. त्यांचे आणखी किती दिवस उरले होते देव जाणे. ते रोज आमची आठवण काढून आम्हाला एकदा तरी भेटण्याची इच्छा व्यक्त करायचे.

मी अमालला सुद्धा वारंवार फोन करत असे.

दरवेळी तो माझी खुशाली विचारायचा आणि धीर धरायला सांगायचा.

अशीच एक दिवस मी खरेदीला बाहेर पडले होते. यादी बरीच मोठी होती. मूडीच्या सांगण्यावरून मी घरासाठी एक आणखी किल्ली पण करून घ्यायला निघाले होते. इतक्यात वाटेत एक पुस्तकांचं दुकान लागलं. अचानक ते दिसताच मी आत शिरून इंग्रजी भाषेत काही पाकक्रियांची पुस्तके आहेत का असं दुकानदाराला विचारलं. त्याने तळघराकडे बोट दाखवलं. मी जिना उतरून खाली गेले तर जुन्या इंग्रजी पुस्तकांचा एक खजिनाच. मी पुस्तके चाळत होते इतक्यात मागून एका लहान मुलीचा आवाज आला. "मम्मी, मला गोष्टीचं पुस्तक घेशील?" ती मुलगी इंग्रजीत बोलत होती.

मी मागे वळून पाहिलं तर एक परकीय स्त्री तिथे आपल्या मुलीबरोबर आली होती. ओळख झाल्यावर कळलं, तीपण अमेरिकन होती– ॲलिस शरीफ. आम्ही काही दिवसांतच मैत्रिणी झालो. ती सॅन फ्रॅन्सिस्कोच्या शाळेत शिक्षिका होती. तिचा नवरा मालेक, एक इराणी होता व कॅलिफोर्नियात पीएच.डी. करत होता. दोघांचा प्रेमविवाह होता. अचानक मालेकचे वडील वारल्यामुळे मालमत्तेच्या वाटणीच्या संदर्भात ते थोड्या दिवसांपुरते तेहरानला आले होते. पण तिला इथे राहायला मुळीच आवडायचं नाही. तिची मुलगी समीरा ऊर्फ सॅमी माहतोबच्याच वयाची होती. इतक्यात माहतोब शाळेतून घरी यायची वेळ झाली त्यामुळे मला घाईने निघावं लागलं.

नंतर मी मूडीला या नवीन ओळखीविषयी सांगितलं आणि म्हटलं, "त्या लोकांना एकदा घरी बोलवायला हवं, नाही का?" त्याला ती कल्पना पसंत पडली. तो म्हणाला, "त्यांची चॅमसे आणि झरीशी पण ओळख करून द्यायला हवी."

मी लगेच येता शुक्रवार ठरवूनही टाकला.

माझ्याप्रमाणेच मूडीलाही ॲलिस आणि मालेक लगेच आवडले. ॲलिस हुशार आणि संभाषणचतुर होती. विनोदी किस्से आणि चुटक्यांचा तिच्याकडे मोठा खजिनाच होता. मी नुसती बसून एकेकाचं निरीक्षण करत होते. मी इराणमध्ये इतक्या बायका पाहिल्या, पण खरोखर आनंदात फक्त ॲलिस आणि चॅमसेच असायच्या आणि त्याचं कारण बहुधा त्या लवकरच अमेरिकेला परत जाणार होत्या

हेच असावं.

ॲलिसने नंतर एक चुटका सांगितला. एकदा एक माणूस दुकानात गेला. तिथे खोमेनीचं तैलचित्र टांगलं होतं. त्याची त्याने किंमत विचारली. दुकानदाराने किंमत सांगताच त्या गिऱ्हाईकाने प्रचंड घासाघीस सुरू केली. थोड्या वेळाने दुसरा माणूस आला. त्याने तिथे टांगलेलं येशू ख्रिस्ताचं चित्र मागितलं. दुकानदाराने जी किंमत सांगितली त्या किमतीला ते खरेदी केलं आणि निघून गेला. त्यावर दुकानदार पहिल्या गिऱ्हाईकाकडे वळून म्हणाला, ''पाहिलं साहेब, तो आला आणि मी सांगेन ती किंमत देऊन चित्र घेऊन गेला.'' त्यावर तो पहिला माणूस म्हणाला, ''ठीक आहे. तुम्ही जर खोमेनीला धरून क्रूसावर लटकावला तर मीही तुम्हाला त्या चित्राची मागाल ती किंमत देईन.''

तो चुटका ऐकून सगळे हसले. मूडीसुद्धा.

दुसऱ्या दिवशी चॅमसेचा फोन आला, ''बेटी, ती ॲलिस फार गोड आहे. तिच्याशी मैत्री वाढव. पण ती एलन मूर्ख आहे. तिच्या नादी कधी लागू नकोस.''

ॲलिसची आणि माझी पुढे चांगली मैत्री झाली. इराणमध्ये मी फक्त तिच्याच घरी कपडे सुकवण्याचा ड्रायर बघितला. मोहरीसारख्या दुर्मिळ गोष्टी पण तिच्याकडे असायच्या. मुख्य म्हणजे तिच्या हातात तिचा स्वतःचा पासपोर्ट होता. त्या जोरावर ती कधीही परत जाऊ शकत होती.

''इथं आल्यावर तुझ्या बाबतीत जे काही घडलं ते चॅमसे किंवा ॲलिसच्या कानावर कदापि जाता कामा नये, समजलं? नाहीतर तुमच्या गाठीभेटी बंद,'' मूडीने एक दिवस मला धमकावलं. मी होकार दिला.

अलीकडे त्याची अशी धारणा झाली होती की अमेरिकेला जाण्याचं वेड मी माझ्या डोक्यातून कायमचं काढून टाकलं आहे. त्यामुळे तो खूष होता. होर्मोझने एलनला जसं काबूत ठेवलं होतं, तसंच मूडीने मला ठेवलं आहे अशी त्याची समजूत होती.

त्यामुळे तो मला ॲलिस आणि चॅमसेची पाहिजे तितके वेळा गाठभेट घ्यायला परवानगी देत असे. त्याच्यापुढे नाहीतरी दुसरा मार्गच नव्हता. आम्ही सुखात असल्याचं नाटक मित्रमंडळींपुढे करायचं होतं ना.

मूडीचं अलीकडे त्याच्या कुटुंबियांशी तितकंसं पटत नसलं तरी एक रीत म्हणून काही गोष्टी करणं भाग होतं. नवीन घरात राहायला आल्यावर इतके दिवस झाले तरी अजून आम्ही बाबा हाजी आणि आमे बोझोर्ग यांना जेवायला बोलावलं नव्हतं. अखेर एकदाचा तो दिवस उजाडला.

''माहतोबला शाळेसाठी लवकर उठावं लागतं. त्यामुळे ती रात्री आठलाच

झोपते. म्हणून तुम्ही जेवायला संध्याकाळी जरा लवकरच, सहापर्यंत या,'' मूडी फोनवर आपल्या बहिणीला म्हणाला.

''पण आम्ही रात्री दहाखेरीज जेवत नाही हे तुला ठाऊक आहे ना?'' आमे बोझोर्ग कुरकुरत म्हणाली.

''त्याला मी काय करणार? तुम्ही आमच्याकडे सहाला तरी जेवायला या, नाहीतर मग येऊच नका,'' मूडी फटकारून म्हणाला.

नाइलाजाने आमे बोझोर्गने आमंत्रण स्वीकारले.

त्यांच्या बरोबर आम्ही आगा हकीम व त्याच्या कुटुंबियांनाही मुद्दामच बोलावले. मी खूप खपून, मेहनत घेऊन स्वयंपाक केला.

बाबा हाजी आणि आमे बोझोर्ग आपल्या बरोबर माजिद आणि फरिश्तेला घेऊन सहाऐवजी आठ वाजता उगवले. हकीम कुटुंबीय, आम्ही आणि ते असे सगळे जेवणाच्या टेबलापाशी जेवायला बसलो.

हकीम कुटुंबीय सुधारकी असल्याने त्यांना टेबलापाशी जेवायला काहीच अडचण आली नाही. पण बाबा हाजी, आमे बोझोर्ग या सगळ्यांची फार पंचाईत झाली. बाबा हाजी तर जेवायला सुरुवात करण्यापूर्वी टेबलावर मांडलेल्या काटे-चमचे-सुऱ्यांकडे विस्फारित नजरेने बघतच राहिले. ते हातात कसे धरायचे तेही त्यांना समजेना. प्रत्येकाच्या थाळीमध्ये स्वच्छ धुतलेला, घडी करून ठेवलेला नॅपकिन बघून ते बुचकळ्यात पडले. शिवाय प्रत्येकाला पाणी प्यायला स्वतंत्र ग्लास कशाला हेही त्यांना समजेना.

आमे बोझोर्ग तर खुर्चीत अवघडून सारखी चुळबूळ करत होती. अखेर तिने अर्ध्या जेवणात थाळी मांडीवर घेऊन जमिनीवर बसकण मारली आणि हाताने ओरपून जेवू लागली. जेवता जेवता मोठमोठ्यांदा आरडाओरडा करून हसू लागली.

थोड्याच वेळात आमच्या जेवणाच्या खोलीची अवस्था बघण्यासारखी झाली. पाहुणे मंडळी पाहिजे त्या गोष्टीत उष्टे-खरकटे हात घालून कशीही आणि कुठेही बसून जेवली. फक्त मूडी, मी आणि माहतोब व्यवस्थित, नीटनेटके काट्याचमच्यांनी जेवलो. जेवण झाल्यावर सगळी मंडळी बैठकीच्या खोलीत गेली.

मूडी मागे थांबून तिरस्काराने भरलेल्या आवाजात म्हणाला, ''शी, काय माणसं आहेत ही. धड कसं जेवावं ती पण अक्कल नाही. माहतोबने बघ, भाताचं एक शीत सुद्धा पानाबाहेर सांडलं नाही. आणि ही मोठी माणसं. काय यांचं जेवणं.''

त्या रात्री मला ते सगळं स्वच्छ करून झोपायला बारा तरी वाजणार हे उघड होतं.

जेवणानंतर मी बाहेर सगळ्यांना चहा दिला. आमे बोझोर्गने साखरेच्या भांड्यातून मुठीने साखर घेऊन सगळीकडे सांडत खाल्ली.

मूडीचा आक्रम हकीम म्हणून एक नातेवाईक होता. एकदा आम्ही त्याच्याकडे गेलो असताना त्याची पुतणी तेथे आली होती. तिने इंग्रजीतून आम्हाला एक हकीकत सांगितली.

एक दिवस तिने घरात साफसफाईचं काम काढलं होतं. दमल्यामुळे मध्येच तिला सिगारेट ओढायची तलफ आली म्हणून ती घाईने पटकन मोन्टो आणि रूझारी घालून आपल्या सात आणि दहा वर्षांच्या दोन मुलींना घरातच ठेवून कोपऱ्यावर सिगारेट आणायला गेली. दुकानातून सिगारेट घेऊन परत येताना वाटेतच स्त्री पोलीस (पासदार) आडवी आली व तिने हटकले. मग पुष्कळ पासदार जमा झाले आणि त्यांनी तिला पकडून गाडीत घातले. तिने नेलपॉलिश व लिपस्टिक लावली होती. ती त्यांनी ॲसिटोन वापरून जबरदस्तीने काढली आणि आम्ही आता तुला तुरुंगात टाकणार म्हणून तिच्यावर आरडाओरडा करू लागले.

तिने निदान आधी आपल्या मुली घरी एकट्या आहेत तिथे तरी घेऊन चला अशा खूप विनवण्या केल्या.

पण तिची जराही पर्वा न करता त्या स्त्री पोलिसांनी तिला दोन तास तसेच तिथे अडकवून ठेवले. व्याख्यान दिले. तू रोज नेमाने प्रार्थना करतेस का या प्रश्नाला तिने 'नाही' असे उत्तर देताच त्यावरून तिची कानउघडणी केली. अखेर परत कधी मेकप करणार नाही आणि प्रार्थना रोज म्हणेन अशी कबुली घेऊन मग तिला सोडले. आमचे ऐकले नाहीस तर तू नरकात जाशील असेही सुनवायला कमी केले नाही.

''मला त्या पासदारांची चीड येते,'' मी म्हणाले.

''चीड? मला तर भीती वाटते,'' ती म्हणाली.

''त्या फार भयंकर असतात.'' मग तिने मला आणखी माहिती पुरवली. या पासदारांचं काम काही केवळ स्त्रियांच्या वेशभूषेची तपासणी करणं एवढंच नव्हतं. ते गुप्त पोलिसांचंही काम करत असत व कोण सरकारविरोधी आहे याची बित्तंबातमी सरकारला पुरवण्याचंही त्यांचं काम होतं. कधीतरी त्यात ते एखाद्या निरपराध, असहाय माणसालाही पकडायला कमी करत नसत. कधी एखाद्या स्त्रीला फाशीची शिक्षा मिळाली तर फासावर चढण्यापूर्वी त्या स्त्रीवर अमानुष बलात्कार केला जात असे कारण 'स्त्रीने कुमारी म्हणून मरता कामा नये' म्हणे.

रोज सकाळी डोळे उघडले की आपल्या सुटकेचं कुठपर्यंत आलं आहे असा विचार माझ्या मनात येत असे. एंबसीत हेलनला आणि अमालला मी रोज फोन करत असे.

रोजच्या आयुष्यात आदर्श गृहिणी, आदर्श पत्नी आणि माता होण्याचा मी आटोकाट प्रयत्न करत होते. त्यामुळे सगळं काही आता सुरळीत झालं आहे असं

मूडीला वाटू लागलं होतं. माहतोबला सुखी ठेवण्यासाठी माझी धडपड होती.

तरीपण कधी तरी ती विचारायची, "मम्मी, आपण परत अमेरिकेला कधी जायचं?"

"आत्ता नाही हं राजा, अजून खूप अवकाश आहे त्याला. कधी तरी डॅडींनाच आपण होऊन जावंसं वाटेल आणि मग ते आपल्याला नेतील हं."

तेवढ्यानं तिचं समाधान व्हायचं, पण माझं नाही.

शिवाय संसार नीटनेटका करण्याचं आणखी एक कारण म्हणजे तसं नसतं केलं, नुसतंच दुःख करत बसले असते तर मला वेड लागलं असतं. आम्ही अखेर जेव्हा पळून जाणार होतो तेव्हा आम्हाला कुठल्या कुठल्या संकटांचा सामना करायला लागणार होता देव जाणे. कधी तरी वाटायचं, त्रिश आणि सुझानबरोबर तेव्हा पळून न जाण्यात आपण चूक तर नाही केली? आपल्याला पळून जाण्याएवढं धैर्य कधी गोळा करता येईल का? असले विचार करत बसण्यापेक्षा स्वतःला संसारात मन रमवणं सोपं होतं.

एक दिवस मला खूष करण्याकरता मूडीने मला जवळच्या ब्यूटी पार्लरमध्ये जाऊन ये ना अशी सूचना केली. मला हसू आलं. ज्या देशात चेहराच काय पण नखसुद्धा दाखवायला बंदी आहे तिथे कसलं ब्यूटी पार्लरमध्ये जायचं! मी जाऊन आले खरी. पण त्या दिवशी संध्याकाळी चेहरा, मान, पाठ सगळं लालसर पुरळ उठून भरून गेलं, मूडी वैतागला. ब्यूटी पार्लर अस्वस्छ असणार, तो पुटपुटला.

एक दिवस खरेदी करून घरी आले तर मूडीच्या दवाखान्याची वेटिंगरूम पेशंट्सनी जाम भरलेली. शेवटी मूडीने मला हाक मारून त्यांच्यातल्या काही लोकांना बैठकीच्या खोलीत बसवायला सांगितलं. मला ते मुळीच आवडलं नाही. पण करणार काय? मूडीच्या दवाखान्यातली रिसेप्शनिस्ट म्हणून मला रोज आलेल्या पेशंट्सना चहा पण द्यावा लागायचा. ते काम मी मुकाट्याने करत होते. पण आज बैठकीच्या खोलीत या मंडळींना चहा दिला की ती सगळीकडे घाण करणार, सांडलवंड करणार या विचारांनी माझ्या अंगावर शहारे आले.

तरी मी तसाच चहा आणून ठेवला आणि रिकामा ट्रे घेऊन आत जायला वळले तोच एक पेशंट स्त्री म्हणाली, "तुम्ही अमेरिकन आहात?"

"होय, पण तुम्ही इंग्रजी कसं काय बोलता?" मी विचारलं.

"मी शिकायला होते अमेरिकेत, मिशिगनमध्ये."

मी तिच्याजवळ बसले. "मी तिथलीच आहे. तुम्ही तिथे नक्की कुठे होता?"

मग आमच्या बऱ्याच गप्पा झाल्या. ती तरुण होती. सुंदर होती. पण मानेच्या आणि पाठीच्या दुखण्याने बेजार होती. सगळे उपाय थकले होते. अखेर मूडीकडे मॅनिप्युलेशन उपचार पद्धतीसाठी ती येत असे. ती कधी आली की मी तिला घरात

बोलवत असे.

एक दिवस तीच आपण होऊन म्हणाली, "माझ्या वेदनेचं खरं कारण मानसिक आहे." मी चौकशी केल्यावर तिने सांगितलं. तिचा नवरा एक दिवस गाडीत पेट्रोल भरून येतो म्हणून जो गेला तो आलाच नाही. तिने व तिच्या आई-वडिलांनी त्याचा सर्व प्रकारचा तपास केला, हॉस्पिटले, पोलिस चौक्या पालथ्या घातल्या. पंचवीस दिवसांनी 'तुमच्या नवऱ्याची गाडी घेऊन जा' असा पोलिसांचा निरोप आला. पण नवऱ्याचं काय झालं त्याबद्दल बोलायला कुणी तयार नाही. अखेर ती आपल्या एक वर्षाच्या मुलीला घेऊन माहेरी राहायला गेली. नंतर चार महिन्यांनी तिला पोलिसांनी कळवलं, तिचा नवरा तुरुंगात होता. तिला त्याला भेटायची परवानगी मिळाली.

गेले वर्षभर तो तुरुंगात होता. पण त्याच्यावर कुठलाही आरोप ठेवला गेला नव्हता.

"पण का?" मी विचारलं.

"कारण आम्ही दोघं अमेरिकेत शिकून अर्थशास्त्राची पदवी घेऊन आलो आहोत. द्विपदवीधर आहोत आम्ही. अशा लोकांची सरकारला भीती वाटते."

मग तिने मला आपल्या नवऱ्याबद्दल कुणालाही सांगू नये अशी विनंती केली. नेमकी त्याच दिवशी मूडीने तिची आणि तिच्या नवऱ्याची चौकशी केली. "तो अर्थशास्त्राचा पदवीधर आहे" एवढंच मी सांगितलं.

"ताबडतोब मला येऊन भेटा," अमालचा फोन आला. माझ्या छातीत धडधडू लागलं.

"लवकरात लवकर म्हणजे मला मंगळवारी यायला जमेल. त्या दिवशी मूडी हॉस्पिटलला जातो," मी म्हणाले.

"येण्याआधी फोन करा, म्हणजे मी थांबेन," तो म्हणाला.

काय असेल? नक्की चांगली बातमी असणार. त्याच्या आवाजावरून तरी तसंच वाटलं.

मंगळवारी मी लवकर उठले. मूडीबरोबर अगदी मनोभावे प्रार्थना केली. वेळ काही केल्या जात नव्हता. सात वाजता माहतोब शाळेत गेली. पाऊण तासाने मूडी पण गेला. तो टॅक्सीत बसून निघून गेल्याची खात्री होताच मी अमालला फोन करून येत असल्याची सूचना दिली. झटपट खाली येऊन टॅक्सीत बसले.

नोव्हेंबरचे दिवस होते. गार वारा वाहत होता. बर्फ लवकरच पडण्याची शक्यता होती. सकाळची भरपूर रहदारी होती. अखेर एकदाची मी अमालच्या ऑफिसात पोचले. डोक्यात प्रश्नांचं काहूर उठलं होतं.

अमालने उठून स्वागत केलं. कॉफी मागवली. त्याचा चेहरा प्रसन्न होता. तो म्हणाला, "मग आता घरच्या मंडळींना फोन करा."

"का, काय झालं?"

त्यांना म्हणावं, "थँक्सगिव्हिंगच्या जेवणाला येतोय."

"काय?" माझा कानांवर विश्वास बसेना. मी स्वतःला चिमटा काढला. हे स्वप्न नव्हतं.

मग त्याने बेत सांगितला. मी आणि माहतोब इराणी विमानसेवेने इराणच्या पार दक्षिणेच्या टोकाला पोचणार. नंतर आम्हाला अतिवेगवान बोटीने इराणच्या आखातातून चोरट्या मार्गाने अरब अमिरातीत पोचवण्यात येईल. अमिरातीत थोडी कागदपत्रांची अडचण येईल. पण ते खात्रीने तुम्हाला इराणला परत पाठवणार नाहीत. एंबसीच्या द्वारे अमेरिकेला पाठवतील.

उघड्या वेगवान बोटीतून माहतोबबरोबर जायचा विचार जरा भीतीदायक होता. पण आता डगमगून चालणार नव्हतं.

"मला किती पैसे भरावे लागतील?" मी विचारलं.

"काळजी करू नका. आता लागतील ते पैसे मी भरीन. मग सावकाश अमेरिकेला गेल्यावर परत पाठवा," तो म्हणाला.

पण मी पर्समधून नोटांचं पुडकं काढून त्याच्या हातात ठेवलं आणि म्हटलं, "हे घ्या पैसे. मूडीला जर सापडले तर कठीण होईल." ते साधारणपणे नव्वद डॉलर्स तरी होते. अमालने ते स्वतःजवळ जपून ठेवण्याचं आश्वासन दिलं.

"विमानात चढण्यापूर्वी तुम्हाला ओळखपत्र किंवा तत्सम काही तरी लागेल," अमाल म्हणाला.

"एंबसीकडे माझा जन्माचा दाखला, ड्रायव्हिंग लायसेन्स आणि क्रेडिट कार्डे आहेत."

"तुमचा इराणी जन्माचा दाखला आहे?"

"नाही, नाही इराण नव्हे, अमेरिकन. इराणी दाखला मूडीकडे आहे."

"ठीक आहे. तुमच्या अमेरिकन जन्मदाखल्याच्या आधारे तुम्हाला विमानाचं तिकीट आम्ही मिळवू," अमाल म्हणाला, "पण जर एंबसीतून काही खटपट करून इराणी जन्मदाखला मिळाला तर खूप बरं पडेल."

"साधारण कधी जायला मिळेल घरी?" मी जरा भीतभीतच विचारलं.

"आता बंदर अब्बासमध्ये माझा एक माणूस सगळी व्यवस्था करतोच आहे. थोड्या दिवसांतच तो तेहरानला परत येईल. काळजी करू नका. तुम्ही आणि माहतोब थँक्सगिव्हिंगसाठी घरी नक्की पोचाल."

मग अमालच्याच ऑफिसातून मी हेलनला फोन करून मी तातडीने एंबसीत

भेटायला येते आहे असं सांगितलं. एंबसीची नेहमीची भेटीची वेळ संपली होती. पण हेलन म्हणाली, "मी तुला आत सोडायचं पहारेकऱ्याला सांगून ठेवते."

फोन संपल्यानंतर मी निघाले. जाता जाता अमालने सूचना केली, "यातलं एंबसीच्या लोकांना काही सांगू नका."

पण माझ्या चेहऱ्यावरच इतका आनंद ओसंडून चालला होता की हेलनने मला बघताच विचारलं, "काय विशेष? इतकी खूष कशी दिसते आहेस?"

"मी घरी जाणार आहे," मी म्हणाले.

"कधी? कशी? माझा नाही विश्वास बसत," हेलन म्हणाली.

"मी घरी जाणार आहे आणि त्यासाठी मला माझी क्रेडिट कार्डे व कागदपत्रे हवी आहेत."

हे ऐकून हेलनला मनापासून आनंद झाला. तिने मला कडकडून मिठी मारली. आम्हा दोघींच्या डोळ्यात पाणी आलं. तिनेही मला जास्त खोदून प्रश्न विचारले नाहीत. मी तिला काही सांगणार नाही हे तीही जाणून होती. मला आवश्यक त्या गोष्टी तिने दिल्या. शिवाय आमचे दोघींचे नवे अमेरिकन पासपोर्ट दिले. मग ती मला मि. व्हिनकॉपला भेटायला घेऊन गेली. माझी बातमी ऐकून त्यांनाही खूप आनंद झाला. तरी पण त्यांनी एक कर्तव्य म्हणून मला सावधगिरीची सूचना दिली. "स्वतःचा आणि माहतोबचा जीव धोक्यात घालून सुटकेचा प्रयत्न करू नका."

त्यांनी त्यांच्या मनात आलेली आणखी एक गोष्ट बोलून दाखवली. "तुम्हाला झालेला आनंद जरा लपवा. आपल्या भावनांना आवर घाला. कारण तुमचा चेहरा इतका प्रफुल्लित दिसतोय की तुमच्या नवऱ्याला तुमचा नक्की संशय येईल."

"मी चेहऱ्यावर काही दिसू देणार नाही," मी म्हणाले.

इतक्याच माझं घड्याळाकडे लक्ष गेलं. मला उशीर झाला होता. मूडीला यायला अवकाश होता पण माहतोब यायची वेळ झाली होती. मग मी तातडीने निघाले.

मी घरी पोचले तर फाटकापाशी रडवेल्या चेहऱ्याने माहतोब उभी. दीड वाजला होता.

"मला वाटलं तू मला सोडून अमेरिकेला गेलीस," ती रडत म्हणाली.

मी कुठे आणि कशासाठी गेले होते हे सगळं सगळं हिला सांगून टाकावं असं मला त्या क्षणी वाटलं. पण मी मन आवरलं. "बाळा, मी तुला न घेता कधी म्हणजे कधीच अमेरिकेला जाणार नाही," मी म्हणाले, "पण माहतोब, मला आज घरी यायला उशीर झाला आणि तुला दारात वाट बघत थांबावं लागलं हे प्लीज डॅडींना सांगू नकोस हं."

तिने मान हलवली आणि ती घरात पळाली. मग मी सगळे कागदपत्र एका

गुप्त जागी लपवले आणि माझा आनंद मूडीपासून कसा काय लपवावा त्याचा विचार करू लागले.

मला थोड्या वेळाने एक कल्पना सुचली. मी ॲलिसला फोन केला.

"आपण थँक्सगिव्हिंगचं जेवण आमच्या घरी एकत्र करू. मी चॅमसे आणि झरीलाही बोलावते."

ॲलिसला ती कल्पना आवडली.

हे तर फारच छान. मी त्या जेवणापर्यंत इथे नसणारच होते. पण बतावणी करायला काय हरकत होती?

मूडी संध्याकाळी घरी परत आला तर माझा चेहरा उत्साहाने उजळलेला होता. "काय विशेष?" तो म्हणाला.

"ॲलिस आणि मी थँक्सगिव्हिंगचं जेवण आपल्याकडे करायचा बेत करतोय."

हे ऐकून मूडी खूष झाला.

"आता आम्हाला बाजारात टर्की आणायला जावं लागेल."

"तू आणि ॲलिस दोघीच जाणार? तुम्हाला जमेल ना?" तो म्हणाला.

"हो."

"मग जरूर जा."

कधी नव्हे ती बायको इतकी आनंदात असल्याचं बघून त्यालाही बरं वाटलं.

नंतरचे दिवस मला मोकळा वेळ मिळाला की मी एखाद्या शाळकरी पोरीच्या उत्साहाने तेहरानच्या बाजारात फेरफटका मारायला जायची. मी आणि ॲलिसने थँक्सगिव्हिंगच्या तयारीला सुरुवातही केली होती.

मला तेहरानची इतकी माहिती आहे हे बघून ॲलिस थक्क व्हायची. बाहेर पडायला तिला पण आवडायचं, पण एकटीने कुठे जाण्याची धमक तिच्या अंगात नव्हती. माझ्याबरोबर मात्र ती मजेत यायची.

अशाच एक दिवस दोघी निघालो. बाजाराच्या गर्दीत जाऊन पोचलो. नुसता कोलाहल. तऱ्हेतऱ्हेच्या वस्तू विकत बसलेले विक्रेते. त्यांच्या आरोळ्या. रस्त्यात कळकट कपड्यातले अफगाणी पुरुषही खूप होते.

बाजारातल्या एका भागात मांस मटण मिळायचं. तिथे मी ॲलिसला घेऊन गेले. तशाच गर्दीत घुसून आम्ही पुढे गेलो. एका छोट्याशा खोपटवजा दुकानात अगदी सुकट व लहान लहान टर्की टांगल्या होत्या. त्या धड साफही केलेल्या नव्हत्या. पण काय करणार? त्यातली मोठ्यात मोठीसुद्धा फक्त तीन किलो निघाली. मग ती पसंत करून आम्ही घरी घेऊन निघालो.

किती तरी वेळ ऑरेंज टॅक्सी मिळेना. टर्की हातात घेऊन हात दुखायला

लागले. अखेर एक टॅक्सी मिळाली. मागची बाजू भरलेलीच होती. पुढे कशातरी आम्ही बसलो. ड्रायव्हरच्या शेजारी ॲलिस. तिच्या शेजारी मी.

टॅक्सी सुरू होताच मी दिवास्वप्नात रंगून गेले. ही टर्की खायला मी कुठे इराणमध्ये असणार होते?

इतक्यात ॲलिसने ओरडून टॅक्सी थांबवली. "मुचारवेर इंजास...!" मी पाहिलं तर घर आलेलं नव्हतं. "अग पण आपल्याला इथे कुठे..." पण तिने मला खुणेने गप्प बसवलं.

खाली उतरल्यावर ॲलिस त्या ड्रायव्हरने काय काय चाळे करायला सुरुवात केली ते सांगू लागली. मला अर्थातच अनुभवाने त्या सगळ्याची पूर्ण कल्पना होती. मग घरी गेल्यावर यातलं काही नवऱ्यांना सांगायचं नाही असं आम्ही ठरवलं. नाहीतर आमचं बाहेर जाणं बंद व्हायचं. मग आम्ही दुसरी टॅक्सी पकडून घरी आलो.

घरी आल्यावर अनेक तास घालवून आम्ही ती टर्की स्वच्छ केली. आता ती फ्रीझरमध्ये ठेवायची होती.

अजून कितीतरी सामान आणायचं राहिलं होतं. कधी कधी मी अचानक ॲलिसकडे जाऊन तिला बाहेर काढायची. पहिल्यांदा मी तिच्याकडे गेले तेव्हा तिला सांगितलं, "जर मूडीने विचारलंच तर मी खरेदीनंतर इथे तुझ्या घरी कॉफी घ्यायला थांबले होते व साधारण एक वाजता इथून निघाले असं सांगायचं बरं का." ती माझ्याकडे विचित्र नजरेने बघत राहिली पण हो म्हणाली– काही प्रश्न न विचारता. त्यानंतर जेव्हा जेव्हा मी खरेदीला एकटी बाहेर जायची तेव्हा मी 'तिच्या घरी गप्पा मारायला' गेलेली असायची.

ॲलिसच्या घरी भेट देऊन मी नंतर लगेच हमीदच्या दुकानात जायची व तिथून अमालला फोन करायची. बरेचदा तो मला तपशिलाची चर्चा करण्यात बोलावून घ्यायचा. थँक्सगिव्हिंगचा सण जवळ येत चालला. अमाल आशावादी होता.

पण दुकानदार हमीदला मात्र या आमच्या बेताविषयी शंका वाटायची. मी माझ्या सुटकेच्या बेताबद्दल त्याला सांगितले होते. पण त्याला ते पटायचे नाही.

दिवस अतोनात धावपळीचे चालले होते. पण मूडीसमोर दमल्याचं दाखवायची पण सोय नव्हती. स्वयंपाक करणं, घराची साफसफाई, माहतोबची काळजी घेणं, कशाकशात कमी करून चालणार नव्हतं. शिवाय मानसिक ताणाने रात्री झोप लागायची नाही. सगळं मन अमेरिकेत होतं. रोज रात्री मी मनाने घरी पोचलेली असायची.

पण मी केवळ मनोबलाच्या जोरावर सगळं पार पाडत होते. ॲलिसची मला चांगली साथ होती. कुठल्याही चौकशा न करता ती मला साथ द्यायची.

असंच एक दिवस खरेदीनंतर मी घरी परतण्याआधी तिला म्हटलं, "मला आई-वडिलांची खूप आठवण येते. त्यांच्याशी फोनवर बोलावंसं वाटतं." ती म्हणाली, "आता तुला 'तुपकुनेह' मध्ये नेते."

"म्हणजे काय?" मी विचारलं.

"टेलिफोन कंपनी. तिकडे बाजारात आहे. पैसे रोख द्यावे लागतात. पण परदेशी फोन करता येतो." असं म्हणून ती मला एका फोन बूथकडे घेऊन गेली. तिच्याही नवऱ्याची फोनच्या बिलावरून कुरकुर चालायची त्यामुळे ती स्वतःच्या पैशांनी इथून अमेरिकेला फोन करायची. मग आम्ही दोघी फोन करून आपापल्या कुटुंबियांशी बोललो. मी मम्मीला या फोन बूथविषयी सांगून म्हटले, "आता मीच यापुढे तुला फोन करत जाईन. म्हणजे प्रश्न नको."

मग मी डॅडींशी बोलले व त्यांना आनंदाची बातमी सांगितली, माहतोब आणि मी थँक्सगिव्हिंगला परत येणार असल्याची...

□

२१

"एक अक्षरही न बोलता तिथं बसा," अमाल म्हणाला. मी त्यानं सांगितल्याप्रमाणं खुर्चीत निःशब्दपणे बसून राहिले. त्यानं माझ्या पाठीमागल्या बाजूनं जाऊन ऑफिसचं दार उघडलं व फारसीत काहीतरी पुटपुटला.

एक काळासावळा माणूस आत येऊन माझ्यासमोर उभा राहिला. त्यानं पुढून मागून माझं बारकाईनं निरीक्षण केलं. बारीकसारीक तपशील तो नजरेत साठवीत होता. मला वाटलं एकदा बुरखा काढून त्याला चेहरा दाखवावा. पण अमालनं तसं काही न सांगितल्यानं मी गप्प राहिले. हा माणूस कोण, कुठला होता देव जाणे!

तो दोन मिनिटांनंतर एक शब्दही न बोलता निघून गेला. अमाल आपल्या टेबलामागच्या खुर्चीत बसला.

"मी बंदर अब्बासला अतिवेगवान बोटीची व्यवस्था करायला माणूस पाठवलाय," तो म्हणाला. "त्या माणसाचीच मी वाट बघतोय. शिवाय विमानानं बंदर अब्बासला पोचण्यासाठी तिकिटाचीही मी व्यवस्था करतोय. विमानात तुमच्याबरोबर आणखीही लोक असतील पण ते कोण ते तुम्हाला कळणार नाही. ते तुमच्याबरोबर बसणार नाहीत."

अमालच्या बोलण्यातून आत्मविश्वास व्यक्त होत होता. पण मला घाई झाली होती. इथं सगळ्या गोष्टी फारच हळूहळू चालल्या होत्या. इराणमध्ये एकूणच वेळ

पाळण्याची फिकीर कुणालाच नसते. कुठली गोष्ट वेळेवर पुरी होईल तर शपथ. आज थँक्सगिव्हींगच्या अलीकडचा सोमवार उजाडला होता. आम्ही खरोखर थँक्सगिव्हींगला मिशिगनला पोचणार की नाही ते कळायला काहीच मार्ग नव्हता.

"हे बघा, या नाहीतर पुढच्या आठवड्याच्या शेवटी तुम्ही नक्की घरी पोचाल. सगळी व्यवस्था अगदी नीट, खात्रीलायक झाल्याखेरीज काही आम्ही तुम्हाला पाठवू शकत नाही. पण धीर धरायला हवा," अमाल म्हणाला.

"पण अशी नीट व्यवस्था कधी झालीच नाही तर?"

"त्याची चिंता तुम्ही करू नका. मार्ग पुष्कळ आहेत. हा नाहीतर तो. मी सगळीकडून प्रयत्न करतो आहे. माझा एक माणूस जाहीदानमधल्या आदिवासींच्या टोळीप्रमुखाला भेटायला गेलाय. त्याच्या मदतीनं तुम्हाला पाकिस्तानच्या सरहद्दीपार पोचवता येईल. एका माणसाला तुमच्या वयाची बायको व मुलगी आहे. माझी त्याच्याशीपण बोलणी चालू आहेत. जर तो विमानानं तुम्हाला व तुमच्या मुलीला आपली बायको व मुलगी म्हणून घेऊन जायला तयार झाला तर तुम्हाला विमानानं थेट टोकिओ किंवा टर्कीपर्यंत जाता येईल. तो परत आल्यावर त्याची बायको व मुलगी परतले असा शिक्का पासपोर्ट ऑफिसकडून मिळवण्याचं काम माझ्याकडं लागलं. माझे तिथे वशिले आहेत."

हा बेत जरा धोकादायक वाटत होता. मी इराणी स्त्री म्हणून खपून जाणं जरा कठीणच होतं. इराणमध्ये बायकांचे फोटो बुरखा घालूनच काढलेले असतात. तेव्हा पासपोर्टचा प्रश्न आला नसता. पण कस्टम ऑफिसरने फारसीत एखादा प्रश्न विचारला असता की सगळं बिंग फुटलं असतं.

"तुम्ही जरा प्लीज काय ते लवकर करा ना," मी अजिजीने अमालला म्हणाले. "माझ्या हातात जास्त वेळ नाही. माझे वडील आता काही दिवसांचे सोबती आहेत. त्यांना एकदातरी भेटायचंय मला. प्लीज काही तरी करा."

"हो."

यानंतर थँक्सगिव्हींगचा सण इराणमध्ये घालवणं हा अनुभव अतिशय कठीण होता. बरं तर बरं मी माहतोबला सांगितलं नव्हतं.

त्या गुरुवारी मी अतिशय निराश मनःस्थितीत झोपेतून उठले. कशाबद्दल आभार मानायचे? कुणाचे?

केवळ मन रमवायचं म्हणून मी त्या दिवशीचं जेवण खूप खपून तयार करायला घेतलं.

दुपार झाली आणि आम्ही बोलावलेले एकेक पाहुणे यायला सुरुवात झाली. माझ्या मनावरचं ओझं खूप हलकं झालं.

जेवण झालं. सगळं अमेरिकन परंपरेनुसार पार पडलं आणि मूडीनं खुर्चीत बसल्याबसल्या डुलकी घ्यायला सुरुवात केली. जसं काही गेल्या दीड वर्षात काही घडलंच नव्हतं. मला इतका संताप आला त्याचा. असं वाटलं गळा दाबावा. मम्मी, डॅडी, ज्यो, जॉन... सगळ्यांच्या आठवणीनं डोळे भरून आले.

मंगळवारी मूडी ऑफिसात गेल्याची वेळ साधून माझा भाऊ जिम याचा फोन आला. मी आणि माहतोब थँक्सगिव्हींगला परत येणार ही बातमी ऐकून त्यांची प्रकृती आश्चर्यकारक रीतीने सुधारली होती. ते आपले आपण उठून अंगणापर्यंत चालत एक फेरी मारू लागले होते. पण मग आम्ही पोचलो नाही. खूप वाट पाहिली त्यांनी. खूप खिन्न आणि उदास झाले ते. परिणामी त्यांची स्थिती पूर्वीपेक्षाही जास्त बिघडली होती.

"प्लीज तू स्वतः फोन करून एकदा त्यांच्याशी बोलशील का?" जिम म्हणाला.

"खूप कठीण आहे रे ते. घरून फोन करता येत नाही. कारण फोनचे बिल पाहून मूडीला लगेच समजेल. आणि फोनबूथ गावात बराच लांब आहे. तरीपण मी प्रयत्न करीन," मी म्हणाले.

"तू आणि माहतोब कधी येणार?"

"माझे प्रयत्न चालू आहेत. ख्रिसमसच्या आत पोचायचे. पण आता मात्र डॅडींना आधी काही न कळवलेलं बरं."

फोन झाला आणि मला निराशेनं अजूनच घेरलं. डॅडींना दिलेलं वचन मी पाळू शकले नाही आणि ते आणखी आजारी झाले. देवा, ख्रिसमसला तरी आम्ही मिशिगनमधे असायला हवं, इराणमधे नको.

इराणमधे ख्रिसमस या सणाची मुद्दामच दखल घेतली जात नाही. इराणमधे आर्मेनियन लोक मोठ्या संख्येनं आहेत. ते तेवढे दरवर्षी ख्रिसमस उत्साहानं साजरा करतात. पण या वर्षी त्यांनाही धमकी देऊन गप्प बसवण्यात आलं होतं. अयातुल्लाच्या मते युद्ध परिस्थितीमध्ये आनंदोत्सव साजरा करणे हा गुन्हा होता.

मूडीला कशाचंच सोयरसुतक नव्हतं. तो स्वतःच्या वैद्यकीय व्यवसायात मशगुल होता. त्याला राजकारणात रस उरला नव्हता. आम्ही माहतोबसाठी घरी आमच्यापुरता आनंदात ख्रिसमस साजरा करायचं ठरवलं होतं.

एकतर माझं मन रमवायला आणि दुसरं म्हणजे मला गावात भटकायला काहीतरी सबब हवी म्हणून ख्रिसमसच्या खरेदीला मी सुरवात केली.

"माहतोबला फारशी खेळणी नाहीत. आता ख्रिसमसच्या निमित्तानं मी तिला खूप खेळणी आणणार आहे," मी म्हणाले. मूडीची काही हरकत नव्हती. मग त्या निमित्तानं मी रोजच, कधी एकटी तर कधी ॲलिसबरोबर बाहेर जाऊ लागले. एक

दिवस आम्ही दोघी खरेदी संपवून बसनं घरी येत होतो. ॲलिस तिच्या जवळच्या स्टॉपवर उतरून गेली. थोडं अंतर मला एकटीनं बसमधून जायचं होतं. आधीच उशीर झाला होता. माहतोब घरी यायची वेळ झाली होती.

अचानक रस्त्यावर गलका सुरू झाला. कर्णकर्कश भोंगे वाजू लागले. तसे भोंगे नेहमीच वाजत असल्याने काही वाटलं नाही. पण आजचे भोंगे थांबायलाच तयार नव्हते. ड्रायव्हरनं बस रस्त्याच्या कडेला उभी करून मागून भोंगा वाजवत येणाऱ्या व्हॅनला जायला जागा दिली. मागून पोलिसांचे ट्रक्स आणि शस्त्रास्त्रांचे ट्रक्स गेले.

'बोम बोम' बसमधले प्रवासी ओरडू लागले.

मी घाबरले. पुढं कुठंतरी, आमच्या घराच्या दिशेला बॉंब होता. पुढं गेलेली ट्रक म्हणजे बॉंबचे शोधपथक होते. मी त्याविषयी ऐकले होते.

बस एकदाची स्टॉपवर पोचली. मी लगेच ऑरेंज टॅक्सी थांबवून त्यात बसले. घराकडं निघाले. इतक्यात आम्ही ट्रॅफिक जॅममधे अडकलो. ड्रायव्हरनं शिवीगाळ सुरू केली. घड्याळात पाहिलं तर खूप उशीर झालेला. माहतोबच्या स्कूलबसच्या स्टॉपवर जर मी वेळेत पोचले नाही तर ती घाबरेल, रडेल. पोलिसांची धावपळ बघून आणखी घाबरेल. शिवाय जवळपास कुठेतरी बॉंब होता.

आमची टॅक्सी गर्दीतून वाट काढत चालली होती. वळणावर टॅक्सी वळली आणि मला शाळेची बस दिसली. माहतोब स्टॉपपाशी उतरली आणि बावरल्या नजरेनं इकडंतिकडं पाहू लागली. कोपऱ्यावर पोलिसांच्या गाड्या आणि बघ्यांचा घोळका.

मी टॅक्सी थांबवून पैसे ड्रायव्हरच्या तोंडावर फेकले व माहतोबकडं पळत सुटले. नक्कीच कुठंतरी बॉंब होता.

माहतोबचा हात हातात घेऊन मी घराकडं धावले. आमच्या घराच्या रस्त्याच्या टोकाशीच ती बॉंबशोधक पथकाची गाडी थांबली होती. कोपऱ्यावर थांबलेल्या एका उघड्या पिवळ्या गाडीतून एक अवजड पेटी त्या शोधपथकाच्या ट्रकमधल्या भल्यामोठ्या यांत्रिक हातानं उचलली होती. त्या हातानं ती पेटी अत्यंत काळजीपूर्वक उचलून ट्रकच्या मागील सुरक्षित भागात ठेवली.

काही क्षणांतच तो बॉंब उचलून तो ट्रकचा व पोलिसांचा ताफा निघून गेला. पोलिसांच्या दृष्टीनं या घटनेचं विशेष काही नव्हतं. पण मला मात्र प्रत्यक्ष डोळ्यासमोर ते दृष्य बघितल्यानंतर आपण कुठून इथं या तेहरानमधे येऊन पडलो आहोत असं झालं.

मी मूडीला सांगितलं की माझी जवळजवळ सगळी ख्रिसमसची खरेदी करून

झाली आहे. पण हे अर्धसत्य होतं. खरं तर आणखी थोडी खरेदी बाकी होती. ती जवळपासच्या दुकानांमधून करता आली असती.

एक दिवस मी बाजारातून माहतोबसाठी एकदम भरपूर, विविध प्रकारची खेळणी आणली. पण ती सगळी मी एकदम घरी न आणता बरीचशी खेळणी ॲलिसकडं नेऊन ठेवली. "ही सगळी सध्या इथं असू दे. नंतर सवडीनं मी थोडी थोडी करून घरी नेईन," मी ॲलिसला सांगितलं. ॲलिस माझी खरीखुरी मैत्रीण होती. त्यामुळं तिनं एकही प्रश्न न विचारता होकार दिला. माझ्या सुटकेच्या बेताबद्दल मी तिला काहीही सांगितले नव्हते. पण ॲलिस एक अत्यंत बुद्धिमान आणि चलाख स्त्री आहे. मी इराणमधे सुखात नाही हे तिला केव्हाच कळलं होतं. आणि का कोण जाणे पण तिला मूडी कधीच आवडला नव्हता. त्यामुळं माझ्या अशा चोरटेपणानं गावातल्या ज्या चकरा चालायच्या त्याबद्दल तिला शंका नक्कीच आली असणार. कदाचित माझं एखादं प्रेमप्रकरण असावं असं तिला वाटलं असेल.

एका अर्थी थोडं फार ते खरं होतं. पण त्याला प्रेमप्रकरण म्हणावं असं काही नव्हतं. अमाल आणि मी नक्कीच एकमेकांकडं आकर्षित झालो होतो, यात शंकाच नाही. पण तो लग्न झालेला, मुलंबाळं असणारा संसारी गृहस्थ होता. मला त्याच्या संसारात विघ्न आणायचं नव्हतं. तरीपण त्याचं उमदं, देखणं व्यक्तिमत्व, जबाबदारी पेलण्याचं सामर्थ्य, कर्तृत्व आणि त्याला जोड देणारा कनवाळू स्वभाव... या सगळ्यामुळं आम्ही एकमेकाच्या खूप जवळ आलो होतो. मात्र या जवळिकीत शारीरिक असं काही नव्हतं. माझ्या आयुष्यातला ज्याची स्वप्नं बघावी असा पुरुष मूडी नव्हता. पण अमाल नक्की होता. थँक्सगिव्हींगला अमेरिकेला न जाता आल्यामुळं माझी जी भयंकर निराशा झाली त्यातून खचून न जाता मी धीर धरला तोही अमालमुळंच.

एक दिवस मूडी आणि माहतोब गेल्यानंतर मी माझ्या नेहमीच्या दुकानात भाजी, दूध वगैरे आणण्यासाठी निघाले. पण जवळ जाऊन बघते तो काय, भाजी, किराणा आणि मांसमच्छी या तिन्ही ओळीनं असलेल्या दुकानांसमोर बंदूकधारी पोलीसपासदार-बंदुका रोखून उभे. शेजारी दोन-तीन ट्रक उभे.

आपण नसत्या भानगडीत पडायला नको म्हणून मी लगेच पाठ फिरवून चालू लागले. लांबच्या दुकानातून खरेदी आटपून मी परत काही वेळानं घरापाशी आले तर त्या तीनही दुकानांतील माल पोलिसांच्या गाड्यांमधे भरणं चालू होतं. मी घाईनं घरात परत आले. नंतर शेजाऱ्यांकडं, कचरेवाल्याकडं चौकशी केली. पण कुणालाच काही कल्पना नव्हती.

नंतर मूडीपाशी विषय काढताच तो खांदे उडवून म्हणाला, ''काही तरी वस्तू काळ्या बाजारानं विकत असतील.''

आम्हाला दोघांनाही ते तिघं दुकानदार आवडत असत. पण त्या दिवशी ती तीन दुकाने रिकामी झाली ती कायमचीच. तिघांचा धंदा साफ बसला. नंतर अफवा कानावर आली की त्या तीनही इमारती सरकारला स्वतःसाठी हव्या होत्या. म्हणून ही सगळी कारवाई झाली होती. तिघं बिचारे आयुष्यातून उठले.

कित्येक आठवडे लोटले. माझे रोजचे अमालच्या ऑफिसात फोन चालूच होते. अधूनमधून चकरा मारणेही. दरवेळी एकच उत्तर– तयारी चालू आहे. कधी कधी वाटायचं, खरोखर काही हालचाल चालली आहे की नुसतं बोलाचीच कढी बोलाचाच भात...

''ख्रिसमस नाही जमलं तर न्यू ईयरच्या दिवशी तरी तुम्ही दोघी नक्की घरी असाल'', अमाल मला समजावत म्हणाला. ''मी सगळ्या बाजूंनी जोरात प्रयत्न चालू ठेवले आहेत. कुठल्या ना कुठल्या मार्गानं जायची सोय होईलच.''

मी हे शब्द आजवर इतके वेळा ऐकले होते. फक्त त्यावर विश्वास ठेवणं दिवसेंदिवस जड जात होतं.

अमालनं आणखी एक नवा बेत ठरवला. त्याच्या ओळखीचा एक कस्टम ऑफिसर होता. स्विस एंबसीनं खटपट करून माझे आणि माहतोबचे जे नवे अमेरिकन पासपोर्ट मिळवले होते त्यावर शिक्का मारून घेऊन ते इराणमधे चालण्याजोगे करून घ्यायची अमालची खटपट चालली होती. मग ते झाल्यावर एक दिवस मंगळवारी मूडी हॉस्पिटलमधे गेल्यावर तो आम्हाला टोकियोला जाणाऱ्या विमानात बसवून देण्याच्या विचारात होता. फक्त यात अडचण एकच होती. नेमकी त्या कस्टम ऑफिसरची कामाची वेळ आणि त्या विमानाची वेळ जुळत नव्हती.

''आणि बंदर अब्बासचं काय झालं?'' मी विचारलं.

''त्याचीही खटपट चालली आहे. धीर धरा,'' अमाल म्हणाला.

माझा चेहरा निराशेनं झाकोळून गेला. डोळे पाण्यानं भरून आले. ''कधीतरी वाटतं, आपली आता इथून कधीच सुटका होणार नाही'' मी म्हणाले.

''होणार, नक्की. तुमचीही आणि माझीही,'' अमाल म्हणाला.

त्याचे धीर देणारे शब्द मनात साठवत मी निघाले. परत घरी. नवऱ्याच्या घरी.

एक दिवस मूडी आणि मी दुपारचे टी.व्ही. बघत बसलो होतो. आधी लहान मुलांसाठी कार्यक्रम, नंतर कुराणावर पाठ वगैरे झाल्यावर वैद्यकीय विषयावर

कार्यक्रम लागला. तो बघितल्यानंतर या लोकांना हसावं की रडावं ते मला कळेना. कार्यक्रमाचा विषय होता-बाळाचा जन्म. आणि टी.व्ही.वर चक्क एका स्त्रीचं बाळंतपण तपशीलवार दाखवण्यात आलं. पुरुष डॉक्टरांनी केलेलं. बाळाचा जन्म होतानाचे क्लोज अप्स, त्या स्त्रीचं अनावृत्त शरीर. फक्त तिचा चेहरा आणि हात तेवढे बुरख्यानं झाकलेले होते.

"हे काय माहतोब, तू सांता क्लॉजसाठी दूध आणि बिस्कीटं ताटलीत काढून नाही का ठेवणार?" मी माहतोबला जवळ घेऊन विचारलं. "पण तो खरंच येणार आहे का? गेल्या वर्षी तर आलाच नाही," ती म्हणाली. आमचं गेल्यावर्षी यावर पुष्कळ बोलणं झालं होतं. तेव्हा उत्तर ध्रुवापासून इराण फारच लांब असल्यामुळंच सांता क्लॉज आला नसावा अशी तिनं आपल्या मनाची समजूत काढली होती.

मग तो कदाचित या वर्षी येण्याचा प्रयत्न करील असं मी तिला पटवून दिलं. "तो आलाच समजा, तर त्याच्यासाठी ताटलीत खाऊ ठेवलेला बरा", मी तिला सांगितलं.

माहतोबला ते पटलं. मग ती उद्या मारीत सांता क्लॉजच्या ताटलीत फराळाचे पदार्थ वाढू लागली. रात्री उशिरा तिला मी थोपटून झोपवत असताना ती मधेच म्हणाली, "मम्मी, सँटा आला तर प्लीज मला उठवशील? मला त्याच्याशी बोलायचंय."

"काय ग बोलायचंय?"

"मी त्याला सांगणार आहे, तू जेव्हा अमेरिकेला जाशील ना, तेव्हा आजी-आजोबांना मी ठीक आहे असं सांग. म्हणजे त्यांना बरं वाटेल," ती म्हणाली.

माझ्या घशात हुंदका अडकला. सांता आज रात्री डझनावारी खेळणी माहतोबसाठी ठेवून जाणार होता. पण तिची सगळ्यात उत्कट इच्छा तो पूर्ण करू शकत नव्हता.

आणखी एक ख्रिसमस या इराणमधे ज्यो आणि जॉनच्याशिवाय घालवायचा. आणखी एक ख्रिसमस, मम्मी-डॅडींच्याशिवाय घालवायचा.

मूडीच्या लेखी ख्रिसमस ईव्हची किंमत शून्य होती. तो दिवस त्याने अगदी उशिरापर्यंत पेशंट तपासण्यात घालवला. रात्री मी विचारलं, "मूडी, उद्या ख्रिसमस आहे. माहतोबला शाळा बुडवू दे?"

"नाही. अजिबात नाही. शाळेत तर जायलाच हवं," तो निग्रहानं म्हणाला. त्याच्या आवाजात अशी काही धार होती की मी गप्पच बसले.

दुसऱ्या दिवशी सकाळी मी माहतोबला लवकरच उठवले. "माहतोब, ऊठ बघू. चल, काल रात्री सांता क्लॉज येऊन गेला का ते बघू." ती शाळेत जाण्यापूर्वी

जर तिला तिची सगळी खेळणी उघडून बघायला मिळाली तर तिला आनंद होईल, असा मी विचार केला. ताटलीत ठेवलेलं दूध आणि खाऊ सांतानं फस्त केलेला पाहून माहतोब आनंदानं उड्या मारू लागली. इतक्यात तिला छान रंगीबेरंगी कागदात गुंडाळलेली पुडकी दिसली. तिला काय करू आणि काय नको असं झालं. मूडीपण आमच्या आनंदात सहभागी व्हायला तिथं आला. अमेरिकेत त्याला ख्रिसमस खूप आवडायचा.

"खरंच ममा, सांता इतक्या लांब, इराणमधे कसा काय आला असेल ग?" माहतोब म्हणाली.

मूडी आमचे फोटो काढू लागला. इतक्यात घड्याळात साताचे ठोके पडले. माहतोब शाळेसाठी तयार होण्याकरिता घाईनं उठली. पण त्याला काय वाटलं कोण जाणे. तो तिला जवळ घेऊन म्हणाला, "माहतोब, आज जाऊ नको हं शाळेत. आज ख्रिसमस आहे ना? किंवा हवंतर जरा उशिरा जा."

"नाही. मी शाळा बुडवू शकत नाही. ते चूक आहे." माहतोब प्रौढासारखे म्हणाली. ही शाळेतील बाईंची शिकवण. शाळेत उशिरा जाऊन मुख्याध्यापिकेच्या ऑफिसात जाऊन बोलणी खायची तिची मुळीच इच्छा नव्हती.

संध्याकाळी मित्रमंडळी भेटायला आली. ख्रिसमस तसा आनंदात गेला. फक्त संध्याकाळी मूडीची पेशंट फरिश्ते आली ती डोळे सुजवूनच. तिच्या तुरुंगात असलेल्या नवऱ्यावर अखेर सरकारनं आरोप ठेवला होता. सरकारविरोधी विचारसरणी असल्याचा आरोप. त्यात त्याला दोषी ठरवून सहा वर्षांच्या कारावासाची सजा ठोठावण्यात आली होती. फरिश्तेच्या दुःखाला सीमा नव्हती. मूडीची ती आवडती होती. त्यालाही खूप वाईट वाटलं. तो मनातून घाबरला गेला होता. विनापरवाना उघडपणे वैद्यकीय व्यवसाय करण्याचा गुन्हा तोही करत होताच की. इतक्या क्षुल्लक कारणासाठी फरिश्तेच्या नवऱ्याला सहा वर्षं कारावास. मग आपलं तर काय होईल? असा विचार मूडीच्या मनात आल्यावाचून कसा राहील?

आमच्याकडं पाहुण्यांची इतकी वर्दळ चालू होती की मला आणि त्याला जास्त विचार करायला सवडच नव्हती. आज ख्रिसमसच्या निमित्तानं चक्क मूडीचे इराणी नातलग आमच्याकडं खाऊ, खेळणी व भेटवस्तू घेऊन शुभेच्छा द्यायला हजेरी लावत होते. मला त्यांनी स्वीकारल्याची एकप्रकारे खूणच ही.

बाबा हाजी तेवढे आले नाहीत. पण त्यांची उणीव आमे बोझोर्गनं भरून काढली. 'आझी आम' असा आरडाओरडा करत खाऊ आणि भातुकलीची खेळणी घेऊन ती घरात शिरली. तिनं इतक्या प्रचंड भेटी आणल्या होत्या, घरासाठी, माहतोबसाठी, माझ्यासाठी. फक्त मूडीसाठी काही आणलं नव्हतं.

मग कुणाच्या तरी मदतीनं आमचं संभाषण सुरू झालं. तिनं माझी स्तुतिस्तोत्रं

गायला सुरुवात केली.

मधेच उठून मी आत गेले. इतके पाहुणे अचानक आलेले. त्यांना द्यायला घरात पुरेसं काही नव्हतं. सकाळच्या जेवणातलं थोडं फार उरलेलं. पण वेगळ्या चवीचं आणि मी केलेलं म्हणून प्रत्येकानं कौतुकानं थोडं थोडं खाल्लं आणि वारेमाप स्तुती केली.

संध्याकाळी उशिरा आगा हकीम व त्याची बायको असे दोघं आले. बोलण्याच्या ओघात ख्रिश्चन धर्माचा विषय निघाल्यावर आगा हकीमनं कुराणमधील प्रभू येशूच्या जन्माबद्दलची कथा वाचून दाखवली.

आणि हे पैगंबर (स.), या ग्रंथात मरयमचा वृत्तांत वर्णन करा जेव्हा ती आपल्या लोकांपासून अलिप्त होऊन पूर्व दिशेस एकांतवासिनी झाली होती आणि आडपडदा करून त्यांच्यापासून लपून बसली होती. या स्थितीत आम्ही तिच्याजवळ आपल्या आत्म्यास (म्हणजे फरिश्त्यास) पाठविले आणि तो तिच्यासमोर एका पूर्ण मानवाच्या रूपांत प्रकट झाला. मरयम अकस्मात उद्गारली, "जर तू एखादा ईशभीरू मनुष्य आहेस तर मी परमदयाळू ईश्वराचे आश्रय मागते तुझ्यापासून." त्याने सांगितले, "मी तर तुझ्या रबचा प्रेषित आहे आणि यासाठी पाठविला गेलेलो आहे की तुला एक निर्मळ मुलगा द्यावा." मरयमने सांगितले, "माझ्या ठायी कसा मुलगा होईल जेव्हा की मला कोणत्याही पुरुषाने स्पर्श देखील केलेला नाही आणि मी काही व्यभिचारिणी नाही." फरिश्त्याने सांगितले, "असेच घडेल." तुझा रब फर्मावितो की असे करणे माझ्यासाठी फार सोपे आहे आणि आम्ही असे यासाठी करू की त्या मुलाला लोकांसाठी एक निशाणी बनवावे आणि आपल्याकडून एक कृपा. आणि हे काम होणारच आहे."

मरयमला तो मुलगा गर्भ राहिला. आणि ती तो गर्भ घेऊन एका लांब ठिकाणी केली. मग प्रसूती वेदनेने तिला एका खजुरीच्या झाडाखाली पोचविले. ती म्हणू लागली, "हाय मी यापूर्वीच मेले असते आणि माझा मागमूसही उरला नसता." फरिश्त्याने पायतेकडून हाक मारून तिला सांगितले, "दुःख करू नकोस, तुझ्या रबने तुझ्याखाली एक झरा प्रवाहित केला आहे. आणि तू थोडे या झाडाच्या खोडाला हलव, तुझ्यावर रसाळ खजुरी झडून पडतील. तर तू खा आणि पी आणि आपले डोळे थंड कर. मग जर तुला एखादा मनुष्य दृष्टीस पडला तर त्याला सांग की मी परमदयाळूसाठी रोजाचा व्रत केला आहे म्हणून आज मी कोणाशीही बोलणार नाही." मग ती त्या मुलाला घेऊन आपल्या लोकांत आली. लोक म्हणू लागले, "हे मरयम, हे तर तू मोठे पाप केलेस. हे हारूनच्या भगिनी, तुझा बापही काही वाईट मनुष्य नव्हता आणि तुझी आईदेखील काही व्यभिचारिणी स्त्री नव्हती." मरियमने मुलाकडे इशारा केला. लोकांनी सांगितले, "आम्ही याच्याशी काय

बोलावे जे पाळण्यांत असलेले एक मूल आहे?'' मूल उद्गारले, ''मी अल्लाहचा दास आहे. त्याने मला ग्रंथ दिला आणि नबी बनविले, आणि बरकतवाला बनविले, आणि जेथे कोठे मी असेन नमाज व जकात सुनियमित करण्याची आज्ञा दिली. जोपर्यंत मी जिवंत असेन, आणि आपल्या आईसंबंधी कर्तव्यपालन करणारा बनविले. आणि मला शिरजोर आणि दुर्दैवी बनविले नाही. सलाम आहे माझ्यावर जेव्हा मी जन्मलो आणि जेव्हा मी मरावे आणि जेव्हा जिवंत करून मला उठविले जावे.''

हा आहे मरयम पुत्र ईसा आणि ही आहे त्याच्यासंबंधी ती सत्य गोष्ट ज्यात लोक संशय घेत आहेत. अल्लाहचे हे काम नव्हे की त्याने एखाद्याला पुत्र बनवावे. तो पवित्र अस्तित्व आहे. तो जेव्हा एखाद्या गोष्टीचा निर्णय घेतो तेव्हा म्हणतो की अस्तित्वात ये, आणि ती अस्तित्वात येते.

त्या कथेचा सरळसरळ अर्थ असा होत होता की, प्रभू येशू हा ईश्वराचा पुत्र नव्हे. मला ते अर्थात पटले नाही. पण मी काही न बोलता गप्प बसले.

मूडी खुशीत होता. आमच्या घरी लोकांची ऊठबस सुरू होती, याचा त्याला आनंद होता. मी धाडस करून त्याची परवानगी न घेताच आमच्या मित्रमंडळींना न्यू ईयर ईव्हच्या निमित्तानं निमंत्रण दिलं.

नवल म्हणजे हे ऐकून मूडी माझ्यावर चिडला. ''आपल्या घरात मद्य वगैरे घेतलेलं चालणार नाही,'' तो खेकसला.

''अरे पण मी तरी ड्रिंक्स कुठून आणणार? उगीच काय काहीतरी?'' मी म्हटले.

''आपण आणलं नाही, तरी त्यांनी येताना बाटल्या आणल्या म्हणजे?'' मूडीनं शंका काढली.

''ते कुठले आणतायत? कोण धोका पत्करणार आहे एवढा?'' मी त्याला समजावलं.

''हे बघ, पण ते पाश्चात्य नाचगाणं, एकमेकांचे मुके घेणं वगैरेसुद्धा आपल्या घरात चालणार नाही, समजलं? आणि तू कुठल्याही माणसाच्या जवळसुद्धा जायचं नाहीस,'' मूडी हट्टानं म्हणाला.

''मूडी, असं काय? सणाच्या दिवशी जरा लोकांना घरी बोलावलं यात काय चुकलं माझं?''

अखेर कसातरी मूडी राजी झाला. त्या दिवशी मुद्दाम त्यानं अगदी उशिरापर्यंत दवाखाना चालू ठेवला. झरी, चॅमसे दोघी आल्या तरी याचं काम आपलं चालूच. ॲलिस आणि तिचा नवरा आला, चॅमसेचा नवरा आला, मूडीची पेशंट फरिश्ते

आली. पार्टी रंगात आली. चॅमसेच्या नवऱ्याला, डॉ. नेफारजींना हॉस्पिटलमधून ऑपरेशनसाठी फोन आला. पण ते मुळीच हलले नाहीत. मी येऊ शकत नाही, दुसऱ्या कोणाला तरी बोलवा असा त्यांनी निरोप पाठवला.

इतक्यात मूडीला पण त्याच्या हॉस्पिटलचं बोलावणं आलं. तो मात्र लगेच निघून गेला. तो खूप उशिरा, आमची जेवणं झाल्यावर उगवला. थोड्याच वेळात पाठ दुखते म्हणून एक पेशंट बाई आली. तिला तपासायला परत उठून गेला. मला फार राग आला. मी अडवलं तरी माझं न ऐकता निघून गेला.

"तो मुद्दाम सगळ्या पार्टीचा विचका करतोय," ॲलिस माझ्या कानात कुजबुजली.

"तसाच आहे तो. मला सवय झाली आहे, त्याच्या असल्या वागण्याची," मी म्हणाले.

जमलेल्या सगळ्यांनाच माझ्याबद्दल वाईट वाटल्याचं दिसत होतं. पण खरं सांगायचं तर मूडी नसतानाच मला मित्रमंडळीबरोबर गप्पा मारताना जास्त आनंद मिळायचा.

अखेर मध्यरात्र उलटून गेल्यावर सगळे निघाल्याचे पाहून मूडी बाहेर आला. "हे काय, लगेच निघालात?" खोटं खोटं नाटकीपणाने म्हणाला. सगळे निघून गेल्यावर एक क्षणही वाट न बघता दार लावून मूडीने मला मिठीत घेतलं आणि ओठावर ओठ टेकले. तो सोडेचना.

"हे काय मूडी? कशाबद्दल?" मी त्याच्या हातातून सुटण्याची धडपड करत म्हटलं.

"हॅपी न्यू ईयर," तो हसून म्हणाला.

मी मनातून खिन्न झाले. एकोणीसशे शहाऐंशी. अजून किती वर्षे इथेच राहायचं?

सणांचे दिवस संपले आणि माझा विरंगुळा नाहीसा झाला. आता मन गुंतवायचं कशात?

काळ मुंगीच्या पावलाने जात होता.

भयाण हिवाळा समोर उभा ठाकला होता.

अमालला कधीही फोन केला की तो म्हणायचा, "धीर धरा."

एक दिवस मी काही कामासाठी रस्त्याने निघाले असताना मला स्त्री पोलीस पासदाराने हटकलं. माझं फारसीचं ज्ञान तुटपुंजं. आज तर सोबत माहतोबही नाही. काय करायचं? ती काहीतरी फारसीत बोलली.

मी इंग्रजीत म्हणाले, "मला तुमचं बोलणं कळत नाही."

आश्चर्य म्हणजे ती अस्खलित इंग्रजीत म्हणाली, "तुम्ही रस्ता क्रॉस करत होता तेव्हा माझं लक्ष गेलं तर तुमचा मोजा खाली सरकून तुमचा एक गुडघा दिसत होता. तुम्हाला जरा चांगले मोजे घालायला काय होतं?"

"तुम्हाला काय असं वाटलं, मला हे असले मोजे घालायला आवडतात?" मी चिडून म्हणाले, "मी तर जन्मात हे असले घाणेरडे मोजे कधी घातले नव्हते. मला जर माझ्या मनासारखं वागायचं स्वातंत्र्य असतं तर मी अमेरिकेतच असते. इथे राहून हे असले घाणेरडे मोजे कशाला घातले असते. तुम्हीच मला सांगा, अजिबात न चुरगळता धुतल्यावरही ताठ राहणारे मोजे इथे कुठे मिळतात का? मिळत असले तर मला सांगा."

यावर ती स्त्री पोलीस विचारात पडली व गंभीर झाली.

"खरं आहे खानुम," असं म्हणून ती मान हलवत निघून गेली. मला चक्क एक समजूतदार स्त्री पोलीस भेटली होती.

त्या क्षणी माझ्या काळजात जोराची कळ आली. ज्या समाजात मला मोकळेपणे श्वास घेता येतो, जिथे मनाला येईल ते कपडे घालता येतात, मनासारखं वागता येतं त्या समाजात परत कधी जाणार मी?

जानेवारी महिन्याची १५-१६ तारीख असेल. भर दुपारी फोन वाजला. मूडीचा घरचा दवाखाना पेशंटांनी भरला होता. मी फोन घेतला. माझी बहीण कॅरोलीन. फोनवर रडत होती.

"डॉक्टरांनी सगळ्या नातेवाईकांना बोलावून घ्यायला सांगितलंय. डॅडींचं जास्त झालंय. ऑपरेशन करावं लागेल. पण ऑपरेशन सोसण्याइतकी ताकद डॅडींमधे नाही. आणि ऑपरेशन केलं नाही तर मग वाचण्याची शक्यता अजिबात नाही. कदाचित आजचा दिवससुद्धा ते काढणार नाहीत," ती म्हणाली.

डोळ्यातून वाहणाऱ्या पाण्यामुळे मला समोरचं दृष्य धूसर दिसू लागलं. कंठ दाटून आला. हजारो मैलांवर माझे वडील मरायला टेकले होते आणि मी इथे असहाय्य. त्यांचा हात हातात घेऊन, त्यांना धीर देत त्यांच्याजवळ असायला हवं होतं मी. माझ्या कुटुंबियांना धीर द्यायला. मी कॅरोलीनला खूप प्रश्न विचारले. पण ती काय बोलत होती ते माझ्या डोक्यात शिरतही नव्हतं.

अचानक स्पर्श झाला. मूडी जवळ उभा होता. माझे डोळे पुसत तो म्हणाला, "तू जा. आपल्या डॅडींना भेटायला जा."

□

२२

मूडीचे शब्द कानावर पडले खरे. पण माझा विश्वास बसेना. फोनवर तळहात झाकून मी म्हणाले, "मूडी, माझे डॅडी फार अत्यवस्थ आहेत रे. आजचा दिवस तरी ते काढू शकतील की नाही कोण जाणे."

"तू तिला सांग, तू भेटायला येते आहेस म्हणून."

क्षणभर मला अत्यानंदाने वेड लागायची पाळी आली. पण क्षणभरच. हा अचानक असा बदल कसा झाला? दीड वर्षानंतर आज हा मूडी मला आणि माहतोबला अमेरिकेला परत जायची परवानगी कशी देतोय?

मी थोडा वेळ विचारासाठी हवा म्हणून फोनकडे वळून कॅरोलीनला म्हणाले, "हे बघ, डॅडींना ऑपरेशनसाठी न्यायच्या आधी मला त्यांच्याशी फोनवर बोलायचंय."

मूडीने अजिबात हरकत घेतली नाही.

मग मी आणि कॅरोलीनने काय ते तपशील ठरवले. मी अजून बरोबर तीन तासांनी कॅरसन सिटी हॉस्पिटलमधे फोन करायचा असं ठरलं. म्हणजे डॅडींना ऑपरेशन थिएटरमधे नेण्यापूर्वी मला त्यांच्याशी बोलता आलं असतं.

"तू तिला सांग, तू तिकडे डॅडींना भेटायला येणार आहेस असं," मूडी म्हणाला.

मी इतकी गोंधळलेल्या मनःस्थितीत होते की मी तसं काही सांगितलं नाही.

"आत्ताच्या आत्ता सांग तिला," तो मागून ओरडला.

"कॅरोलीन, मूडी म्हणतोय मी डॅडींना बघायला तिकडे जावं म्हणून."

कॅरोलीन आनंदाने जोरात ओरडली.

मी फोन खाली ठेवताच मूडी परत दवाखान्यात गेला. त्यामुळे या विषयावर आणखी काही बोलता आलं नाही. मी बेडरूममध्ये जाऊन डोळे मिटून पडून राहिले. एकीकडे डॅडींची काळजी वाटत होती, तर दुसरीकडे मूडीच्या वागण्याचा अर्थ न कळल्यामुळे गोंधळल्यासारखं झालं होतं.

मी अशी किती वेळ पडून होते कोण जाणे. नंतर पावलांची चाहूल लागली म्हणून डोळे उघडले तर चॅमसे आली होती. थोड्या वेळापूर्वी मी इथे फोन केला होता. "तुझे वडील फार आजारी असल्याचं मूडीकडून कळलं म्हणून मी आणि झरी तुला भेटायला आलो आहोत," चॅमसे म्हणाली.

त्या दोघींना पाहून माझे डोळे परत एकदा भरून आले. झरी आणि चॅमसे पण गहिवरल्या. त्यांना आपल्या वडिलांच्या मृत्यूचीपण आठवण झाली.

चॅमसेने मला हाताला धरून दिवाणखान्यात आणलं. मग झरीने सगळा उलगडा केला. आज सकाळी तुला तुझ्या बहिणीचा फोन येण्याआधी माझं आणि

मूडीचं फोनवर तुझ्याबद्दल बोलणं झालं. तू तुझ्या वडिलांची सतत किती काळजी करत असतेस त्याची मला कल्पना आहे. म्हणूनच मूडीने तुला वडिलांना भेटायला एकदा तरी पाठवावं असं मी त्याला सुचवलं.

मी चमकले. अच्छा, म्हणजे मूडीचा हृदयपालट होण्यामागे हे कारण होते तर!

झरीने मग तिचं आणि मूडीचं काय काय बोलणं झालं ते सांगितलं. मूडीला मी एकदा अमेरिकेला गेले की परत इराणला कधी येणारच नाही अशी भीती वाटत होती.

"ही काय तुझी वागण्याची पद्धत?" झरीने त्याला खडसावले. "ती परत येणार नाही या भीतीने तू काय जन्मभर तिला इथे ठेवून घेणार आहेस की काय?" झरीने मग मूडीला समजावून सांगितलं की जर मूडीने मला माझ्या मरणासन्न डॅडींना भेटण्यापासून वंचित केले तर त्यासारखे दुसरे पाप नाही. झरीच्या तोंडचे हे शब्द ऐकून तो खूपच खजिल झाला. पण तरीही तो मला पाठवायला तयारच नव्हता.

अखेर झरीच्या तोंडून सहजगत्या, नकळत बाहेर पडलेल्या वाक्याने ही किमया केली. झरी त्याला म्हणाली, "तू माहतोबची अजिबात काळजी करू नकोस. बेटी नसताना आम्ही आहोत ना, मी आणि चॅमसे तिला सांभाळायला."

अठरा महिन्यांच्या नरकवासातसुद्धा कधी मला जेवढ्या वेदना झाल्या नसतील तेवढ्या झरीच्या तोंडच्या या वाक्याने झाल्या. माझ्या काळजात कुणीतरी सुरी फिरवल्यासारखं वाटलं. झरीचा हा चांगुलपणाच एक सापळा बनून माझ्यासमोर आला होता.

आजवर जेव्हा कधी म्हणून मूडीजवळ मी अमेरिकेला जाण्याचा विषय काढला होता तेव्हा तेव्हा माझ्याबरोबर माहतोबही जाणार हे अध्याहृतच होतं. यात मला किंवा माहतोबला जराही शंका नव्हती.

मी कुठल्याही परिस्थितीत माहतोबला इथे सोडून अमेरिकेला जाणार नाही.

पण मूडीने जर मला एकटीला जायला भाग पाडलं तर?

"आजोबा, आम्ही तुम्हाला भेटायला येणार आहोत," माहतोब उत्साहाने माझ्या डॅडींना फोनवर सांगत होती. पण आपले डॅडी आपल्याला खरंच जाऊ देतील या गोष्टीवर तिचा म्हणावा तसा विश्वास बसलेला नव्हता. माहतोबचा, त्यांच्या लाडक्या टोबीचा आवाज ऐकून डॅडींना खूप आनंद झाला. पण त्यांची शक्ती इतकी क्षीण झाली होती की त्यांना बोलवतही नव्हतं.

"तुम्ही येणार? खरंच येणार? पण लवकर या हं," डॅडी म्हणाले.

डॅडींचा आवाज ऐकून मला मोठा हुंदका आला. मी त्यांना कधी भेटणार होते?

मी त्यांच्यापाशी पोचेपर्यंत ते जिवंत तरी राहणार होते का? त्यांचे अजून किती दिवस उरले होते? "डॅडी, तुमचं ऑपरेशन चालू असताना मी इकडे देवाची प्रार्थना करत राहीन," मी त्यांना म्हणाले.

"इच्छा आहे तिथे मार्ग आहे," ते आवाजात थोडा जोर आणून म्हणाले, "मला जरा मूडीशी बोलू दे."

"डॅडींना तुझ्याशी बोलायचंय," मी मूडीच्या हातात फोन देत म्हणाले.

"डॅडी, आम्ही तुम्हाला भेटायला येणार आहोत," मूडी म्हणाला, "आम्हाला इथे तुमची खूप आठवण येते." झरी, चॅमसे, मी... आम्ही सगळ्या ते बोलणं ऐकत होतो. किती खोटं, किती ढोंगीपणाचं बोलणं!

मूडीने एवढंच बोलून फोन ठेवला. तो गडबडीत होता.

"डॅडींशी असं बोललास ते फार बरं झालं, मूडी. त्यांना बरं वाटलं असेल," मी म्हणाले.

पण माझ्याकडे त्याने दुर्लक्ष केलं. नाटकीपणा, ढोंगीपणात याचा हात कोणी धरणार नाही. कधीही स्वतः अमेरिकेला जाण्याचा अथवा माहतोबला जाऊ देण्याचा त्याचा अजिबात बेत नव्हता हे तर उघडच होतं. त्याने कुठला नवा उंदीर-मांजराचा खेळ माझ्याशी आरंभला होता?

त्या दिवशी संध्याकाळी मूडी खूप उशिरापर्यंत पेशंट तपासत बसला होता. माहतोबला मी झोपवलं होतं. पण आजोबांची काळजी आणि अमेरिकेला जाण्याची उत्सुकता या दोन्हीमुळे तिला नीट झोप लागत नव्हती. मी अंथरुणात पडून होते. डोळे सारखे पाझरत होते. डॅडी, मम्मी, जॉन, ज्यो, भाऊ, बहीण सगळ्यांचे चेहरे सारखे डोळ्यापुढे येत होते. आणि माहतोब? वेडी मुलगी, अमेरिकेला जायचं, आजोबांना भेटायचं म्हणून हरखली होती. कशी समजूत काढायची आता हिची? कसं तिला सांगायचं, की बाळा तू अमेरिकेला जायचं नाहीस... तू इथेच राहायचंस... डॅडींजवळ.

रात्री साडेदहाच्या सुमाराला मूडी बेडरूममध्ये येऊन माझ्याजवळ बसला. हलक्या हाताने मला थोपटून मूकपणे माझं सांत्वन करू लागला.

तेवढ्यात मूडीचं मन वळवता आलं तर बघावं म्हणून मी एक नवीन कल्पना मांडली. "मूडी, तू पण चल ना आमच्याबरोबर अमेरिकेला. मला एकटीला जावंसं नाही वाटत. आपण सगळेच जाऊ. मला आता तुझी खूप गरज आहे. मी एकटी कशी जाणार डॅडींच्या समोर? मला तुझा आधार हवा आहे."

"छे, ते तर शक्यच नाही. आता मी गेलो तर माझी नोकरीच जाईल," मूडी तुटकपणे म्हणाला.

मग मी सगळे प्राण गोळा करून म्हटलं, "मग मी असं करते, माहतोबला

तेवढं घेऊन जाते.''

"अजिबात नाही. तिची शाळा बुडेल.'' तो म्हणाला.

"जर माहतोबला तू पाठवणार नसशील तर मग मी पण जाणार नाही,'' मी म्हटलं.

त्यावर तो ताडकन उठून उभा राहिला आणि एक अक्षरही न बोलता निघून गेला.

"मम्मल सगळी व्यवस्था करतो आहे,'' मूडी दुसऱ्या दिवशी सकाळी मला म्हणाला. "बरं झालं. तू छानपैकी जाऊन आपल्या घरच्यांना भेटून ये. तेवढंच त्यांना बरं वाटेल.''

"माहतोबला सोडून मी जाणार नाही,'' मी लगेच म्हणाले.

"तू जाणार आहेस, तुला जावंच लागेल,'' मूडी थंड आवाजात म्हणाला.

"मला जर जावंच लागलं तर मी फक्त दोन दिवस जाऊन येणार,'' मी म्हणाले.

"काहीतरी काय बोलते आहेस? कॉर्पस ख्रिस्तीला जायचंय तुला. आजच मी विमानाचं तिकीट काढायला देणार आहे,'' मूडी म्हणाला.

"कशासाठी?''

"कशासाठी म्हणजे? तिथलं आपलं घर विकायला. तुला त्यासाठी बरेच दिवस राहावं लागेल. तिथलं घर, आपली सगळी मालमत्ता विकून सगळी व्यवस्था नीट लावून सगळे पैसे घेऊन मगच इकडे यायचं. आधी पैसे. मगच तुला घरात घेणार मी.''

मूडीच्या त्या वागण्याचा अर्थ आता मला समजला. राजा उदार झाला होता तो उगीच नव्हे. असं काळंबेरं मनात होतं त्याच्या. माझे डॅडी, माझी माणसं, मी– कुणाकुणाबद्दल सहानुभूती नव्हती त्याला. त्याला फक्त पैसा हवा होता. आणि मी तो पैसा घेऊन खात्रीने परत यावं म्हणून माहतोबला ओलीस ठेवून घेण्याचा कुटिल डाव होता त्याचा.

"मी यातलं काहीही करणार नाही. मला मुळी जायचंच नाही,'' मी ओरडून म्हटलं, "जर मला तिथे माझ्या वडिलांच्या अंत्यविधीसाठी जायची वेळ आली तर हे सगळं करायची मनःस्थिती तरी असेल का माझी? आपलं केवढं प्रचंड सामान आहे तुला ठाऊक आहे ना? ते विकायचं म्हणजे काय चेष्टा आहे का? तू माझ्याकडून असली अपेक्षा तरी कशी करतोस?''

"ते मला काही ठाऊक नाही. तुला जेवढा वेळ थांबावं लागेल तेवढं थांबायचं. पण सगळं काम पुरं झाल्याखेरीज यायचं नाही.'' मूडीच्या आवाजात धमकावणी

होती.

मूडी हॉस्पिटलमधे निघून जाताच तडक उठून मी टॅक्सीत बसले आणि अमालला भेटायला गेले.

अमालने शांतपणे सगळं ऐकून घेतलं. त्याच्या चेहऱ्यावर काळजी स्पष्ट उमटलेली दिसत होती.

"मी नुसती दोन दिवस डॅडींच्या अंत्यविधीला जावं लागलं तर जाऊन परत येईन," मी चाचरत म्हणाले, "मग मी परत आल्यावर माहतोब आणि मी ठरल्याप्रमाणे पळून जाऊ."

"माझं सांगणं असं आहे की तुम्ही जाऊ नये," अमाल म्हणाला, "एकदा तुम्ही गेलात की माहतोबचं नखही तुम्हाला कधी दिसणार नाही. त्याची मला खात्री आहे. तो काही परत तुम्हाला या देशात पाऊल घालू देणार नाही."

"पण मग मी डॅडींना वचन दिलंय त्याचं काय? मी परत त्यांना निराश करू?"

"तुम्ही खरंच जाऊ नका."

"पण मी जर गेले तर मला माझ्या आणि माहतोबच्या सुटकेसाठी लागणारे पैसे पण आणता येतील."

"तुम्ही जाऊ नका. तुम्ही माहतोबला इराणमधे एकटं सोडून तुमच्या वडिलांना भेटायला गेलात तर त्यांना तरी ते आवडेल का सांगा."

अमालचं म्हणणं खरंच होतं. मी माहतोबला सोडून इराणबाहेर पाच मिनिटांसाठी जरी गेले तरी मूडी तिला माझ्यापासून कायमचं हिरावून घेईल. माझी पीडा कायमची कटली तर त्याला ते हवंच होतं. मुलीचा ताबा मिळेल. शिवाय मी परत येण्याच्या पूर्वी सगळी मालमत्ता विकून त्याचे पैसे आधी पाठवायचे अशी अट त्याने घातली होतीच. त्याचा अर्थ आता मला नीट कळला. एकदा का सगळे पैसे हातात आले असते की त्याने लगेच मला घटस्फोट देऊन माझा इराणमधे यायचा मार्ग कायमचा बंद करून टाकला असता. नंतर एखाद्या इराणी स्त्रीशी लग्न करून माहतोबचीही व्यवस्था करता आली असती.

तेव्हा तो विचार मी सोडला आणि अमालकडे दुसराच विषय काढला. मूडीने मला अमेरिकेला जाण्याची सक्ती करायच्या आतच घाईने काही करून मी माहतोबसह इथून पळ काढला तर?

अमाल अस्वस्थपणे उठून उभा राहिला. माझी सुटका एव्हाना व्हायला हवी होती, खूप उशीर होत चालला होता, संकट माझ्या अगदी समोर येऊन ठेपलं होतं... सगळं खरं होतं. पण अमाल तरी काही जादूगार नव्हता.

"हे बघा, अगदी शंभर टक्के यशाची खात्री झाल्याखेरीज तुम्हा दोघींना पळता

येणार नाही. जर तुम्ही पकडला गेलात तर दोघींच्या जिवाला धोका आहे.''

"हो, तेही खरंच आहे. पण लवकर काहीतरी मार्ग काढायला हवा आहे,'' मी म्हणाले.

शिवाय आमच्या पासपोर्टचं काम अजूनही झालं नव्हतं. त्याला थोडी तरी वाट पाहायला लागलीच असती. अगदी लवकरात लवकर म्हटलं तरी दीड ते दोन महिने त्यालाच लागले असते. "धीर धरा,'' एवढंच अमाल म्हणाला.

त्या दुपारी परत कॅरोलीनचा फोन आला. डॅडींचं ऑपरेशन व्यवस्थित झालं होतं. पण ते अजून शुद्धीवर आले नव्हते. ऑपरेशन थिएटरमधे जाण्यापूर्वी त्यांनी हॉस्पिटलमधल्या सगळ्या लोकांना सांगून ठेवलं होतं, अगदी नर्स व वॉर्डबॉयलादेखील, माझी मुलगी बेटी आणि नात टोबी लवकरच येणार आहेत म्हणून. पण अजून ते शुद्धीवर आले नव्हते. मृत्यू अजूनही आसपास घोटाळत होता.

त्या दुपारी मम्मल आणि माजिद घरी आले. मूडीच्या दवाखान्याच्या खोलीत त्या तिघांची बरीच चर्चा चालली होती माझ्या अमेरिकेला जाण्याबद्दलची. मी स्वयंपाकघरात एकटी आहे असं बघून माहतोब आत आली. तिचा चेहरा बघून मी चरकले. नक्की काहीतरी घडलं होतं. ती रडत नव्हती. पण तिचा चेहरा विद्ध दिसत होता. दुःख आणि संताप यांचं मिश्रण, थरथरणारे ओठ, लाल झालेलं नाकाचं टोक.

"तू मला इथे सोडून एकटी जाणार आहेस. हो ना?''

"तू काय बोलते आहेस, माहतोब?''

"तू मला न घेता एकटी अमेरिकेला जाणार आहेस असं डॅडींनी मला सांगितलं.'' एवढं ती बोलली आणि दाबून धरलेला हुंदका फुटला.

मी पुढे होऊन तिला जवळ घेतलं पण तिने मला झटकलं आणि बाजूला झाली.

"तू म्हणत होतीस, तुला सोडून कधी जाणार नाही. आणि आता मला एकटीला टाकून अमेरिकेला चालली आहेस.''

माझ्या अंगाचा संताप झाला. हे सगळं त्या मूडीचं कारस्थान.

"मला सांग बघू, डॅडींनी तुला काय सांगितलं?''

"ते म्हणाले, तू आता कायमची अमेरिकेला जाणार आहेस आणि मला पुन्हा कधी भेटणार नाहीस.''

"चल. आपण दोघी डॅडींकडे जाऊन त्यांना विचारू.''

मग मी तरातरा ते तिघं बसले होते तिथे माहतोबला घेऊन गेले. "मी तिला सोडून अमेरिकेला जाणार आहे असं का तू तिला सांगितलंस?'' मी किंचाळले.

मूडी माझ्यावर आवाज चढवून ओरडला "हे बघ, नाहीतरी आज ना उद्या तिला

ते सांगावं लागणारच होतं. उगीच लपवण्यात काय अर्थ आहे?''

''पण मी जाणार नाही.''

''तुला जावंच लागेल.''

''परत सांगते, मी जाणार नाही.''

आम्ही दोघेही टिपेच्या आवाजात ओरडत राहिलो.

अखेर आम्ही दोघी परत माझ्या बेडरूममधे गेलो. मी माहतोबला कुशीत घेऊन रडत राहिले. मी तिला सोडून कधी जाणार नाही असं तिला पुन्हापुन्हा सांगत राहिले. समजावत राहिले.

माहतोबला माझं बोलणं पटत होतं. पण एकीकडे तिला डॅडींची भीती वाटत होती. आता हिची समजूत कशी काढायची? ''माहतोब, जरी डॅडींनी माझ्यावर जायची सक्ती केली आणि विमानाचं तिकीट काढलं ना, तरी मी आयत्या वेळी आजारी पडेन. इतकी आजारी, की मी जाऊच शकणार नाही. फक्त आपला हा बेत डॅडींना सांगायचा नाही.''

मी तिची माझ्या परीने समजूत काढली खरी, पण तिला ते पटलेलं दिसलं नाही. माझ्या कुशीत रडत रडत ती झोपून गेली.

मूडी आख्खा दिवस पासपोर्ट ऑफिसमधे घालवून अतिशय वैतागून हात हलवत परत आला. अमालने तर्क केल्याप्रमाणेच मूडीचं काम झालं नव्हतं.

''उद्या तुला स्वतः तिथे माझ्याबरोबर यावं लागेल,'' मूडी म्हणाला.

''पण माहतोबचं काय? आपल्या दोघांना जर दिवसभर तिथे थांबावं लागलं तर तिला घरी एकटं कसं सोडायचं?''

मूडी थोडा वेळ विचार करून म्हणाला, ''मग तू एकटी जा. मी कसं जायचं ते सांगतो. मी घरी थांबेन.''

मला जाणं भागच होतं. मूडी पासपोर्ट अधिकाऱ्याकडे नक्की चौकशी करणार. पण माझीही खेप नक्की वाया गेली असती, काम झालं नसतं अशा आशेने मी निघाले.

पासपोर्ट ऑफिसात सगळीकडे सावळा गोंधळ होता. मला मूडीने ज्याला भेटायला सांगितलं होतं तो माणूस मी हुडकून काढला. त्याने मला आपल्या बरोबरीने या खोलीतून त्या खोलीत हिंडवले. पण अजून हातात काहीही पडले नव्हते.

शेवटी आम्ही एका मोठ्या हॉलमधे आलो. इथे अक्षरशः हजारो माणसे भरली होती. तिथे आम्ही एका इराणी माणसापाशी आलो. माझ्याबरोबरच्या माणसाने सांगितले, ''इथे बसा.'' दोघांचे काहीतरी बोलणे झाले. मग माझ्याकडे वळून तो म्हणाला, ''दोन-तीन तासांत तुम्हाला पासपोर्ट हातात मिळेल.''

माझ्या पायाखालची वाळू सरकली. हे कसं शक्य होतं? मूडीला वैद्यकीय व्यवसायाचा दाखला अजून मिळू शकला नव्हता. आणि इथे? एका दिवसात पासपोर्ट? कदाचित मूडीच्या कुटुंबियांचे हात फार वरपर्यंत पोचले असावेत. मी आणि अमालने त्यांना ओळखण्यात चूक केली होती. मला खूप असहाय वाटलं. मूडी मला एकटीला माहतोबला न घेता अमेरिकेला हाकलून लावणार होता.

मला पळून जावंसं वाटलं. पण जाऊन जाणार कुठे मी? आणि माहतोब? ती तर मूडीच्या ताब्यात होती. मी हळू हळू सरकणाऱ्या रांगेत मुकाट्याने उभी राहिले. साधी अंडी किंवा ब्रेड आणायला याहून कित्येक तास ताटकळत थांबावं लागायचं. आणि आता तासाभरात माझा पासपोर्ट माझ्या हातात मिळाला. दुपारचे फक्त दोन वाजले होते. लगेच घरी गेले नसते तरी चालणार होते. इथे वेळ लागेल याची मूडीला कल्पना होती.

प्रथमच मी फोन न करता तशीच टॅक्सी घेऊन अमालला भेटायला गेले. मला एका दिवसात पासपोर्ट मिळाला हे ऐकून अमालचा विश्वास बसेना. त्याने हातात घेऊन तो नीट वाचला. त्यात एक चूक होती. माझं जन्मस्थान मिशिगनऐवजी जर्मनी पडलं होतं.

अमालने एक युक्ती सांगितली. चूक दुरुस्त करण्याकरता उद्या पासपोर्ट ऑफिसमधे जायचं आणि नंतर न्यायला येते असं सांगून लगेच परत यायचं. मूडीला सांगायचं ऑफिसात त्यांनी पासपोर्ट ठेवून घेतला. मग तो लगेच मिळणार नाही.

मी तशीच घरी परतले. आत्ताच आपल्या चूक लक्षात आली आहे असे भासवले. "आता उद्या जाऊन त्यांना भेटते" असे पुटपुटले. पण मूडी काही कच्च्या गुरूचा चेला नव्हता. दुसऱ्या दिवशी माझ्या विरोधाला न जुमानता तोही बरोबर आला. कालच्या माणसाकरवी केवळ पाचव्या मिनिटाला आमचे काम झाले.

आता मला राजरोस इराण सोडायची संधी मिळाली होती. पण एकटीने. माहतोबशिवाय.

मूडीने स्विसएअरच्या विमानाचे शुक्रवार ता. ३१ जानेवारीचे तिकीट काढले.

"सगळी तयारी झाली," अमाल म्हणाला.

आज मंगळवार सकाळ होती. मी जाण्याच्या तीन दिवस आधी. माहतोब आणि मी उद्याच पळणार. मूडी हॉस्पिटलमधे असेल.

अमालने मला सगळे तपशील सांगितले. बंदर अब्बासचा बेत अजून तयार नव्हता. आम्ही दुसऱ्याच मार्गाने जाणार होतो. मी आणि माहतोब उद्या सकाळी ९

च्या विमानाने जाहीदानला पोचणार होतो. तिथे चोरट्या मार्गाने लोकांची व वस्तूची ने-आण करणारे लोक आम्हाला डोंगर ओलांडून पलीकडे नेऊन सोडण्याची व्यवस्था करणार होते. तिथून आम्ही पाकिस्तानात क्वेट्टाला पोचणार होतो.

मी घाबरले. नुकतीच मी त्याच भागातील ऑस्ट्रेलियन लोकांच्या अपहरणाची बातमी वाचली होती.

मी अमालला त्याविषयी सांगताच तो म्हणाला, "या अशा घटना नेहमी घडतच असतात. पण इराणमधून सुटका करून घ्यायची असेल तर धोका पत्करायची मनाची तयारी हवी." मग त्याने मला धीर यावा म्हणून सांगितलं की, ज्या टोळीप्रमुखाच्या आधाराने मी इकडून तिकडे जाणार होते तो स्वतः अमालचा जवळचा मित्रच होता. "इराणबाहेर पडण्याचे जे काही मार्ग आहेत त्यांतला सगळ्यात सुरक्षित मार्ग हाच आहे. टर्की आत्ता शक्यच नाही कारण तिथे बर्फ असतं." अमाल म्हणाला.

थोडक्यात काय, आम्हाला सगळा धीर एकवटून निघायलाच हवं होतं.

मग मी बरोबर आणलेली एक लहानशी प्लॅस्टिकची पिशवी अमालजवळ ठेवायला दिली. त्यात माझे आणि माहतोबचे गरजेपुरते कपडे आणि दोन-चार महत्त्वाच्या गोष्टी होत्या.

मला डॅडींचे शब्द आठवले. "इच्छा आहे तिथे मार्ग आहे." इच्छा तर जबरदस्त होतीच. मार्ग अमालने दाखवला होता. उद्याच निघायचं. उद्या मुद्दाम काहीतरी कारणाने सकाळी कामात दिरंगाई करायची आणि माहतोबची शाळेची बस चुकवायची. मग माहतोबला चालत शाळेला पोचवायच्या निमित्ताने बाहेर निघायचं. मूडी तोपर्यंत आवरून हॉस्पिटलला जाईल. त्याला शंका येणार नाही. मग ठरलेल्या वेळी ठरलेल्या ठिकाणी अमालच्या माणसाला भेटायचं व तिथून थेट विमानतळावरून जाहीदानकडे कूच.

"याला खर्च किती येईल?" मी विचारलं.

"त्यांनी बारा हजार अमेरिकन डॉलर्स मागितले आहेत," तो म्हणाला, "काळजी करू नका. तुम्ही अमेरिकेला पोचलात की नंतर पैसे पाठवा."

"मी लगेच पाठवीन, थँक यू."

अमालने माझ्यासाठी आणि माहतोबसाठी एवढा धोका का पत्करावा? मी बारा हजार डॉलर्स लगेच परत पाठवेन असा विश्वास कसा टाकला असेल त्याने? मला हा विचार वारंवार सतावायचा. पण मी तसं त्याला कधी स्पष्ट विचारलं नाही.

अमालसारखा भला माणूस भेटणं ही माझ्यावर देवाची फार मोठी कृपा होती. मी जो नवस बोलले होते त्याचंच हे फळ असू शकेल.

अमालला माझ्यासाठी काहीतरी करावंसं वाटत होतं. त्याला स्वतःच्या मनाला

आणि जगाला काहीतरी सिद्ध करून दाखवायचं होतं. मला एक गोष्ट कळून चुकली होती की एखाद्या माणसाचा धर्म, जात किंवा देश कुठला यावरून आपण त्याच्या भलेपणाबद्दल अंदाज बांधू शकत नाही. ज्या इराणमधे मला दुष्ट माणसं भेटली होती, ज्या ठिकाणी मी नरकयातना भोगल्या होत्या त्याच इराणमधे अमाल भेटला होता, चॅमसे आणि झरी, दुकानदार हमीद अशी भली माणसं पण भेटली होती. आमे बोझोर्गसुद्धा काही वेळेला फार चांगलं वागली होती.

अमालला दोन निरपराध आणि असहाय्य व्यक्तींना मदत करायची होती. पण त्याबद्दल त्याला परत काहीच नको होतं. त्याला या कामात यश मिळालं तर तेवढा आनंद त्याला पुरेसा होता.

मी उद्या माहतोबसह निघणार होते. माझ्यापुढे पर्याय नव्हताच. उद्या गेले नसते तर शुक्रवारी माहतोबशिवाय जावं लागलं असतं.

एकतर इराण आणि पाकिस्तानच्या मधल्या डोंगरातून पार जात असताना आम्हा दोघींना मरण आलं असतं, नाहीतर अमेरिकेला सुरक्षित पोचता आलं असतं. माझी दोन्हीला तयारी होती.

मी टॅक्सीतून घरापाशी उतरले. गार गार वाऱ्याची झुळुक येऊन अंग शहारलं. माहतोब घरी यायची वेळ झाली होती. आज संध्याकाळी आगा हकीम आणि कुटुंबीय, चॅमसे, झरी इ. मंडळी माझा निरोप घेण्याकरता घरी येणार होती. त्यांच्या कल्पनेप्रमाणे मी शुक्रवारी निघणार होते.

विचाराच्या तंद्रीत घरापाशी पोचले तर दारात मम्मल आणि मूडी उभे. दोघांचे चेहरे संतापलेले होते. माझ्या काळजाचा ठोका चुकला.

"कुठे गेली होतीस?" तो ओरडला.

"खरेदीला."

"खोटारडी. हातात पिशवी तरी आहे का तुझ्या?"

"मी मम्मीला काहीतरी भेट न्यावी म्हणून बाजारात गेले होते. पण काही मिळालं नाही."

"खोटारडी. नक्की तुझ्या मनात काहीतरी काळंबेरं आहे. घरात चल. आता शुक्रवारी विमानतळावर जायची वेळ आली की मगच घराबाहेर पाऊल टाकायचं, समजलं?"

मम्मल निघून गेला. मूडीने मला ढकलत घरात आणले. परत एकदा धमकी दिली, घराबाहेर पाऊल टाकायचं नाही. फोनला हात लावायचा नाही. येते तीन दिवस, शुक्रवारपर्यंत नजरकैद. त्याने उद्याची रजा घेतली होती माझ्यावर नजर ठेवायला. फोन आपल्या दवाखान्यात, कुलपात ठेवला होता. दुपारी मूडी दवाखान्यात

पेशंट तपासत होता तेव्हा त्याने मला आणि माहतोबला पुढच्या अंगणात बसायला लावले होते. खिडकीतून त्याला लक्ष ठेवणे सोपे जावे म्हणून.

आम्ही दोघी वेळ घालवायला बर्फाचा माणूस तयार करत बसलो. त्याच्या गळ्यात माझा जांभळा रुमाल लटकवला.

परत एकदा मला मूडीने खिंडीत गाठले होते. उद्या सकाळी मी आणि माहतोब अमालच्या माणसांना कशा भेटणार? मी अमालला फोन करून हे सगळं कसं कळवणार?

संध्याकाळी आम्ही मूडीच्या परवानगीने घरात आलो. पाहुण्यांकरता रात्रीचा स्वयंपाक करता करता मी मार्ग कसा काढायचा तो विचार करू लागले. गारवा वाढला होता. अंग शहारत होतं. अचानक एक कल्पना सुचली.

"मूडी, घराचा हीटर बंद पडलाय त्यामुळे भिंती गार झाल्या आहेत" मी म्हणाले.

"पण कशामुळे? कुठली तार वगैरे तुटली की काय?"

"मी एक मिनिटात शेजारी जाऊन विचारून येते, काय झालं ते," मी म्हणाले.

"ठीक आहे."

मी शेजारी मालिएकडे गेले आणि फोन करू का म्हणून विचारलं. तिला एक अक्षरही इंग्रजी कळत नसे. मी अमालला फोन केला. त्याला सर्व परिस्थिती सांगितली.

अमालने फोनवर दीर्घ निश्वास सोडला. "आपला बेत बारगळलाच आहे मुळी. कारण नेमका गेल्या काही दिवसांत जाहीदानच्या सरहद्दीवर न भूतो न भविष्यती असा बर्फ पडलाय. डोंगरातून पलीकडे जाणं अशक्यच आहे. मला आताच फोनवर कळतंय."

"मग आता काय करायचं?" मी रडत म्हणाले.

"कुठल्याही परिस्थितीत शुक्रवारी विमानात बसू नका. काहीही करा."

त्या संध्याकाळी चॅमसे आणि मी स्वयंपाकघरात एकट्या असताना चॅमसे कुजबुजली, "बेटी, तू एकटी अमेरिकेला जाऊ नको. एकदा तू गेलीस की मूडी माहतोबचा ताबा घेईल, सगळे कुटुंबीय परत एक होतील. जाऊ नको."

"मला जायचंच नाहीय, माहतोबला इथे सोडून मुळीच नाही." मी परत रडू लागले.

मूडीची माझ्या भोवतीची पकड घट्ट होत चालली होती. त्याने मला धमकीच दिली होती. तो मला एकटीने अमेरिकेला जायला भाग पाडणार होता. मी जर गेले नसते तर तो माहतोबला माझ्यापासून हिरावून घेणार होता. कोणताही पर्याय

निवडला तरी मी माहतोबला गमावणारच होते.

जेवणे झाली. माझं कशातच मन नव्हतं. नंतर चॅमसे व झरी निघून गेल्या. मूडी राहिलेले एक-दोन पेशंट तपासायला गेला. मी आणि आगा हकीम व त्याची बायको गप्पा मारत बसलो होतो. इतक्यात मम्मल उगवला. मला त्याचं तोंडसुद्धा बघायचं नव्हतं.

तो आत बसला. चहा प्यायला आणि कुत्सितपणे हसत खिशातून माझं विमानाचं तिकीट काढून माझ्यासमोर फडकवलं.

अठरा महिने धुमसत असलेला माझा राग उफाळून वर आला. माझा स्वतःवरचा ताबा सुटला. मी किंचाळले, "आण ते तिकीट इकडे. मी ते फाडूनच टाकते."

आगा हकीम मधे पडला. त्याने मला शांत केलं. काय झालं ते विचारलं. पण अडचण एकच होती. त्याला इंग्रजी येत नसे. मम्मल कुठला मला त्याच्याशी बोलायला मदत करतोय? मी तोडक्या मोडक्या फारसीत जमेल तसं सांगितलं.

"इथे मी कुठल्या कुठल्या संकटातून गेले आहे याची तुम्हाला कल्पना नाही." मी हुंदका आवरत म्हणाले. "त्याने याआधी मला कोंडलं आहे, मारहाण केली आहे आणि इथे डांबून ठेवलंय. मला अमेरिकेला जायचं होतं ते जाऊ दिलेलं नाही."

माझी हकिकत ऐकून आगा हकीम व त्याच्या बायकोला धक्काच बसला. त्यांनी आणखी खूप प्रश्न विचारले. मी सगळं काही सांगितलं.

"पण मग आता दीड वर्षानंतर का होईना, तो तुला अमेरिकेला पाठवतोय ना? मग का जायचं नाही तुला?"

"मला जायचंय ते माझ्या डॅडींना भेटायला, मम्मीला आधार द्यायला. पण मूडी म्हणतो, तिथे जाऊन घर विकायचं, मालमत्तेची विल्हेवाट लावायची आणि डॉलर्स घेऊन मगच इकडे यायचं. हे सगळं करायची मनःस्थिती तरी असणार आहे का माझी? माझे वडील काही दिवसांचे सोबती आहेत."

इतक्यात मूडी काम संपवून तिथे आला. आगा हकीमने त्याची फारसीत चांगलीच उलटतपासणी घेतली. पण मूडी महा बिलंदर. त्याने चेहऱ्यावर निरागस भाव आणून अतिशय शांतपणे उत्तरे दिली. आपली बेटीवर अमेरिकेला जाण्याची अजिबात सक्ती नसून तिची इच्छा नसल्यास तिने मुळीच जाऊ नये असेही म्हणाला. माझ्याकडे प्रेमळ कटाक्ष टाकायलाही कमी केले नाही.

आगा हकीम व त्याच्या बायकोचे समाधान झाले. ते दोघे जायला निघाले. त्याची बायको उद्या मला घेऊन खरेदीला जाणार होती. मी तिला त्याची परत आठवण केली. तेवढीच अमालला फोन करायची संधी मिळाली असती.

ते लोक जाताक्षणीच मूडीने दाराला कडी लावली आणि रागाने आंधळा होऊन माझ्या अंगावर चालून आला. मला जोराजोरात मुस्काडीत मारून जमिनीवर पाडले.

"आता भोग आपल्या कर्माची फळं. त्या आगा हकीमजवळ माझ्या चहाड्या करायला गोड वाटत होतं ना. अमेरिकेला तर तुला जावंच लागेल. नाही गेलीस तर मी माहतोबला घेऊन जाईन आणि तुला जन्मभर या घरात कोंडून ठेवीन."

□

२३

त्याने ते केलं असतं. नक्कीच केलं असतं. आज रात्री मला झोप लागणं शक्य नव्हतं. मी रात्रभर अंथरुणात तळमळत काढली. मी कशाला माहतोबला या खाईत घेऊन आले? का तयार झाले मी मुळात इथे यायला?

सात एप्रिल एकोणीसशे ब्याऐंशी हाच तो दुष्ट दिवस. चार वर्षांपूर्वीचा. या दुष्टचक्राला खरी सुरुवात याच दिवशी झाली. अलपेना जनरल हॉस्पिटलमधून ड्यूटी संपवून मूडी घरी आला तोच अस्वस्थ होता. आधी मी फारसं मनावर घेतलं नाही. मी जरा स्वयंपाकाच्या गडबडीत होते. जॉनचा आज बारावा वाढदिवस होता.

गेले दोन वर्ष आम्ही फार आनंदात होतो. १९८० मध्ये मूडी कॉर्पस ख्रिस्तीहून मिशिगनला परत आला होता. इराणमधील राजकीय हालचालींशी आता त्याने आपला संबंध तोडला होता. आपण इराणी आहोत याचा तो तोंडाने उल्लेखही करत नसे.

अयातुल्ला खोमेनीची तसबीर माळ्यावर जाऊन पडली होती. अलपेनामधे आपल्या कामात तो चांगला रुळला होता. आमचं हे घर फार सुंदर होतं. नदीच्या काठावर, वळणावरल्या मोक्याच्या ठिकाणी बांधलेलं. खिडकी उघडली की समोर नितांत रमणीय दृष्य. आम्ही ते घर विकतच घेऊन टाकलं.

माझं माहेरही जवळच होतं. मनात आलं की जाता यायचं. आयुष्य सरळसोट, सुखात चाललं होतं. त्या क्षणापर्यंत तरी....

आणि अचानक गढूळ डोळ्यांनी मूडी घरी आला. त्याच्या हातून एका लहान तीन वर्षांच्या मुलाचा जीव गेला होता. ऑपरेशनमधे तो मुलगा गेला. मूडीवर निष्काळजीपणाचा आळ आला.

दुसऱ्या दिवशी आणखी एक वाईट बातमी फोनवर समजली. डॅडींना कॅन्सर झाला होता. इतकंच नव्हे, खूप उशीर झाला होता. लगेच आम्ही गेलो. ऑपरेशन झालं. पण तरी फारसा उपयोग नव्हता. जेवढे दिवस जगतील तेवढे खरे म्हणायचे. सगळा देवावर भरवसा.

अचानक एका दिवसात माझं विश्व उलथंपालथं झालं. इकडे मूडीच्या करियरचा प्रश्न. तिकडे वडील मृत्यूच्या छायेत. तरीपण स्वतःचे प्रश्न बाजूला ठेवून आम्ही जमेल तेवढा वेळा डॅडींना जाऊन भेटायचो. मूडीला पाहून, त्याच्याशी बोलून डॅडींना धीर यायचा. घरी परतल्यावर मात्र मूडीला दुसरा काही उद्योग नाही. त्याला तात्पुरते सस्पेंड करण्यात आले होते. आरोपाची शहानिशा चालू होती.

बोलबोलता हसरा खेळकर मूडी पूर्णपणे बदलला. माझ्यावर, मुलांवर ओरडू लागला. घरात तोंड लपवून बसू लागला. मित्रांना टाळू लागला. तासचे तास शून्यात बघत बसू लागला. नंतर नंतर तो डॅडींना भेटायलाही येईनासा झाला. मला आणि मुलांना पाठवून द्यायचा.

महिन्यावर महिने लोटले. शिल्लक टाकलेला पैसा किती पुरणार? तंगी जाणवू लागली. आमची वरचेवर भांडणे होऊ लागली. ॲनस्थेशिया हा विषय जरी मूडीला वर्ज्य ठरवला गेला होता तरी एक डॉक्टर म्हणून इतरत्र जनरल प्रॅक्टिसला त्याला बंदी केली गेली नव्हती. पण तो माझं बोलणं ऐकायलाच तयार नव्हता. त्याने सगळं सोडून दिलं होतं.

"निदान मानसोपचारतज्ज्ञाचा तरी सल्ला घे," मी सुचवलं. पण तेही त्याने मानलं नाही.

आम्ही आर्थिक तंगीमुळे घरी लोकांना जेवायला वगैरे बोलावणं सोडलं होतं. नाईलाजाने मी अर्ध्या वेळाची नोकरी धरली. तीही मूडीच्या मनाविरुद्ध. आता त्याने मला त्रास द्यायला सुरवात केली. रोज दुपारी केवळ त्याला जेवायला वाढायला तो मला ऑफिसातून घरी येण्याची सक्ती करायचा. मी तरी ते त्या वेळी का सहन केलं? का बंड पुकारलं नाही? स्वतः उपाशी राहून त्या वेळात त्याला वाढायला घरी का येत होते मी? माझं मलाच कळत नाही.

संध्याकाळी घरी आलं की घरात पसारा, घाण, उष्टे, खरकटे टेबलावर तसेच. मूडी आरामात लोळत पडलेला.

मी नोकरी करू नये असं जर वाटतं तर हा स्वतः उठून काही का करत नाही? मला मनातून वाटायचं. पण बोलायची हिंमत व्हायची नाही.

बोलबोलता नोकरी धरून एक वर्ष लोटलं. घरात इतकं असमाधान पण नोकरीत मी खूप वर चढले. माझी नोकरी पूर्ण वेळाची झाली. अर्थातच आमच्या श्रीमंती राहणीमानाला माझा तो पगार तुटपुंजाच होई. अखेर नाईलाजाने मूडीशी झगडा करून मी आमचं सुंदर घर विकायला काढलं. दारावर पाटी लावून टाकली. दुसरं करणार काय मी? प्रपंच कसा भागवणार?

मी घरात नसताना लोक घर बघायला यायचे. मूडी त्यांना परतवून लावायचा. एक दिवस एका जोडप्याचा घर बघायला येणार म्हणून फोन आला. मी मुद्दाम घरी

राहिले. मूडीला काही निमित्ताने बाहेर जायला भाग पाडले. घर नीटनेटके लावले.

त्या लोकांना घर आवडले. ते किंमतही चांगली देत होते. आमचं कर्ज फिटून वर बरेच पैसे उरले असते. पण त्यांना घर लवकर हवे होते. जास्तीत जास्त दोन आठवड्यांच्या आत. हे जरा कठीण होते.

मूडीचा आणि माझा परत एकदा प्रचंड वाद झाला. अखेर मी मूडीला नमवले. नंतरचे पंधरा दिवस प्रचंड गडबडीचे गेले. सगळं घर मी एकटीने आवरलं, सामान बांधलं. नोकरी चालूच होती. मूडीने कशातच मदत करायची नाही, उलट शक्य तेवढी विघ्नंच आणायची असं ठरवलं होतं.

अखेर मूडीने आता हातपाय हालवले नाहीत, डेट्रॉईटला जाऊन नवी नोकरी धरली नाही तर त्याला कायमचं सोडून देण्याची मी धमकी दिली तेव्हा कुठे त्याने जरा हातपाय हलवायला सुरवात केली. मी इतके दिवस आवाज का चढवला नाही, मुकाट्याने का त्याचं ऐकलं असं मला वाटलं.

अखेर मूडीला काम मिळालं. घर सोडायची वेळ जवळ आली पण आमचा तो प्रश्नही सुटला. एका हितचिंतकाने पाच महिन्यांसाठी एक छोटं रिकामं घर आम्हाला राहायला भाड्याने दिलं. मूडी आपल्या कामावर डेट्रॉईटला रवाना झाला. ही नोकरी पण पुष्कळ चांगली होती. पगार बरा होता. इकडे माझी नोकरी चालू होती. आठवड्यातून एकदा आम्ही भेटत होतो.

आयुष्य परत सुरळीत चाललं होतं.

मार्च १९८४ मधे इराणहून फोन आला. मूडीचा पुतण्या महंमद अली घोडसी याचा. त्याचा निरोप मी मूडीला पोचवला.

संध्याकाळी डेट्रॉईटहून मूडीचा फोन आला. त्याची बहीण आमेबोझोर्ग हिचा चौथा मुलगा मम्मल फार आजारी होता– पोटाच्या विकाराने. इराणी डॉक्टरांनी केलेले ऑपरेशन चुकले होते. स्थिती फार गंभीर होती. मूडीचा सल्ला विचारायला त्यांनी फोन केला होता.

"मी अजूनतरी काही सांगितलं नाही, काय सांगू त्यांना, तूच सांग," मूडी फोनवर म्हणाला.

माझ्याच म्हणण्यानुसार मूडीने मम्मलला अमेरिकेला बोलावून घेतले. ऑपरेशनचा खर्चही अर्थात आम्हालाच करावा लागणार होता. मला त्याचे काही वाटले नाही. मूडीचे ते कर्तव्यच होते.

मम्मल प्रथमदर्शनीच माझ्या मनातून उतरला. मी व मुले किती उत्साहाने तयारी करून त्याच्या येण्याची वाट बघत होतो. पण त्याने आम्हाला काही किंमत दिली नाही. जसे आम्ही अस्तित्वातही नव्हतो. शिवाय घरात पाऊल टाकताच

त्याने मूडीला "तू इराणला कधी येणार, सगळे तुला आणि माहतोबला बघायला उत्सुक आहेत." वगैरे बोलणे सुरू केले. नंतर माझ्याकडे लक्षही न देता दोघे फारसीत तासचे तास बोलत बसले.

इतकंच काय दुसऱ्या दिवशी माझ्या विरोधाला न जुमानता मूडी मम्मलला माझ्यापाशी ठेवून डेट्रॉईटला निघून गेला. तिथे तो एकटा, त्याची काळजी कोण घेणार... इ. इ. इथे माझी नोकरी, मुलं लहान त्याचं काहीच नाही.

मम्मलचं सामानसुमान प्रवासात गहाळ झालं होतं. म्हणून मी तत्परतेने त्याला नवीन कपडे, आवश्यक त्या गोष्टी आणून दिल्या. पण तरीही तो दिवसचे दिवस अंघोळ न करता, कपडे न बदलता बसायचा. खोलीत आला तरी घाण यायची. आळशीपणे दिवसभर लोळत पडायचा.

अखेर दोन आठवड्यांनी त्याचं ऑपरेशन झालं. ऑपरेशननंतर परत मूडी त्याला माझ्याजवळ देखभाल करण्याकरता सोडून निघून गेला.

माहतोब मम्मलच्या जवळ फिरकत नसे. त्याचा मूडीला राग यायचा. तो तिला सक्ती करायचा. पण प्रेमाची अशी सक्ती करता येते का? ती ऐकत नाही म्हणताच एक दिवस मूडीने तिला पुष्कळ बदडले.

मूडीचा मम्मलला रोज रात्री फोन यायचा. मला नंतर कळलं. मूडीच्या वतीने मम्मल माझ्यावर नजर ठेवायचा. माझ्या चहाड्या करायचा. मूडी माझ्यावर राग काढायचा. ओरडायचा. आठवड्याच्या सुट्टीला घरी आला तरी मम्मलशी फारसीत बोलत बसायचा. आमच्याकडे बघायचासुद्धा नाही. आणि दोघंही सारखा माहतोबला एकदा इराणला घेऊन जाण्याचा विषय काढायचे.

सारखी त्यांची गुप्त खलबतं चालायची. मी खोलीत शिरले की बोलताना थांबायचे.

मम्मलचा जाण्याचा बेत दिसतच नव्हता. चिडून मी एकदा मूडीजवळ विषय काढला. तो म्हणाला, "डॉक्टरांनी त्याला परवानगी दिल्याशिवाय तो जाणार कसा?"

त्यात आणखी दोन संकटे सामोरी आली. आम्हाला घर सोडायची सूचना आली. पाच महिन्यांचा करार संपला होता. आणि माझी नोकरीतून बदली. मला नोकरी सोडणं भाग पडलं.

आता मम्मल परत गेला की सरळ आपण डेट्रॉईटला जायचं असं मी ठरवलं. भविष्य अजून अस्थिर होतं. त्यामुळे आणखी नवीन जबाबदारी चुकून यायला नको म्हणून संततीप्रतिबंधक कॉपर टी बसवून घेतला– मूडीच्या नकळत.

अखेर मम्मलसकटच आम्ही डेट्रॉईटला राहायला गेलो– भाड्याच्या घरात. अखेर एकदाचे त्याचे परत जाण्याचे दिवस जवळ आले. आता तर तो रोजच मूडी

आणि मी माहतोबला घेऊन इराणला भेट द्यायला कधी येणार असा विषय काढू लागला. मूडीने माझं मतदेखील न विचारता जाहीरसुद्धा करून टाकलं. दोन आठवड्यांसाठी ज्यो आणि जॉनला त्यांच्या वडिलांकडे ठेवून आम्ही माहतोबला घेऊन ऑगस्टमधे येऊ म्हणून.

आता मूडी आणि मम्मलची रात्ररात्र खाजगी चर्चा चालू झाली.

एकदा एकांतात मी माझी भीती मूडीला बोलून दाखवली. "समजा आता तू म्हणतोयस तशा आम्ही तुझ्याबरोबर इराणला आलो आणि नंतर तू कायमचं तिथे राहायचं ठरवलंस तर?"

पण मूडीने त्याच्या माझ्या प्रेमाची शपथ घेतली, कपाटातून कुराण काढून त्याची शपथ घेतली. आपण प्राण गेला तरी असा धोका देणार नाही, असं आळवून आळवून मला सांगितलं आणि मी तयार झाले.

आमची तिकिटे निघाली. बोलबोलता ऑगस्ट महिना उजाडला. अजूनही माझ्या मनात संशयाचं भूत मधूनच डोकं वर काढायचं.

मी गुपचुप वकिलाचा सल्ला घेतला. मूडी मला इराणमधे जायची सक्ती करू शकत नव्हता. पण माहतोबला नेण्याचा त्याला पूर्ण हक्क होता. त्यात मी घटस्फोट मागितला असता तर माहतोब माझ्या हातून कायमचीच गेली असती. तो इराणला तिला कायमचं घेऊन गेला असता. कायद्यानुसार मूडीने काहीच गुन्हा केलेला नसल्याने माहतोबला नेण्याला कुणीच आडकाठी करू शकलं नसतं.

यावर वकिलाने उपाय हाच सुचवला की त्याच्या म्हणण्याखातर पंधरा दिवस माहतोबला घेऊन मी तिथे जायचं. कदाचित कुटुंबियांना भेटून वातावरणातल्या बदलानंतर परत एकदा उत्साहाने मूडी अमेरिकेला येण्याची शक्यता होती.

माझ्यापुढे दुसरा काहीच मार्ग नव्हता.

मी विमानात बसले. भविष्य अंधारमय होतं.

□

२४

बुधवार, जानेवारी १९८६.

मी आरशात पाहिलं. सुजलेले डोळे, सुजलेला चेहरा. नाकाचा शेंडा लाल. मूडीने माहतोबला शाळेत पाठवले. आता तो मला घेऊन स्विसएअर विमानकंपनीच्या ऑफिसात जाणार होता. माझा पासपोर्ट त्यांच्या हवाली करणार होता. मी विमानात

बसल्यावरच तो मला परत मिळणार होता.

"पण मी चॅमसेला आणि आगा हकीमच्या बायकोला खरेदीला जायचं कबूल केलं आहे," मी म्हणाले.

"ते नंतर. आधी स्विसएअर," मूडी म्हणाला.

आम्ही गावाच्या दुसऱ्या टोकाच्या त्या ऑफिसात गेलो. माझं सगळं लक्ष खरेदीच्या निमित्ताने बाहेर जाण्याकडे लागलं होतं. मूडी मला त्या दोघींच्या बरोबर एकटं पाठवेल?

कळस म्हणजे मूडीपण चॅमसेकडे आला. माझा चेहरा बघूनच तिने काहीतरी गडबड आहे असं ओळखलं. मी काय झालं ते सांगावं म्हणून मागे लागली. पण मूडी आमच्या समोरून हलेना. मी तसंच धीर करून मला एकटं अमेरिकेला जायचं नसल्याचं सांगितलं. तिथे जाऊन घर विकणं वगैरे गोष्टी करण्याची माझी मनःस्थिती नसल्याचं पण सांगितलं. बोलताना मला रडू कोसळलं. चॅमसेने मग त्याला चांगलं खडसावलं. जर तिचे वडील इतके आजारी आहेत तर त्यांना नुसतं चार दिवस भेटून येऊ दे ना, आणखी नसत्या भानगडी तिच्यामागे कशाला लावतोस वगैरे कानउघाडणी केली.

त्यावर मूडी तोंडाला येईल ते बरळू लागला. त्याच्या मते माझ्या वडिलांना खरं तर काही विशेष झालेलंच नसून मला अमेरिकेत जायला मिळावं म्हणून मी आणि माझ्या कुटुंबियांनी केलेला हा बहाणा होता. "पण आता मात्र तुला जावंच लागेल आणि मी सांगतो ते सगळं तिकडे जाऊन करावं लागेल," असं म्हणून मूडीने माझा हात जोरात ओढला आणि मला फरपटत दाराकडे नेलं. "आम्ही निघालो."

चॅमसेने त्याला आवरायचा प्रयत्न केला.

मी जोरात रडून झरी आणि चॅमसेची आळवणी केली. "तो मला घरी मारेल. तुम्ही माझी चौकशी करत रहा. मला मदत करा."

मूडीने मला घराबाहेर ओढत आणून दार बंद केले आणि तोंडाला येतील त्या अर्वाच्य शिव्या देत रस्त्यावर आणले. "आता तू जन्मात कधी माहतोबचं तोंडदेखील बघू शकणार नाहीस," या त्याच्या शब्दांनी माझ्या काळजाला वेदना झाल्या.

आम्ही आगा हकीमच्या घराजवळ आल्यावर तो म्हणाला, "आता आपण आत जाणार आहोत. तोंड नीट कर."

आगा हकीमची बायको आणि मी खरेदीला निघालो. तेव्हा मूडीपण तिथे आला.

घरी परतल्यावर माझी नजरकैद परत सुरू झाली. माहतोबने घरी येताच मला एकटे गाठून कमरेला मिठी मारली आणि म्हणाली, "मम्मी, मला आजच्या आज

अमेरिकेला घेऊन चल.'' गेल्या अनेक महिन्यांत तिने या शब्दांचा उच्चारही केलेला नव्हता.

मी तिला कडेवर घेतलं. आमच्या दोघींच्या डोळ्यांतलं पाणी एकमेकात मिसळलं. पोटभर रडलो आम्ही. "माहतोब, आपण जाऊ शकत नाही. पण एक लक्षात ठेव– तुला इथे सोडून मी एकटी कधी, कधी अमेरिकेला जाणार नाही.''

मी तिला वचन दिलं खरं. पण मी ते पाळू शकणार होते का? मूडीने मला लाथाबुक्क्यांनी तुडवून विमानात बसवलं असतं तर? नाहीतर गुंगीचं औषध देऊन बसवलं असतं तर? तो राक्षस काहीही करू शकत होता.

मूडीची पेशंट फरिश्ते माझा निरोप घ्यायला दुपारी आली. माझी मनःस्थिती कशी आहे हे ती जाणून होती. तिने मला धीर देण्याचा पुष्कळ प्रयत्न केला. माझे आणि मूडीचे संबंध कसे आहेत, तो माझ्याशी कसा वागतो हे एव्हाना सगळ्या मित्रमंडळींना माहीत झालंच होतं. उगीच सुखी असल्याचं नाटक करण्यात अर्थ नव्हता.

तेवढ्यात मूडीने मधेच येऊन चहा मागितला. त्याने फरिश्तेजवळ तिच्या नवऱ्याची चौकशी करताच तिचे डोळे पाझरू लागले. सगळ्यांपुढे समस्या होत्या. देवा... देवा तूच काहीतरी मार्ग दाखव!

मला दूरवरून ॲम्ब्युलन्सचा आवाज आला का? की तो भास होता? नाही. भास नव्हता. काहीतरी इमर्जन्सी केस आली होती. मूडीला हॉस्पिटलमधून तातडीचं बोलावणं आलं होतं. मूडीची आणि माझी नजरानजर झाली. मोठा तिढा पडला होता. तो मला इथे सोडून निघून कसा जाणार? पण हॉस्पिटलमध्ये न जाऊन चालणार नव्हतं.

फरिश्ते त्याची अडचण जाणून म्हणाली, "तुम्ही परत येईपर्यंत मी इथेच थांबते.''

मूडी ताबडतोब निघून गेला.

तो परत कधी येईल याचा काहीच भरवसा नव्हता. एखादे वेळी गेला तसा परत येईल नाहीतर अनेक तास येणारही नाही.

झटपट हालचाल करणं आवश्यक होतं.

फरिश्ते माझी चांगली मैत्रीण होती. विश्वासू, सज्जन होती. पण तिला अमालविषयी आणि माझ्या सुटकेच्या धडपडीविषयी काहीच माहिती नव्हतं. तिच्यापाशी या गोष्टी बोलून ठेवून उगीच तिच्या जिवाला धोका कशाला निर्माण करायचा? आधीच बिचारीचा नवरा तुरुंगात.

मी आवाजात शक्य तेवढा सहजपणा आणून म्हटले, "आज शेजाऱ्यांनी रात्री जेवायला बोलावलं आहे. त्यांच्यासाठी जरा फुलं घेऊन येते.''

"चल मी गाडीतून तुला नेते," फरिश्ते म्हणाली. मी आणि माहतोब तिच्याबरोबर गेलो. फुलांच्या दुकानातून फुलं घेतल्यावर मी म्हणाले, "आम्ही दोघी जरा मोकळ्या हवेत चालत घरी जातो. तू गेलीस तरी चालेल, थँक यू."

ती बरं म्हणून पाणावलेल्या डोळ्यांनी एकदा माझ्याकडे बघून निघाली. जाण्यापूर्वी तिने मला मिठी मारली.

आम्ही ताबडतोब टॅक्सी घेऊन निघालो. वाटेत एका फोन बूथपाशी थांबून अमालला फोन केला व मी घरातून पळून आल्याचं सांगितलं. आमच्या सुटकेची पूर्ण तयारी झाली नव्हती. पण मला आता घरी परत जाणं शक्य नाही म्हटल्यावर त्याने फोनवर मला एका घराचा पत्ता सांगितला व तेथे ताबडतोब पोचण्यास सांगितले.

त्यानंतर मी माहतोबला विश्वासात घेऊन आपण घरातून पळून आलो असून लवकरच अमेरिकेला जाणार असल्याचे सांगितले. त्या क्षणी ती रडू लागली. तिचा लाडका बनी घरीच विसरला होता. पण आता तो आणणे कसे शक्य होते. कसं समजावणार या पोरीला?

"बरं मग चल जाऊ," ती डोळे पुसत म्हणाली.

□

२५

"बीटी?" दाराच्या फटीतून एका तरुण मुलीने विचारले.

मी हो म्हणताच तिने आम्हाला आत घेतले. "तुम्हाला भूक लागली आहे का?" तिने विचारले. पण आम्हाला आता तहान, भूक सगळ्याचा विसर पडला होता. मग मात्र मी विचार केला, आज अन्न मिळत आहे ते खाऊन घ्यावं. उद्याचं कुणी सांगावं? मी हो म्हटल्यावर ती 'पाच मिनिटात येते' असं म्हणून घराबाहेर पडली. मी लगेच खिडक्यांची दारे, पडदे घट्ट लावून घेतले.

घर छोटंच होतं. मोजकं सामानसुमान. तेही अस्ताव्यस्त. पण आम्हाला निदान सहारा तर होता.

जरा शांत बसल्यावर मूडीची आठवण झाली. तो घरी परतला असेल का? आम्ही घरी नाही म्हणताच त्याने काय केलं असेल? कुठे कुठे चौकशी केली असेल? पोलिसात कळवले असेल का?

माहतोबही घाबरलेली होती. मला घट्ट चिकटून बसली होती. तिचा चेहरा बघून माझाही धीर सुटला. आम्हाला सुखरूपपणे तेहरानबाहेर पडता येईल का?

या घरात असे किती दिवस चोरून छपून राहावं लागेल? बऱ्याच लोकांनी मला सांगितलं होतं की जर यशस्वीपणे पळून जायचं असेल तर मिनिटा मिनिटाची तपशीलवार आखणी आधी करावी लागते. आणि इथे, इथे तर सगळं अचानक घडलं होतं.

मग मी ठरल्याप्रमाणे अम्सालला फोन केला. मी आणि माहतोब सुखरूप त्या घरी पोचल्याचं ऐकून त्याला खूपच आनंद झाला. त्याने मला फार धीर दिला. काळजी करू नका, मी लवकरात लवकर सगळी व्यवस्था करतोय असं सांगितलं. ती मुलगी आम्हाला जेवायला डबा घेऊन येणार होती व नंतर लगेच परत जाणार होती. दुसऱ्या दिवशी सकाळी लवकरात लवकर अमाल नाश्ता, कपडे इ. घेऊन येणार होता. मात्र आम्हाला बाहेर पडायला बंदी होती.

"काही वाटलं तरी लगेच मला फोन करा. संकोच करू नका. केव्हाही, कितीही वेळा फोन करा," अमाल म्हणाला.

नंतर त्याने मला एक मुलखावेगळी गोष्ट करायला सांगितली. तो म्हणाला, "तुमच्या नवऱ्याने तुम्हाला शोधायची हालचाल करू नये, पोलिसात जाऊ नये म्हणून आपल्याला काहीतरी केलं पाहिजे. म्हणून तुम्ही आता त्याला फोन करा आणि तुम्ही काही अटींवर परत यायला तयार आहात अशी त्याची समजूत पटवून द्या."

मूडीला फोन करायच्या कल्पनेने माझे पाय गळून गेले. मी अमालला खूप विरोध केला. पण शेवटी मला त्याचं म्हणणं मानावंच लागलं. त्यात तथ्य होतं.

अमालने फोन ठेवला आणि ती तरुण मुलगी जेवणाचा डबा घेऊन आली. माहतोब जेवायला तयार नव्हती. मलाही भूक नव्हती. पण तरी तिला भरवून मी जेवून घेतलं. खूप वेळ घालवला. मी कुणाला फसवत होते? स्वतःच्या मनालाच. फोन करायचं टाळत होते मी.

अखेर धीर करून उठले. घरचा नंबर फिरवला. पहिल्याच रिंगला मूडीने फोन उचलला.

"मी बोलते आहे."

"कुठून बोलते आहेस तू?" तो ओरडला.

"मी एका मैत्रिणीकडे आहे."

"कुठल्या मैत्रिणीकडे?"

"मी तुला ते सांगणार नाही."

"तू याच क्षणी घरी परत ये."

मूडीच्या आवाजाची मला अतोनात भीती वाटत होती. तरीपण अमालने पढवल्याप्रमाणे धीर करून मी म्हणाले,

"मला तुझ्याशी काही गोष्टी बोलायच्या आहेत. एकदाच काय तो सोक्षमोक्ष लावायचाय. पण माझी एक अट आहे. आपल्या दोघांच्या खाजगी गोष्टीत मम्मल, माजिद, आमेबोझोर्ग कुणीही पडता कामा नये. आपली समस्या आपण चर्चा करून सोडवू. कुणालाही तू याबाबत काही बोलणार नाहीस असं वचन देत असलास तर मी घरी यायला तयार आहे."

मूडीला माझं बोलणं ऐकून आनंद झाला. तो अधीरतेने म्हणाला, "तू लगेच घरी ये. आपण बोलू."

"मी घरी आले तर दारात मम्मल उभा असेलच. तुम्ही दोघं मला कोंडून ठेवाल. माराल."

मूडी गोंधळात पडला. क्षणभर त्याला काय बोलावं सुचेना. मग मला चुचकारत म्हणाला, "हे बघ तू घरी ये. घाबरू नको. आपण जेवू आणि पाहिजे तर रात्रभर बोलत बसू."

"मूडी, मी एक सांगते. मी शुक्रवारच्या विमानाने अमेरिकेला जाणार नाही."

"मी असं वचन तुला देऊ शकत नाही. तुला जावं लागेल. तू मुकाट्याने अर्ध्या तासाच्या आत जर घरी आली नाहीस तर मला काय ती हालचाल करावी लागेल."

आता मी घाबरले. मूडीला बिथरवून चालणार नव्हते. पण मग अमालने पढवल्याप्रमाणे सगळा धीर गोळा करून मी आवाज चढवला, "मूडी, तू जर पोलिसात जायचा विचार करत असशील तर जरा सांभाळून. तू विनापरवाना वैद्यकीय व्यवसाय करतोय ही गोष्ट मी आता, लगेच पोलिसांना कळवते."

यावर मूडी लगेच घाबरला. "बेटी, अगं असं नको करू. आपल्याला पैशाची गरज आहे ना. मी हे सगळं तुमच्याकरताच करतोय. तू लगेच घरी ये."

"ते मी आता बघीन." म्हणून मी फोन ठेवला.

निदान अजूनपर्यंत तरी मूडीने पोलिसात कळवले नव्हते. पण इथून पुढे तो काय करील ते सांगता येत नव्हते.

माहतोबने आमचं बोलणं ऐकलं होतं. आपण खरंच अमेरिकेला जाणार याची तिला आता खात्री पटली होती. मग नंतर तासभर आम्ही अमेरिकेबद्दल बोलत होतो. मधून मधून अमालचा फोन येत होता. त्याला आमची काळजी होती.

त्याचा शेवटचा फोन रात्री साडेबाराला आला. "आता तुम्ही शांत झोपा. नंतरचे काही दिवस तुम्हाला फार धावपळ पडणार आहे. उद्या सकाळी मी येतोच," तो म्हणाला. माहतोब आणि मी एकमेकींच्या कुशीत देवाचं नाव घेत पडून राहिलो. नंतर कधीतरी झोप लागली.

सकाळी बरोबर सात वाजता अमाल हजर झाला. तो मला बघून प्रसन्न हसला.

त्याने आमच्यासाठी भरपूर नाश्ता, चहा, माहतोबला खाऊ आणि रंगीत पेन्सिली आणि मी त्याच्याजवळ ठेवायला दिलेली सामानाची छोटी पिशवी आणली होती. शिवाय त्याने माझ्यासाठी त्याच्यातर्फे भेट म्हणून एक लेदरची भारीपैकी खांद्याला अडकवण्याची बॅग आणली होती.

"मी रात्रभर जागाच आहे. फोनवर सारखा वेगवेगळ्या लोकांशी बोलतोय. आता अखेर सर्व तयारी पूर्ण झाली आहे. तुम्हाला तुर्कस्तान सरहद्दीच्या मार्गाने जावं लागेल," तो म्हणाला.

अरे बापरे! माझ्या पोटात गोळा आला. इतके दिवस नेहमी बोलताना अमालने मला तुर्कस्तानचा मार्ग सर्वांत धोक्याचा असल्याने तो सगळ्यात शेवट अजमावायचा असं सांगितलं होतं.

"आता तुम्ही घरातून पळून आल्याचं मूडीला समजलेलं आहे. तेव्हा विमानमार्गाने जाणं अशक्य. सर्वत्र तुमचे दोघींचे फोटो हातात घेऊन पोलीस उभे असतील. आता तेहरान सोडायचं ते मोटारीनेच."

आम्हाला एक गाडी तेहरानच्या बाहेर नेऊन इराणच्या वायव्येला असलेल्या ताब्रिझ गावी पोचवणार होती. मग तिथून पुढे रेड क्रॉसच्या ॲम्ब्युलन्समधून आम्हाला सरहद्दीपार नेले जाणार होते. "ते तीस हजार अमेरिकन डॉलर मागतायत," अमाल गंभीरपणे म्हणाला. "मी त्यांच्याशी घासाघीस करण्याचा प्रयत्न करतोय. ते कदाचित पंधरापर्यंत खाली उतरतील. पण तरीही खूप वाटतायत."

"पडू दे कितीही पैसे. चालेल," मी अधीरतेने म्हणाले. घरी आमच्या बँकेत किती पैसे शिल्लक होते देव जाणे. पण मला आता त्याची पर्वा नव्हती. अमेरिकेला पोचल्यावर पैसे कसेही उभे करता आले असते.

अमाल मान हलवून परत म्हणाला, "हे पैसे जरा जास्तच वाटतायत."

आता माझ्या डोक्यात प्रकाश पडला. हे पैसे आता या क्षणी तरी बिचाऱ्या अमालच्याच खिशातून जाणार होते. मी त्यातून कदाचित सुरक्षित, हातीपायी धड अमेरिकेला पोचले असते तर मग ते पैसे त्याला मी परत पाठवू शकणार होते. पण त्याची काय खात्री होती?

"तरी मी बोलून बघतो. बराय, मी निघतो आता. आज मला दिवसभर खूप काम आहे. काही लागलं तर ऑफिसात फोन करा," असे म्हणून तो निघाला. परत मी आणि माहतोब एकट्या. ती रंगीत पेन्सिलींनी चित्रं काढण्यात मन रमवू लागली. मी अस्वस्थपणे खोलीत येरझाऱ्या घालू लागले. मनात विचारांचे थैमान. मी काही चूक तर करत नाही? माहतोबचा जीव धोक्यात तर घालत नाही? इराणमधे माझ्याविना लहानाचं मोठं होणं हे इतकंसं वाईट नाही, निदान प्राण गमावण्यापेक्षा तर निश्चितच नाही...

अमाल दुपारी परत आला. बारा हजार अमेरिकन डॉलर्सला सौदा पटला होता. अमालने मला खूप धीर दिला. "घाबरू नका. ते लोक चांगले आहेत. विश्वासू आहेत. तुम्हाला ते काही धोका देणार नाहीत. मला जर त्यांची खात्री नसती तर मी तुम्हांला त्यांच्याबरोबर पाठवलंच नसतं."

आणखी एक रात्र, अनिश्चिततेची. झोप लागणं शक्यच नव्हतं. माहतोब माझ्या कुशीत निर्धास्त झोपली होती. मी मात्र... आता झोपायचं ते एकदम मायदेशी पोचल्यावर... नाहीतर पोचण्याचा प्रयत्न करता करता वाटेत कुठेतरी चिरनिद्रा...

शुक्रवारी सकाळी अमाल परत भरपूर नाश्ता बरोबर घेऊन आला. आणि माहतोबला थोडी खेळणी, खाऊ, गरम पांघरुणे, माझ्याकरता गोषा, माहतोबकरता पण बुरखा. "माझं रात्रंदिवस काम चाललंय." अमाल म्हणाला, "काम अवघड आहे कारण बऱ्याच संबंधित लोकांकडे फोन नाहीत."

"आम्ही कधी निघायचं?"

"ते आताच सांगणं कठीण आहे. एक करा. आज घराबाहेर जाऊन जवळच्या बूथमधून तुमच्या नवऱ्याला फोन करा. मी नंतर दुपारी येऊन माहतोबपाशी थांबेन तेव्हा बाहेर पडून फोन करा. इथून करणं धोक्याचं आहे. तुम्हाला मी त्याच्याशी काय बोलायचं ते लिहून देईन."

"हो," मी म्हणाले. माझा अमालवर गाढ विश्वास होता. माहतोबही त्याच्यापाशी थोडा वेळ राहायला आनंदाने तयार झाली.

दुपारी मी बाहेर पडले. प्रत्येक माणूस संशयाने माझ्याचकडे बघतोय असा मला भास होत होता. गेल्या दीड वर्षात पहिल्यांदाच बुरख्याबद्दल मी देवाचे आभार मानले. तोंड लपवायची तर सोय होती.

फोन बूथमधे शिरून थरथरणाऱ्या हातांनी मी नंबर फिरवला.

माजिदने फोन उचलला.

"तू कुठे आहेस?" तो म्हणाला.

त्याच्याकडे दुर्लक्ष करून मी म्हणाले, "मूडी कुठाय? मला फक्त त्याच्याशीच बोलायचंय."

"तो विमानतळावर गेलाय."

"परत कधी येईल?"

"तीन तासांनी. बेटी, तू ताबडतोब घरी ये. मूडीला तुझ्याशी बोलायचंय."

"ठीक आहे. उद्या मी आणि माहतोब घरी येऊ. पण आम्ही माझ्या वकिलाला घेऊन येऊ. आम्ही फक्त मूडीशी बोलू. दुसरं कुणी तिथे असता कामा नये. मूडीला सांग, मी अकरा ते बाराच्या दरम्यान किंवा संध्याकाळी सहा ते आठच्या दरम्यान येईन. माझ्या वकिलाला एवढाच वेळ रिकामा आहे."

"मग सकाळी अकरा ते बारा मधेच ये," माजिद म्हणाला. "उद्या मूडीने दवाखाना मुद्दाम बंद ठेवलाय. पण वकिलाला प्लीज आणू नकोस."

"मग मी पण येत नाही."

"माहतोबला घेऊन ये. वकील आणू नकोस, मी थांबतो. आपण काहीतरी समझोता करू," माजिद अजिजीने म्हणाला.

"ते शक्य नाही. मूडीने यापूर्वी माझा घात केलाय. मला कोंडून मारहाण केली आहे. त्या वेळी तू आणि इतर कुठल्याही नातेवाईकांनी मला मदत केली नाही."

"आता तसं होणार नाही. मी शब्द देतो."

मी अत्यंत उपरोधाने म्हटलं, "तुझा शब्द मुळीच नकोय मला. मूडीला नीट निरोप सांग म्हणजे झालं."

फोन ठेवल्यावर मी लटपटत्या पायांनी तिथेच उभी राहिले. मूडी विमानतळावर का गेला होता ते उघडच होतं. स्विसएअरच्या ऑफिसातून त्याला आधी माझा इराणी पासपोर्ट ताब्यात घ्यायचा होता.

रस्त्यावर येऊन मी घरी निघाले. काळजात धडधड होत होती. पाऊल टाकताना थरथरत होतं. खूप उघडं उघडं, पोरकं वाटत होतं. पण शेवटी विचार केला– काय व्हायचं असेल ते होईल. संकटे येतील ना, येऊ देत. आधी काय कमी संकटं आली? त्याचा केलाच ना सामना? माझं सर्वस्व लुटून, माझी मुलगी हिरावून माझ्यावर अगणित शारीरिक आणि मानसिक अत्याचार करून मूडीने आता आणखी काही करायचं शिल्लक ठेवलंच नव्हतं. आणि परत गेले असते तर नक्की खून केला असता त्याने माझा. मग आता घाबरायचं कशाला?

फोन करून घरात परतले तर अमाल म्हणाला, "तुम्हाला आज रात्रीच निघावं लागेल." मग त्याने एक नकाशा जमिनीवर पसरला आणि आमच्या जाण्याचा मार्ग मला नीट दाखवला. ताब्रिझपर्यंत मोटारने व नंतर डोंगराळ भागातून जमेल तसे सरहद्दीपर्यंत पोचायचे होते. कूर्द लोकांचे आधी शहाच्या व आता अयातुल्लाच्या सरकारशी चांगलेच वैमनस्य होते. त्यामुळे कुर्द बंडखोरांची आम्हाला मदत मिळणार होती. "मात्र त्यांच्याशी आपण होऊन एक अक्षरही बोलायचं नाही. माझ्याबद्दल तर काहीच सांगायचं नाही. तुम्ही अमेरिकन आहात हेही बोलायचं नाही. काही माहिती द्यायची नाही."

चोरट्या मालाची आयात करणारी टोळी एका रेडक्रॉस ॲम्ब्युलन्समधून आम्हाला सरहद्दीपार पोचवणार होती. एकदा तुर्कस्तानातील व्हॅन नामक शहरात आम्हाला त्यांनी सोडलं की पुढचं आमचं आम्ही बघायचं होतं. सरहद्द ओलांडताना विलक्षण खबरदारी घ्यावी लागणार होती. ठिकठिकाणी चेकनाकी होती. ती टाळून तुर्कस्तानमधे बेकायदेशीर मार्गाने आम्ही पोचणार होतो. नंतर तुर्कस्तानमधील

अधिकाऱ्यांना आमच्या पासपोर्टवर आत शिरतानाचा शिक्का नसल्याचे बघून संशय आला असता. अर्थात जरी तुर्कस्तानात आम्हाला कुणी पकडलं असतं तरी इराणमधे परत पाठवलं नसतं हे नक्की.

व्हॅन गावी पोचल्यावर आम्ही बस घेऊन तुर्कस्तानची राजधानी अंकारा येथे पोचायचं होतं. तेथे गेल्यावर सरळ अमेरिकन एंबसीत जाऊन थडकायचं होतं.

अमालने मला मूठभर नाणी दिली. वाटेत जिथून जमेल तिथून बूथवरून मला फोन करत राहा. मात्र फोनवर फार जपून बोलायचं. आणि तो एक मिनिट विचार करून म्हणाला, 'एसफाहान' हे नाव लक्षात ठेवा.'' हे इराणमधीलच एका गावाचे नाव होते. पण आम्ही अंकारासाठी सांकेतिक भाषेत ते नाव ठरवले होते. मी अंकाराला पोचल्यावर एसफाहानला सुखरूप पोचल्याचा अमालला फोन करायचा होता.

अमाल निघाला. तो जाऊ नये, आणखी थांबावा असं मला वाटत होतं. त्याच्या सहवासात खूप बरं वाटायचं, धीर यायचा. भीती पळून जायची. पण त्याला खूप कामं होती.

आज माझा इराणमधला शेवटचा शुक्रवार. मी मनापासून अल्लाची प्रार्थना केली.

अखेर जाण्याची तयारी करायला मी उठले. नाही म्हणता म्हणता मी केवढं थोरलं सामान बरोबर न्यायला गोळा केलं होतं. भिंतीवर लावण्याचा शोभेचा इराणी गालीचा. केवढं अवजड धूड. माझं मन त्यात गुंतलं होतं पण मी मोह आवरला. माझे सोन्याचे दागिने. ते तेवढे घेतले. संकटात पैसे करायला उपयोगी पडतील. केशराची पाकिटे. इथेच ठेवून जावी. माहतोबला एक नाईटगाऊन आणि माझे थोडे कपडे तेवढे घेतले. माहतोबने रंगीत पेन्सिली आणि खाऊची पुडकी घेतली.

आता आम्ही प्रवासाला सिद्ध होतो.

सहा वाजता अमालचा फोन आला. सात वाजता आम्ही निघणार.

फक्त एक तासाने. पण अजूनही माझ्या मनात धाकधूक होती. हातातोंडाशी आलेला घास जाणार तर नाही? देवा... तेवढी कृपा कर. आमच्या बरोबर सतत राहा. मला जरी काही झालं तरी माझ्या बाळाची काळजी घे.

सातला दहा कमी असताना अमाल दोन परक्या माणसांना घेऊन आला. दोघे वयाने तरुणच होते. तिशीच्या जवळपास. एक जीन पँट व जाकीट घातलेला तर दुसरा दाढीवाला कोट घातलेला. दोघेही भेटताच लगेच हसले.

वेळ अजिबात नव्हता. मी व माहतोबने गोषा, बुरखा इ. चढवले. आज परत एकदा त्या वेशाचा मला खूप आधार वाटला.

मी अमालचा निरोप घ्यायला वळले आणि अचानक आमचे दोघांचे कंठ दाटून

आले. मला एक शब्दही बोलवेना. आता आम्ही परत भेटणार नव्हतो.

"तुम्हाला खरोखर इथून सुटून जायचंय ना?" त्याने विचारले.

"हो. जायचंय, खरंच," मी म्हणाले.

अमालच्या डोळ्यांत पाणी चमकले. तो रुद्ध कंठाने माहतोबला जवळ घेऊन म्हणाला, "तुम्ही दोघी मला खूप खूप आवडता. मला खूप आठवण येईल तुमची माहतोब, तुझी मम्मी फार फार चांगली, अगदी जगावेगळी आहे. तिची काळजी घे हं."

"हो," ती प्रौढपणे म्हणाली.

"अमाल, तुम्ही आमच्याकरता जे जे काही केलं त्याची परतफेड खरं तर मला कधीच करता येणार नाही. मी अमेरिकेला पोचताक्षणीच तुमचे बारा हजार डॉलर्स पाठवून देईन."

"होय," तो म्हणाला.

"आणि त्याशिवाय आणखी काहीतरी तुम्हाला द्यायची माझी मनापासून इच्छा आहे. काय देऊ?" मी विचारलं.

तो हसला. त्याने भेदरलेल्या माहतोबचा गालगुच्चा घेतला. "हे जे घाबरलेलं कोकरू आहे ना, त्याच्या ओठावर जेव्हा हसू फुटेल तेव्हा मला सगळं काही मिळेल," तो म्हणाला. नंतर त्याने जवळ येऊन माझा बुरखा बाजूला केला आणि माझ्या गालावर अलगद अगदी पुसट ओठ टेकले व झटकन बाजूला झाला. "आता निघा."

मी आणि माहतोब दारातून बाहेर पडलो. जीन व जाकीटवाला माणूस आमच्याबरोबर निघाला. दुसरा अमालबरोबर मागे राहिला.

रस्त्याच्या कडेला एक अगदी फालतू दिसणारी मोटार होती त्यात त्याने आम्हाला बसवलं. माहतोब माझ्या मांडीवर. अंधारात नवख्या रस्त्याने आम्ही निघालो. कुठे जायचं माहीत नाही. देवाच्या मनात असेल तसं होईल. पण खिडकीच्या काचेतून बाहेरच्या गर्दीकडे बघताना माझ्या मनात विचार आला, आम्ही जन्मभर या देशात राहावं असं देवाच्या नक्कीच मनात नसणार. मी चेहऱ्यावरचा बुरखा घट्ट पकडून धरला.

अर्धा तास आम्ही जात होतो. आमच्या घराच्या दिशेनेच. अचानक ड्रायव्हरने ब्रेक दाबून गाडी गल्लीत घातली. "चल लवकर, जोरात..." जाकीटवाला दबल्या आवाजात ओरडला. थोड्या वेळाने गाडी कडेला थांबली. आम्हाला उतरवून दुसऱ्या गाडीत कोंबलं. आत आणखी बरीच माणसं बसलेली होती. ही गाडी निघाली. जाकीटवाला मागे राहिला. तो आता आमच्याबरोबर येणार नव्हता.

मी आणि माहतोब पुढे ड्रायव्हरच्या शेजारी बसलो होतो. तोही तरुणच होता.

आमच्याजवळ एक दहा-बारा वर्षांचा मुलगा व एक म्हातारा होता. मागच्या सीटवर एक माहतोबएवढी मुलगी व एक बाई होती. ते सगळे फारसीत बोलत होते. पण एकाच कुटुंबातले असावेत.

आता लक्षात आलं. आम्ही सगळे एकाच कुटुंबातले लोक म्हणून प्रवास करत होतो. ते लोक कोण होते? त्यांना आमच्याबद्दल नक्की काय काय ठाऊक होते? तेही आमच्यासारखेच सुटकेच्या प्रयत्नात होते का?

आता गाडी गावाबाहेरील रस्त्याला लागली होती. वाटेत एक पोलीसचौकी लागली. आमची गाडी थांबवून एका पोलीस इन्स्पेक्टरने बंदूक रोखून आत पाहिले. आम्ही सगळे खरंच एका कुटुंबातले आहोत आणि अनेक जण एका गाडीत भरून शुक्रवारी रात्रीचे फिरायला चाललो आहोत असं त्याला वाटलं. त्याने आम्हाला जाऊ दिलं.

एकदा एक्सप्रेसवेला लागल्यानंतर मात्र आमची गाडी तुफान वेगाने धावू लागली. गाडीच्या मागच्या सीटवर बसलेली बाई मोडक्या तोडक्या इंग्रजीत आणि फारसीत माझ्याशी संभाषण करण्याचा प्रयत्न करू लागली. पण मला अमालचं बोलणं आठवलं. मी आपल्याला तिचं बोलणं समजत नाहीये असं दाखवलं आणि झोप लागल्याचं नाटक केलं. पण झोप लागणं कठीण होतं. एकेका मिनिटाला आम्ही सरहद्दीच्या जवळ पोचत होतो.

गाडीत सगळेच पेंगत होते. मी किलकिल्या डोळ्यांनी बाहेर बघत होते. वाटेत कझविन, ताकिस्तान, झियाबाद अशी गावं लागली.

मध्यरात्र उलटून गेली. गाडी जंगलातून चालली होती. झियाबाद व झांजानच्या मधे कुठेतरी ड्रायव्हरने गाडी थांबवली. आम्ही एका पेट्रोलपंपापाशी आलो होतो. बाजूला एक खोपटं होतं. ते बहुधा रेस्टॉरंट असावं. सगळे प्रवासी चहापाण्याला उतरले. ते मला आत बोलावत होते. पण पोलिसांच्या भीतीने मी उतरण्याचं धाडस केलं नाही. माझ्या मांडीवर माहतोब गाढ झोपली होती त्यामुळे मला उतरता येणार नाही असं त्यांना खुणेने सांगितलं.

प्रवाशांना चहापाण्याला बराच वेळ लागला. हॉटेलसमोर आणखीही बऱ्याच गाड्या एव्हाना येऊन थांबल्या होत्या. माहतोब किती शांतपणे झोपली होती. मला का नाही अशी झोप लागत? डोळे उघडले की एकदम अमेरिकेतच असावं...

अखेर एक माणूस परत आला. त्याने माझ्याकरता कॉफीचा गरम वाफाळलेला कप आणला होता. मला आश्चर्य वाटलं आणि आनंद झाला.

थोड्याच वेळात सगळे परत आले आणि आम्ही निघालो. बाहेर बर्फाची भुरभुर सुरू झाली. वादळ आणि वारा. पण त्याला न जुमानता आमची गाडी अतिशय वेगाने वाटेल तशी धावत सुटली होती. आम्ही सगळे जीव मुठीत धरून बसलो

होतो. पोलिसांच्या तावडीतून जगलो वाचलो तरी या वादळात अपघाती मरण नशिबाला यायचं! पण अत्यंत थकल्यामुळे त्याही परिस्थितीत मला अधूनमधून डुलकी लागू लागली.

मी जरा डोळे उघडले की शेजारची बाई परत बोलायचा प्रयत्न करायची. "इराण अगदी वाईट आहे. आम्हाला खरं तर अमेरिकेला यायचंय पण व्हिसाच मिळत नाही. इ. इ." पण मी काही कळत नसल्याचं नाटक करून समोर बघत राहिले. माहतोबलासुद्धा खुणेने गप्प बसवलं.

ताब्रिझ गाव जवळ आलं आणि एका चेकनाक्याजवळ आमच्या गाडीला थांबवण्यात आलं. समोर पुष्कळ बंदूकधारी सोल्जर होते. ते बऱ्याच गाड्यांना हात करून जाऊ द्यायचे व मधेच एखादी गाडी तपासण्यासाठी थांबवायचे. नेमकी आमची गाडी त्यांनी थांबवली. मी श्वास रोखून धरला. माझ्याकडे फक्त आमचे दोघींचे अमेरिकन पासपोर्ट होते. त्याचा इथे काहीच उपयोग नव्हता. ते आम्हाला शोधत असतील का? पण एक सोल्जर आमच्या ड्रायव्हरशी काहीतरी बोलला आणि आम्हाला सोडण्यात आले.

थोड्या वेळाने आम्ही ताब्रिझ गावात शिरलो. हे गाव तेहरानपेक्षा छोटं पण टुमदार होतं. इथेही जागोजागी पासदार, पोलीस दिसत होते. पण तरीही इथली जनता जास्त सुखात आणि स्वातंत्र्यात असल्यासारखी भासत होती.

ड्रायव्हरने आमची गाडी एका गल्लीत आणून थांबवली. गाडीतील बाईने आमच्याजवळ बसलेल्या मुलाला गाडीतून खाली उतरायला सांगितले. मला तसं तोडकं मोडकं फारसी येत असल्याने मला एवढं समजलं की तो मुलगा आपल्या मावशीकडे चालला होता आणि त्याने आपल्या मावशीपाशी माझा किंवा माहतोबचा विषयही काढायचा नाही, उल्लेखही करायचा नाही असं ती त्याला बजावत होती. तो मुलगा उतरला आणि गेला. पण तो पाचव्या मिनिटालाच परत आला. त्याची मावशी घरी नव्हती. मग ती बाई गाडीतून उतरली आणि त्या मुलाबरोबर समोरच्या बोळात शिरली. ती गेली आणि मला त्या पुरुषांबरोबर गाडीत बसायची भीती वाटू लागली. नाही म्हटलं तरी त्या स्त्रीचा मला आधार होता.

माहतोबही अस्वस्थ होऊन कण्हू लागली. तिच्या अंगात कणकण होती. तिला मळमळू लागले. रस्त्याच्या कडेच्या गटारात उलटी केल्यावर जरा बरे वाटू लागले. आम्ही बराच वेळ थांबल्यानंतर शेवटी ती बाई एकटी परत आली. त्या मुलाची मावशी घरातच होती म्हणे. पण त्या मुलाने दरवाजा खटखटावलेला तिला ऐकू आला नव्हता. बाई गाडीत बसली आणि आम्ही पुढे निघालो. अवघ्या दोन मिनिटात आम्ही एका मोठ्या चौकात आलो. तिथे ट्रॅफिक पोलीस रहदारीचे नियंत्रण करत उभा होता. गंमत म्हणजे ड्रायव्हरने आमची गाडी त्याच्या समोर

नेऊन उभी केली.

एका माणसाने गाडीचे दार आतून उघडले. ती बाई 'झूद बाश' 'झूद बाश' 'चला लवकर' असं आम्हाला कुजबुजली व मला व माहतोबला आमच्या गाडीच्या मागच्या बाजूला उभ्या असलेल्या दुसऱ्या गाडीत बसवण्यात आलं. इकडे पहिल्या गाडीच्या ड्रायव्हरचा आणि त्या पोलिसाचा वाद चांगलाच रंगात आला होता. तो गाडी भलत्या जागी थांबवल्याबद्दल ड्रायव्हरला ओरडत होता. मला वाटतं हे सगळं मुद्दाम त्या ड्रायव्हरने घडवून आणलं होतं. आमच्या दोघींकडे कुणाचं लक्ष जाऊ नये म्हणून.

दुसऱ्या गाडीत आमच्या मागोमाग नवरा-बायको आणि मुलगी घुसली आणि आम्ही सुसाटत निघालो. आता ती बाई माझ्या कानात कुजबुजली, "या गाडीच्या ड्रायव्हरशी एक अक्षरही बोलू नका. तुम्ही अमेरिकन आहात हे त्याला कळू देऊ नका."

तो ड्रायव्हर तसा भला माणूस वाटत होता. पण आपण एका मोठ्या आंतरराष्ट्रीय नाटकात सहभागी आहोत याची त्याला कल्पना नसावी. त्याचं काम फक्त आम्हाला एका ठिकाणाहून दुसऱ्या ठिकाणी नेऊन पोचवायचं एवढंच असावं.

ताब्रिझच्या अनेक गल्ल्याबोळांतून आम्हाला जावं लागलं. युद्धाच्या, सर्वनाशाच्या खुणा जागोजागी होत्या. जागोजागी सैनिकांची गस्त. बंदुकांच्या गोळ्यांनी चाळणी झालेल्या इमारती. थोड्या वेळाने आमची गाडी एका पिकअप ट्रकच्या मागे थांबली. ट्रकमधे दोन माणसे बसली होती. त्यापैकी ड्रायव्हरच्या जागी बसलेला माणूस उतरून आमच्या गाडीपाशी आला. तो आमच्या ड्रायव्हरशी एका वेगळ्याच भाषेत बोलला. बहुदा ती तुर्की भाषा असावी.

मग तो माणूस ट्रकमधे जाऊन बसला आणि ट्रक निघून गेला. आमची गाडी ट्रकच्या मागे धावू लागली. पण थोड्याच वेळात ट्रक दिसेनाशी झाली. नंतरचा थोडा वेळ आम्ही गावात उगीच गोल गोल घिरट्या घालू लागलो. इतका वेळ का लागत होता? काय चाललं होतं? आज शनिवार होता. आज मी माझ्या वकिलाला घेऊन येईन असा मूडीला निरोप पाठवला होता. तो माझी वाट किती वेळ बघेल? मी त्याला फसवलं आहे हे त्याच्या कधी लक्षात येईल? तो पोलिसात कधी जाईल? का एव्हाना गेलाही असेल?

आणि अमाल? त्याला फोन करायला जमलंच नव्हतं मला. तो काळजी करत असेल.

मिशिनगनमधे ज्यो आणि जॉन काय करत असतील? मूडी त्यांना फोन करेल? का डॅडींची काही बातमी कळवायला त्यांनी मूडीला फोन केला असेल?

मूडी त्यांना काय सांगेल? त्यांना माझी आणि माहतोबची काळजी वाटेल असं काही सांगेल का? माझ्या कुटुंबियांच्या नशिबात तीन अंत्ययात्रा होत्या का?

आम्ही कधी पुढे जाऊन पोचणार होतो? मला जोरात किंचाळावंसं वाटलं. अखेर आम्ही गाव सोडलं आणि पश्चिमेकडच्या हायवेला लागलो. बरंच अंतर गेल्यावर दुपारी एका आडरस्त्याला एका रिकाम्या घरापाशी गाडी थांबली. लगेच आमच्या मागोमाग एक ट्रक थांबला– सकाळचाच. मला आणि माहतोबला उतरून ट्रकमधे बसवलं. आणि गाडी निघून गेली. आता आम्ही दोघी नव्या माणसाबरोबर.

या ड्रायव्हरच्या चेहऱ्याकडे पाहून मला भीती वाटली. त्याच्याशेजारी बसलेला दुसरा माणूस जरा बरा दिसत होता. ट्रक निघाल्यावर तो हसून म्हणाला, ''माझं नाव मोहसीन.'' थोडं पुढे गेल्यावर आम्ही एका खेड्यात शिरलो. छोट्या झोपड्या, गल्ल्या, रस्त्यावर त्या तसल्या कडाक्याच्या थंडीतही खेळणारी, बागडणारी मुलं. अंगावर पुरेसे कपडे पण नाहीत. अचानक आम्ही एका पत्र्याच्या झोपडीजवळ उतरलो. मोहसीनने आम्हाला आत नेले. आत जमिनीवर रंगीबेरंगी तुकडे जोडून सुरेख गोधड्या शिवलेल्या पडल्या होत्या. मी माहतोबला कानात सांगितले, ''तुला फारसी समजतं असं चेहऱ्यावर दाखवू नकोस. नुसतं बोलणं ऐक त्यांचं. पण मी विचारल्याखेरीज मला काही समजावून सांगू नको. अगदी गप्प बैस.

आत आणखी माणसे होती. एकाने स्टो पेटवला. दुसऱ्याने आम्हाला गुंडाळायला उबदार पांघरुणे दिली आणि बसायला सांगितले. त्या थंडीत ती दमट पांघरुणे आणि तो मिणमिणता स्टो याचा खरंतर उबेसाठी काही फारसा उपयोग नव्हता. आम्ही कुडकुडतच होतो.

''आम्ही नंतर येतो,'' असं सांगून सगळे निघून गेले.

थोड्या वेळाने भडक रंगाचे भरपूर घोळाचे कपडे घालून एक स्त्री आली. ती कूर्दी होती, इराणी नव्हती. तिच्या पाठीला एक वर्षाचे एक मूल बांधले होते. त्या मुलाचा चेहरा आमच्या ट्रकड्रायव्हरसारखाच होता. ते त्याचेच मूल असणार.

त्या स्त्रीने थोडा वेळ माझ्याजवळ बसून भाजी निवडली. नंतर दार उघडून बाहेरच्या मातीच्या अंगणात सडा टाकला. नंतर ती आत आली व तिने पसारा आवरायला सुरवात केली. गोधड्या व पांघरुणांच्या घड्या करून एका कोपऱ्यात रचल्या. केरसुणीने केर काढला. ती काम करत असताना अंगणात दोन-चार कोंबडीची पिल्ले खेळत होती. ती मधेच आत घुसली की ती त्यांना केरसुणीने बाहेर हाकलायची.

आता पुढे काय? मोहसीन आणि बाकीचे कधी परत येणार? त्या बाईला आमच्याबद्दल काय वाटत असेल? तिला याची कितपत माहिति असेल? ती आमच्याकडे पूर्ण दुर्लक्ष करून आपलं काम करत होती.

मग ती बाहेर गेली. थोड्या वेळाने चीझ, ब्रेड आणि चहा आमच्यासाठी घेऊन आली. पण ते सगळं ऊग्र चवीचं होतं. आमच्या घशाखाली पण उतरेना ते.

संध्याकाळ आणखी आणखी कंटाळवाणी होत चालली होती. दोघी कोपऱ्यात निमूटपणे बसून होतो. थंडी आणि भीती, दोन्हीमुळे अंगावर शहारे येत होते. कुठून इथे या भलत्या ठिकाणी आलो, चूक तर नाही केली असं वाटत होतं. पण आता परतीचे मार्ग बंद होते. आता आमचं भविष्य, आमचं जीवन या टोळीवाल्या लोकांच्या हातात होतं. अगदी असहाय होतो आम्ही. त्यांनी जर आमचा घात करायचा ठरवला असता तर...

आणखी कित्येक तासांनी मोहसीन परत आला. त्याला पाहून मला खूप बरं वाटलं. त्याचा चेहरा खूप प्रेमळ होता. त्याच्या नुसत्या सहवासानं मला धीर आला.

"या पिशवीत काय आहे?" त्याने विचारले.

मी त्याच्यासमोर पिशवी रिकामी केली. रंगीत पेन्सिली, थोडे कपडे, दागिने, पैसे, फोनसाठी अमालने दिलेली नाणी, आमचे अमेरिकन पासपोर्ट. "बेटामान हे सगळं माझ्याकडे द्या."

मला क्षणभर भीती वाटली. हे सगळं ताब्यात घेऊन हा आम्हाला आता हाकलून तर देणार नाही? पण मुकाट्यानं मी सगळं त्याच्या हवाली केलं. फक्त वेळ बघण्यासाठी घड्याळ तेवढं त्याच्या परवानगीनं माझ्याजवळच ठेवलं.

मोहसीननं सगळ्या वस्तू वेगवेगळ्या केल्या. त्यातले कपडे माझ्याकडे सारून म्हणाला, "उद्या जाताना यातले जमतील तेवढे कपडे अंगावरच घाला. उरलेले इथंच राहू दे. नंतर त्यानं माझी मोत्याची माळ, बांगड्या व नेकलेस उचलून स्वतःच्या खिशात टाकला.

त्याला खूष करायला म्हणून माझ्याजवळ थोडं मेकपचं साहित्य होतं ते त्याच्या हातात देऊन म्हटलं, "हे राहू दे तुमच्या बायकोसाठी." त्याला बायको होती की नाही देव जाणे.

नंतर त्यानं माहतोबच्या वस्तूंमधून तिनं बरोबर आणलेलं शाळेचं पुस्तक उचलून खिशात घातलं. तिचे डोळे पाण्यानं भरले. "माझं पुस्तक... तो हसून म्हणाला, "बेटा, उद्या परत देईन हं..."

त्या माणसाचं बोलणं, वागणं गूढ होतं. तो हसून अदबीनं बोलत होता. पण आवाजात हुकूमत होती. "मी उद्या येतो" असे सांगून तो गेला.

नंतर त्या बाईनं आत येऊन अंथरुणे घातली. आम्ही अखेर झोपलो.

रात्रीत आणखी कडाक्याची थंडी पडली. रात्रभर अंगाचं मुटकुळं करून झोपलो आणि पहाटे अंग दुखू लागल्यावर जाग आली.

त्या बाईनं परत आम्हाला चहा, ब्रेड आणि ते उग्र वासाचं चीझ असा नाश्ता

दिला. तो आम्ही कसातरी संपवला इतक्यात ती एका ताटात एक खाऊ घेऊन आली. वाळवलेल्या सूर्यफुलाच्या बिया या अतिशय चवदार लागतात. त्या बघून माहतोब खूष झाली. ती एका बैठकीत सगळ्या संपवणार अशी माझी खात्री होती. पण तिनं त्यातल्या अर्ध्या उचलून माझ्याकडं दिल्या आणि म्हणाली, "मम्मी, या उद्या खायला ठेवू." परिस्थितीनं तिला किती शहाणं करून सोडलं होतं.

मग त्या बाईचा स्वयंपाक सुरू झाला. तिनं मटणाचा बेत केला होता. स्टोवर शिजत असलेल्या मटणाच्या वासानं आम्हाला अतिशय भूक लागली. एकीकडं ती भाजी निवडत होती. बऱ्याच वेळानंतर स्वयंपाक तयार झाला, तिनं आमची पानं मांडली. पानात वाढले. पहिला घासदेखील खायच्या आत मोहसीन उगवला. "चला, निघा, ताबडतोब," तो म्हणाला.

ती बाई पळत बाहेर जाऊन तिनं ढीगभर कपडे आणले. माझ्यापाशी येऊन मला उभं करून व्यवस्थित एकेक घोळदार घागरा मला नेसवू लागली. ओढणीनं माझे डोळे झाकले. मी आता एक कूर्द स्त्री दिसत होते. माहतोबला मात्र पूर्वीच्याच बुरख्यात ठेवलं होतं.

मोहसीन म्हणाला, "आता काही काळ आपल्याला घोड्यावरून प्रवास करावा लागणार आहे."

"पण माझ्याकडं विजार नाही. मी चढणार कशी?" मी म्हणाले.

त्यानं बाहेर जाऊन एक पुरुषी पँट आणली. मी ती कशीबशीच अंगात चढवली. त्यानं मला व माहतोबला मोठे लोकरीचे पायमोजे दिले. ते चढवून भले मोठे बूट घालून आम्ही सिद्ध झालो.

"चला, चला" तो ओरडला.

भरल्या ताटांवरून एक घासही न उष्टावता उपाशीपोटीच आम्ही निघालो. बाहेरच्या ट्रकमधे बसलो. कालचा तो ड्रायव्हर होताच. लगेच प्रवास सुरू. आम्ही परत कालच्याच रस्त्यानं मागे चाललो होतो. मी काळजीत पडले. मोहसीननं मोडक्या तोडक्या फारसीत जमेल तसं समजावलं. आम्हाला अजून एक ट्रक व नंतर आणखी एक लाल गाडी असा प्रवास करायचा होता. माझी चिंता कमी झाली नाही. माझे दागिने, पैसे व पासपोर्ट त्याच्याकडं. मला खूप असहाय वाटत राहिलं.

याचा बेत तरी काय आहे? पण त्याचं वागणं दयाळू आणि सभ्य होतं. हा आमची कुठवर साथ देणार आहे?

जणू काही माझ्या मनातले विचार ओळखून तो म्हणाला, "मी खरं कोणाबरोबरही सरहद्दीपार पोचवायला स्वतः जात नाही. पण तुम्ही माझ्या बहिणीसारख्या आहात, म्हणून तुम्हाला सुखरूप पोचवायला मी येतोय."

मला हायसं वाटलं.

थोड्याच वेळात समोर आणखी एक ट्रक येऊन थांबला. आम्ही मोहसीनच्या सांगण्यावरून उतरून त्यात बसलो. पण तो आमच्या मागोमाग चढलाच नाही. त्यानं नुसते आमचे पासपोर्ट माझ्या हातात कोंबले आणि म्हणाला, ''हे त्या दुसऱ्या ड्रायव्हरला द्या.'' आणि आमची नवीन ट्रक जोरात निघाली. मोहसीन दिसेनासा झाला.

आता आपली आणि याची भेट परत कधीच होणार नाही.

आणखी एक ट्रक यू टर्न घेऊन आमच्या जवळ पोचला. आमची रवानगी त्यात झाली. हा एखाद्या जीपप्रमाणं उघडा होता. आता आमचा प्रवास डोंगराळ भागातून सुरू झाला. मी आत बसलेल्या माणसाच्या हातात आमचे अमेरिकन पासपोर्ट दिले. त्यानं जणू एखादी अस्पृश्य गोष्ट धरावी तसे ते चिमटीत पकडून खिशात टाकले.

थोड्या वेळात रस्त्याच्या कडेला एक ट्रक उभा करून फक्त आम्हा दोघींना मागच्या उघड्या भागात जाऊन बसण्याची आज्ञा करण्यात आली. आम्ही बसलो.

काल रात्री त्या पत्र्याच्या झोपडीतच आपण थंडीनं मरू असं वाटत होतं. पण आता, या उघड्या ट्रकमधे भयानक थंडी आणि बोचरं वारं बघून असं वाटलं, कालचं खूप बरं. पण माहतोबनं हूं की चूं केलं नाही. आम्ही एकमेकींच्या कुशीत पडून राहिलो.

अजून किती दिवस आपण तग धरू?

आता तर अतिशय डोंगराळ भाग सुरू झाला होता. धक्क्यावर धक्के बसत होते. हाडे खिळखिळी झाली होती. परत एकदा आम्हाला ट्रकमधून उतरवून एका टॅक्सीवजा गाडीत बसवण्यात आले. आता तुरळक वस्ती, मधूनच एखादी झोपडी लागत होती. पुढच्या माणसानं समोरच्या डोंगराकडं बोट केलं. डोंगरमाथ्यावर एकटा माणूस उभा होता. बंदूकधारी असे सैनिक डोंगराच्या प्रत्येक सुळक्यावर उभे होते.

अचानक सुसाटत गोळी सुटल्याचा आवाज झाला. नंतर आणखी बरेच असे आवाज. प्रत्येकाचा प्रतिध्वनी डोंगरातून घुमत होता.

ड्रायव्हरनं अचानक गाडी थांबवली. ड्रायव्हरचा आणि उरलेल्या माणसांचा चेहरा चांगलाच भेदरला होता. मी पण घाबरले. लांबून एक सैनिक, पहारेकरी पळत आमच्या दिशेनं बंदूक रोखून येत होता. माझ्या हातात ड्रायव्हरनं आमचे पासपोर्ट घाईनं कोंबले. मी न सुचून ते माझ्या घागऱ्याच्या घोळात कसेतरी लपवले. माहतोब घाबरून कुशीत शिरली. ''बोलू नको, डोळे मिटून झोपल्याचं सोंग घे,'' मी तिला सांगितलं.

पहारेकरी आता बंदुकीची नळी गाडीच्या आत रोखून आमची पाहणी करायला

आला. त्याचे ड्रायव्हरशी काहीतरी जोरजोरात बोलणे झाले. शेवटी एकदाचा तो परत गेला. आमच्या ड्रायव्हरनं सुटकेचा निश्वास टाकला.

परत आम्ही निघालो. वाटेल तशा डोंगराळ भागातून जात शेवटी हायवेला लागलो. आमच्या समोरून आणि पाठीमागून लष्कराच्या ट्रक्सची वाहतूक मोठ्या प्रमाणावर चालू होती. पुढं गेल्यावर समोर परत एक चेकनाकं होतं. पण आमच्या ड्रायव्हरनं थोडी आधीच गाडी कडेला थांबवून आम्हाला खाली उतरवलं. ड्रायव्हरच्या शेजारचा माणूसपण आमच्याबरोबर उतरला. आम्ही चेकनाका टाळून जायचं होतं तर!

माहतोब आणि मी त्या माणसाच्या पाठोपाठ एका बर्फाच्छादित मैदानात शिरलो. चेकनाक्यावरच्या लोकांना आम्ही सरळ सरळ दिसू शकलो असतो. मग ही यातायात कशासाठी? वाघ पाठीमागं लागल्यासारखी आमची बिकट परिस्थिती झाली होती. अनेक मिनिटं आम्ही तसेच दबतदबत त्या मैदानातून चालल्यावर आम्ही परत हायवेला लागलो.

आता मागून एखादी जीप किंवा मोहसीननं सांगितल्याप्रमाणं लाल गाडी आम्हाला घ्यायला येईल अशी माझी अपेक्षा होती. पण तो आमचा माणूस पुढं पुढंच चालत सुटला. आणि त्याच्यामागोमाग कडाक्याच्या थंडीत अडखळत ठेचकाळत आम्ही दोघी.

एकदा चढ, एकदा उतार. कितीतरी वेळ त्या रस्त्यानं गर्दीतून वाहनांमधून आम्ही चालत होतो. कधीतरी बर्फावरून पाय घसरत होता, लचकत मुरगाळत होता. बिचारी माहतोब जपून, छोटी छोटी पावलं टाकत जराही कुरकुर न करता चालत होती.

असं अर्धा तास चालल्यावर एका जागी बसायला थोडी जागा होती तिथं आमच्या वाटाड्यानं आम्हाला थांबून जरा विश्रांती घ्यायला सांगितलं. खाणाखुणांच्या सहाय्यानं त्यानं तो जरा पुढं जाऊन परत येत असल्याचं सांगितलं आणि झपाझपा पावलं टाकत तो निघून गेला. त्या मोकळ्या बर्फाच्छादित रस्त्यावर मी आणि माहतोब दोघीच.

तो परत येईल कशावरून? त्याला अमालनं त्याचे पैसे आधीच दिले आहेत. आता त्याला काय करायचंय आमच्याशी?

आम्ही जीव मुठीत धरून देवाचं नाव घेत असं किती वेळ बसलो होतो देव जाणे. तेवढ्यात जर कुणी रस्त्यात थांबून आम्हाला हटकलं, आमची चौकशी केली तर? मी काय उत्तर द्यायचं? आणि त्या माणसाची किती वेळ वाट बघायची? आणि आलाच नाही तर?

माहतोब निश्चल बसून होती.

फार वेळ झाला. आता काही तो माणूस येत नाही अशी जवळजवळ खात्रीच झाली. रात्र होईपर्यंत इथंच बसून रहायचं मग पुढचं पुढं बघायचं असा मी निर्धार केला. पण पुढं तरी काय करायचं? एक स्त्री आणि एक लहान मुलगी... एकटं रस्त्यानं सरहद्दीच्या दिशेनं चालत सुटायचं? तुर्कस्थानच्या सहरद्दीवरचे पर्वत ओलांडायचे? की या कडाक्याच्या थंडीत गोठून मरायचं?

तो माणूस आता नक्कीच येत नाही.

त्या क्षणी नेमकी मला हेललनं सांगितलेली गोष्ट आठवली. एक इराणी स्त्री व तिची मुलगी. अगदी या अशाच आमच्यासारख्या परिस्थितीत त्यांना कुणीतरी सोडून दिलं होतं. मुलगी तडफडून मेली. ती बाई वेडी झाली. मरायला टेकलेली सापडली. तिच्या तोंडात एकही दात नव्हता.

त्या थंडीनं माझं शरीर आणि मन बधिर झालं होतं. पण अचानक मला लाल गाडीचे दिवे लांबून आमच्या रोखानं येताना दिसले. बघता बघता गाडी आमच्याजवळ येऊन थांबली.

तो माणूस परत आला होता! त्यानं आम्हाला लगेच लाल गाडीत बसवलं आणि आम्ही निघालो. पंधरा मिनिटांनंतर आम्ही एका लहानशा सिमेंटच्या घरापाशी आलो. घराबाहेर तोकड्या कपड्यातली लहान मुलं बर्फात दंगामस्ती करत होती. घराबाहेर बघावं तिथं कपडे वाळत घातले होते.

आम्ही खाली उतरताच बायकामुलांनी आम्हाला घेरलं आणि सगळे आमचं निरीक्षण करू लागले. मोठ्या लांब नाकाच्या बायका, घोळदार घागरे घातलेल्या. त्या बायका संशयानं माझ्याकडं बघत होत्या.

'"झूदबाश! लवकर चला" म्हणून त्या परत आलेल्या माणसानं आम्हांला घराच्या मागच्या बाजूच्या व्हरांड्यात नेलं. तिथं आम्हाला आमचे बूट काढून ठेवावे लागले. मी फार थकले होते. त्यात मघाशी त्या माणसाची वाट पाहताना मनावर इतका प्रचंड ताण आला होता की त्याचा परिणाम म्हणून आता डोळे मिटत होते. आजूबाजूचं सगळं स्वप्नात चालल्यासारखं वाटत होतं.

आम्ही बूटमोजे काढून आत शिरलो तरी त्या बायकामुलांनी आमची पाठ सोडली नव्हती. आतली खोली बरीच मोठी होती. पण रिकामी. एका बाईनं आम्हाला 'बसा' अशी खूण केली.

सारवलेल्या टणक जमिनीवर आम्ही बसलो. बायका आमच्या समोर येऊन बसल्या. मोठ्या मोठ्या डोळ्यांनी रोखून बघत होत्या. एकसुद्धा हसायला तयार नाही. मग एकीनं उठून चुलीवर चहा केला. एकीनं मोठाले गारढोण पावाचे तुकडे आणले. कुणीतरी अंगावर पांघरायला कांबळं आणून दिलं. अंगावर ते कितीही घट्ट ओढून घेतलं तरी थंडी काही भागत नव्हती.

या बायकांच्या मनात तरी काय आहे? या सगळ्या कलकलाट केल्यासारख्या आपल्या भाषेत एकमेकींना काय सांगत असतील? आम्ही अमेरिकन आहोत हे त्यांना कळलं तर नसेल? हे कूर्द लोकही अमेरिकनांचा द्वेष करत असतील का? का शियापंथीय लोकांचे हे शत्रू म्हणजे पर्यायानं आमचे मित्र असतील?

तो परत आलेला माणूस आमच्या शेजारी जमिनीवर फतकल घालून मुकाट्यानं बसून राहिला. आता यानंतर काय?

थोड्या वेळानं एक बाई एका दहाबारा वर्षांच्या मुलाचं बखोट धरून आरडाओरडा करत आत आली. तिनं रागानं त्याला काहीतरी बोलून माहतोबच्या शेजारी बसवलं. तो मुलगा लाजून अंग चोरून बसला. शेजारी कमरेवर हात ठेवून ती बाई उभी राहिली.

मला एकदम तिची भीती वाटली. हा काय प्रकार होता? हे भटक्या जमातीतले लोक, स्वतःच्याच देशात चोरासारखे राहणारे, आपल्याच लोकांशी वैर पत्करून जगणारे. आणि यांच्या आश्रयाला आम्ही. मला रडावंसं वाटलं. हे सगळं खरं होतं की स्वप्न?

मूडी! त्याचा चेहरा माझ्या नजरेसमोर तरळला. आम्हाला या असल्या परिस्थितीत ढकलायला तोच जबाबदार होता. मला मारताना त्याच्या नजरेत फुललेला अंगार, माहतोबला मारताना आग ओकणारे डोळे. ती मधेच तरळून जाणारी वेडाची लहर.

या मूडीच्या असल्या वागण्यापायीच मी माहतोबला घेऊन पळून आले होते. आणि आता, ही सगळी परकी माणसं एकत्र गोळा होऊन काय कुजबूज करत होती? आमच्याविरुद्ध तर काही कट चालला नसेल? हा मुलगा कोण होता? या असल्या जमातीच्या लोकांची काही विचित्र रूढी तर नव्हती? त्यांनी जर माहतोबचं याच्याशी लग्न वगैरे लावून दिलं तर! आता मात्र मी खरोखर घाबरले. इथं काय वाटेल ते घडू शकतं अशी माझी खात्री पटली होती.

कशाला या फंदात पडलो आपण? हे लोक माहतोबचा सौदा करत नसतील ना? अशा विचित्र नजरेनं का बघतायत सगळे तिच्याकडं? यापेक्षा जन्मभर इराणमधे मूडीजवळ राहिलो असतो तरी चाललं असतं. मी... मीच दोषी आहे. माहतोबला कशाला आणलं मी इथं?

थकवा आणि मानसिक ताणामुळं माझ्या मनाचा तोल ढळत चालला होता.

"मम्मी, मला भीती वाटते. मला नाही हे घर आवडलं," माहतोब कुजबुजली. म्हणजे तिलाही काहीतरी वेगळं जाणवलं होतं.

तो मुलगा कुतूहलानं माहतोबच्या जवळ सरकून तिला अगदी खेटून बसला. पण त्याच्या आईनं त्याला फटकारल्यावर तो लांब झाला. पलीकडं तो परत आलेला माणूस आपला घुम्यासारखा बसून होता.

अर्ध्या तासानं खोलीत एक नवीन माणूस शिरला. तो येताच सगळे एकदम शांत झाले. बायकांनी लगबगीनं त्याला गरम चहा आणून दिला व अदबीनं मान खाली घालून उभ्या राहिल्या. तो आमच्याकडं ढुंकूनही न बघता जमिनीवर बसला. त्यानं आतून कागद काढून त्याची सिगरेटसारखी लांब सुरनळी केली. त्यात काहीतरी पांढरी पूड भरली. चरस? गांजा? अफू?

हा नक्की या लोकांचा प्रमुख होता. मग नीट निरखून पाहिलं तर समोरच्या भिंतीवर त्याचं चित्र लटकत होतं. आणि या एवढ्या बायका? हा याचा जनानखाना होता की काय?

"मम्मी, चल ना, मला इथं भीती वाटते," माहतोब परत कुजबुजली.

मी हातावरच्या घड्याळात पाहिलं. तिन्हीसांजा झाल्या होत्या. "चूप बस. बोलू नको," मी तिला म्हटलं. खोलीत आता खूपच अंधार झाला. कुणीतरी मेणबत्ती लावली. मेणबत्तीच्या प्रकाशात तो सगळा प्रकार आणखीच भीतीदायक दिसत होता.

असे चार तास आम्ही निःशब्दपणे बसून होतो. त्या बायका, ती माणसं, आणि आम्ही नुसते एकमेकांकडं रोखून पाहात होतो.

अचानक बाहेरून कुत्र्याचं भुंकणं ऐकू आलं. खोलीतील सगळे टुणकन उठून उभे राहिले. थोड्याच वेळात साठी उलटून गेलेला एक म्हातारा आत आला. खाकी कपडे, डोक्यावर हॅट. प्रमुखाचं आणि त्याचं बोलणं झालं. नक्कीच आमच्याबद्दल. तो नवीन माणूस उत्साही, तरतरीत होता.

मग एका बाईनं आमच्याकरता दुसरे कपडे आणले. माझे आधीचे कपडे काढून मला हे नवे भले मोठे कपडे चढवले. त्या बाईनं कपडे चढवण्याचं काम पूर्ण केल्यावर मला त्या अवतारात हालचाल करणं, श्वास घेणंसुद्धा कठीण झालं.

तो म्हातारा निघण्याच्या तयारीनं अस्वस्थपणे येरझाऱ्या घालत होता. आम्ही तयार होताच त्यानं जवळजवळ हाकलून आम्हाला घराबाहेर काढलं व फुंकर घालून एकुलती एक मेणबत्ती पण विझवली. घरभर अंधाराचं साम्राज्य.

आता आम्ही कुठं निघालो होतो बरं? पण हे घर सोडून निघालो होतो ही त्यातल्या त्यात आनंदाची गोष्ट होती. कदाचित आता आम्हाला रेडक्रॉसच्या ॲम्ब्युलन्समधून नेण्यात येणार असेल.

घराबाहेर आलो तर अंधारात घोड्याचं फुरफुरणं ऐकू आलं. परत आलेल्या माणसानं आम्हाला आधार देऊन जवळजवळ उचलूनच घोड्यावर बसवलं आणि हातानं सलाम ठोकला. आता तो पुढं आमच्याबरोबर येणार नव्हता.

यानंतरची जबाबदारी म्हाताऱ्यावर होती. त्या घोड्यावर बसणं ही एक परीक्षाच होती. कारण त्यावर खोगीर नव्हतं. नुसतं एक जाड कापड घातलेलं होतं. माहतोब

माझ्या पुढ्यात होती. घोडा छोटासाच होता. गाढवाएवढ्या उंचीचा. आमचं दोघींचं वजन कसं पेलणार हा?

म्हातारा पुढं झपाझपा चालू लागला. त्याच्या पाठोपाठ ते घोडं. मी गेल्या कितीतरी वर्षांत घोड्यावर बसले नव्हते. त्यातही हे असलं घोडं. त्याला खोगीर नाही. त्यात थंडी. पेंगणारी माहतोब पुढ्यात. बर्फाचे छोटे छोटे ढीग पार करावे लागत होते. कधी एखादा ढिगारा घोड्याच्या पायाखालून निसटायचा. आवाज व्हायचा. आणि आवाज तर आमचा सगळ्यात मोठा शत्रू होता. न जाणो गस्त घालणाऱ्या एखाद्या पासदाराचं आमच्याकडं लक्ष जायचं.

थोड्या वेळात उतरण सुरू झाली. चढउतार चढउतार असंच चालू होतं. सपाट रस्ता मुळी नव्हताच. समोर दुर्गम डोंगरांच्या रांगा, नजर ठरेल तिथपर्यंत डोंगरच डोंगर.

अचानक उतारावर घोड्याचा पाय घसरला. मीही पडले. माहतोबही. मागून कुणीतरी येऊन उठवलं. पाहिलं तर परत आलेला माणूस होता. म्हणजे हा आमच्या मागोमाग आला होता तर! एवढं पडल्यावर खरचटलं, लागलं तरी माहतोबनं हूं की चूं केलं नाही.

परत आम्ही घोड्यावर बैठक मारली आणि निघालो.

आमचा या प्रकारात कसा काय निभाव लागणार? अजून अशी किती वाट जायची आहे? वर, खाली, वर, खाली तासन् तास असाच अडखळत ठेचकाळत बोचऱ्या थंडीत आमचा प्रवास चालू होता. अंग ठणकत होतं. डोळे मिटत होते. काळवेळेचं गणित समजेनासं झालं होतं. जगाच्या अंतापर्यंत आम्ही असेच जात राहणार होतो...

इतक्यात लांबून गोंगाट ऐकू आला. माझं मन चरकलं. नक्कीच पासदार. आता इतकं पार पाडल्यावर अखेरच्या क्षणी पकडले जाणार आपण. पण परत आलेल्या माणसाच्या चेहऱ्यावर चिंता दिसत नव्हती. त्यानं आम्हाला तसंच पुढं नेलं. समोर मेंढ्यांचा कळप होता. म्हातारा पुढं होऊन मेंढपाळाशी बोलू लागला. मेंढपाळानं आमच्या बरोबरच्या माणसाचे हसून स्वागत केले. मग पुढं होऊन घोड्याचा लगाम त्याच्या हातून काढून घेतला. मला काही समजायच्या आत आम्ही पुढं निघालो. मागं वळून पाहिलं तर आधीचा माणूस अंधारात गायब झाला होता.

आणखी एक डोंगर. त्यापाठोपाठ आणखी एक. असे कितीतरी.

माझे हात आता खिळखिळे झाले होते. समोर नजर गेली. डोंगरमाथ्यावर पिस्तुलधारी माणसांच्या रेखाकृती इकडून तिकडं हिंडत होत्या. हृदयाचा ठोका चुकला. पासदार. किती कथा वाचल्या होत्या त्यांच्या क्रूरपणाच्या. स्त्रिया आणि कोवळ्या मुलींवर बलात्कार करतात. मग त्यांना हालहाल करून ठार मारतात.

स्त्रीनं कुमारिका म्हणून मरायचं नसतं म्हणे. माझ्या पोटात गोळा आला.

आम्ही पुढं जातच होतो.

आता वरून मोठाले भांडणाचे आवाज येत होते. नक्कीच पासदारांनी आम्हाला बघितलं होतं. मी माहतोबला घट्ट पकडलं. निराशेचे अश्रू गालावर येऊन गोठले.

मेंढपाळानं अचानक घोडा थांबवला. आम्ही कानात प्राण आणून ऐकू लागलो. म्हातारा एकटा पुढं गेला होता. आवाज खूप जोरजोरात येत होते. पण आता भांडल्यासारखे वाटत नव्हते. कितीतरी वेळ गेला. म्हातारा अजून परत आला नव्हता.

अखेर पुढं धोका नाही अशी खात्री पटल्यावर मेंढपाळानं आमचं घोडं पुढं हाकायला सुरवात केली.

आम्ही वर पोचलो. चार माणसं कोंडाळं करून उभी होती. त्यांच्यापाशी तीन घोडे होते. अंधारात कुणीतरी माझ्यापाशी येऊन म्हणालं, "सलाम मेमसाब." आवाज ओळखीचा वाटला. मी चमकून पाहिलं. तो मोहसीन होता. मला आनंद झाला. तो आपलं वचन पूर्ण करायला, मला, आपल्या मानलेल्या बहिणीला सरहद्दीपार सुखरूप सोडायला खरोखर आला होता.

त्यानं आम्हाला घोड्यावरून उतरवलं. मग मोहसीननं आमच्या बेतात जरासा बदल झाल्याचं सांगितलं. आज संध्याकाळी आमच्या ट्रकला हटकून आमच्याबद्दल विचारणा करण्यात आली होती. आमच्या ड्रायव्हरनं प्रसंगावधान राखून, काहीतरी थाप मारून वेळ निभावून नेली होती. पण आता फार सावधगिरीनं वागायला हवं होतं. त्यामुळं आता आम्हाला रुग्ण म्हणून अम्ब्युलन्समधून नेणं फार धोक्याचं होतं. तुर्कस्थानच्या सरहद्दीपार जाण्याचा आता एकच मार्ग उरला होता, हे सगळे डोंगर असेच घोड्यावर पार करणं.

माहतोबला दुसऱ्या माणसाबरोबर वेगळ्या घोड्यावर बसवावं म्हणजे आम्ही जास्त झपाझपा जाऊ शकू असं मोहसीनचं मत पडलं. पण ती रडू लागली. मला सोडायला तयार होईना. तिच्या डोळ्यातून पहिल्यांदाच टपटप पाणी गळू लागलं. मला खरं तर खूप वाईट वाटत होतं. पण तशीच मी तिला रागावले. हे एवढं अंतर पार पाडल्यावर थोडक्यासाठी काही विपरीत घडायला नको होतं.

माहतोब कशीबशी तयार झाली. "माहतोब, आपण अमेरिकेला जातो आहोत. पण आपल्याला त्यासाठी इतका त्रास पडेल अशी मला कल्पना नव्हती. मी तरी काय करू?"

"मम्मी, कितीही त्रास पडला तरी चालेल. पण त्या दुष्ट डॅडींकडं राहायचं नाही. अमेरिकेला परत जायचं," ती निर्धारानं म्हणाली.

आता आम्ही दोघी वेगवेगळ्या घोड्यांवर बसून निघालो. सगळी माणसं

लगाम धरून चालत होती. आमच्या दोघींच्या घोड्यांमध्ये बघता बघता खूप अंतर पडलं. मागं वळून पाहिलं तर माहतोब दिसेना. घाबरली तर नसेल माझी राणी? रडणार तर नाही?

रात्र, भयाण अंधाराची. संपायला तयार नव्हती. आणखी उंच, उंच, आभाळाला भिडणाऱ्या डोंगररांगा. आम्ही सरहद्दीवर पोचणार तरी कधी? का पोचलो आहोत?

माझ्या घोड्याचा लगाम धरून चालणाऱ्या माणसाला मी जमिनीकडं बोट दाखवून विचारलं, "टर्की? टर्की?" पण तो हसून म्हणाला, "इराण, इराण."

यानंतरचा डोंगराचा रस्ता इतका चढणीचा होता की आम्हाला घेऊन चढणं घोड्यांना अशक्य होतं. आम्हाला घोड्यावरून उतरवलं. धडपडत, ठेचकाळत, चालत आम्ही तोही डोंगर पार केला. आतापर्यंतच्या सगळ्या डोंगरांमध्ये हा उंच व दुर्गम होता. माझी आशा पालवली. परत मी विचारलं, "टर्की? टर्की?" पण परत तेच उत्तर आलं, "इराण, इराण."

आता उताराच्या रस्त्यावर आम्ही परत घोड्यावर स्वार झालो. बर्फ इतका भुसभुशीत होता की घोड्याचे पाय रुतत होते. माझे गुडघेही बर्फानं भरले होते. डोंगर पूर्णपणे उतरून आम्ही खाली आलो तर समोर सपाट मैदान. म्हणजे आमचा आडोसा आता गेला. आम्ही कोणालाही दिसू शकणार. समोर आणखी एक डोंगर होता. पण त्यापूर्वी हे मैदान पार करणं महा कठीण काम होतं.

माझ्या वाटाड्यानं मला अगदी निश्चल थांबायची खूण केली. आमच्यातला एकच माणूस पुढं गेला. थोड्या वेळानं तो मांजराच्या पावलानं परत आला व मोहसीनच्या कानात कुजबुजला. अखेर मला सांगण्यात आलं, "वाट अवघड आहे. आधी आम्ही तुम्हाला पोचवणार व नंतर परत येऊन मुलीला पोचवणार."

मोहसीनच्या बोलण्याचा स्वर असा होता की मला काही बोलण्याची हिंमतच झाली नाही. मी पुढं निघाले. माहतोब एकटी मागं. हा बेत बहुदा तिला काही कळला नसणार. तेच बरं होतं.

दबत, दबत अगदी हळू आम्ही पठारावरून निघालो. थोड्या वेळात पठार संपलं आणि डोंगराच्या अगदी कडेचा, अत्यंत चिंचोळा आणि अवघड रस्ता लागला. बरोबरची माणसं चांगली तरबेज होती. दहाव्या मिनिटाला त्यांनी मला पलीकडं नेऊन सोडलं. माझा वाटाड्या माझ्यासोबत थांबला. मोहसीन मागं फिरला. तो माहतोबला आणणार होता.

मी डोळे फाडफाडून अंधारात माहतोबच्या दिशेनं बघत होते. ती दहा-पंधरा मिनिटं मला अक्षरशः युगासारखी भासली. ती रडेल का? मी नाही असं बघून थैमान घालत असेल का?

इतक्यात ती दिसली. एका माणसाच्या पुढ्यात बसून घोड्यावरून येत होती.

पुतळ्यासारखी निश्चल.

एवढ्यात माझ्या वाटाड्यानं जमिनीकडं बोट दाखवून मला सांगितलं, "टर्की, टर्की." "थँक गॉड!" मी मोठा निश्वास सोडला. अखेर आम्ही टर्कीत होतो. इराणमधे नाही.

पण अजून सगळं संपलं नव्हतं. टर्कीच्या पोलिस पहाऱ्याला चुकवून जायचं होतं. त्यांनी आम्हाला सरहद्दीवरून घुसताना बघून गोळीबार सुरू केला तर? किंवा तुर्की अधिकाऱ्यांनी पकडून प्रश्नांचा भडिमार केला तर त्याला कसं तोंड द्यायचं? पण अमालनं सांगितलं होतं, तुर्कस्थानातून आम्हाला परत इराणमधे कुणीही पाठवलं नसतं.

इतक्यात मनात एक भयंकर विचार चमकला. मी जवळजवळ वीस मिनिटं या तुर्कस्थानच्या भूमीवर उभी होते आणि माहतोब मात्र इराणमधे होती.

माझे पाय बर्फानं इतके गारठले होते की, संवेदनाशून्य, बधिर झाले होते. बोटे हलवता येत नव्हती. माहतोब कशी असेल? माझ्याहून बहुधा बरी असेल.

ती आणि मोहसीन जवळ आले. आमचा प्रवास पुढं सुरू. पुढं आणखी एक पर्वतरांग आ वासून उभी.

मी आता फार थकले होते. यापुढचा प्रवास करायची ताकदच नव्हती अंगात.

"अजून किती जायचंय, मोहसीन?"

"आलंच आता जवळ."

त्यानं मला धीर दिला. पण अजूनही आम्ही चाललोच होतो. माझं कपाळ त्या कडाक्याच्या थंडीत गरम होत चाललं होतं. मिटल्या डोळ्यांपुढं गरम लाल वर्तुळं नाचत होती. मला काय झालं ते समजलं नाही आणि मी घोड्यावरून खाली पडले. वाटाड्यानं मला उठवलं. "मी फार दमले आहे. मला थोडा वेळ इथं बसू दे," मी म्हणाले.

आमच्यापाशी वेळ नव्हता. त्यानं मला फक्त दहा मिनिटं बसायची परवानगी दिली. मोहसीन पळत माझ्यापाशी आला. माहतोब कुठं दिसेना. मी काळजीत पडले. "काळजी करू नका. ती पुढं आहे. ठीक आहे. आमची माणसं आहेत तिची काळजी घ्यायला."

आता मोहसीननं आणि माझ्या वाटाड्यानं मिळून मला उचलून घेतलं आणि निघाले. मी कशी तरी अर्धवट फरफटत, उठत, पडत चालू लागले. माझे पाय इतके डळमळीत झाले होते की मी आधाराशिवाय चालूच शकत नव्हते.

मी परत एकदा कोसळले. "प्लीज, मला थोडा वेळ झोपू द्या. मी नाही येऊ शकत."

मोहसीन खूप काळजीत पडला. त्यानं परत परत माझ्या कपाळावर हात ठेवून

ताप बघितला. मला बर्फातच झोपवण्यात आलं. "मी आता काही यातून वाचत नाही, मी इथंच मरणार. माझी माहतोब. तिचं काय होईल? मी इराणमधून तिला बाहेर तर आणली. पण पुढं काय?" मी तापात बरळत होते.

"मोहसीन, प्लीज मला इथं सोड. माहतोबला घेऊन जा. माझं काही खरं नाही. हवं तर उद्या ये," मी म्हणाले.

"अजिबात नाही," तो ओरडला.

माझी मलाच शरम वाटली. असहाय्य वाटलं. रडू कोसळलं.

परत एकदा दोघांनी मला उचललं आणि लटपटत्या पायांनी त्यांच्या आधारानं मी निघाले. बर्फाचं वादळ सुरू झालं होतं. कित्येकदा जोरदार वाऱ्यानं आम्ही तिघं ठेचकाळून पडत होतो. परत ते उठत होते, मला उठवत होते.

नंतर सगळा अंधार झाला. माझी शुद्ध हरपली.

जाग आली ती माहतोबच्या शब्दांनी. "मम्मी, मम्मी, डोळे उघड. बघ तरी, आपण कुठं आहोत?"

आम्ही डोंगराच्या शिखरावर पोचलो होतो.

आता पुढं परत घोड्यावरून जायचं. त्यांनी मला उचलून घोड्यावर पालथं टाकलं.

डोंगर उतरेपर्यंत कशीतरी मी त्या घोड्यावर घट्ट चिकटून पडून राहिले. खाली गडगडले नाही. पहाट होत आली होती. मोहसीननं खूप दूरवर दिसणाऱ्या मिणमिणत्या दिव्याकडं बोट दाखवलं आणि म्हणाला, "आपल्याला तिथपर्यंत पोचायचंय."

आणखी दहा मिनिटं गेल्यावर जोरजोरात कुत्री भुंकू लागली. डोंगराळ भागाच्या कुशीत लपलेल्या एका छोट्या झोपडीवजा घरात आम्ही पोचलो. घरात खूप माणसे होती. त्यांनी आमचं आणि मोहसीनचं फार प्रेमानं स्वागत केलं. माहतोबला कडेवरून उतरवून त्या माणसानं जमिनीवर ठेवलं आणि तो पण त्या गोंगाटात सामील झाला. माझ्याकडं कुणाचं लक्ष गेलं नाही. मला शरीराचा एकही भाग हलवता येत नव्हता. मी उतरायचा प्रयत्न केला आणि खाली कोसळले. एकट्या माहतोबचं लक्ष गेलं आणि ती पळत आली. बाकी सगळे, मोहसीनदेखील लांब, आपल्यात गुंग होते. माहतोबच्या मदतीनं जमिनीवरून फरफटत, जमेल तसं रांगत मी घरात पोचले. पण घराचा उंबरठा पार करता येईना. तशीच दारात डोकं टेकून पडून राहिले. आता कुठं मोहसीनचं लक्ष गेलं. तो धावत मदतीला आला. बाकीचे धावले. मला उचलून आत नेलं. मोहसीननं माझ्या गोठलेल्या पायातले बूट ओढून काढले तेव्हा मात्र मी प्राणांतिक वेदनेनं किंचाळले. मग मला आणि माहतोबला त्यांनी घरात मध्यभागी पेटवलेल्या शेकोटीजवळ नेऊन झोपवलं.

कितीतरी मिनिटांनी शरीरात थोडीशी ऊब आली, आणि थोडी थोडी बोटं

हलवता येऊ लागली. मग हाताचे पंजे, पावलं, हात. अखेर त्या उबेनं मला माणसात आणलं. मी माहतोबकडं बघून हसले. डोळे मिचकावले. तिचे डोळे चमकत होते. आम्ही अखेर यशस्वी झालो होतो.

मी थोड्या वेळानं जरा भानावर आले. नीट पाहिल्यावर भोवतालच्या परिस्थितीची जाणीव मला झाली. आणि मी आवंढा गिळला. घरभर पुरुष होते. नुसते पुरुष. एकही स्त्री नाही. आणि त्या सगळ्यांच्या मधोमध, शेकोटीजवळ आम्ही दोघी. मी आणि माहतोब. आम्ही टर्कीत होतो. पण या स्मगलर लोकांच्या ताब्यात. यांच्या मनात पाप आलं तर? आणि मोहसीन? त्याचं काय? तो उलटला तर?

आमच्या चेहऱ्यावरून आमची भीती स्पष्ट होत असणार. कारण एका माणसानं गरम गरम चहा आणून पुढं ठेवला. बशीत साखर. मला तर खरं म्हणजे बिनसाखरेचा चहा आवडतो. पण आज मुद्दाम मी भरपूर साखर खाल्ली. माहतोबलाही खायला लावली. थोड्याच वेळात आम्हा दोघींना तरतरी वाटू लागली.

एक तास शेकोटीपाशी उबेत पडून राहिल्यावर मला एकदा उठून चार पावलं टाकून बघण्याचा हुरूप आला. थरथरत का होईना पण मी थोडीशी चालले.

हे बघून मोहसीननं उठून आपल्या मागोमाग चलण्याची आम्हाला खूण केली. आम्ही घराबाहेरच्या अंगणात आलो. पलीकडं आणखी एक छोटी झोपडी होती. मोहसीनच्या मागोमाग आम्ही तिथं गेलो. आतल्या भागात डोकावलो तर तिथं पुष्कळ बायकांची लगबग चालू होती. काही मुलं पळापळी खेळत होती, तर काही जमिनीवर झोपली होती. आम्हाला दारात बघून एक घागरा घातलेली बाई पळत आली. मोहसीन मला फारसी भाषेत म्हणाला, “ही माझी बहीण आहे.”

मोहसीननं जवळ पडलेलं लाकूड शेकोटीत टाकलं आणि माझ्याकडं वळून म्हणाला, “उद्या सकाळी आम्ही तुम्हाला व्हॅनपाशी पोचवू.” एवढं बोलून तो एकटा पुरुषांच्या झोपडीत निघून गेला.

व्हॅनपाशी पोचल्यावर स्मगलरांची जबाबदारी संपणार. मग आमचे आम्ही आणि आमचं नशीब. मोहसीनच्या बहिणीनं आम्हाला उबदार पांघरुणं देऊन भिंतीपाशी बसवले.

भिंती गार आणि दमट होत्या. पांघरूणं लपेटून आम्ही दोघी एकमेकींना मिठी मारून बसलो. “माहतोब, आपण टर्कीत पोचलो.”

माहतोब माझ्या मांडीवर डोकं टेकून गाढ झोपून गेली. माझ्या मनात नुसता गोंधळ चालू होता. शरीराचा प्रत्येक कण ठणकत होता. पोटात भुकेचा डोंब उसळला होता. तशीच उपाशी कशीतरी मी झोपले. झोपेतही मी देवाचाच धावा करत होते. देवा, आमचा हा प्रवास संपपर्यंत आमची पाठ राख. तुझ्या कृपेचं छत्र आम्हावर ठेव.

सकाळी आठ वाजता मोहसीन उठवायला आला तरी माझा डोळा उघडेना. मी जशी काही गुंगीतच होते. तो मात्र खूपच ताजातवाना दिसत होता. माहतोबही उठून तयार झाली.

बाहेर आलो तर एक खूपच बऱ्या अवस्थेतली व्हॅन दारात उभी होती. बर्फातून प्रवास करण्यासाठी तिच्या चाकांना खास स्नोचेन्स बसवल्या होत्या. परत एकदा बर्फाळ डोंगराळ भागातून आमचा प्रवास सुरू. इराणपासून दूर दूर.

काही वेळाने आम्ही एका शेतातल्या घरात आलो. तिथे गरम चहा, ब्रेड, चीझ असा नाश्ता मिळाला. घशाखाली घास उतरेना. पण ताकद तर यायला हवी म्हणून मी हवा तेवढा चहा पिऊन घेतला आणि साखर खाल्ली.

परत एकदा आतून एक जख्ख म्हातारी हातात कपड्यांचं बोचकं घेऊन उगवली. आम्हा दोघींना या प्रांतांच्या पद्धतीचे कपडे चढवले.

आम्ही कितीतरी वेळ तशाच बसून होतो. सगळं थंड. कुठे काही हालचाल नाही. मी अस्वस्थ झाले. मग कळलं, मोहसीन गावात नवी गाडी आणायला गेलाय. ही जख्ख म्हातारी बाई मोहसीनची आई होती. त्याची बायको पण इथेच होती. मोहसीन तुर्क होता तर! इराणी नव्हताच मुळी. आता सारं लक्षात आलं. खरं तर तो कूर्द होता.

थोड्याच वेळात तो परत आला. त्याने येताच वर्तमानपत्रात गुंडाळलेलं एक पुडकं माझ्या हाती दिलं. आणि घाईघाईने मला आणि माहतोबला गाडीत बसवलं. मी ते पुडकं पर्समधे कोंबलं आणि मोहसीनच्या आईचा निरोप घ्यायला मागे वळले तो काय, आमच्या पाठोपाठ तीही गाडीत चढून बसली.

एक जण गाडी चालवायला बसला आणि त्याच्या सोबत एक तरुण मुलगा.

असे आम्ही डोंगराळ भागातून निघालो. एक मध्यमवर्गीय कुटुंब सहलीला निघाल्यासारखे. मोहसीनची आई इतक्या म्हाताऱ्या वयातसुद्धा इतकी प्रचंड लठ्ठ न उंच होती की तिच्याशेजारी बसलेली माहतोब बाहेरून दिसतदेखील नव्हती. कदाचित त्याकरताच तिला खिडकीशी बसवलं असावं. ती म्हातारी या सहलीवर फार खूष दिसत होती. दात नसलेलं बोळकं तोंड उघडून प्रसन्न हसत होती.

डोंगर उतरून सपाटीवर आल्यावर ड्रायव्हरने गाडी थांबवली. समोर चेकनाका होता. त्यातून एक शिपाई बाहेर आला. माझं धाबं दणाणलं. एक तुर्की बंदूकधारी सैनिक गाडीच्या आत डोकावला. मग त्याने ड्रायव्हरशी थोड्या गप्पा मारल्या. त्याचे कागदपत्र तपासले. पण त्याने आम्हा दोघींबद्दल काही विचारलं नाही.

आम्ही पुढे निघालो. दर वीस मिनिटांनी एक चेकनाका. परत थांबायचं. माझे प्राण कंठाशी. पण प्रत्येक वेळी आमची सहजगत्या सुटका झाली. मोहसीनच्या आईच्या मागे आम्ही छान लपलो होतो.

मधेच केव्हातरी मोहसीन उतरून गेला. मला चुटपुट लागली. मी त्याचा धड निरोपसुद्धा घेऊ शकले नव्हते. मग त्याने दिलेल्या पुडक्याची मला आठवण झाली. मी ते पर्समधून काढून उघडलं. माझे पैसे, दागिने आणि आमचे पासपोर्ट, सगळं काही जसंच्यातसं त्यात होतं. अमेरिकन डॉलर्स जसेच्या तसे तर होतेच. पण जे काही इराणी रियाल होते ते सगळे तुर्की लिरांच्या स्वरूपात बदलून आणलेले दिसत होते. फक्त एकच गोष्ट दिसत नव्हती त्यात. माझा सोन्याचा नेकलेस. मोहसीनने तो तेवढा स्वतःच्या बायकोकरता ठेवून घेतला असावा.

नंतर आम्ही वाटेत आणखी एका खेडेगावापाशी थांबलो. मला काही समजायच्या आत, मोहसीनची आई एक अक्षरही न बोलता उतरून निघून गेली. आता फक्त ड्रायव्हर आणि आम्ही दोघी. ड्रायव्हरच्या शेजारी बसलेला तरुण मुलगाही असाच कुठेतरी उतरून गेला होता.

अचानक ड्रायव्हरने गाडी थांबवून खाणाखुणांच्या साह्याने आम्हाला सांगितले की आता आम्ही अंगातले तुर्की कपडे काढून टाकायला हरकत नव्हती. त्या कपड्यांच्या आत आमचे अमेरिकन कपडे होतेच. म्हणजे येथे आम्ही उजळ माथ्याने अमेरिकन प्रवासी म्हणून हिंडू शकत होतो. फक्त आमच्या पासपोर्टवर या देशात अधिकृतपणे प्रवेश केल्याचा शिक्का नव्हता ही एक मेख होती.

वाटेत आणखी बरीच खेडी लागली. नंतर व्हॅन शहराजवळ आली. आता इथून अंकाराला जायचं. मला बसस्टँडपाशी नेऊन पोचव हे त्या ड्रायव्हरला खुणेने समजावता समजावता माझ्या नाकी नऊ आले.

गावातल्या गर्दीतून गाडी वेडीवाकडी दामटत एकदाची त्याने बसडेपोपाशी आणून उभी केली. मग मला आतच थांबायची सूचना देऊन तो माझ्याकडून पैसे घेऊन गेला आणि थोड्याच वेळात अंकाराची दोन तिकिटे घेऊन आला. त्याचं आणि माहतोबचं मोडक्या तोडक्या फारसीत काहीतरी बोलणं झालं. ''मम्मी, बस चार वाजता आहे असं तो म्हणतोय.'' बस उद्या दुपारी अंकाराला पोचणार होती.

मी घड्याळात पाहिलं. आता फक्त दुपारचा एक वाजला होता. तीन तास इथे रेंगाळत थांबण्याची माझी मुळीच इच्छा नव्हती. शिवाय दोघींना भूक लागली होती. ड्रायव्हरनेच आम्हाला एका जवळच्या छोट्या हॉटेलात नेलं. मग मात्र आमची रजा घेतली. नवल म्हणजे त्याचे डोळे पाणावले होते.

हॉटेलमधे आम्ही मागवणार तरी काय हा प्रश्नच होता कारण मेनूकार्डावरचं काहीच कळत नव्हतं. तरी पण जमेल तसे मागवले. पाचच मिनिटांत पुढ्यात गरम गरम वाफाळलेला भात आणि अतिशय रुचकर जेवण आलं. इतक्या दिवसात पहिल्यांदा आम्ही दोघी पोटभर जेवलो. जेवता जेवता अमेरिकेच्या गप्पा चालू होत्या. एकीकडे मला डॅडींची काळजी वाटत होती.

इतक्यात माहतोबच्या चेहऱ्यावर आश्चर्य उमटलेलं बघून मी मागं पाहिलं तो काय, आमचा मगाचचा ड्रायव्हरच परत येत होता. आम्हाला नीट बसमधे बसवून न देता इथेच असं सोडून गेल्याबद्दल त्याला वाईट वाटल्याने तो परत आला होता. मग तोही आमच्याबरोबर जेवला.

परत एकदा आम्ही तिघे बाहेर पडून बसस्टँडपाशी गेलो. त्या ड्रायव्हरच्या ओळखीचा एक तुर्की माणूस तिथं नोकरीला होता. त्याची आणि आमची ओळख करून देऊन, त्याच्यावर आम्हाला सोपवून तो परत जायला निघाला. परत एकदा त्याचे डोळे पाणावले.

ड्रायव्हर निघून गेला. त्याच्या तुर्की मित्राने एका छेट्या पोऱ्याला आमच्या सोबत एका खोपटात चहा प्यायला पाठवले व तो गेला.

चार वाजायच्या सुमाराला तो परत आला. त्याने आमचे पासपोर्ट मागितले. मी घाबरले. मी नाईलाजाने पर्स उघडली व पासपोर्टकडं नुसतं बोट केलं. पण उघडले नाहीत. त्यावर हवे ते शिक्केच नव्हते. त्या माणसाने पण लांबूनच ते बघून तो पुढे गेला. मग माझ्या लक्षात आलं. तो बससाठी थांबलेल्या सर्व प्रवाशांचे कागदपत्र तपासत होता. आमच्या ड्रायव्हरने त्याला खाजगीत काय सांगितले होते देव जाणे. पण त्याने आम्हाला सोडले.

थोड्या वेळाने अंकाराची बस सुटणार असल्याची घोषणा झाली. आम्हाला त्यातला फक्त अंकारा एवढाच शब्द कळला. प्रवाशांच्या गर्दीतून धक्काबुक्की करत आम्ही आत शिरून जागा पकडल्या.

बस निघाली. डोंगराळ भाग. जागोजागी धोक्याची वळणे. खिडकीतून बाहेर नजर टाकली तर जणू काही गिळंकृत करायला आ वासून उभी असलेली दरी. इतक्या संकटातून पार पाडत इथवर आलो आणि एखाद्या कड्यावरून कोसळून तर मृत्यू लिहिला नाही नशिबात? मी गपकन डोळे मिटून झोपण्याचा प्रयत्न केला. अतिश्रमांनी अंग जड झालं होतं. एकदाची झोप लागली.

जाग आली ती मोठ्या धक्क्याने. बाहेर मध्यरात्रीचा दाट काळोख होता. ब्रेक जाम झाले होते आणि मोठा आवाज करत बस कशीतरी थांबली होती. बाहेर तशात वादळी वारे सुटले होते. पुढे आमच्यासारख्याच आणखी बसची रांग लागली होती. पुढे दरड कोसळली होती.

बाजूलाच हॉटेलसारखी दिसणारी एक इमारत होती. आता या प्रकरणात बराच वेळ लागणार असं दिसताच बरेच प्रवासी चहापाणी करायला उतरून गेले. माहतोब माझ्या कुशीत गाढ झोपली होती. मीही झोपले. मधेच जाग आली तरी बस आहे त्याच जागी. असे बरेच तास गेले. पहाट झाली.

सहा तासाच्या खोळंब्यानंतर अखेर आम्ही निघालो. वादळी वारे अतिशय

जोरात वाहत होते. ड्रायव्हर तर वेड्यासारखा जोरात बस चालवत होता. एकेका वळणावर काळजाचं नुसतं पाणी होत होतं.

अशीच दुपार झाली. बस चालली असताना रस्त्यात अचानक फार गर्दी लागली म्हणून थांबावं लागलं. पाहिलं तर समोर मृत्यूचं अक्षरशः तांडव बघायला मिळालं. एका भयानक धोक्याच्या वळणावर कमीतकमी अर्धा डझन बसेस उलटून खाली दरीत कोसळल्या होत्या. जखमी विव्हळणारे लोक रक्ताच्या थारोळ्यात पडले होते. माझ्या पोटात ढवळू लागलं. तशात कशीतरी वाट काढीत आमचा ड्रायव्हर अगदी हळू त्या दृश्याच्या जवळून बस नेऊ लागला. मी डोळे मिटून मान फिरवली.

आम्ही सुखरूप वळण पार करून सरळ रस्त्याला लागलो. ड्रायव्हरने परत पिसाटासारखी गाडी सोडली. मी मनात देवाचा धावा सुरू केला.

संध्याकाळ झाली. मी आणि माहतोब एकदम म्हणालो, "कधी पोचणार आहोत आपण?"

अखेर मध्यरात्री दोन वाजता आम्ही अंकाराच्या प्रचंड मोठ्या अत्याधुनिक बसस्थानकापाशी येऊन पोचलो. चोवीस तासांऐवजी बत्तीस तासांचा प्रवास करून.

आज पाच फेब्रुवारी, बुधवार. मूडीच्या कचाट्यातून सुटून आज पुरता एक आठवडा लोटला होता. आम्ही बसमधून उतरताच एक माणूस 'टॅक्सी, टॅक्सी' असं ओरडत आला. पोलिसाच्या दृष्टीला पडायच्या आत आम्ही टॅक्सीत घुसलो.

कसेतरी मोडक्या तोडक्या फारसीत त्याला एखाद्या चांगल्या हॉटेलपाशी सोड म्हणून सांगितले.

हॉटेलात काऊंटरवरचा क्लार्क इंग्रजी बोलत होता ते बघून हायसं झालं. खोली उपलब्ध होती. त्याने रजिस्टरमधे नाव पत्ता लिहून घेतला. मी मम्मी-डॅडींचा मिशिगनमधला पत्ता दिला.

आता खरी कसोटीची वेळ. त्याने आमचे पासपोर्ट मागितले. मी आमचे बिनशिक्क्याचे पासपोर्ट पुढे केले. अमालने शिकवलेली युक्ती या वेळी उपयोगी पडली. पासपोर्टबरोबर एक नोटही हळूच त्याच्या बोटात सरकवली. प्रसन्न हसून त्याने खोली स्वत: येऊन दाखवली.

खोली फारच सुंदर होती. माहतोबने पलंगावर उड्या मारल्या. मी डोळ्यांवर पाणी मारले. माहतोब बाथरूमला गेली आणि दरवाज्यावर जोरात थाप पडली.

"मॅडम, दार उघडा."

मगाचा क्लार्क दारात उभा, आमचे पासपोर्ट घेऊन. त्याचा चेहरा कठोर होता. "मॅडम, या पासपोर्टवर प्रवेशाचा शिक्का नाही. तुम्ही इथे राहू शकत नाही."

खूप विनवण्या केल्या. पहाट झाली की उठून एंबसीत जाणार आहे, बरोबर

लहान मूल आहे. सगळं सांगितलं. पण काही उपयोग झाला नाही. "आपण इथून लवकर गेला नाहीत तर मी पोलिसांना फोन करेन," तो म्हणाला. त्याचं बोलणं तसं उद्धट वा उर्मट नव्हतं. पण तो आपलं म्हणणं सोडायला तयार नव्हता. मी आणखी पैसे देऊ केले. पण तो बधला नाही.

आम्ही परत खाली आलो. क्लार्कच्या हातापाया पडून मी त्याच्या काऊंटरवरून अमेरिकन एंबसीत फोन लावला. फोन रात्रपाळीच्या माणसाने उचलला. आधीच भलत्यावेळी झोपमोड झाल्याने तो वैतागलेला होता. तशात मी फोनवर जे काही त्याला सांगत होते, त्यातलं अक्षरही त्याच्या डोक्यात शिरत नव्हतं. मी त्याला म्हटलं, "आम्हाला एवढी रात्र अमेरिकन एंबसीत टेकायला जागा द्या."

पण तो काही एक ऐकायला तयार नव्हता.

"नाही, तुम्ही इथे येऊ शकत नाही."

"पण मग आम्ही करू काय? कुठे जाऊ?"

"तुम्ही पासपोर्टवर शिक्का मारून न घेता तुर्कस्तानच्या हद्दीत शिरू शकलात कशा?"

"ते मी तुम्हाला सगळं फोनवर सांगू शकत नाही."

"तुम्ही तुर्कस्तानमधे आलात कशा?"

"घोड्यावरून."

माझे हे शब्द ऐकताच तो फोनवर जोरजोरात हसला– माझा उपहास करून. आणि म्हणाला, "हे पहा, आता रात्रीचे तीन वाजले आहेत. हा असला काहीतरी वेडेपणा ऐकत बसायला मला वेळ नाही. तुम्हाला एंबसीत येऊन काही फायदा नाही. तुम्ही पोलिसात जा."

त्याचं ते बोलणं ऐकून मला रडू कोसळलं.

"प्लीज, असं नका करू. मी गेला आठवडाभर पोलिसांच्या हातात पडू नये म्हणून काय काय संकटांचा सामना केला. आणि आता तुम्ही मला त्यांच्याकडे जायला सांगता? तुम्ही मला मदत केलीच पाहिजे."

"सॉरी. आम्ही तुमच्यासाठी काहीही करू शकत नाही."

निराश होऊन मी फोन ठेवला. मॅनेजरला सांगितलं, "उद्या सकाळी एंबसीतील कुणी अधिकारी माझी दखल घेईपर्यंत मला थांबावंच लागेल. तर सकाळपर्यंत मी इथे हॉटेलच्या लॉबीत थांबू का?" बोलत असताना मी एकीकडे माहतोबला जवळ धरलं होतं. कदाचित त्याचा परिणाम असेल, त्याला सहानुभूती वाटली असेल किंवा त्याला स्वतःला तिच्याएवढी लहान मुलगी असेल. त्याचा आवाज जरा नरम वाटला. पण तरीही तो म्हणाला, "हे बघा, तुम्हाला मी इथे राहाण्याची परवानगी देऊ शकत नाही."

मग मला आणखी एक कल्पना सुचली. मी हॉटेलातून अमेरिकेला माझ्या आईवडिलांच्या घरी फोन-कलेक्ट कॉल करण्याची परवानगी मागितली. ती त्याने दिली.

फोन लागण्याची आम्ही वाट बघत बसलो होतो तोवर त्याने वेटरला पाठवून आमच्यासाठी गरम गरम चहा मागवला. तो क्षण संपू नये, आपल्याला रात्रीच्या अंधारात बाहेर जायला लागू नये असं वाटत होतं.

अंकारामध्ये तो बुधवार होता पण मिशिगनमधे अजून मंगळवारच चालू होता. आधी मी मम्मीशी बोलले.

''मम्मी, आम्ही इराणमधून पळालो. आता आम्ही तुर्कस्तानात आहोत.''

हे बोलणं ऐकून ती आनंदाने रडू लागली. काल रात्री माझ्या बहिणीने, कॅरोलीनने आमच्या घरी फोन केला होता तेव्हा मूडीने तिला संतापून सांगितलं होतं, आम्ही पळून गेलो आहोत व आमचा ठावठिकाणा त्याला माहीत नाही. तेव्हापासून सगळे प्रचंड काळजीत होते.

''डॅडी कसे आहेत?''

डॅडी ठीक होते. विशेष म्हणजे ते आता घरी आले होते. मम्मीने त्यांच्या कानाला फोन लावला.

''बेटी,'' ते गदगदत्या स्वरात म्हणाले, ''तुझी सुटका झाली. तू इकडे परत येईपर्यंत मी मरणार नाही. तुला भेटल्याशिवाय मी राहाणार नाही.''

''होय डॅड. मी लवकरच तुम्हाला भेटणार आहे.''

फोन परत मम्मीने घेतला. मी तिला माझी इथली परिस्थिती समजावून सांगितली. स्टेट डिपार्टमेंटमधल्या ज्या अधिकाऱ्याकडे माझी केस होती त्याच्याशी ताबडतोब संपर्क साधायला सांगितला. मग कुणीतरी अंकारामधल्या एंबसीला फोन करून मला मदत करायची सूचना दिली पाहिजे तरच इथे माझा प्रश्न सुटेल हेही तिला मी समजावून सांगितलं. ''मी एंबसीत पोचले की तुला लगेच फोन करीन,'' असं वचन देऊन मी फोन ठेवला.

पुन्हा आम्ही काय करायचं, कुठे जायचं हा प्रश्न अनुत्तरितच होता. पेंगलेल्या माहतोबकडे बोट दाखवून मी त्या मॅनेजरला विचारलं, ''हिला घेऊन मध्यरात्री मी रस्त्यावर जाऊ?''

''तुम्ही एक टॅक्सी करा आणि या हॉटेलमधून त्या हॉटेलमधे हिंडत राहा. कधीतरी, कुणीतरी तुमचे पासपोर्ट न बघता तुम्हाला जागा देईल.'' असं म्हणून त्याने आम्हाला आमचे पासपोर्ट आणि त्याबरोबर मी सरकवलेली नोट परत केली. त्याने आमच्याकरता टॅक्सी मागवली आणि टॅक्सीवाल्याला दुसऱ्या एका हॉटेलचा पत्ताही सांगितला.

या हॉटेलात मात्र आम्हाला सहानुभूतीची वागणूक मिळाली. आमचा फक्त एकाच रात्रीचा प्रश्न आहे शिवाय मी बाकी काही गुन्हा करून पळून आलेली नाही ही खात्री पटताच त्याने मला खोट्या नावाने एका रात्रीपुरती खोली द्यायची तयारी दर्शवली. मग मी त्याच्या रजिस्टरमधे माझी माहेरच्या नावाने नोंद केली, "बेटी लव्हर."

खोलीत आल्यावर मी आणि माहतोबने सचैल स्नानाचा आनंद उपभोगला. दात घासून राहिलेला वेळ मऊ बिछान्यात गाढ झोप काढली.

दुसऱ्या दिवशी सकाळी अमालला फोन केला. "बेटी..." माझा आवाज ऐकताच तो आनंदाने चीत्कारला, "कुठून बोलताय?"

"एस्फाहान", मी सांकेतिक शब्द सांगितला.

त्याला माझी सुटका झाल्याचं पाहून फार आनंद झाला. "तुम्ही दोघी खुशाल आहात ना? सगळं काही सुरळीत पार पडलं ना? ते तुमच्याशी नीट वागले ना?"

"हो," मी सांगितलं आणि एकदा नाही चांगलं तीनदा थँक्यू म्हटलं त्याला.

मग मी आणि माहतोबने अगदी दुष्काळातून आल्यासारखा नाश्ता केला. नंतर आम्ही टॅक्सीने अमेरिकन एंबसीत गेलो. मी टॅक्सीचे पैसे देत असताना माहतोब एंबसीच्या इमारतीवर फडकणारा अमेरिकेचा झेंडा बघून टाळ्या पिटत नाचू लागली.

मी आत जाऊन रिसेप्शनिस्टजवळ माझे पासपोर्ट दिले. ती आत गेली. थोड्याच वेळात एक माणूस उगवला. त्याच नाव टॉम मर्फी. वॉशिंग्टनहून त्याला फोन आला होता त्यामुळे माझी हकिकत त्याला आधीच ठाऊक होती.

काल घडलेल्या प्रकाराबद्दल मनापासून दिलगिरी व्यक्त करून तो म्हणाला, "तुम्हाला काही दिवस इथे राहून तुर्कस्तान बघायची इच्छा असली तर तशी व्यवस्था आम्ही..."

"छे, छे, मुळीच नाही," त्याचं वाक्यही नीट पूर्ण होऊ न देता मी ओरडले. "मला पहिल्या विमानाने अमेरिका गाठायची आहे."

"ठीक आहे," तो म्हणाला, "तुमचे पासपोर्ट आधी आपण ठीकठाक करू आणि आज दुपारच्याच विमानाने तुम्ही अमेरिकेला निघा."

मग त्याने आम्हाला बाहेर बसायला सांगितले. आम्ही बाकावर बसून होतो. समोर आणखी एक अमेरिकेचा ध्वज एका खांबावर फडकत होता. त्याच्या दर्शनाने माझा गळा दाटून आला.

"माहतोब, आपण खरंच घरी निघालोय."

मग आम्ही दोघींनी खूप वेळ देवाची मनापासून प्रार्थना केली.

आम्ही वाट बघत बसलो असताना माहतोबने खिशातून रंगीत पेन्सिली

काढल्या. तिथून एक कागद मागून घेतला आणि चित्र काढत बसली.

माझ्या डोक्याच विचारांची चक्रं फिरत होती.

"मम्मी, बघ माझं चित्र..." माहतोबने मला गदागदा हलवून तंद्रीतून भानावर आणले.

चार तपकिरी रंगाचे पर्वत. त्यांच्यामागून डोकावणारा पिवळा धमक सूर्य. डोंगरांच्या पुढे वाहणारी नदी. एका वळणापाशी आमचं अलपेनातील छोटंसं घर. नदीच्या प्रवाहात एक होडी. पुढच्या बाजूला एक जरासं मोठं कूर्द प्रांतात आढळणारं घर. त्याच्या भिंती गोळ्या लागून चाळणी झालेल्या आणि या सगळ्या चित्रातून ठळकपणे नजरेत भरणारा अमेरिकेचा ध्वज. त्यावर मोठ्या मोठ्या वाकड्यातिकड्या अक्षरात तिने लिहिले होते अमेरीका.

□

ताजा कलम

माहतोब आणि मी सात फेब्रुवारी १९८६ रोजी मिशिगनला घरी आलो. स्वातंत्र्याचा खरा अर्थ पारतंत्र्य उपभोगून आल्यावरच माणसाला नीट समजतो. ज्यो आणि जॉन, मम्मी आणि डॅडींना बघून मला आनंदाने वेड लागायची पाळी आली. आम्ही भेटल्यानंतर डॅडींची प्रकृती बरीच सुधारली. अखेर तीन ऑगस्ट १९८६ रोजी त्यांनी अखेरचा श्वास घेतला. डॅडींची आठवण अजूनही सारखी येते.

आयुष्य एकटीने काढायची कल्पना मम्मीला अजून जडच जाते. ती एकटी रडत बसते. पण मग मला आणि माहतोबला सुखरूप परत आणल्याबद्दल देवाचे आभारही मानते.

ज्यो आणि जॉन चांगलेच मोठे, कर्ते पुरुष झाले आहेत. त्यांचा आता मला आधार वाटतो.

माझ्या मैत्रिणी चॅमसे, झरी, ॲलिस आणि फरिश्ते आता कुठे आणि कशा आहेत, याबद्दल मला काहीच माहीत नाही. माझ्या पळून जाण्याच्या बेताबद्दल मी त्यांना विश्वासात घेऊन सांगितलं नव्हतं. मी पळून गेल्यावर त्यांना त्याबद्दल काही त्रास सहन करावा लागला नसेल अशी आशा आहे. मी त्यांच्याशी संपर्क साधण्याचा मुद्दामच कधी प्रयत्न केला नाही. त्यांच्याकडे कुणी संशयाने बघायला नको.

हेलन बालासेनियन अजूनही इराणमधील स्विस एंबसीच्या यू.एस. इंटरेस्ट सेक्शनमधे नोकरी करते. माझ्यासारख्या संकटात सापडलेल्यांना मदतीचा हात अजूनही पुढे असतो तिचा.

तेहरानला माझा मित्र झालेला दुकानदार हमीद याचीही आठवण मला येते. मध्यंतरी मी त्याला एक पत्र पाठवले होते. माझ्याशी संपर्क करायला मुद्दाम एका त्रयस्थ व्यक्तीचा पत्ता दिला होता. त्याचे ताबडतोब त्या व्यक्तीच्या पत्त्यावर उत्तर आले–

माझी प्रिय बहीण बेटी,

तुझं पत्र मिळाल्यावर मला किती आनंद झाला ते मी शब्दात नाही लिहू शकत. मी कितीतरी वेळ नंतर पत्र हातात धरून खुर्चीवर बसून होतो. मग मी घरी बायकोला फोन करून तिलाही ही आनंदाची बातमी कळवली. तिलाही फार फार आनंद झाला. तुला आणि तुझ्या त्या सुंदर बाहुलीसारख्या छोट्या माहतोबला आम्ही या जन्मी तरी विसरू शकणार नाही.

दोन महिन्यांपूर्वी आमचं दुकान आम्हाला बंद करावं लागलं. आमचा गुन्हा काय तर इंग्रजी मुळाक्षरांची चित्रे असणारे टी शर्ट आम्ही विकायला ठेवले होते. इथली परिस्थिती दिवसेंदिवस अशीच चिघळत जाणार. तू खरंच सुदैवी म्हणून निसटलीस.

माहतोबला पापा आणि तुझ्या आईवडिलांना स. न. देव तुझं भलं करो.

हमीद.

अमालचे पैसे परत करायला मला बँकेकडून ताबडतोब कर्ज मिळालं. त्याची स्वतःची सुटका मात्र अजून होऊ शकली नाही. त्याचे प्रयत्न चालू आहेत.

अमेरिकेत परत नव्याने जीवन सुरू करताना प्रथम माहतोबला जरा जड गेलं. पण लवकरच ती रुळली. शाळेत तिचा नंबर वरचा असतो. कधीतरी तिलाही डॅडींची आठवण होते. पण इराणमधल्या माथेफिरू डॅडींची नव्हे. अमेरिकेतल्या पूर्वीच्या प्रेमळ पित्याची. तिला इराणमधे विसरलेल्या तिच्या बनीची पण फार आठवण होते. तसा बनी नंतर इथे कुठल्याही दुकानात मिळाला नाही.

मी इराणमधे असतानाच्या १८ महिन्यांच्या कालावधीत स्टेट डिपार्टमेंटमधील टेरेसा हॉबगुड नामक केसवर्करला मी नंतर जाऊन भेटले. माझ्या आईला या काळात धीर देऊन शक्य ती मदत तिनेच केली होती. ज्या अमेरिकन स्त्रियांना व मुलांना त्यांच्या इच्छेविरुद्ध इराण व तत्सम मुस्लीम देशात डांबून ठेवले जाते त्या सर्व केसेस तिच्याच हाताखाली येतात. माझी कहाणी पुस्तकरूपाने प्रसिद्ध करून जगापुढे ठेवण्याची कल्पना तिने उचलून धरली.

मूडीच्या कचाट्यातून तशी आमची पूर्ण सुटका कधी होणार नाही हे वास्तव मी आणि माहतोबने स्वीकारलेलं आहे. कधीतरी तो स्वतः नाहीतर त्याच्या असंख्य भाच्या-पुतण्यांपैकी कोणीतरी कधीतरी आमच्यापुढे येऊन उभा ठाकेल, आमचा सूड घ्यायला येईल ही शक्यताही नाकारता येत नाही. कधीही माहतोबला इराणमधे

पळवून न्यायचा बेत जर त्याने केला तर त्याचे सरकार त्याला पूर्ण पाठिंबा देईल हेही मी जाणून आहे.

पण त्याचबरोबर माझ्या ताकदीची मूडीला कल्पना नसेल. अमेरिका आणि इराण या दोन्ही देशांत माझे अतिशय प्रभावशाली लोक माहितीचे आहेत व ते मूडीला असं कदापि करू देणार नाहीत. मी व माहतोब सध्या अमेरिकेत एका अज्ञात स्थळी नवीन नावे धारण करून राहात आहोत.

मूडीचं नंतर काय झालं हे मला कळलं नाही. फक्त १४ जुलै १९८६ या दिवशी लिहिलेलं एलनचं पत्र माझ्या नावे माझ्या आईच्या घरी पोचलं. ते असं होतं–

> प्रिय बेटी,
>
> तू खुशाल आणि सुखात आहेस अशी आशा करून पत्राला सुरवात करत आहे. खरं तर तू आपण होऊन मला याआधी पत्र पाठवशील व काय घडलं, कसं घडलं ते सविस्तर लिहिशील म्हणून मी वाट बघत होते. मी तुला माझी जवळची मैत्रीण मानत होते.
>
> तू गेल्यानंतर दोन-चार वेळा आम्ही तुझ्या नवऱ्याला भेटून आलो. तुझी चौकशी करण्यासाठी आम्ही त्याला मदतही केली. मी फार काळजी करत होते तुमची दोघींची. तुमचं काही बरंवाईट तर झालं नसेल अशी चिंता मला रोज भेडसावत होती.
>
> आता मात्र गेल्या काही महिन्यांत डॉ. महमूदींची व आमची गाठ नाही. एक दिवस आम्ही घरी गेलो होतो पण ते घरात नव्हते. तू आणि माहतोबने उभारलेला स्नोमॅन बरेच दिवस होता. हळूहळू वितळत तो नाहीसा झाला. जमिनीवर फक्त जांभळा रुमाल तेवढा उरलाय त्याच्या गळ्यातला. जणू काही हवेत विरून गेला तो स्नोमॅन.. अगदी तुझ्यासारखाच...

◆◆◆

- *या पुस्तकातील लेखकाची मते, घटना, वर्णने ही त्या लेखकाची असून त्याच्याशी प्रकाशक सहमत असतीलच असे नाही.*

३०६ । नॉट विदाऊट माय डॉटर